సౌందర్య శిఖరం అమ్మ

పీసపాటి చంద్రశేఖర్

INDIA • SINGAPORE • MALAYSIA

సౌందర్య సోపానములు

మిత్రుని అభినందన 9

మిత్రుని అభినందన 11

కృతజ్ఞతలు 13

చిన్న మాట 15

1. ఊహ ఉదయించిన వేళ 17

2. అందాలకే అందం 20

3. నన్ను చెక్కిన మహాశిల్పి 23

4. చీకటి అంచున మెరసిన కాంతి 27

5. అపురూప కల్పతరువు 31

6. చదువని చదువరి 34

7. సిరుల మూట 38

8. గుండెల నిండిన దైవం 41

9. చిత్తరువు కాని చిత్రము 46

10. ఓటమి ఎంతో ఆనందం 50

11. 1 + 1 = 1 54

12. అనంత ప్రేమ 58

13. అందాన్ని అందించిన అసలు అందం 61

14. నిర్భాగ్య భాగ్యశాలి 65

15. అక్షరమే అమ్మ 68

16. కరుణ నిండిన ప్రేమ 73

17. అందమె ఆనందం 76

18. ఉగ్గు పాల విద్య 79

19. నిత్య వికాస సౌందర్యం 83

20. అందమైన నలుపు 87

21. ప్రేమ నిండిన కళ్ళు 91

22. చిన్నారి నృత్యకేళి 94

23. అమ్మ లాంటి ప్రేమ కోసం 98

24. నొసట చూసిన సత్యం 103

25. నా మార్గదర్శి 107

26. అందాల ప్రతిబింబాలు 111

27. కారు చీకట్లో కాంతిపుంజం 116

28. ఎల్లలెరుగని అమ్మ భాష 121

29. సహజమైన సంగీతం 125

30. మనసులో స్నేహం 129

31. ఆశ్రయమైన తనువు 134

32. కాల స్వరూపిణి, ప్రేమైక మూర్తి 137

33. అంతరాలు దాటిన స్నేహం 141

34. ఒడిలో నేర్చిన విద్య 146

35. దైవానికి ప్రతిరూపం 151

36. తత్త్వ దర్శనం 156

37. నిజమైన ఆస్తికుడు 160

38. అందమైన అంధత్వం 164

39. జీవితమే ప్రశ్న – జీవితమే జవాబు 169

40. పరిపూర్ణ ప్రేమమూర్తి 173

41. బంగారు మనసు 177

42. గుండెకు గుండె కానుక 182

43. అందమైన దొంగ 186

44. నిత్యయవ్వన 190

45. వాత్సల్య న్యాయం 194

46. మాటల పూబాటలు 198

47. నిధులను మించిన నిధి 202

48. ఇల్లే కోవెల 206

49. దివ్యమైన కోరిక 210

50. అనుకోని అతిథి 215

51. గురువును మురిపించిన గురువు 219

52. శాంతి నిలయం 223

53. అతనిలో ఆమె 227

54. ప్రేమదే జయం 231

55. ఆనంద నందనం 235

56. చిరునవ్వుల వాన 239

57. తరగని సంపద 243

58. నా అంతరాత్మ 247

59. నడక, నడవడిక 251

60. మోహన భాషణం 256

61. ఓటమి ఎరుగని ప్రేమ 260

62. తనువు ఒక కల్పతరువు 264

63. కనుపించిన దారి 268

64. పట్టు దొరికిన ఆనందం 273

65. నిత్యపూజలివిగో 277

66. జీవన బోధ 281

67. స్వప్న లోక సందేశం 286

68. శిలలు రెండు ` శిల్పం ఒకటే 290

69. మెరిసే నక్షత్రం 295

70. ఆనంద భైరవి 299

71. విశాల సాగరం 303

72. పసందైన విందు 308

73. ఆనంద కేళి 313

74. నయన సౌందర్యం 318

75. అయోధ్య 322

76. నవరస ఫలము 326

77. ఆనందమే అందం 330

78. ద్రవించిన ధరిత్రి 334

79. ఫలించిన ప్రేమ 338

80. తీయని ఎంగిలి 344

81. కళ్ళకు గంతలు కడితే 348

82. సంఖ్యా విశేషము 352

83. రహస్య విద్యుత్తు 356

84. ఆశ్రయమైన అందం 360

85.	కమనియమైన కానుక	364
86.	శ్రమ జీవన సౌందర్యం	368
87.	మది కదిలించిన అడుగులు	372
88.	చంద్రుడ్ని మించిన అందం	377
89.	నిండు మనిషి	382
90.	కళలు — కాంతులు	386
91.	అందరి దేవుడూ ఒక్కడేనా?	390
92.	విజయుని కథ	394
93.	ఆ కనులలో ఏముున్నదో !	398
94.	దూరమయినా అది దగ్గరే	403
95.	నిదుర చెదరి పోరాదు	408
96.	పుట్టిన రోజులు	413
97.	చిరునామా గల్లంతయింది	417
98.	పరిమళించిన ప్రేమ	422
99.	అమ్మకెందుకో కన్నీరు	427
100.	అంజలి	432
	రచయిత గురించి	437

మిత్రుని అభినందన

అమ్మ ఒక కమ్మనైన, మధురమైన సుధా కలశం. ప్రతి జీవి పుట్టుకకు మూలం.

అమ్మ ప్రేమ అనంతం. మానవుడే కాదు, పశుపక్ష్యాదులు కూడా అమ్మ సాన్నిహిత్యంలో నిర్భయంగా ఉండగలవు. అందుకే అమ్మ సర్వజనీన, తన బిడ్డల కోసం ఏమైనా చేయగల శక్తివంతురాలు.

అమ్మ ప్రేమ అనంతం, అమ్మ చూపు మలయ మారుతం. ఆమె చిరునవ్వు అరవిరిసిన మందారం.

అమ్మ ప్రతి జీవికి తొలిగురువు. కరుణ, జాలి, దయ, ప్రేమ, ఆదరణ, పరిపూర్ణత అమ్మకే సొంతం. అమ్మలోని అన్ని దృక్కోణాలను సున్నితంగా స్పృశించి రూపొందించబడినది ఈ గ్రంథం.

ఈ గ్రంథం చదివిన పాఠకునికి తన అమ్మె సాక్షాత్కరిస్తుంది. రాముడు లేడనే వారున్నారు. అల్లాను కాదనేవారున్నారు. జీసన్ను వద్దనే వారున్నారు. కాని అమ్మ లేదనేవారు గాని, అమ్మను వద్దనేవారు గాని ఉండరు. అందరికీ ఆరాధ్యం 'అమ్మ.

ఇంతటి ఉత్కృష్టమైన గ్రంథాన్ని మనకందించిన పిసపాటి చంద్రశేఖర్ వదాన్యులు. అటువంటి మిత్రుణ్ణి పొందటం మా సుకృతం.... ఇటువంటి మరిన్ని గ్రంథాలను చంద్రశేఖర్ మనకందించాలని కోరుకుంటూ....

టి. వేణుగోపాలరావు

రిటైర్డ్ ప్రిన్సిపాల్, కాకినాడ

మిత్రుని అభినందన

'అమ్మ తత్త్వము' అనే ఒకే అంశం తీసుకుని వంద ఖండికలు, పునరుక్తి దోషం లేకుండా, విభిన్న రీతులలో ప్రతిపాదించ గలిగిన రచయిత పిసపాటి చంద్రశేఖర్‌కు ముందుగా నా అభినందనలు.

ఒక వ్యక్తి జన్మకు మూలం అమ్మ. అతడు శాస్త్రవేత్త అయినా, ఋషులు, మునులు, తాత్త్వికులు, చివరకు సామ్రాజ్య అధినేతలైనా అమ్మ లేనిది అతనికి ఉనికి లేదు. దైవాంశ సంభూతులకు కూడా అమ్మ లేనిదే జన్మ సాధ్యం కాదు. ఒక పురుషునికి ప్రేమను పంచి, అతని ప్రేమను పొంది, ఇరువురి ప్రేమ పండి ఒక బిడ్డకు జన్మను ప్రసాదించడం ఒక దివ్యమైన అనుభూతి. అది అమ్మకు మాత్రమే సాధ్యం. అందుకే అమ్మ ఒక సృష్టికర్త.

అమ్మ లేనిదే జన్మ లేదు అనేది విశ్వరహస్యం. ఒక్కొక్క ఖండికలో ఒక్కొక్క రీతిలో ఈ రహస్యాలను రచయిత తన భావ పటిమతో వెల్లడిరచగలిగాడు. మనసును విహంగము చేసి విహరింప చేయడం, పునరపి జననం అనే విశ్వాసాన్ని నిరూపింప ప్రయత్నించడం, ఓడిన వారూ గెలిచిన వారూ ఇద్దరూ ఆనందించడమే నిజమైన దాంపత్య ప్రేమ అని తెలియచెప్పడం, 'అమ్మ మయం', 'అమ్మతనం' వంటి పదప్రయోగాలు, గురువును మించిన గురువు అమ్మ అని ప్రకటించడం, మహాకవుల స్థాయిలో ప్రకృతిని మనకు సన్నిహితంగా తీసుకు వచ్చి వర్ణన చేయడం, మన జీవితానుభవా లన్నింటికీ అమ్మతో సంబంధాన్ని కల్పించడం,

అమ్మకెందుకో కన్నీరు అని చెలుతూ మన కంట నీరు పెట్టించడం లాంటివి ఎన్నో, ఎన్నెన్నో రచనా వైశిష్ట్యాలను నేను ఈ పుస్తకంలో పరిశీలించాను.

ఈ పుస్తకం ప్రారంభంలో రచయిత ఒక భావుకుని వలె కనిపించి, కవిగా అవతారమెత్తి, క్రమక్రమంగా కరుణారస కవిగా మారి మన కంట కన్నీరు పెట్టిస్తాడు. ముందుకు సాగే కొద్దీ కవి పండితునిగా మారి, మార్మిక విషయాల నెన్నింటినో రంగరించి అమ్మను మూలపుటమ్మను చేసి మన ముందు ప్రత్యక్షం చేస్తాడు. మనసును చలింప చేసి, మనసుతో ఆలోచించగలిగేలా పాఠకుడిని మార్చేస్తాడు. ప్రథమార్ధంలో ద్రాక్షపాకంలా ప్రారంభమైన రచన, చివరకు వచ్చేసరికి నారికేళ పాకంలా మారి క్రొత్త రుచులను అందిస్తుంది. అంతిమంగా రచయిత విశ్వరూపం కనిపిస్తుంది.

అమ్మను గురించి వ్రాయబడిన చాలా పుస్తకాలు, కవితలు చదివాను. కాని, ఈ గ్రంథం ఒక దివ్యానుభూతిని మిగిల్చింది. మనసును స్పందింప చేసింది. అమ్మపాలు త్రాగిన ప్రతి ఒక్కరికీ ఈ రచన ఒక మధుర స్మృతిగా మిగిలిపోతుంది. ప్రతి పాఠకుడూ ఈ అనుభవాల మాలికలో తన తల్లిని దర్శించి తీరుతాడు. తల్లికి దూరంగా జీవిస్తున్న ప్రతి బిడ్డా ఈ రచనను చదివిన తరువాత తక్షణమే బయలుదేరి తన తల్లి ఒడిని చేరి పులకిస్తాడు. ఈ పుస్తకానికి ఎన్నెన్నో గౌరవ పురస్కారాలు లభించాలని మనస్ఫూర్తిగా ఆకాంక్షిస్తూ, రచయిత, మిత్రులు పీసపాటి చంద్రశేఖర్ను మరొకమారు అభినందిస్తున్నాను.

ఆకుల సుబ్బారావు

రిటైర్డ్ ప్రిన్సిపాల్, కాకినాడ

కృతజ్ఞతలు

ఆద్యంతమూ నా గ్రంథ రచనలో నాకు తోడుగా వుండి ప్రోత్సహించి, రచనానుకూల ప్రశాంత వాతావరణమును నాకు అనుక్షణం అందిస్తూ నన్ను ముందుకు నడిపించి, నిరాఘాటంగా ఈ రచన పూర్తి కావించడంలో సహకరించిన నా కుమార్తె, అల్లుడు , విష్ణుప్రియ, సందీప్ లకు నా ఆశీస్సులతో పాటు, కృతజ్ఞతలు చెప్పుకుంటున్నాను. అడుగడుగునా నాకు ఉల్లాసాన్ని, ఉత్సాహాన్ని, ఊపిరినీ అందించి నన్ను అలరించిన నా మనుమడు శ్రీకార్తికేయకు ఆశీస్సులు.

నా రచనా ప్రక్రియను మొదటి నుండీ పరిశీలిస్తూ, నన్ను వెన్ను తట్టి నడిపించిన మిత్రులు శ్రీ టేకి వేణుగోపాలరావు, శ్రీ ఆకుల వేంకట సత్య సుబ్బారావు గార్లకు, శ్రీ ఎమ్. వేంకట్కు నా కృతజ్ఞతలు.

ఈ రచనకు ఒక రూపాన్ని ఇవ్వడంలో శ్రద్ధతో, సహనంతో, ప్రేమతో నాకు తోడై నిలచిన శ్రీ గొడవర్తి సతీష్‌బాబు కు నా ప్రత్యేక కృతజ్ఞతలు.

కేవలము నా ఉద్దేశ్యమును మాత్రమే గ్రహించి, సారమెరిగి వెనువెంటనే నా రచనను ప్రచురించడానికి పెద్ద మనసుతో ముందుకు వచ్చిన నోషన్ ప్రెస్, చెన్నై వారికి అనేకానేక ధన్యవాదములు, కృతజ్ఞతలు.

పీసపాటి చంద్రశేఖర్

చిన్న మాట

ఎనబై వసంతాలు పూర్తి చేసుకున్న ఒక బిడ్డ తన తల్లి శతవసంతాల వేడుకకు హాజరవుతూ తన తల్లికి కానుకగా సమర్పించుకున్న జీవన అనుభవాల సుమ మాలిక ఈ కవనిక. చదివి ఆశీర్వదిస్తారని ప్రార్ధన.

పిసపాటి చంద్రశేఖర్

ఊహ ఉదయించిన వేళ

జన్మనిచ్చిన తల్లికి వందనములు. ఈ పుట్టుక తను మరణపుటంచుల చేరి చేసిన అపూర్వ త్యాగఫలమే.

నాకు తోడై నావాడై నా జన్మకు బీజం వేసిన నా దైవం నా తండ్రికి కృతజ్ఞతాంజలులు. మీరిద్దరూ అపురూప ప్రేమ మూర్తులు. సదా ఆనంద లోకాలలో విహరించే సుధామయ జీవులు.

మీ మనసులు కలసిన ఫలం. మీ వలపులు పలుకరించుకున్న ఫలం. ఒకరిలో ఒకరు లీనమై ఒకరిని మరొకరు సంపూర్ణులుగా తీర్చిదిద్దుకున్న ఫలం. బాహ్య ప్రపంచాన్ని మరచి ఒక క్రొత్త ప్రపంచాన్ని సృష్టించాలని మీరిరువురు కావించిన అతి పవిత్ర యజ్ఞ ఫలం నా జన్మ. ఒకరు త్యాగమూర్తులై మరొకరు కరుణారస ప్రేమమూర్తులై తొలిసారిగా పుడమిని తాకిన నా లేత రూపాన్ని పొత్తిళ్ళలో, ఒడిలో, గుండెలో సదా మీ మదినిడుకొని ఒక అందమైన పూవు వలె నాలో మాధుర్యాన్ని నింపిన మీరిరువురికి ఏమీ యిచ్చి ఋుణం తీర్చుకోలేని నిస్సహాయుడ్ని నేను.

ఒకరు నా కళ్ళె, మరొకరు నా కంటి చూపై, ఒకరు నా గుండె చప్పుడై, మరొకరు నా ఊపిరియై, ఒకరు సేవకులై మరొకరు రక్షకులై, ఒకరు బూదారి పరచి మరొకరు చేయిపట్టి నడిపించి, ఒకరి లాలన నన్ను నిద్రపుచ్చి మరొకరి పాలన నను ముందుకు నడిపించి మీరిరువురూ నాకు

సూర్యచంద్రుల వలె నా జీవన జ్యోతులై నాకు వెలుగులు పంచుతూ వచ్చారు.

నాకు ఛత్రమై నిలిచి నను నడిపించిన నా తండ్రి దివ్యలోకాలకు పయనమై వెళ్ళిపోయాడు. చుక్కలలో ఒక చుక్కై నాకొక దిక్కై నన్ను ఆదుకుంటూనే వున్నాడు. చందమామలా చిరునవ్వుతో వెన్నెల కురిపిస్తూ వున్నాడు. తన వెలుగులు నా తల్లిలో నింపి తను పైకి వెళ్ళిపోయాడు. పై నుండి చిరునవ్వులతో ననును దీవిస్తూనే వున్నాడు.

భగవంతుడు నాకిచ్చిన అపురూప సంపద నా తల్లి రూపంలో నన్నింకా కరుణిస్తూనే వుంది. నా కోసం తనొక ఘనమేఘమై అపార దయా రసాన్ని నాపై వర్షిస్తూనే వుంది. అటువంటి నా మాతృమూర్తి శతవసంతాలు పూర్తి చేసుకుని ఈరోజు తన జన్మదినాన్ని జరుపుకోబోతోంది. ఏ కొంతమంది బిడ్డలకోగాని లభించని అపురూపమైన దివ్య వరమిది.

అమ్మకు ఒక అందమైన కానుకను ఇవ్వాలని అనిపించింది. వంద సంవత్సరాల వయసులో, ఏనాడూ ఎపుడూ నా నుండి ఏమీ ఆశించని అమ్మ, ఇప్పుడు మాత్రం ఏమి ఆశిస్తుంది. సర్వమునూ త్యజించి సంతోషాన్ని మాత్రమే ఆభరణముగా ధరించి ఆనందించే అమ్మకు ఏమిస్తే సరిపోతుంది?

నా కానుకను చూసి అమ్మకు ఆనందం పెల్లుబకాలి. అది చూసి నా శరీరము దివ్యానుభూతితో గాలిలో తేలియాడాలి. ఇపుడు నేనివ్వబోయే కానుక ప్రపంచంలో ఏ బిడ్డా తన తల్లికి ఇచ్చిన దానిని పోలి వుండకూడదు. ధనవంతుడు కొనలేనిది, బలవంతుడు సాధించి కొని తేలేనిది అయి

వుండాలి. ఇంతవరకూ ఎవరూ సృష్టించనిది, భగవంతుని ఎడల భక్తుడు ప్రదర్శించే తన్మయ నృత్యాన్ని పోలి వుండాలి. ఎలా? ఎలా? ఎలా?

దీని కోసం ఎన్నో రోజులపాటు చింతన చేసాను. మనసు పరిపరి విధాల ప్రేమతో పరితపించింది. వర్ణించలేని ఒక మహాసాగర మదనం జరిగింది. ఫలితంగా నాపై నీకున్న అపార ప్రేమ రసం అమృతమై నాకు ఉపాయాన్ని ఇచ్చింది. నీ కృపతో ఈనాటికి నేను ఎనబై వసంతాలు పూర్తి చేసుకున్నాను. ఈ జీవిత కాలపు పయనంలో అమ్మతో నాకు కలిగిన మధురానుభూతులను పుష్పమాలగా సేకరించి వాటికి అక్షర రూపాలను ఇచ్చి, ఈ చిన్ని లేఖల సమాహారాన్ని రూపొందించాను. దీనిని నీ పాదాల వద్ద ఉంచి నీ పాదపద్మాలపై నా తలను వుంచి కృతజ్ఞతలు చెల్లించుకుందామని ఆశిస్తున్నాను. దయతో స్వీకరించు తల్లి. నన్ను కరుణించి ఆశీర్వదించు అమ్మా.

అందాలకే అందం

ఆరోజు పున్నమి రోజు. వెండి వెలుగులు విరజిమ్ముతూ నిండు చందమామ ఆకాశంలో వెలిగిపోతున్నాడు. విశాలమైన మైదానం వైపు పరుగులు తీసాను. తలపైకెత్తి చంద్రుడ్ని చూసాను. స్వచ్ఛమైన నవ్వుతో పలుకరిస్తూ నా తనువును పులకింపజేసాడు. చుట్టూ చూసాను. ఎందరో కవితా శిఖామణులు బారులు తీరి కూర్చుని వున్నారు. చందమామ అందాలను వర్ణిస్తూ కవిత్వాలు వ్రాస్తున్నారు. మధుర గాయకులు, గాయనీమణులు తీవ్ర, మధ్యమ, మంద్ర స్వరాలతో సంగీత అమృతధారలు కురిపిస్తున్నారు. చేయి చేయి పట్టుకుని ప్రియసీ ప్రియులు నేలను తాకీతాకని విహంగాలై విహరిస్తున్నారు. బాలబాలికలు ఆనందంతో కేరింతలు కొడుతూ ఆటలాడుతున్నారు. పసిపిల్లలకు చందమామను చూపిస్తూ తల్లులంతా గోరుముద్దలు తినిపిస్తున్నారు. ఒక మూలగా అప్పుడే పొర విడిచిన నాగుపాముల జంట ప్రేమ రసమయ కేళిలో మునిగి తేలుతోంది. వెన్నెల ధారలతో తడిచి ముద్దయిపోతూ ముద్దులోలికే పూలు నిండిన పొందరిండ్లు తమ తలలూపుతూ పరవశించిపోతున్నాయి. ఎంత అందమైన దృశ్యం!

చందమామ ఇంత అందంగా వుంటాడా? వెన్నెల ఇంత అందాన్ని కురిపించి తనువును మరపింప చేస్తుందా? ఆనందంతో అమ్మకు చెప్పాలని పరుగులు తీసాను. స్వాగతం చెబుతూ అమ్మ గుమ్మంలోనే నిలబడి

వుంది. అమ్మ ముఖాన్ని ఆనందంతో చూస్తూ వుండిపోయాను. నోట మాట రాక అవాక్కయిపోయాను.

ఏమిటి సంగతన్నట్టు నావైపు చూసింది అమ్మ. ఏమని చెప్పను! చంద్రుని మించిన అందమైనది అమ్మ ముఖం. చంద్రుని వెన్నెల ఝురులన్నీ అమ్మ చిరునవ్వుల ముందు దిగదుడుపే అనిపించింది. పరుగు పరుగున పోయి కవిత్వాలు వ్రాస్తున్న కవులందరినీ అమ్మ పాదాల ముందు కూర్చుండపెడితే తమ పాత కవితలు మరుగున పెట్టి క్రొత్త పదాలు రచిస్తారనిపించింది. మధుర గాయనీమణులందరూ ఒక పంక్తిలో కూర్చుని నూతన స్వరాలు ఆలపిస్తారనిపించింది. ప్రేమ జంట అమ్మ కంటి వెలుగులకు మరింత శోభతో మెరిసిపోతారనిపించింది. బాలబాలికలంతా అమ్మ నవ్వుల జిలుగులతో తడిసి తరిస్తారనిపించింది. అమ్మలంతా తమ గోరుముద్దలను ప్రక్కకు జరిపి పిల్లలకు వెన్నముద్దలు తినిపిస్తారనిపించింది. అమ్మ కనుబొమలు బాణాలై శరాలను సంధిస్తూ విడుస్తుంటే నాగుపాముల కేళీవిలాసము మరింత రసమయంగా సాగుతుందనిపించింది. ముద్దులోలికే పూలబాలలు అమ్మ నొగసుల కోమలత్వాన్ని శాశ్వత వరంగా తమకు ప్రసాదించమని ప్రార్థనలు చేస్తాయనిపించింది. ఏ మచ్చా లేని అమ్మ ముఖం చూస్తూ మచ్చలు నిండిన చంద్రుని గురించి ఏమని చెప్పను! మౌనంగా ఉండిపోయాను.

అందరినీ తీసుకువచ్చి అమ్మను చూపిద్దామని అతిశయం నిండిన మనసుతో మైదానం వైపు పరుగులు తీసాను. అందరూ నా వైపు తిరిగారు. రెప్పలు ఆర్పకుండా విస్మయంతో నన్ను చూస్తుండిపోయారు. అర్థం కాని ఆశ్చర్యంతో సిగ్గుతో నిలబడిపోయాను. కొద్ది క్షణాల క్రితం లేని కొత్త

వెలుగులు నీ ముఖంలో ఎలా చోటు చేసుకున్నాయన్నారు. నాకప్పుడు సత్యము అర్ధమయింది. అమ్మ చిరునవ్వులలోని ప్రకాశమే నా ముఖంలో ప్రతిబింబిస్తోందని తెలిసింది. అమ్మ నాతో పాటు మైదానానికి వచ్చినట్టుగా భావించి పులకించిపోయాను.

నన్ను చెక్కిన మహాశిల్పి

ఉదయాన్నే మెలకువ వచ్చింది. అమ్మ పెద్ద గ్లాసు నిండా యిచ్చిన కమ్మని పాలు త్రాగి అలా బయటకి వచ్చాను. ఆకాశంలో నారింజపండు రంగులో సూర్యుడు నవ్వుతూ పలుకరిస్తున్నాడు.

అలా నడుచుకుంటూ కొలను గట్టుకు చేరుకున్నాను. దట్టముగా పెరిగి చల్లని గాలులు వీస్తూ ఆహ్వానిస్తున్న వేపచెట్టు దగ్గరకి చేరుకున్నాను. ఆ చెట్టు నీడలో కూర్చుని గుండెల నిండా ప్రాణవాయువు పీల్చుకుంటూ ఆనందిస్తున్నాను.

సమీపంలో ఉన్న ఒక దేవాలయం నుండి గణగణమని గంటల ధ్వని వినిపించింది. దాదాపు ఒక నిమిషం పాటు వినిపించిన ఆ గంటల ధ్వని దివ్యలోకపు పురుషులు భూమికి దిగివచ్చి భగవంతుని సన్నిధిలో వేదాలు వల్లించినట్టుగా అనిపించింది. అటు వైపుగా నడక సాగించి లోపలికి ప్రవేశించాను. సుందరమైన దివ్యవిగ్రహం కనిపించింది. తన్మయత్వంతో కొన్ని క్షణాలపాటు చూస్తుండి పోయాను. ఎంత దివ్యమైన మూర్తి! 'ఈ మూర్తిని మలచిన శిల్పి ఎంతటి ఘనుడో కదా!' అనిపించింది.

నా నడక సాగుతూనే వుంది. ఒక విశాల ప్రాంగణం ముందు ఆగాను. లోనుండి శ్రుతి మధురంగా ప్రార్థనలు వినిపిస్తున్నాయి. లోపలికి ప్రవేశించాను. దివ్యమైన వెలుగులతో ప్రకాశిస్తున్న మందిరంలోకి ప్రవేశించాను. అందరినీ రారమ్మని పిలుస్తూ పెద్ద శిలువ కనిపించింది.

సమీపంలోనే అపురూప త్యాగమూర్తి కరుణామయ దృష్టితో చూస్తున్న అద్భుత విగ్రహం. భక్తితో నా కన్నులు ఒక క్షణం మూతపడ్డాయి. అరమోడ్పు కన్నులతో ఆ మూర్తిని చూస్తుండిపోయాను. 'ఆహ్! ఇంతటి సుందర దయామయ రూపకర్త అయిన ఆ శిల్పి ఎంతటి ధన్యుడో కదా!'

నా నడక సాగుతూనే వుంది. నడచి నడచి నా అడుగులు ఒక చోట ఆగిపోయాయి. అటువైపుగా చూసాను. 'అల్లా! అల్లా!' అంటూ ఆర్ద్రతతో పిలుస్తున్న గొంతు వినిపించింది. లోనికి ప్రవేశించాను. ఒంగి ఒంగి ప్రణమిల్లుతూ వందల మంది భక్తులు కన్పడ్డారు. మందిరమంతా పరిశీలనగా చూసాను. అద్భుత దృశ్యానికి ఆనందంతో పరవశించిపోయాను. ఎవరీ సుందర నిర్మాణాన్ని కావించిన విశ్వకర్మ!

మెదడులో చిత్రమైన సందేహాల అలజడులతో ముందుకు సాగాను. చెట్టు క్రింద కూర్చుని ప్రశాంతంగా ధ్యానం చేసుకుంటున్న స్వామి ఒకరు కనిపించారు. వారి దివ్యపాదాలపై తలవుంచి "స్వామీ! శిల్పము గొప్పదా శిల్పి గొప్పవాడా!" అని ప్రశ్నించాను.

"శిల్పము కన్న శిల్పి గొప్పవాడు. నీకన్న నాకన్న ఈ చరాచన సృష్టికన్న దీనిని సృష్టించిన ఆ మహాశిల్పి ఇంకా గొప్పవాడు. నీవు దర్శించిన ఆ దివ్య స్థలాలన్నీ నీ దృష్టిని ఆ మహా శిల్పివైపు మళ్ళించడానికే."

"ఎవరా మహాశిల్పి? ఆయన ఎక్కడుంటాడు? నాకు ఆయనను చూడాలని వుంది".

"ఇంత వరకూ ఆయనను దర్శించిన వారు ఎవరూ లేరు నాయనా. ఆయనే మనల్ని చూస్తూ, కాపాడుతూ వుంటాడు. పగలు సూర్యుని రూపంలో, రాత్రి చంద్రుని రూపంలో".

స్వామిని విడిచి ఇంటికి బయలుదేరాను. మధ్యమధ్యలో తలపైకెత్తి ఆకాశం వైపు చూస్తూ నడుస్తున్నాను. దివ్యమైన ప్రకాశంతో సూర్యుడు నా వెంట వస్తున్నట్లనిపించింది. ఆ మహాశిల్పి రూపమిదా! అని ఆశ్చర్యపోయా పగలంతా గడిపాను. నెమ్మది నెమ్మదిగా సూర్యుడు అస్తమించాడు.

రాత్రి సమయంలో పెరట్లో మంచం పరచుకుని వెల్లకిలా పడుకుని పైకి చూస్తున్నాను. అరవిరసిన మల్లెపూలలా నవ్వులు చిందిస్తూ నిండు చంద్రుడు కనిపించాడు. మంచులా చల్లని వెన్నెలలు చిందిస్తూ నాకోసం మా ఇంటి మీదికొచ్చి నన్నే చూస్తున్న ఆ మహాశిల్పి ఇతనేనా!

ఎంతగా తరచి తరచి ఆలోచించినా సూర్యచంద్రులిరువురూ నాపై ఎలాంటి ప్రభావమూ చూపించలేకపోయారు. నా గుండెను స్పందింప చేసే ఎలాంటి అనుభూతులనూ నేను పొందలేక పోయాను. స్వామిని ఆశ్రయించాను. నా గోడును వినిపించాను.

తనతో పాటు రమ్మని నా చేయి పట్టుకుని నడిపించుకుంటూ తీసుకుపోయాడు. ఆవు వెంట దూడ వలె నేను ఎదురు ప్రశ్నించకుండా అనుసరించాను. తిప్పి తిప్పి తిరిగి ఆయన నన్ను నా ఇంటికే తీసుకువచ్చాడు. నన్ను లోన బంధించి బయట గొళ్ళెం వేసాడు. ఇంట్లోనే వుండు, బయటకు రాకు. ఆయన కనిపిస్తాడు ` అంటూ వెళ్ళిపోయాడు. ఇంట్లోనే వుంటే సూర్యుణ్ణి ఎలా చూసేది! చంద్రుడు ఎలా కనిపించేది! అని

పరిపరి విధాల చింతిస్తూ చివరకు ఆయన చెప్పినట్టు చేద్దామని నిర్ణయించుకున్నాను.

రోజంతా అమ్మతోనే వున్నాను. అమ్మ నాకెదురయినప్పుడల్లా దివ్యతేజోమయ శక్తిలా అనిపించింది. అమ్మ నా దరి చేరినప్పుడల్లా కరుణారస మూర్తిలా అనిపించింది. వెచ్చని ప్రేమతో, చల్లని చూపులతో నా హృదయాన్ని స్పందింపజేసింది. అమ్మ నా చెంతన వుంటే దివ్య తేజస్సుల నడుమ నాట్యమాడుతున్నట్లు, చల్లని వెన్నెలలో తేలియాడుతునట్లు అనిపించింది. సూర్యచంద్రు లిరువురినీ ఒకేసారి ఆకాశంలో దర్శించినట్టనిపించింది.

అమ్మ నా ఎదురుగానే వుంది. నన్ను చూస్తూనే వుంది. కుండి కంట కోటి సూర్యకాంతులను ప్రకాశిస్తూ, ఎడమ కంట తనువు పరవశించేలా వెన్నెల కురిపిస్తూ అమ్మ నన్ను చూస్తూనే వుంది. నన్ను సృష్టించి పెంచి పోషించి నన్నిలా తీర్చిదిద్దిన ఆ మహాశిల్పివి నీవేనా అమ్మా! ఎంత గుడ్డివాడినై బ్రతికానిన్నాళ్ళు ' కంటి ముందున్న దైవాన్ని విస్మరించి కొండలలో గుట్టలలో తడుములాడుతూ తిరిగే మూర్ఖునిలా. నాకు 'నిత్యమైన సత్యాన్ని' దర్శింప చేసిన ఆ స్వామికి మనసులోనే కృతజ్ఞతలు చెప్పుకుంటూ అమ్మ పాదాలపై శిరస్సు వుంచి ప్రణమిల్లాను. ధన్యుణ్ణి అయ్యాను.

చీకటి అంచున మెరసిన కాంతి

అడుగులు పడుతున్నాయి. అడుగులు పడుతూనే వున్నాయి. కనపడి కనపడని దారుల వెంట. అస్తవ్యస్తంగా వున్న కాలి బాటల వెంట అడుగులు పడుతున్నాయి. నడుస్తూనే వున్నాను. నిర్విరామంగా, ఎక్కడికో తెలియకుండా మసక మసక వెలుతురుతో మొదలయిన నా నడక క్రమక్రమంగా దట్టమైన చీకట్లలోకి కలిసిపోయింది. దృష్టికి సర్వమూ అగోచరమైపోయింది. శూన్యంలోకి చేతులు చాచుకుంటూ చీకట్లో తడుముకుంటూ ముందుకు సాగుతూనే వున్నాను. ఏమిటో తెలియని గమ్యం వైపు ఎవరూ చెప్పని దారుల గుండా నాకు నేనుగా ఎంచుకున్న గమనమిది. సూర్యుడు ఉదయించని త్రోవలో నాకు నేనే కనిపించకుండా విహరిస్తున్నాను. దిక్కులు తోస్తాయేమో అని తలపైకెత్తి చూసినా చుక్కల జాడలు లేవు. వెన్నెలలు పూసే ఆశలు లేవు. క్రమక్రమంగా భయం ఆవహించింది. కంటికి తెలియడం లేదుకాని ఒళ్ళంతా చెమటతో తడిసిపోయింది. నన్నెవరిలా అంధకారంలోకి నెట్టి వేసింది? నా అహంకారమా? నా అజ్ఞానమా? ఎవరూ కనపడని ఆ చీకట్లో 'ఎవరైనా వున్నారా?' అని అరుస్తూ ముందుకో వెనుకకో తెలియకుండా నడుస్తూనే వున్నాను.

నిస్సత్తువతో అలసిపోయాను. నడవలేకపోతున్నాను. కాని అడుగులు అతి భారంగా ముందుకు సాగుతూనే వున్నాయి. ఎంత సేపిలా నడిచి వుంటాను! క్షణాలా! గంటలా! రోజులా! నెలలా! కాలం తెలియని

యానమిది. ఎందుకో బుగ్గలు వెచ్చబడ్డాయి. ఏదో బుగ్గల మించి జారిపడుతోంది. అవును, అది కన్నీరే. అది బిందువై, సింధువై నన్ను ముంచేసింది. నా ప్రమేయం లేకుండా జీవం కోల్పోయిన ఎండుటాకులా తేలిపోతూ పోతూ పున్నాను. నోట మాటలు రావడం లేదు. నాకు అర్థం కాని భాషలో అతికష్టంతో అరుస్తూ ఆక్రోశిస్తూ అలా అలా కొట్టుకుపోతున్నాను. ఏమో, ఎంతసేపో. ఎప్పుడిది అంతం అవుతుందో.

అల్లంత దూరంలో ఒక వెలుగు చుక్క కనిపించింది. ఏమిటి ఆ చుక్క పేరు? ఆశా? దట్టమైన చీకటి క్రమక్రమంగా నన్ను వదలిపోవ సాగింది. చుక్కలా వెలుగుతున్న ఆ ఆశ వైపు నడక సాగించాను. క్రమక్రమంగా అది పరుగై సాగింది. ఎంత ఆశ్చర్యం. ఆ చుక్క నెమ్మదిగా పెద్దదయ్యింది. చందమామలా మారింది. వెన్నెల దారులు పరచింది. తన వైపు రమ్మని ఆప్యాయంగా ఆహ్వానించింది. రెప్పలు వాలిస్తే మాయమైపోతుందేమో అన్న భయంతో విప్పారిన కళ్ళతో పరుగులు తీసాను. క్షణం జాప్యమైతే యుగాలపాటు పరుగులు తీయాల్సి వస్తుందని ఆందోళనతో ముందుకు వడివడిగా సాగాను.

ఎంత ఆశ్చర్యం! ఎంతటి అద్భుతం! నాకింత వరకు కనిపించింది చుక్క కాదు. చందమామ కానేకాదు. ఆ కనిపిస్తున్నది నా 'అమ్మే'. అవి వెన్నెల దారులు కావు. అమ్మ చిరునవ్వుల కాంతులు. నా కంటికి తొలిసారిగా కనిపించిన 'ఆశ' నా 'అమ్మ'. నా గమనం ` అమ్మ. నా గమ్యం ` అమ్మ. పూర్తిగా అలసిసొలసి పోయిన నేను ఎక్కడి నుంచి వచ్చిందో తెలియని నూతన శక్తితో వడివడిగా పోయి అమ్మ పాదాల వద్ద సొమ్మసిల్లి పోయాను.

నా భుజాన్ని తట్టింది. నన్ను పైకి లేపింది. నా బుగ్గలు తుడిచింది. నా తల నిమిరింది. నన్ను అక్కున చేర్చింది. నా చేయి పట్టుకుంది. పరిపూర్ణమైన ప్రేమతో నాతో సంభాషిస్తూ నను నడిపించింది. కోటి సూర్యుల కాంతులు నిండిన సరికొత్త లోకాల వైపు నను నడిపిస్తూ తీసుకు వెళ్ళింది.

మా సంభాషణ యిలా సాగింది `

'చీకటి చాలా చెడ్డది అమ్మా'

'చీకటి చాలా మంచిది నాన్నా'

'చీకటి భయంకరమైనది అమ్మా'

'భయం వేస్తేనే కదా ధైర్యం కోసం వెతుకులాడుతావు!'

'చీకటి అంటే అజ్ఞానమే కదా అమ్మా!'

'అది జ్ఞానానికి పునాది నాన్నా'

'ఎందుకమ్మా చివరిలో నాకు కన్పించావు! ముందే ఎందుకు చీకటి అని హెచ్చరించలేదు!'

'నీకై నీవు ఎంచుకున్న దారి అది. దానిలోని సత్యాసత్యాలను నీ అంతట నీవు గ్రహించ గలగడం ఒక గొప్ప ఐశ్వర్యం నాన్నా. నీవు చీకటిలో పడి కొట్టుకు పోలేదు నాన్నా. నడక సాగించావు. నీవు నా ఊపిరి. నిన్నెదిలి నేనెలా వుంటాను. అందుకే నీకోసం వేచి వున్నాను నాన్నా'.

అమ్మా! ఆ క్షణం నుండి నీ నీడ నేను వీడలేదు. నా చేయి నీవు వదలలేదు. నా జీవన యానంలో కీకారణ్యాలను చూసాను. నా కోసం

అవిశ్రాంతంగా పూలదారులు పరుస్తూనే వున్నావు. నడి సముద్రంలో, తీరం కనపడని దురవస్థలో నీవు చుక్కానివై నాకు గమ్యాన్ని చూపించావు.

మానవ జన్మకు అమ్మ ఒక వెలకట్టలేని వరం. అమ్మ లేని తనం ఒక ఘోరమైన శాపం.

అపురూప కల్పతరువు

అమ్మా! నా జీవితం ఎన్నెన్నో అదృష్టాల సమాహారమై సాగింది. అదృష్టపు సిరుల మూటలను నా ముంగిట పరచి నను నడిపించిన అపురూప శక్తివి నీవు. ఒంటరిగా వున్న సమయాలలో ఎన్నో సార్లు నా జీవిత పుస్తకాన్ని తిరగేసి పఠిస్తూ స్మరిస్తూ వుంటాను. అనుక్షణం నా నీడలా వుంటూ నా మనసును నాకన్న ముందుగా చదివి ఏ చింతలూ నా దరిచేరకుండా నాకు తోడై నిలచిన చింతామణివి నీవు.

ఎంతో మంది మిత్రులు నాతో అంటుండడం వినేవాడిని ` మాకు జీవితంలో అడుగడుగునా కష్టాలే అని. అంటే ఏమిటని అడిగితే వారంతా నన్ను చూసి నవ్వేవారు. ఎల్లవేళలా ప్రసన్నంగా కనిపించే నా ముఖాన్ని చూసి, వారు అసూయ పడేవారు. ఒకరోజున నిన్నడిగాను 'అమ్మా! కష్టం అంటే ఏమిటని. నీవు పలికిన పలుకులు ఈ నాటికీ వీణా తంత్రులై నా చెవులలో మధురంగా ప్రతిధ్వనిస్తూనే వుంటాయి. 'నాన్నా కష్టమనేది మన జీవితాలకు, మన మనసులకూ భారాన్ని కలిగించే దుష్టశక్తి. అది నిన్ను మాత్రం దరిచేరదు. నీ దరి చేరలేదు. నీ దరి చేరనీయను'.

నాకిప్పుడు అనిపిస్తుంటుంది, కష్టాలను నాకెదురు కాకుండానే తరిమి కొట్టిన ప్రేమమూర్తివి నీవు. ఆనందంతో తప్ప ఆందోళనతో ఏనాడూ నా కంటనీరొలకనీని అవ్యాజ కరుణామూర్తివి నీవు. ఏనాడూ ఏ స్థితికి తలవంచకుండా ధీరత్వం ఉట్టి పడుతూ జీవించే ఒక సాహస యాత్రికునిలా

నన్ను మలచిన మహాశిల్పివి నీవు. నిజంగా నీవు నా పాలిట చింతామణివై నా జీవితంలో ఎన్నెన్నో వెలుగులు నింపిన దివ్యతేజోమూర్తివి నీవు.

అందమైన వనాల మధ్య, వాటి సౌందర్యాన్ని తిలకిస్తూ, సంచరిస్తూ వచ్చాను. మధురమైన నీ ఊపిరిలాంటి గాలుల మధ్య విహరించాను. స్వచ్ఛమైన నీ నవ్వుల లాంటి పువ్వులు కోకొల్లలుగా నన్ను పలుకరించి పులకింప చేసాయి. లేలేత కొమ్మల చివర ఊయలలాడు రెమ్మలు నీ చేతివ్రేళ్ళ వలె మృదుమధురంగా నా బుగ్గలను తచ్చాడుతూ నను ముందుకు నడిపించాయి. గాలికి ఊగే కొమ్మల సవ్వడి నువ్వు పాడే జోలపాటలా నా చెవులకు సోకుతూ నను మురిపించింది. పసితనంలో నీ ఒడిలో పడుకుని నేను నీతో, నీవు నాతో ఆడుకుంటూ గడిపిన మధుర క్షణాలు ఇలానే వుండేవేమో అనిపించి పరవశించిపోయాను. కానీ ఒక్క క్షణం పాటు నా ఊహ తరంగాలు విరుచుకుపడి స్తబ్దుగా ఆగిపోయాయి. నీతో ఈ సుందర వనాలకు పోలిక సరికాదనిపించింది. వీటి శోభ వసంత కాలంలోనే కదా! సదా కాదు కదా! ఇది కేవలం తరువుల శోభ. నీవు తరువువు కావు. సర్వకాలాలలోను శోభించి ఫలించి నన్ను అలరించిన కల్పతరువువు నీవు. ఇప్పుడు నేను పొందుతున్న ఆనందం తాత్కాలికమైనదనే సత్యం బోధపడింది. పరుగు పరుగున వచ్చి నీ పాదాల చెంత విశ్రమించాను. శాశ్వతమైన ఆనందాన్ని ఆస్వాదించి అనుభవించాను.

'ఎందుకు నాన్నా నీలో ఇంత వెలుగు'.

'నువ్వు నా పాలిట కల్పతరువు వమ్మా. నా నిజమైన విశ్రాంతి మందిరానివి'.

నీవు చిరునవ్వు నవ్వావు. నన్ను చేయిపట్టి లేపావు. నీ వెంట తీసుకు వెళ్ళావు. ఒక మూలగా ప్రశాంత వదనంతో కృషివలుని వలె అవిశ్రాంతంగా శ్రమిస్తున్న నా తండ్రిని చూపించావు.

'నేనొక కల్పతరువునైతే నను పెంచి పోషించి నీకు అందించిన వనమాలి అతడు. ఆ ప్రేమ మూర్తి నా జీవన ఆధారం. నా కోసం అనుక్షణమూ స్వేదాన్ని చిందిస్తూ నాకు సేదతీర్చే పట్టుపరుపుగా మారిన పరమపురుషుడు అతడే. మీరిరువురూ నా గుండె చప్పుళ్ళు. మీరిరువురూ నా ఉచ్ఛ్వాస నిశ్వాసాలు'.

నా కళ్ళు తడిసి నా దృష్టి మసకబారింది. 'మీ వంటి తల్లితండ్రులను పొందిన బిడ్డలు నిజంగా అపురూప వరపుత్రులే కదా!'

చదువని చదువరి

ఒక మిత్రుని ఆహ్వానం మేరకు వారింట్లో వేడుక చూడటానికి వెళ్ళాను. ఎంతో సంతోషంతో ఆహ్వానించాడు. గుండెలకు హత్తుకుని తనతో తీసుకువెళ్ళాడు. తన ప్రాణ మిత్రునిగా తన వారందరికీ పరిచయం చేసి నన్ను కూడా వారి వాడిని చేసాడు. అమితానందం కలిగింది. వేడుక తరువాత గొప్ప విందు జరిగింది. నా మిత్రుడు నా ప్రక్కనే కూర్చుని బలవంతంగా రకరకాల రుచులు చూపించాడు. అన్నీ క్రొత్త క్రొత్తగా వున్నాయి. అమ్మ చేతి వంట కన్నా భిన్నంగా వున్నాయి. వింతగా అనిపించింది. ఏమిటీ రుచులని అడిగాను. అతను ఒక్కొక్కటి వివరించాడు. నా గొంతు పూడ్చుకు పోయినట్టనిపించింది. ఉక్కిరి బిక్కిరి అయిపోయాను. ఎంత నీరు త్రాగినా ఆర్తిగానే అనిపించింది. క్షణంలో లేచి చేతులు కడుక్కుందామని అడుగులు వేసాను.

ఒక మనిషి ఆకలి తీర్చుకోవడం కోసం ఇంత పెద్ద సంఖ్యలో జంతువులు చనిపోవాలా! రక్తం ఏరులై పారాలా! ఒక జీవి సంతోషం కోసం మరోక జీవి ప్రాణత్యాగం చెయ్యాలా!

నాకే ఎందుకీ ఆలోచనలు! మిగిలిన వాళ్ళంతా ఆనందంగా తినడం లేదూ! ఆస్వాదిస్తూ తినడం లేదూ! మిత్రుడు వెనుక నుండి పిలుస్తున్నట్టున్నాడు. కాని నా అడుగులు ఇంటి వైపే దారితీసాయి.

నా ముఖ కవళికలు చదివిన అమ్మ నన్ను కారణం అడిగింది. నేను చెప్పాను. అమ్మను అడిగాను. అమ్మ చెప్పింది `

'నాన్నా! చేపలు నీటిలో జీవిస్తాయి. పక్షులు గాలిలో జీవిస్తాయి. మృగాలు అడవిలో జీవిస్తాయి. మనుషులు సమాజాలుగా జీవిస్తారు. ఎవరి ఆహారం వారిది. ఎవరి ఆనందం వారిది!'

'ఇదే ఆనందమయితే చిన్నతనం నుండి నాకెందుకు నీవందించ లేదు!'

'నాలుక రుచిని యిస్తుంది. శరీరం ఆరోగ్యాన్ని యిస్తుంది. నాకు నీ శరీరం ముఖ్యం. అందుకే వారు పొందిన ఆనందం నీకందించలేక పోయాను. నీ మనసు కలత చెందింది కదా! ఊరి చివర ప్రార్థనా మందిరానికి ఆనుకొని ఒక కొలను వుంది. ఆ కొలను నీరు త్రాగిరా. నీ మనసు కుదుటపడుతుంది. వెళ్ళేటప్పుడు రాచవీధి గుండా పరిశీలనగా వెళ్ళిరా'.

అమ్మ చెప్పినట్టే చేసివచ్చాను. అమ్మనే వివరణ అడిగాను. నీవు వెళ్ళి వచ్చిన దారిలో ఎవరెవరిని చూస్తూ నీ నడక సాగించావో వివరించమంది అమ్మ.

'అమ్మా! నా దారి పొడవునా వింత వింత మనుషుల్ని చూసాను. ఒకరినొకరు తిట్టుకుంటున్నారు. ఒకరినొకరు కొట్టుకుంటున్నారు. మతిస్థిమితం లేక, ఒక గమ్యం లేకుండా తిరుగాడుతున్న కొందర్ని చూసాను. సంతోషపు ఛాయలు పూర్తిగా మాయమై ఆందోళనతో ముఖాలు ముడుచుకుపోయిన మనుషుల్ని చూసాను. దొంగల్ని చూసాను. దోపిడిదారుల్ని చూసాను. దారి పొడవునా వైద్యం చేస్తాం రండంటూ చేతులు చాచి పిలుస్తున్న వైద్యుల్ని చూసాను. ఒక మూలగా, తిన్న ఆహారాన్ని

నెమరు వేసుకుంటూ ప్రశాంతంగా విశ్రాంతిగా సేదతీరుతున్న కొన్ని పశువుల్ని చూసాను. ఇలాంటివే అనేకానేక దృశ్యాలు ముద్రలు వేస్తుంటే వాటిని ఎలా చెరిపివేయాలో తెలియక నీ శరణు కోరి నీ ముందుకు వచ్చి చేరాను. అమ్మా! ఏమిటిదంతా! ఎందుకిదంతా!"

'నాన్నా! నా పెంపకంలో నీవు ఆందోళన పడటం కాని, ఎదుటివారిని ద్వేషించడం కాని, ఎవరితోనైనా గొడవ పడటం కాని, ఎదుటివారి సొమ్ముని సంగ్రహించడం కాని, చిన్నపాటి అనారోగ్యంతోనైనా ఒక వైద్యుడ్ని సంప్రదించడం కాని జరుగలేదు. నీవు వెళ్ళిన దారి నవీనం, నీవు నడచిన మార్గం నవీనం. నీ జీవన యానమే ఒక నవీన రీతిలో సాగింది'.

'అవునమ్మా! ఎందుకలా!'

'నాన్నా ప్రతి మనిషి శరీరంలోను ఆరు ముఖ్యమైన కేంద్ర బిందువులుంటాయి. అవి నిరంతరం మనకోసం శ్రమిస్తూ వుంటాయి. అవి అవిశ్రాంతంగా పనిచేస్తూనే వుంటాయి కాబట్టి వాటిని చక్రాలుగా పెద్దలు పిలుస్తారు. నీ జీర్ణక్రియ బాగుండాలి. నీలో మలమూత్రాల విసర్జన ఆరోగ్యంగా జరగాలి. నీ శ్వాస బాగుండాలి. నీ మాట బాగుండాలి. నీ ఆలోచనా సరళి బాగుండాలి. ఈ ఆరు కేంద్రాలూ సవ్యంగా వున్నంత సేపూ నీ మనసు ఆనంద తాండవం చేస్తుంటుంది. అలాంటి వ్యక్తి కేవలం మనిషిగా మాత్రమే కాకుండా 'మనీషి'గా వర్ధిల్లుతాడు. నిన్ను అలా తీర్చిదిద్దాలన్నది నా కోరిక. నా కోరిక తీర్చిన పట్టివి నీవు'.

'మరి వారు?'

'ఎవరి ఆహారపు అలవాట్లు వారివి నాన్నా! సాత్విక చింతనతో సదానందునిగా జీవిస్తావా, రజస్సుతో రగిలిపోతావో, తమస్సులో పడి కొట్టుమిట్టాడుతావా అనేది నీ యిష్టాన్ని బట్టి వుంటుంది. ఈ మూడు ఒకదానికి మరొకటి దారులు పరుస్తాయి. ఎవరినీ తప్పు పట్టలేము నాన్నా'.

'అమ్మా! నిన్నెప్పుడూ అడగని ప్రశ్న ఒకటి అడగాలని వుంది. నువ్వు ఏం చదువుకున్నావు? ఏ బడికి పోయావు?'

'నేనేమీ చదువుకోలేదు నాన్నా. మా అమ్మ ఒడి నాకు బడి. నా తల్లి చూపిన దారిలోనే నేను నడుస్తూ వచ్చాను. ఆ దారినే నిన్నూ నడిపించాను'.

'ఎంత గొప్ప పరంపర అమ్మా! దీనిని పదిలపరచుకోవలసిన అవసరం ప్రతి బిడ్డపైనా వుంది. నీ బిడ్డనైన నేను ఎంతో ధన్యుడ్ని తల్లీ'.

సిరుల మూట

అద్భుతమైన నృత్యం జరుగుతోంది. చుట్టుపక్కల వున్న సొందర్యరాసులందరు ఒక గుంపుగా చేరి పరవశంతో ఆడిపాడుతున్నారు. అసలే వర్ణించనలవి కాని అపురూప అందాలతో అలరారిపోతున్న ఆ స్త్రీలందరూ తమ తమ సొందర్య స్థానాలలో బంగారంతో తయారు చేయబడినవి, వజ్రాలు పొదగబడినవి అయిన ఆభరణాలను ధరించి మరింతగా మెరిసిపోతూ దేవలోకపు కాంతల కాంతులను ధిక్కరిస్తూ వున్నారు.

ఉన్నట్టుండి వారి మధ్యలోకి నువ్వు ప్రత్యక్షమయ్యావు. వారంతా ఒక్కసారిగా నృత్యకేళిని నిలిపివేసారు. నీ వంక ప్రశ్నార్ధకంగా చూస్తూ వుండిపోయారు. నువు మా మధ్యలోకి ఎందుకు వచ్చావు? అనే ప్రశ్న వారి మధ్య నుండి వినిపించింది. నీవు మాతో సరితూగవన్నారు. 'మాతో సరితూగే సిరులున్నాయా? మాతో సరితూగే సొందర్యముందా? నీ ఒంటి మీద ఒక్క నగ కూడా లేని సామాన్యమైన స్త్రీవి. అసమాన్యమైన మాతో కలవడమా! తొలగు తొలగు.'

నిన్ను వారంతా అవమానించారు. నేను చాలా చిన్నబుచ్చుకున్నాను. వారిని ఏమనాలో తెలియని వయసు. వారిని ఏమి చెయ్యాలో తెలియని వయసు. నీ వంక టేలగా చూసాను. ఆశ్చర్యం! నీలో ఎలాంటి చలనమూ

లేదు. శరత్చంద్ర జ్యోతివలె నీ ముఖం ప్రకాశించి పోతేంది. 'నా సిరులన్నింటినీ మూట కట్టుకునే వచ్చాను' అన్నావు.

వారి కనుబొమలు ప్రశ్నార్థకంగా ముడిపడ్డాయి. ఏదీ నీ సిరుల మూటను విప్పమన్నారు. నన్ను వారందరికీ చూపించావు. వీడే నా సిరుల మూట అన్నావు. వారిలో ఆక్రోశం కట్టలు తెంచుకుంది. గుసగుసలాడుకున్నారు. నిన్ను అవమానించాలనుకున్నారు. అవహేళనగా పకపకలాడారు. నీలో మాత్రం అదే తొణకని చిరునవ్వ. అది వారిలో అసూయపు మంటలు పుట్టించింది.

నువ్వు నన్ను దగ్గరగా తీసుకున్నావు. నా ముఖాన్ని నీ ముఖానికి దగ్గరగా ఆనించావు. మనిద్దరి కళ్ళలో సరిక్రొత్త వెలుగులు విరిసాయి. 'వజ్రాల ధగధగలు చూసారుగా' అన్నావు. నా రెండు బుగ్గలు ప్రేమతో నిమిరావు. 'ఇవే నా పాలిట మణిమాణిక్యాలు' అన్నావు. నా చేతులు నీ మెడచుట్టూ అల్లుకున్నావు. 'నా మెడ నింపిన పసిడి పూలమాలను చూసారుగా'. నాకు నీపైన ఒక్కసారిగా ప్రేమ పెల్లుబికింది. నీ నడుం చుట్టూ చేతులు వేసాను. 'చూసారా కెంపులు పొదిగిన నా వడ్డాణాన్ని'. మీ సిరికి జీవం లేదు. వెలుగులున్నప్పుడే దీనికి జిలుగులు. నా సిరి నా జీవం. అనుక్షణం నన్ను మెరిపించి మురిపించే దివ్యాభరణం ఇది. మీ సిరులను మూటగట్టి గంగలో కలపండి' అంటూ వారి అవహేళనకు సమాధానంగా పకపకా నవ్వావు. నీ పలువరుస చుక్కల మాలికలా తళతళలాడింది. 'మా అమ్మ నోటి నుండి ముత్యాలు రాలుతున్నాయి. కావలసినవారు దోసిలిపట్టి తీసుకుపొండి' అంటూ అమ్మ చేయిపట్టి వెనుదిరిగాను.

నాకు తెలుసు, ఉక్రోషంతో వారి ముఖకవళికలు మారిపోయి వుంటాయని. నాకు తెలుసు అవమానంతో వారి తనువులు కృంగిపోయి వుంటాయని. అమ్మ మాత్రం విజయగర్వంతో మహారాణిలా నిటారుగా నిలబడి నాతోపాటు ఆనందాన్ని అనుభవిస్తోంది.

'అతి గర్వితా!' అంటూ ఆ గుంపులోంచి పెద్ద గొంతు వినిపించింది.

గుంపు వెనుకకు నడిచింది. మేము ముందుకు నడిచాము. వారి అడుగుల సవ్వడి వేగంగా పరుగులు తీస్తున్న రైలు చక్రాల ధ్వనిలా వుంది. మా అడుగుల తీరు ఆనంద సాగరంలో తేలియాడుతున్న వన్నెల పడవలాగ వుంది.

'నీవు అతిగర్వితవా అమ్మా!'

'నీ వంటి సిరుల మూటను కన్న ఏ తల్లి అయినా అతిగర్వితనే నాన్నా!'

నీ చేతిని పట్టిన నా చేతుల వ్రేళ్ళు ప్రేమతో బిగుసుకున్నాయి. నీవు నడుస్తున్నావు. నీతో పాటు నేనూ నడుస్తూ... నడుస్తూ... నడుస్తూనే వున్నాను.

గుండెల నిండిన దైవం

అందమైన దారి ఒకటి కళ్ళముందు నిలచి వుంది. దారికిరుగడల ఎన్నెన్నో పూల చెట్లు పరిమళిస్తూ స్వాగతిస్తున్నాయి. నా కోసం వేల సంఖ్యలో పూలను రాల్చి మెత్తటి పూదారిని పరచి పిలుస్తున్నాయి. అనంతమైన ఆ పూల దారిలో నా పయనం సాగించాను. తొలి సంధ్యలో ప్రారంభమైన పయనం ఎంతగానో పరవశింప చేసింది. అందమైన పక్షులు వందల సంఖ్యలో రెక్కలు విప్పి అటు యిటు ఎగురుతూ ఆటలాడుకుంటున్నాయి. అంతటా నిండిన ప్రకృతి అందాలు నాతో పాటు నన్ను అనుసరిస్తున్నట్టు అనిపించింది.

వెనకకు తిరిగి చూసాను. దారి తరుగుతున్నట్టు అనిపించింది. ముందుకు చూసాను. గమ్యం గోచరించకుండా వుంది. ఇంతటి సౌందర్యాన్ని నా కళ్ళ ముందు నిలిపి నాకు కనిపింప చేసిన సూర్యభగవానుడు చెట్ల కొమ్మల మధ్య నుండి పలుకరిస్తూ నాతో పోటీ వస్తున్నాడు. పగలంతా నడక సాగించాను. సూర్యుడు వీడ్కోలు పలికి పడమటింటికి చేరుకున్నాడు. తూరుపు కొండలలో నుండి నిండు చందమామ నన్ను చూస్తూ నడు నడు నడకను సాగించు అని ప్రోత్సహిస్తూ నా వెంట బయలుదేరాడు. ప్రకృతి సౌందర్యాలతో ముచ్చటలాడుతూ ముందుకు సాగాను.

వర్ణించనలవి కాని అందాలు నిండిన ఈ సృష్టిని నా కనుల ముందు నిలిపిన ఆ మహానీయుడు ఎవరు? అతనెలా వుంటాడు? అతనిని

చూడగలనా? అతనితో మాట్లాడగలనా? అతనికి కృతజ్ఞతలు చెప్పుకోగలనా?

ఎన్నో పగళ్ళు వెచ్చని కాంతుల మధ్య ఎన్నెన్నో రాత్రుళ్ళు చల్లని వెన్నెల వీచికల మధ్య నా నడక సాగింది. ఎన్నాళ్ళు ఈ పయనం? ఎక్కడికి నా పయనం? ఎందుకోసం నా పయనం? నా కోరిక తీరేనా? ఎవరైనా నా కోరిక తీర్చేవారున్నారా?

ఒక ప్రార్ధనాలయం ముందు నిలబడి అడిగాను. ఎవరా సృష్టికర్త అని. అతడే ఆది దేవుడు. అతడే సృష్టి స్థితి లయాలకు కారకుడు, అతడే మన సంరక్షకుడు అని సమాధానం వచ్చింది. 'అతనిని మీరు దర్శించారా? స్పర్శించారా? సంభాషించారా? ' సమాధానం లేదు. నిలబడి నిలబడి నిరాశతో ముందుకు సాగాను.

మరోక ఆరాధనా మందిరం ముందు నిలబడి అడిగాను. అతడే సర్వజనులనూ కాచెడువాడు. నిను నడిపిస్తున్నది అతడే. నీ రక్షకుడు అతడే. కరుణామూర్తి. ' అతనిని మీరు దర్శించారా? స్పర్శించారా? సంభాషించారా? 'నిశ్శబ్దం చోటు చేసుకుంది. నిలబడి నిలబడి నిరాశతో ముందుకు సాగాను.

మరోక ప్రశాంత మందిరం ముందు మొకరిల్లాను. అదే ప్రశ్న. అతనే ఘనమైన శక్తిస్వరూపుడు. నిన్ను పెంచి పోషించి సంరక్షిస్తున్నది ఆ ప్రేమ మూర్తియె. మళ్ళీ అవే ప్రశ్నలు. మళ్ళీ నిశ్శబ్దం. మళ్ళీ నిరాశ.

తల పైకెత్తి చూసాను. నింగిలో చుక్కలు కనిపిస్తున్నాయి. నేను చీకటిలో వున్నానని గ్రహించాను. కాలం పరుగెడుతూనే వుంది. చీకటి

తరగనిదైపోయింది. ఎంత కాలమీ పరుగు? జవాబు దొరకని ప్రశ్నని ఒళ్లంతా కప్పుకుని కాలంతో పాటు అవిశ్రాంతంగా, ఒక అన్వేషకునిలా నేను పరుగులు తీసాను.

ఉన్నట్టుండి క్రొత్త వెలుగులు ఉదయించాయి. కనుచూపు మేరలో దేదీప్యమానంగా వెలిగిపోతూ అందమైన పసిడి కొండ ఒకటి కనిపించింది. చక్రవర్తి సింహాసనంలా రీవిగా నిలబడి నన్ను ఆహ్వానిస్తోంది. పరుగు పరుగున వెళ్ళి ఆ కొండ శిఖరం పైకి చేరుకుని నిలబడ్డాను. శరీరం ఎందుకో గగుర్పొడిచింది.

'నేను దైవాన్ని చూసాను. నేను దైవాన్ని స్పర్శించాను. నేను దైవంతో సంభాషించాను' అంటూ ఎలుగెత్తి చాటాను. దిక్కులు పిక్కటిల్లే నా కంఠధ్వని కొండలలో కోనలలో ప్రతిధ్వనించింది.

పదులు, వందలు, వేలు, లక్షల్లో ఆరాధకులు కొండకు నలువైపులా చుట్టుముట్టారు. నే కలిసిన ఆ ముగ్గురు పెద్దలు "మాకు కనపడని దైవం నీకెలా కనిపించాడు? ఎలా వున్నాడు? మమ్మల్ని ఏనాడూ స్పృశించని దైవం నిన్నెలా స్పృశించి పరవశింపచేసాడు? చెప్పు చెప్పు" అంటూ చేతులు చాచి, చెవులు రిక్కించి, నిశ్శబ్దంగా నా మాటలు వినడానికి సంసిద్ధులై నిలబడ్డారు.

'కంటికి కనపడని అత్యంత సూక్ష్మమైన జన్యుకణానికి జీవం పోసాడు నా దైవం. నాకోక అద్భుతమైన ఆకృతినిచ్చాడు. నన్ను నవమాసాల పాటు కంటికి రెప్పలా పోషించి కాపాడాడు. వర్ణింపనలవి కానిది, వేరెవరూ పంచుకోలేనిది అయిన గొప్ప వేదన అనుభవించి నన్ను భూమిపైకి తెచ్చాడు. నాకు ఊపిరి పోసాడు. నన్నేక మనిషిని చేసాడు. నేనేక

మనిషిగా మారడానికి ఎన్నెన్నో దారులు పరచి నా చేయి పట్టి నన్ను నడిపించాడు. ఆ దైవం వేరెవరో కాదు, నా తల్లి. ఆమె మాత్రమే నా దైవం.

మిత్రులారా, ఈ సమస్త విశ్వాన్ని సృష్టించి, పోషించి లయింప చేసే ఆ దైవం మన కంటికి కనపడడు. ఆయనొక అనిర్వచనీయమైన శక్తి. ఆ దైవాన్ని మనం ఎప్పటికీ దర్శించలేము. ఆ అద్భుతాన్ని దర్శించడానికి మనకున్న కన్నులు సరిపోవు.

ఆయనకు రూపం లేదు. పురుషుడని కాని, స్త్రీ అని కాని అతనికి లింగ రూపాన్ని ఆపాదించలేము. ఈ సమస్త విశ్వంలోనూ ఊపిరినే ప్రాణంగా చేసుకుని జీవించే క్రిమి కీటకాదులకు, చెట్టు చేమలకు, పశుపక్ష్యాదులకు తల్లిగా మారి జన్మనిచ్చిన నిరాకార శక్తి ఆ దైవం.

తనను దర్శించలేని మనలాంటి సామాన్యుల కోసం అమ్మగా మారాడు ఆ దైవం. అమ్మ లేకపోతే మనకు జన్మలేదు. జీవం లేదు. మనుగడ లేదు. మీ అందరికీ అమ్మలు లేరా! అమ్మ రూపంలో మీ కళ్ళ ముందున్న దైవాన్ని దర్శించండి. ప్రేమతో ఆమె పాదాలను స్పర్శించండి. ఆమెతో ఆప్యాయంగా సంభాషించండి. మీకోసం మీ అమ్మ రెప్పలు వాల్చకుండా సదా ఎదురు చూస్తుంటుంది. మీమీ ఇళ్ళకు వెళ్ళండి. మీ 'దైవం' అమ్మను ఆరాధించండి. తరించండి. ఈ సమస్త విశ్వాన్ని సృష్టించిన ఆ దైవాన్ని నాలుగు గోడల మధ్య బంధించకండి. అందుకు మీరంతా అసమర్థులు. అమ్మను కోరితే ఆమె మీ గుండెలలో బందీగా వుంటుంది. మిమ్మల్ని నడిపిస్తుంది. వెళ్ళండి, వెళ్ళండి, వెళ్ళండి".

అందరూ వారి వారి అమ్మల కోసం ఇళ్ళకు పరుగులు తీసారు. ఆ ముగ్గురు సిద్ధులూ ఒకరి ముఖాలు మరొకరు వింతగా చూసుకున్నారు. నా

వైపు చూసారు చిరునవ్వుతో. అంగీకార సూచకంగా తలలూపారు. అదృశ్యమయ్యారు.

నా గుండెలలో ఏదో సన్నని ధ్వని వినిపించింది. అది నీ చిరునవ్వుల సడి అమ్మా. నీ ఆశీర్వాదపు దివ్య గంగా ఝరి.

చిత్తరువు కాని చిత్రము

'అమ్మా ఒంటరి వైపోయావు. వయసు మీద పడుతోంది. దినాలు గడిచేకొద్దీ నీ పని నీవు చేసుకోలేని నిస్సహాయ స్థితి ఏర్పడుతుంది. ఇప్పుడు నీకు తోడు అవసరం. తొలిసారిగా ఊపిరి తీసుకున్న క్షణము నుండి నన్ను కంటికి రెప్పలా కాపాడుకుంటూ వచ్చిన నిన్ను సంరక్షించుకోవలసిన సమయం ఆసన్నమయింది. నాతో వచ్చెయ్యవమ్మా. నాతోనే వుండిపోవమ్మా. ఇక మీదట నా జీవితంలో ప్రతి క్షణమూ నీ ఆనందం కోసం వినియోగిస్తాను. నాకు తోడుగా వున్న నిన్ను చూస్తూ సదా ఆనందంలో తేలియాడుతాను. రా అమ్మా! వచ్చెయ్. ఈ కుటీరం విడిచి, ఈ చిన్ని పల్లెను విడిచి వచ్చెయ్ తల్లీ!'

నా సుదీర్ఘమైన విన్నపాన్ని ఓరిమితో విన్నావు. పువ్వుల్లా నవ్వావు. ఎప్పుడూ నా కోర్కెలు విని నిలువుగా ఊపే నీ తలను అడ్డంగా ఊపావు. నా చేయి పట్టి నీ కుటీరమంతా త్రిప్పావు. పరిసరాలను చూపిస్తూ పరవశించిపోతూ నీవు పలికిన అమృత వాక్కులు ఈ నాటికీ నా చెవులలో ప్రతిధ్వనిస్తూనే వున్నాయి.

'ఇది నీ తండ్రి నిర్మించిన పర్ణశాల. దీనిలోని అణువణువులోనూ ఆయన స్వేదం నిండి వుంది. ఇది నాకోసం ఆయన కట్టిన గుండె గుడి. ఈ పవిత్ర దేవాలయం విడిచి నేను రాలేను. ఇక్కడ వుంటేనే నా ఊపిరి నిలిచి వుండేది. దీనిని విడితే అది ఆగిపోతుంది. వారి ఊసులు నాతో

గుసగుసలాడే గూడు ఇది. నన్ను చేయిపట్టి నడిపించే వారి అదృశ్య శక్తి ఈ కుటీరమంతా నిండి వుంది. నిజమే, నిన్ను విడిచి వుండటం కష్టమే. కానీ నీ తండ్రి సదా నా కోసం సంచరించే ఈ ప్రేమ మందిరాన్ని వదలి జీవించడం అసాధ్యం.

నేను ఒంటరిగా వున్నానని నీవు అపోహపడుతున్నావు. వారు నా నుండి భౌతికంగా దూరమైనా వారి ఆత్మను నాలో ప్రవేశింపచేసి నా బలాన్ని ద్విగుణీకృతం చేసారు. ఈ కుటీరంలో మా తలపులే ఊపిరిగా నేను జీవిస్తున్నాను. ఒకరితో ఒకరం మాటలాడుకుంటూనే వుంటాము. ఈ కుటీరం పరిసరాలలో ఇద్దరూ విహరిస్తుంటాము. కొలను గట్టున కూర్చుని పిల్లగాలిని ఆస్వాదిస్తుంటాము. చెట్టుకొమ్మల ప్రేలాడుతూ ఊయలలూగుతుంటాము. ఇక్కడ పెరిగే పశుపక్ష్యాదులతో ఆటలాడు కుంటాము. ఇవన్నీ దూరం చేసుకోమంటావా! లేదు నాన్నా. ఈ కుటీరం వదిలేస్తేనే నేను ఒంటరినైపోతాను. నన్ను ఒంటరిని చేస్తావా?' బదులు లేక తలదించుకున్నాను. నీ ఆనందానికి నిలయమైన నీపొదరింట్లో నిన్ను పదిలంగా వదలిపెట్టాలని నిర్ణయించుకున్నాను.

అమ్మకోసం మహానగరం నుండి గొప్ప చిత్రకారుని పిలిపించాను. తన కుంచెతో సజీవ శిల్పాలు చెక్కే అపూర్వ చిత్రకారునిగా పరిచయం చేసాను. రవివర్మ కితడు జతగాడని కొనియాడాను. అతనెందుకు అని అడిగాయి నీ కళ్ళు. 'నీ చిత్రం గీయిస్తాను. దానిని నా వెంట తీసుకువెళ్ళి నా పూజా మందిరంలో పదిలపరచుకుంటాను. దైవంతో సమానంగా నిన్ను ఆరాధించుకుంటాను.'

'నా చిత్రం చిత్రిస్తావా? అది నా శరీరానికి ప్రతిరూపమే కదా! మరి నా శరీరం వెనుక దాగిన నా మనసును చిత్రించగలవా? అది నీకోసం పడే తపనను చిత్రించగలవా? అది నీతో పలికే ఊసులు చిత్రించగలవా? నిన్ను తలచుకున్నప్పుడల్లా నా మది చేసే ఆనంద తాండవాన్ని చిత్రించగలవా?'

నా చెంప ఛెళ్ళుమనిపించినట్టయ్యింది. అవాక్కయి నిలబడిపోయాను. జీవంలేని విగ్రహంలా.

'నా గుండె చీలిస్తే నీ రూపు కనిపిస్తుంది. నా రక్తంతో చిత్రించిన నీ చిత్రువు కనిపిస్తుంది. నా కనురెప్పలు మూసినా నేను నిన్ను చూడగలను. నీతో సంభాషించగలను. నాకు అటువంటి చిత్రాలతో పని లేదు. నీకు పని వుంటే చిత్రించుకో' అంటూ కాలు మీద కాలు వేసుకుని మహారాణిలా కూర్చున్నావు.

ఎంతటి అజ్ఞానిని. మదిలో ముద్రించుకోవలసిన దేవతామూర్తిని ఒక కాగితం మీదకు చేర్చాలనుకున్నానా! బొమ్మలో అమ్మను చూడాలనుకున్నానా! నా ఊపిరిలో ఊపిరై నిరంతరం సంచరించే నా తల్లి చిత్రువా! సదా నాకోసం పరితపిస్తూ, నాతో ఊసులాడుతూ, నా పైన ప్రేమామృత ధారలు కురిపించే సజీవమూర్తిని ఒక జీవంలేని చిత్రువుగా మార్చాలనుకున్నానా! అనుక్షణమూ ఆరాధించవలసిన అమృతమూర్తిని ఒక పంజరంలో బంధించి ఆమె కోసం కొద్దిపాటి సమయం కేటాయించాలనుకున్నానా! ఎంతటి మూర్ఖుడ్ని! మన్నించమంటూ నీ పాదాలను ఆశ్రయించాను.

చిత్రకారుడు అదృశ్యమయ్యాడు. నాలోని అజ్ఞానం కూడా అదృశ్యమయింది. ప్రేమతో నన్ను నీ దగ్గరకు తీసుకున్నావు.

'రూపంతో రూపం ముడిపడటం గొప్ప కాదు నాన్నా! మనసుతో మనసు ముడిపడాలి. అటువంటి బంధమే నిజమైనది, స్థిరమైనది, శాశ్వతమైనది!'

నీ మాటలు నా మదిపై చెరగని ముద్రలు వేసాయి. అందుకే ఈనాటికీ నా కనులు తెరచినా, మూసినా నీ పవిత్ర రూపమే నా ముందు కదలాడుతుంటుంది. నీవచట, నేనెచటో వున్నప్పటికీ నీతో ఊసులాడగలుగుతున్నాను. నా మనసు నీకు నీ మనసు నాకూ సంకేతాలు పంపుకోగలుగు తున్నాయి. దూరంగా వుంటూనే ప్రతిక్షణమూ నా మనోకమలాన్ని వికసింపచేస్తున్న సూర్యభగవానుడివి నీవే తల్లీ. నీకు సదా నా వినయపూర్వక వందనాలు.

ఓటమి ఎంతో ఆనందం

గొప్ప బహుమతి గెలుచుకుని విపరీతమైన ఆనందంతో ఇంటికి చేరుకున్నాను. నా ఆనందాన్ని నీతో పంచుకోవాలనుకున్నాను. నే గెలిచిన బహుమతి నీ పాదాల వద్ద వుంచాను. నా ఘనతను వర్ణించి వివరించాను. ఆనందంతో ఊగిపోయాను.

నీవు నా వంక చిరునవ్వుతో చూసావు. అంతకు మించి నీలో మరో స్పందన కనరాలేదు. గ్లాసు నిండా గోరువెచ్చని పాలు కలిపి తెచ్చావు. నాకిచ్చి, 'అలసిపోయి వచ్చావు. పాలు త్రాగి విశ్రాంతిగా కూర్చో' అన్నావు.

'అమ్మా! నా విజయం నిన్ను స్పందింప చేయలేదా! నీకేం అనిపించడం లేదా! ఇది చాలా గొప్ప బహుమతి అమ్మా! పదిమందిని ఓడించి సంపాదించిన అరుదైన బహుమతి. నీకు ఆనందాన్ని కలిగించలేక పోతోందేంటమ్మా!'

నీవు మళ్ళీ చిరునవ్వ నవ్వావు.

'పది మందిని ఓడించి సాధించేది విజయం నాన్నా! ఆనందం కాదు. ఓడిపోతున్న వారిని గెలిపించి చూడు. కష్టాలలో వున్నవారికి చేయందించి చూడు. దుఃఖంలో వున్నవారిని ఓదార్చి చూడు. అనాథలై అలమటిస్తున్న వారిని ఆదరించి చూడు. అది అసలైన ఆనందం. ఆ ఆనందాన్ని ఒక్కసారి నువ్వు రుచి చూస్తే జీవితాంతం దాన్ని అనుభవిస్తూ బ్రతకాలని కోరుకుంటావు. ఇతరులను గెలిపించడమే ఒక క్రీడగా మారుతుంది.

వెలకట్టలేని వేనవేల బహుమతులు గెలుచుకుంటూనే వుంటావు. అదోక వ్యసనమై నిన్ను వెంటాడుతూనే వుంటుంది. అప్పుడు నీలో వెలిగే ఆనంద జ్యోతి నాలో ప్రకాశించడాన్ని చూడగలుగుతావు. ప్రేమను పంచి చూడు నాన్నా. అది ప్రపంచమంతా విస్తరిస్తుంది.'

నా కళ్ళు మసకబారాయి. ఒక్క క్షణం నాకేమీ కనిపించలేదు. నెమ్మది నెమ్మదిగా నా కంటి ముందు పొరలు తొలగిపోయాయి. కళ్ళను కప్పిన మాయ తెర మాయమయింది. ఇతరులను గెలిపించడంలోనే ఆనందం వుందా! ఎదుటివారి సుఖమే మన నిజమైన సుఖమా! ఎంత గొప్ప సత్యమిది! అమ్మతనం అంటే అర్థం యిదేనా!

నీకోసం చూసాను. నా కనుల ముందు నీవు లేవు. నీకోసం వెతుకులాడాను. చివరకు ఒక కొలను గట్టున ఒంటరిగా కూర్చుని వున్న నిన్ను చూసాను. నీ ముఖంలో ఆనంద లహరులు చూసాను. సడి చేయకుండా వచ్చి నీ ప్రక్కనే మోకరిల్లాను. నిన్నే చూస్తూ కూర్చున్నాను.

చిన్నపాత్రలో ఆహారాన్ని నింపి వుంచావు. కొద్ది కొద్దిగా కొలనులోని చేపలకు అందిస్తున్నావు. అవి ఒక గుంపుగా చేరి ముద్దు ముద్దుగా ఆహారాన్ని ఆస్వాదిస్తూ తింటున్నాయి. 'ఆ చిన్ని జీవాలలో సంతోషాన్ని గమనించావా! అవి తోకలు ఆడిస్తూ తమ ప్రేమను తెలియజేస్తున్నాయి చూసావా! వాటి కళ్ళు కృతజ్ఞతతో నీరు కారుతున్నాయి గుర్తించావా!'

తొలిసారిగా ఒక క్రొత్త అందమైన లోకాన్ని చూసాను. నిరంతరం నీటిలో మునిగి తేలే చేపల కంటి నుండి నీరు కారడమా! ఎంత గొప్ప భావుకత! ఎంత గొప్ప కవులైనా అమ్మ భావుకత ముందు తలదించుకోవలసిందే.

అక్కడి నుండి మాయమయ్యావు. నీకోసం వెతికి వెతికి ఊరి చివర కొండ ప్రక్క లోయలో నిన్ను చూసాను. వడివడిగా అక్కడికి చేరాను.

'అమ్మా! ఎండ మండిపోతోంది. ఇక్కడ కూర్చుని ఏం చేస్తున్నావు!'

నీ ప్రక్కనే కూర్చోమని పైగ చేసావు.

కొద్దిపాటి దూరంలో ఒక స్త్రీ ఎండలో మాడిపోతూ బండరాళ్ళు బ్రద్దలు కొడుతోంది. ఎండ వేడిమికి ఆమె అల్లాడిపోతోంది. శరీరం చెమటకు తడిసి ముద్దయి పోయింది. అలసట ఎరుగకుండా శ్రమిస్తూనే వుంది.

ప్రక్కనే వున్న ఒక చెట్టు కొమ్మకు ఒక ఊయల వ్రేలాడుతూ వుంది. అప్పటి వరకు నిద్రిస్తున్న చంటిపాప ఆకలితో అమ్మ కోసం ఏడుస్తోంది. బండరాళ్ళు పగులకొడుతున్న ఆ స్త్రీ పరుగు పరుగున అక్కడికి చేరింది. పాపను ఒడి చేర్చుకుంది. పాప నోటిని తన వక్షానికి అందించి ఆకలి తీరుస్తోంది. ఆ తల్లి ముఖంలో అలసట మాయమయింది. తను అప్పటి వరకూ పడిన శ్రమను మరచి ఆనందంతో పరవశిస్తోంది.

ఏవేవో సత్యాలను బోధిస్తున్న అమ్మవంక చూసాను. అమ్మ కనపడలేదు. 'అలా తిరిగి తిరిగి ఇంటికి రా!' అన్న మాటలు మాత్రం వినిపించాయి. నీ మాటలనే బాటలుగా చేసుకుని సంచరించ సాగాను.

ఇప్పటికీ సంచరిస్తూనే వున్నాను. నాకు ఒనమాలు నేర్పించి ఈ జీవిత పాఠశాలలో విడిచిపెట్టిన నిన్ను సదా స్మరిస్తూ ఎన్నెన్నో సత్యాలను తెలుసుకోగలిగాను.

పొందటంలో కన్నా ఇవ్వడంలో వున్న ఔన్నత్యాన్ని గ్రహింపచేసిన తొలి గురువైన నీకు వందనమిడుతూ జీవిత గ్రంథాలను చదువుతూనే వున్నాను.

1 + 1 = 1

'అమ్మా! నాన్న ఏంచేస్తుంటారు?' అని అడిగానొక రోజు.

'ఎన్నో చేస్తుంటారు' అని సమాధానం చెప్పావు.

నాకు అర్థం కాలేదు. నేనే స్వయంగా తెలుసుకోవాలనుకున్నాను. ఆయనతో పాటు బయలుదేరడానికి సిద్ధమయ్యాను. ఆయన వద్దని వారించారు. నేను మొండిపట్టు పట్టాను. నా చేయి పట్టి తనతో నడిపిస్తూ తీసుకువెళ్ళారు.

ఆయనను చూడాలనే కోరికతో ఎంతో మంది వచ్చి చేరి వున్నారు. రీవిగా ఆయన ముందుకు సాగుతుంటే ఆయనకు త్రోవనిడుతూ వినయంతో గౌరవంతో నిలబడి అభివాదాలు చేస్తున్నారు. మేమంతా మీవారమంటున్నారు. మీరు మాకు రక్షకులంటున్నారు. మా మనుగడ మీ నీడలోనే అంటున్నారు. ఎందుకు ప్రతి ఒక్కరూ ఆయనను ఆరాధనా భావంతో చూస్తున్నారు! ఎవరీయన! ఈ ప్రాంతానికి మహారాజా?

ఆయన ఒక ఎత్తయిన ఆసనం మీద కూర్చున్నారు. విన్నపాలు వింటున్నారు. తగవులు పరిష్కరిస్తున్నారు. హెచ్చరికలు జారీ చేస్తున్నారు. ఆజ్ఞాపిస్తున్నారు. ఇది న్యాయం, దీనిని గౌరవించమంటున్నారు. ఆయన ఒక న్యాయమూర్తా?

ఆయన ఒక తోటలోకి ప్రవేశించారు. నేలను తవ్వుతున్నారు. మొక్కలకి నీరందిస్తున్నారు. చీడపట్టిన ఆకులు తొలగిస్తున్నారు. పూచిన పూలను ముద్దుపెట్టుకుంటున్నారు. పండిన పండ్లను కోసి పదిమందికి పంచుతున్నారు. ఆనందంతో వెలిగిపోతున్నారు. ఆయన ఒక తోటమాలియా?

నా తండ్రి శరీరము నుండి స్వేద బిందువులు నిరంతరంగా ప్రవిస్తున్నాయి. అతడొక విరామ మెరుగని శ్రామికుడా?

అపార జనసమూహానికి మధ్యలో తేజోమూర్తి వలె నిలబడి వున్నారు. ఆర్తితో ఆలమటించేవారి ఆశలు పండిస్తున్నారు. రోగులను పరామర్శిస్తున్నారు. ఒంటిపై వస్త్రాన్ని తీసి అర్ధనగ్న శరీరాలను కప్పుతున్నారు. పిరికితనంతో వెనుకకు నడిచేవారిని భుజం తట్టి ముందుకు నడిపిస్తున్నారు. తలదించుకున్నవారి చుబుకాలు పట్టి వారి తలలు పైకి లేపి నిలబెడుతున్నారు. సాహసవంతులను సత్కరించి సన్మానిస్తున్నారు. నిలువ నీడలేని వారి వద్దకు పరుగుపరుగున పోయి ఛత్రం పట్టి తోడు నిలబడుతున్నారు. ఆయన అందరికీ రక్షకుడా?

చెలరేగే కొందరిలో కరడుకట్టిన కామాన్ని ఖండిస్తున్నారు. క్రోధాన్ని ప్రేమామృత ధారలతో చల్లారుస్తున్నారు. లోభులను దానశీలురుగా మలిచి పులకిస్తున్నారు.

మదించిన ఏనుగులవలె సంచరిస్తున్న కొందరి కుంభస్థలాలపై కూర్చుని వారిలోని మదాన్ని అణచివేస్తున్నారు. మోహపు మకిలం పట్టిన కొందరి మనస్సులను తన జ్ఞానగంగతో పరిశుద్ధం చేస్తున్నారు.

కొందరిలో చెలరేగుతున్న మాత్సర్యాలను తన మమతానురాగాలతో తొలగించి మానవులుగా తీర్చిదిద్దుతున్నారు. నా తండ్రి వ్యవహారశైలి నాకోక అద్భుతంలా అనిపించింది. తను చేస్తున్న కార్యాలలో సంపూర్ణంగా నిమగ్నమై పరిపూర్ణ ఆనందంతో సూర్యుని వలె వెలిగిపోతూ కనిపిస్తున్నారు. పాలకుడై, రక్షకుడై, బోధకుడై, స్నేహితుడై పలు కిరణాలతో ప్రకాశిస్తున్నారు.

అంతటి మహానీయుని చేయి ఎప్పటికీ విడువరాదని నిర్ణయించుకున్నాను. సంధ్యా సమయమయ్యింది. ఆయన చేయిపట్టి తిరిగి ఇంటికి చేరుకున్నాను.

ఎంత ఆశ్చర్యం. అప్పటి వరకు బయట సూర్యుని వలె ప్రకాశించిన నా తండ్రి, ఇంటిలోనికి అడుగుపెట్టగానే ఒక చందమామలా మారిపోయాడు. ఒక చెలికానిలా, ఒక ప్రేమికుడిలా, ఒక సేవకునిలా మారిపోయాడు. ఒక మంచుకొండ అయి చల్లని వాతావరణాన్ని ఇంటి నిండా నింపాడు. ఇంతటి మార్పు ఎలా సాధ్యమయింది.

'నాన్నగారూ! ఏమిటిది? ఎందుకిలా?'

'ఇది నా సీమ కాదు బాబూ. ఇది మీ అమ్మ సామ్రాజ్యం. దీని మహిమ అటువంటిది. మనం గౌరవించాలి'.

ఎంతగొప్ప జీవిత సత్యమిది. ఇది తెలియక ఎన్నెన్ని తగవులు, తలబాట్లు, ఎడబాట్లు!

ముగ్గురు వ్యక్తులం ఇంట్లో వున్నా కూడా నా ఆలోచనలు నన్ను ఒంటరిని చేసాయి. నాలో ఒక సందేహం తలెత్తి ఆ రాత్రి నన్ను నిద్దుర నుండి దూరం చేసింది.

'ఇరువురిలో ఎవరు గొప్ప! ఈ ప్రేమను పంచే ఆటలో విజేత ఎవరు?' ఎంత తరచి తరచి చూసినా ఒకరినొకరు మించిపోతూనే వున్నారు. అలా గడిచి గడిచి అర్ధరాత్రి అయిపోయింది. నిదురలేదు.

కాకతాళీయంగా అమ్మా నాన్నలు నిదురిస్తున్న శయ్య వైపు నా దృష్టి కదలింది.

నాన్న భుజాన్ని తలగడగా చేసుకుని అమ్మ మైమరచి నిదురిస్తోంది. అమ్మకు నిద్రాభంగం కలుగకూడదనే తలంపుతో నాన్న చలనం లేకుండా పడుకుని వున్నారు. ఎంత అందమైన దృశ్యమిది! ఒకరి ప్రక్కన ఒకరు. ఒకరిని విడువకుండా మరొకరు.

నా సందేహ నివృత్తికోసం నాతో నేను తర్కించి తర్కించి అలసిపోయాను. ఎన్ని లెక్కలు కట్టినా 'ఒకటి'కి ఒకటి కలిపితే, 'ఒకటి' మాత్రమే సమాధానంగా వస్తోంది.

నెమ్మదిగా నిదురలోకి జారుకున్నాను. నిదురలో అమ్మ దర్శనమిచ్చింది. అమ్మతో నాన్న కనిపిస్తున్నారు. ప్రక్కనే నాన్న దర్శనమిచ్చారు. నాన్నతో అమ్మ దర్శనమిచ్చింది. నా లెక్కకు సమాధానం బోధపడింది. ఒకరి నొకరు పరిపూర్ణులను చేసుకుంటున్నారని అర్థమయింది. నిండైన సంతృప్తితో నిదురపోయాను.

అనంత ప్రేమ

ఒక అందమైన పూలవనంలో ఎత్తైన పీఠం మీద కూర్చుని వేణుగానం చేస్తున్నారు మా నాన్న. ప్రకృతి పవరశించేలా సాగుతోంది ఆ గాన హేల. పక్షులన్నీ తమ రెక్కలు ఆడించడం ఆపి ఆలకిస్తున్నాయి. ఆకులు గలగలలాడకుండా పూల మొక్కలు జాగ్రత్తపడుతున్నాయి. చుట్టూ చేరి వేణుగానాన్ని వింటూ తలలూపుతున్న పశువులు నెమరు వేయటం ఆపివేశాయి. విషం నిండిన నాగుపాములు తమ పుట్టల పైకెక్కి పడగలు విప్పి నాట్యం చేస్తున్నాయి. ఆ అద్భుత దృశ్యాన్ని చూస్తూ అలానే నిలబడిపోయి వున్నాను.

సంగీత తరంగాలు నిర్విరామంగా చెవులను పులకింపచేస్తూనే వున్నాయి. ఉన్నట్టుండి కొద్దిపాటి దూరం నుండి కాలి అందెల శబ్దాలు వినిపించాయి. ఎంతమందో, ఎంతెంతమందో అప్సరసల వంటి అపురూప సౌందర్యరాసులు నా తండ్రి గానాన్ని వినడానికి అక్కడ గుమిగూడారు.

అక్కడంతా నిశ్శబ్దం చోటు చేసుకుంది. సుమనోహరమైన వేణుగాన శోభను కలిగిస్తూ సాగిపోతోంది. ఎంత అందమైన నిశ్శబ్దం.

తన్మయత్వంలో తెలియాడితున్న నా తండ్రి నెమ్మదిగా కనులు తెరచి చూసాడు. అప్పటి వరకు విప్పారిన కళ్ళతో ఆయనను చూస్తున్న అందగత్తెల కళ్ళు సిగ్గుతో సగం క్రిందికి వ్రాలాయి. కొందరు ఆయన పాదాల వద్దకు చేరి కూర్చున్నారు. కొందరాయన తోడలపై భుజాలు ఆన్చి ఆరాధిస్తున్నారు.

కొందరు ఆయనను స్పృశించి పరవశిస్తున్నారు. నా తండ్రి అందరినీ ప్రేమతో పలుకరిస్తున్నాడు. లెఖకు మించిన అందగత్తెలు, వారి నడుమ మన్మధుని వలె నా తండ్రి.

చూడటానికి ఎంతో మనోహరంగా వుంది ఆ దృశ్యం. కాని నెమ్మది నెమ్మదిగా నాలో అలఘడి మొదలయింది. ఇంట్లో అమ్మ ఉండగా ఇంత మంది స్త్రీలతో ఈయన సంభాషిస్తున్నారే. తప్పు కదా!

పరుగు పరుగున ఇంటికి పోయాను. అమ్మను ఉన్న ఫళంగా ఆమె చేయి పట్టి తోటలోనికి తీసుకువచ్చాను. దొంగ దొరికాడని మురిసిపోయాను.

నాన్న అమ్మను చూసాడు. చేయి చాచి అమ్మను ఆహ్వానించాడు. ఆ అందగత్తెలందరినీ చూపించాడు. వారంతా తన కోసం వచ్చారన్నాడు. తనను ఆరాధిస్తున్నారన్నాడు. తన కోసమే వారు ప్రతినిత్యం ఈ వనానికి వస్తుంటారని చెప్పాడు. ఎంత ధైర్యం! నాకు చాలా కోపం వచ్చింది. మరి అమ్మకు రాదూ!

ఎంత ఆశ్చర్యం!! అమ్మకు అసలు కోపమే రాలేదు. నాన్నకంటే ఎక్కువ ప్రేమను కురిపిస్తూ వారితో సంభాషించింది. వారందరి మధ్య నడయాడింది. పేరు పేరునా వారిని పలుకరిస్తూ వారి వారి కళలను తెలుసుకుని అభినందించింది.

అమ్మను చూసిన వారి ముఖాలు వెలవెల పోయాయి. వారంతా మౌనంగా వచ్చిన దారినే వెనుదిరిగారు. నాకిది మరీ ఆశ్చర్యంగా అనిపించింది. దేవలోకపు సౌందర్యరాసుల మధ్య తన భర్తను చూసిన అమ్మకు కోపం రాలేదా! నాన్న చర్యలను అంగీకరించిందా? నాన్నను క్షమించిందా? అంత 'మంచిదా' మా అమ్మ! ఎంత గొప్ప హృదయం నా తల్లిది!

అమ్మతో పాటు ఇంటికి బయలుదేరాను. ఎన్నెన్నో ప్రశ్నలు నా తలలో సుడులు తిరిగాయి.

'అమ్మా! నీకు కోపం రాలేదా? ఆ అందగత్తెల తెగువను తెగ నరకాలని అనిపించలేదా? నాన్న నీకు దూరమైపోతారని భయం వేయలేదా? నాన్నతో పాటు అంతమంది అందగత్తెలను చూసిన చూసిన నీకు వారిపై ఈర్ష్య కలుగలేదా?'

అమ్మ నవ్వింది. ఆ నవ్వు సరిపోలేదు నాకు. అవే ప్రశ్నలు రెట్టించాను.

'నీ తండ్రి విశ్వప్రేమికుడు. తన చుట్టూ వున్న సర్వస్వాన్నీ ప్రేమించి ఆదరించే గొప్ప మనసు నీ తండ్రిది. నీవు చూసిన ఆ అందగత్తెలతో పాటు చుట్టూ వున్న ప్రకృతిని చూడలేదా! పులకించి పరవశిస్తున్న పశుపక్ష్యాదులను చూడలేదా! తలలూపి నాట్యమాడుతున్న ఫణిరాజులను చూడలేదా! వాటిపై నీకెందుకు కోపం రాలేదూ! ప్రేమ ఒక బిందువు కాదు నాన్నా. మహాసింధువు. నాకు భయం వేయలేదా అని అడిగావు కదా! అందరూ మీ నాన్నను ఆరాధిస్తారు. ప్రేమిస్తారు. మీ నాన్న అందరినీ ప్రేమించినా నన్ను మాత్రమే ఆరాధిస్తారు. ఆయన మనసు ఆయన వద్ద వుండదు నాన్నా. నా గుండెలో గుడి కట్టుకుని వుంటుంది. ఇక నాకైనా, నీకైనా భయమెందుకు? పద'.

అమ్మ నాకొక ఆకాశంలా కనిపించింది. ఆమె ఔన్నత్యం అంతుబట్టక ఆశ్చర్యపోతూనే ఆమె అడుగులో అడుగు వేస్తూ వెంట నడుస్తూపోయాను.

అందాన్ని అందించిన అసలు అందం

ఆ ప్రాంతంలోని అందగత్తెలందరూ ఒక చోట గుమిగూడారు. విశాలమైన ఒక మైదానంలో వికసించిన సుమాల వలె సొందర్య పరిమళాలు వెదజల్లుతూ నూతనమైన మెరుపులు మెరిపిస్తూ ప్రకృతినే మురిపిస్తున్నారు. లెఖికు మించిన అందగత్తెలు పసిడి వన్నెలతో మిసమిసలాడుతున్నారు. యవ్వన శోభతో విరాజిల్లుతూవున్నారు.

అందరూ ఒక చోటనే వున్నా ఎవరికివారుగా శోభిస్తున్నారు. ఎవరి కోసమో ఎదురు చూస్తూ మృదు పద విన్యాసాలు చేస్తూ అలరిస్తున్నారు. ఎవరి కొరకు ఆ ఎదురుచూపులు! నీవెందుకు వచ్చావే అంటే నీవెందుకు మరి! అంటూ ఒకరినొకరు చూపులతోనే ప్రశ్నించుకుంటున్నారు. అందరి కన్నులు మాట్లాడుతున్నాయి. అందరి మనసులకూ అర్థం అవుతోంది. అంతగా వికసించి ప్రకాశించే యవ్వన కాంతులతో ఎవరి కోసం ఎదురు చూస్తారు! వారి వారి ప్రియుల కోసం తప్ప.

విప్పారి కదలాడుతున్న వారి కన్నుల వెనుక దాగిన వారి తలపులు మాత్రం వారి ప్రియులపై మాత్రమే నిలిచి వున్నాయి. రావయ్యా వేగంగా. నీ హృదయ పీఠంపై నా హృదయ కమలాన్ని వుంచి పూజించనీ. నీ వెచ్చని కౌగిలిలో బంధించి ఈ చల్లని గాలుల నుండి రక్షించు. నీ చల్లని చూపులతో వేడెక్కిన మా తనువులను చల్లార్చు. నీ తీయని మాటలతో మా చెవులలో మధురసాలను చిలకరించు. ఇలా పరిపరి విధాల తమ ప్రియులనే

పిలుస్తూ, వారినే తలస్తూ ఆ మైదానంలో అన్ని వైపులా సంచరిస్తూ వున్నారు.

క్షణాలు గడచిపోతున్నాయి. కాని ప్రియుల జాడ లేదు. ఎవరెవరో వారి ముందు నుండి వెళ్తూ వున్నారు. వారంతా యువకులే. కాని వారికి వీరి జాడ పట్టినట్టు లేదు. 'మేమున్నది మీ కోసమే' అని ఎలుగెత్తి చాటుతున్నారు. కాని ఆ యువకుల చెవిన ఆ పలుకులు పడినట్టు లేదు.

ఎంత సేపు ఈ నిరీక్షణ! ఎలా తీరేది ఈ విరహ వేదన! మా ప్రేమకు మకిలం పట్టిందా! మా హృదయాలు గాయపడే చెడుకాలం ఎదురయ్యిందా! ఇంతకీ ఇది నిజమేనా! నిదురలో పీడకల కంటున్నామా?

క్షణాలు పరుగులు తీస్తూనే వున్నాయి. వారి నిరీక్షణ ఫలించటం లేదు. పైనున్న సూర్యుడు వారిని కరుణిస్తూ మబ్బుల వెనుకనే మౌనంగా దాక్కొని వున్నాడు. అయినా నిరాశ నుండిన వారి శరీరాలు వాడిపోవడం మొదలైపోయింది. ఆనందంతో అటు వైపు వచ్చిన ఆ యువతులందరిలోనూ అసంతృప్తి జ్వాలలు రగులుకున్నాయి. జుట్టు చెరిపేసుకున్నారు. అలంకరణలు తీసి నేలపై విసిరేసారు.

'మన ప్రియులకు మనపై ప్రేమ లేదు. కరుణ లేదు. జాలి లేదు. వారి కోసం ఎదురుతెన్నులు చూడటం వలన ప్రయోజనం అంతకన్నా లేదు. మనల్ని అపూర్వ సౌందర్య రాశులుగా గుర్తించని వారి అజ్ఞానాన్ని మనం లక్ష్యపెట్టవలసిన పనిలేదు. పదండి, పదండి. మన మన ఇళ్ళకు పోదాం. అవమానంతో ఏడుస్తూ కూర్చుందాం'.

ఒక్కసారిగా అక్కడ నిశ్శబ్దం చోటు చేసుకుంది. చల్లని పిల్లగాలులు వీచటం మొదలైంది. వారి చెవులలో కాలి ముువ్వల సడి వినబడి వెనుకకు పిలుస్తోంది. వెనుతిరిగిన ఆ సుందరులందరూ మరల వెనుతిరిగి చూసారు. వారి ఎదురుగా అమ్మ నిలబడి వుంది. పెదాల కదపకుండానే చూపులతో పిలుస్తోంది. చేతులు చాచకుండానే హృదయంతో తన దరికి ఆహ్వానిస్తోంది. 'ఎవరీమె!' అని ఒకరి ముఖాలు ఒకరు చూసుకున్నారు. అర్థం కాక తిరిగి 'అమ్మ'ను చూసారు. 'మా అమ్మ' అంటే 'కాదు, మా అమ్మ' అంటూ వారంతా అమ్మదరికి చేరారు.

'ఏమయ్యంది!' అని ప్రశ్నించింది. వారందరి గోడు ఆలకించింది. వారి కన్నీరు తుడిచింది. వారితో సంభాషించింది. వారిని ఓదార్చింది. వారిని ప్రేమతో స్పృశించింది. వారి ఆశలకు క్రొత్త ఊపిరి పోసింది. వారిలో సహనాన్ని నింపింది. వారి ఆశలకు ప్రాణాన్నిచ్చింది. అటు నుండి కదలి ముందుకు సాగిపోయింది. వారంతా ఆశ్చర్యంగా అమ్మను చూస్తూ వుండిపోయారు.

వారి వెనుక ఏదో అలజడి వినిపించింది. వారంతా తలలు త్రిప్పి చూసారు. వారి ప్రేమ ఫలించింది. వారి వారి ప్రియులంతా నిటారైన గుండెలతో అటుగా వడివడిగా వస్తున్నారు.

'ప్రియురాలా! ప్రియురాలా' అంటూ వారి దరికి చేరి, దరి చేర్చుకున్నారు. 'ఎంతటి సౌందర్య రాసివో కదా నీవు! నేనెంతటి అదృష్టవంతుడినో!' అంటూ వారిని వాటేసుకున్నారు.

'ఇంత వరకూ వారిని ఆకర్షించని తమ సౌందర్యం ఇప్పుడెలా ఆకర్షించింది! ఏమిటి అద్భుతం! ఎవరిచ్చారు మాకీ అదృష్టపు సిరులు!' అని ఆశ్చర్యపోయారు.

'ఇదంతా అమ్మ క్రీగంటి చూపులు తమపై ప్రసరించిన ఫలమేనా! అమ్మ పలుకులు మాలో క్రొత్త అందాలు నింపాయా! అమ్మా! మేమంతా ఎంతో అందగత్తెలమని ఎంతగా మిడిసిపాటు పడ్డాము. మా మాతృకను మరచి ఎంతగా అతిశయంతో మతిచలించి సంచరించాం. మాకు జన్మనిచ్చిన నీవేకదా మాకంతటి సౌందర్యాన్ని కూడా వరంగా ప్రసాదించింది. ధన్యులమయ్యాము తల్లీ' అంటూ ప్రియుల కాగిలిలో ఒదిగిపోయారు.

నిర్భాగ్య భాగ్యశాలి

'నాకొక రూపాన్ని యిచ్చావు. నా జన్మకు మూలక్షేత్రమయ్యావు. నాలో ఊపిరి నింపావు. ఇంతగొప్ప సువిశాల సుందర ప్రపంచాన్ని నాకు కానుకగా ఇచ్చావు. నాకు తోడుపై నీడపై అనుక్షణము నన్ను కాపాడుతూ వచ్చావు. వీటిలో ఏది నిన్ను అడిగానమ్మా! ఇవన్నీ నేను నిన్ను కోరకుండానే అందించిన సిరుల మూటలే కదా!' అడగక ముందే అన్నీ యిచ్చే అపార దయామూర్తి ఈ భువిపై అమ్మ తప్ప వేరెవరున్నారు.

నా మనసు అనే పుస్తకాన్ని నాకంటే మిన్నగా ఆమూలాగ్రము చదివిన గొప్ప పాతకురాలివి నీవు. నాకేది కావాలో తెలియని సందిగ్ధ స్థితిని కూడా సరిచేసి నా మదిని మురిపించే అపూర్వమైన శక్తి నీకు మాత్రమే వుంది. తొలిసారిగా నీ చనుపాల రూపంలో అమృతధారలు నాలో ప్రవహించి నన్ను పునీతుడ్ని చేసావు. నా కడుపును తడిమి తడిమి నా ఆకలి తీర్చావు. నా పెదాలపై తేనెలొలికించే మృదుమధురమైన భాషను నేర్పావు. నా చేయి పట్టి నీతో నడిపిస్తూ నా అడుగులు సరిచేస్తూ వచ్చావు. నిద్దురలో నా కన్నులు మూతపడే వరకూ నీ కన్నులు తెరచే వుంటాయి. నేను కనులు తెరచిన మరుక్షణమే నా కన్నుల ముందు ప్రత్యక్షమై వుంటావు. ఇదంతా నీ శక్తి అని నేను అనలేను. ఎందుకంటే శక్తిని వెన్నంటి అధికారం, అహంకారం వుంటాయి. ఇది అమ్మ బిడ్డపై కురిపించే ప్రేమామృత ఝరి తప్ప వేరొకటి కాదు.

నాకు ఊహ తెలిసిన నాటి నుండి నా ముఖంలో ప్రశాంతత చెదరిపోవడం నేను గమనించలేదు. ఈనాటికీ నాకొక దివ్యాభరణమై నన్ను అలరించే అలంకారమది. మిత్రులు నన్ను చూసి అసూయపడుతుండేవారు. సిరులున్నా, సంపదలున్నా మాలో ఏదో ఒక వ్యథ. నీ ఒక్కడికే ఎందుకిలా! ఇంతటి ప్రశాంతత ఎలా సాధ్యం నీకు? అని ప్రశ్నించేవారు.

'అమ్మను మించి సిరిసంపదలున్నాయా! మీ అమ్మను ఆశ్రయించి జీవించండి. అంతకు మించిన సంపద లేదు'. నా సమాధానం విని వారంతా నన్ను అభినందిస్తూ తలలూపేవారు.

కాని, వారికి కనిపించని చింత ఒకటి ఈనాటికీ నన్ను వెంటాడుతూనే వుంది. నా జీవిత కాలంలో నిన్ను ఎన్నో కోరికలు కోరుతూ వచ్చాను. నీవు వాటిని చిరునవ్వుతో నెరవేరుస్తూనే వచ్చావు. నేను ఎంత పెద్ద కోరిక కోరినా అది నీకు చిన్నగానే వుండేది. నాకు ఒక అందమైన లోకాన్ని సృష్టించి ఇవ్వాలనే తపనతో నీలోకం మరచి శ్రమించిన దైవానివి నీవు. బిడ్డ సౌఖ్యం కోసం ఎన్నెన్నో సమకూరుస్తూ ఒక్క చిరునవ్వును మాత్రమే ఆభరణంగా మిగుల్చుకున్న అత్యంత ధనవంతురాలు అమ్మ మాత్రమే. అమ్మా! నీకేం కావాలి అని అడగని, అడగలేని నిరుపేద సంపన్నుడు నీ బిడ్డ మాత్రమే. ఎందుకు నాలో ఈ ప్రశ్న ఉదయించలేదన్నదే నన్ను వెంటాడుతున్న చింత.

మా అమ్మకు అమ్మనవ్వాలన్నది నా చిరకాల వాంఛ. అది మాత్రం పూర్తిగా నెరవేరలేదు. అమ్మను చదవాలంటే అమ్మలో ఐక్యం కావాలి. అన్ని బంధాలను త్రెంచుకుని నన్ను పెంచి పోషించిన నిస్వార్థ త్యాగశీలివి నీవు.

భౌతిక, సాంసారిక బంధాలు ఉరిత్రాడై బంధిస్తే వదిలించుకోలేక గిలగిల కొట్టుకుంటున్న సామాన్య జీవిని నేను. నేను నేను అనే స్వార్థమే నన్ను నీ నుండి దూరం చేసింది. ఈ స్వార్థపు గూడు నేను కట్టుకున్నది. ఈ దుర్లక్షణం నేను కొని తెచ్చుకున్నది. అందుకే నేనెంతటి ఉన్నత స్థితికి ఎదిగినా నీ ముందు పిపీలికంగా మిగిలిపోయాను.

అక్షరమే అమ్మ

ఒక స్త్రీని ప్రేమించాను. ఆమె నన్ను ప్రేమించలేనంది. తన ప్రేమ మరొకరికి అంకితమంది. నిరాశతో ఇంటికి చేరాను. అమ్మ ఒడి చేరి కన్నీరు పెట్టాను. అమ్మ చిరునవ్వుతో నా కన్నీరు తుడిచింది. నిరాశ వద్దంది. నిన్ను ప్రేమించని వారిని నీవు ద్వేషించవలసిన అవుసరం లేదంది. నిన్ను ప్రేమించే వారు వేల సంఖ్యలో వుంటారు. వారి మీద దృష్టిపెట్టమంది. అమ్మ దీవెన ఫలించింది. నన్ను ప్రేమించే స్త్రీ లభించింది. అమ్మ ఆశీస్సులు పొందాను. ఆ స్త్రీ నా జీవిత భాగస్వామి అయ్యింది.

నా ప్రేమను ఆమెకు అంకితం చేసాను. నాకెన్నడూ ఆమె నుండి ప్రతికూలత ఎదురుకాలేదు. నా మాటలు ఆమెకు పూలబాటలై ఆమె ఆ బాటను వీడకుండా నడిచింది. ఆమె అందించిన ప్రేమామృతాన్ని ఆస్వాదిస్తూ ఆనందంలో తేలియాడుతూ వచ్చాను.

'నీవు ఏనాడూ నా మాటకు ఎదురు చెప్పవెందుకు?' అని అడిగాను.

'మీ మాటలో మంత్రముంది. మీ మాటలు నాకు వీణాతంత్రుల వలె వినిపిస్తాయి. మీ మాటలే నా జీవిత నౌకకు చుక్కానియై నడిపిస్తాయి. ఎక్కడ నేర్చారివి?'

మేమిరువురం కలసి మా జీవన పూలవనాన్ని రూపొందించుకున్నాము. దానిని ప్రేమతో తడిపి పెంచిపోషించుకుంటూ

వచ్చాము. రంగు రంగుల పూల బాలల వలె మాకు అందమైన సంతానం కలిగింది.

వారిని అపురూపంగా పెంచుకుంటూ వచ్చాము. వారిని గుండెలపై నిదురపుచ్చాము. భుజాలపై వేసుకుని ఆటలాడాము. వారికి అడుగడుగునా పూలు పరచి నడిపించాము. ఆనందపు సిరులు అనుక్షణమూ వారికి పంచుకుంటూ వచ్చాము. కొరతన్నది తెలియకుండా వారి కోరికలు నెరవేరుస్తూ వచ్చాము. వారిని నిండు మనుషులుగా తీర్చిదిద్దాము. ఏనాడూ ఎదురు ప్రశ్నించని వారు ఒక రోజు మమ్మల్ని ప్రశ్నించారు.

'ఇంతటి దివ్యమైన మానసిక సంపదను మీకు ఎవరిచ్చారు?'

ఎంతో మంది మిత్రులు నాకు జీవితంలో వరంగా లభించారు. వారంతా అనుక్షణమూ నన్ను ప్రేమిస్తూ వచ్చారు. నేను కనిపించకపోతే వారు తల్లడిల్లిపోయేవారు. వారితో సంభాషించని రోజున నాకు నిదురపట్టేది కాదు. వారంతా నాకోసమే పుట్టినట్టనిపించేది. నా జీవితంలో నేనెవరినీ ఎప్పుడూ ద్వేషించలేదు. నన్ను ద్వేషించేవారున్నారా' అని కళ్ళు పెద్దవి చేసుకుని వెతుకులాడాను. ఒక్కరు కూడా ఎదురుకాలేదు. ఎన్ని జన్మల తపస్సుల ఫలమిది!

నా మిత్రులంతా నన్నేక చోటికి పిలిచారు. నా చుట్టూ వలయంలా నిలబడ్డారు. అందరూ ఒకేసారి గొంతువిప్పారు. మా ప్రశ్నకు నీవు సమాధానం చెప్పాలని పట్టుబట్టారు.

'నీ మాటలు పూలతూటాల వలె మా హృదయాలను తాకుతున్నాయి. కోమలంగా మమ్మల్ని శాసిస్తున్నాయి. ప్రేమతో బంధిస్తున్నాయి. ఎక్కడ నేర్చావీ మాటల తీరు నీవు?'

నా నడక తడబడకుండా ఎన్నెన్నో గమ్యాలను చేరుకుంటూ వచ్చాను. ఎంతటి వాడివయ్యా వయ్యా అంటూ అందరూ అడుగడుగునా కొనియాడుతూ వచ్చారు.

ఒక పెద్ద సభ జరిగింది. నాకూ ఆహ్వానం వచ్చింది. వారంతా నన్ను గొప్ప ప్రేమికునిగాను, ఆదర్శవంతమైన భర్తగాను, అపురూపమైన తండ్రిగాను, అరుదుగా లభించే అత్యంత విలువైన మిత్రునిగాను పరిచయం చేసి కొనియాడారు. సభలో నన్ను మాట్లాడమని పట్టుబట్టారు.

"పలుకులు అక్షరాల సమాహారము. అక్షరము దైవ సమము. అక్షరము శాశ్వతమైనది. క్షరము కానిది అక్షరము. అది నిరంతర స్రవంతి. మన పెదాల నుండి వెలువడే ప్రతి అక్షరమూ మన మనసు నుండి జనించి ఎదుటివారి మనసులలో నాటుకుంటుంది. ఆది అంతము లేని అక్షరమే జ్ఞానము. జ్ఞానము దైవదత్తము. మనం మాట్లాడే సమయంలో కడు జాగరూకతతో వ్యవహరించేలా చేయగలిగేది అదే.

'మనం పలికే పలుకులు పెదవులు పలికినవా! ఎద నుండి వెలువడినవా? మన పలుకులు ఎదుటివారికి సంతోషాన్నిస్తున్నాయా! బాధను కలిగిస్తున్నాయా? మన పలుకులు కుల, మత, వర్ణ, వర్గ విభేదాలను సృష్టిస్తున్నాయా! సమైక్యతకు దారితీస్తున్నాయా! మన పలుకులు విధ్వంసానికి ఉత్ప్రేరకాలా, నవనిర్మాణానికి పునాదులా? అవి ఎదుటివారికి సన్మార్గాన్ని చూపిస్తున్నాయా? చీకటి వైపు

పడద్రోస్తున్నాయా? మన పలుకులు ప్రేమను పంచుతున్నాయా, ద్వేషాగ్నిని రగుల్కొల్పు తున్నాయా? అవి ఓదార్పునిస్తున్నాయా, మరింత బాధను కలిగించి దుఃఖానికి దారితీస్తున్నాయా?' ఇటువంటి విచక్షణను కలిగి వుండటమే జ్ఞానము".

'నీకు ఈ జ్ఞానము ఎక్కడి నుండి లభించింది? ఏ గ్రంథములో వ్రాయబడి వుంది? మాకు కూడా చెప్పవా?' అని వారంతా ఏకకంఠంతో ప్రశ్నించారు.

'ఉపనిషత్లు చదివాను. భగవద్గీత చదివాను. బైబిల్, ఖురాన్ చదివాను. బుద్ధుని బోధలు చదివాను. పెద్దల రచనలు చదివాను. ఏ గ్రంథాన్ని విడదీసి ప్రత్యేకమని చెప్పను! అన్నిటి సంగ్రహ రూపమే నా నోటి నుండి వెలువడిన మాటలు'.

వారంతా నిశ్చలంగా నిశ్చబ్దంగా కూర్చుని వున్నారు. నా మాటలకు ఆమోదంతో తలలూపే వారిని చూసాను. వీరేంటి, ఇలా నిశ్చలంగా వున్నారు! సమ్మతా, అసమ్మతా!

'లేదు లేదు. నీవేదో దాస్తున్నావు. నీ మనసు విప్పి ఆ రహస్యాన్ని మాకూ చెప్పు' అంటూ పట్టుపట్టారు.

ఏం చెప్పాలో తెలీక నా కనులు మూతపడ్డాయి. ఏదో ఎక్కడికో తేలిపోతున్నట్టు అనిపించింది. అలా ఎన్ని క్షణాలు గడిచాయో తెలీదు. అసంకల్పితంగా నా నోటి నుండి రెండు అక్షరాలు వెలువడ్డాయి.

'అ.... మ్మ'.

ఒక్కసారిగా సభా ప్రాంగణమంతా కరతాళధ్వనులతో మారు మ్రోగింది. నా కనుల నుండి భాష్పధార నిర్విరామంగా స్రవిస్తోంది.

చిరునవ్వు నవ్వుతూ నా మదిలో అమ్మ రూపు కదలాడింది.

కరుణ నిండిన ప్రేమ

ఇతరుల సుఖాలు తన సుఖాలుగా, వారి ఆనందమే తన ఆనందముగా భావించగల అద్భుత రసానుభూతి గల ఏకైక వ్యక్తి ఈ భువి పైన అమ్మ మాత్రమే. అమ్మ మనసుకు వయసుతో సంబంధము లేదు. ఆమె మనసు నిత్యయవ్వనంతో విరాజిల్లుతుంటుంది. అది లేత చివురుటాకులా పసితనంతో పరిమళిస్తూనే వుంటుంది.

అమ్మ కరుణారస సాగరి. ఆమె మనసు కరుణతో నిరంతరం ద్రవించి స్రవించే అవధిలేని మంచు కొండ. దుఃఖ జలధిలోపడి అల్లల్లాడుతున్న ఏ గుండె ఎదురైనా అమ్మ కళ్ళ నుండి వర్షధారలు అడ్డు లేకుండా జాలువారుతుంటాయి. అమ్మకు శత్రువులుండరు. అమ్మను శత్రువుగా చూసేవారి కష్టాలను కూడా మూటకట్టుకుని తన భుజాన మోయడానికి సిద్ధంగా వుండేది అమ్మ మాత్రమే.

అమ్మ ఘనీభవించిన మేఘము లాంటిది. ఆమెకు తన పర భేదము లేదు. పక్షులు, పశువులు, వృక్షాలు, మనుషులు ` ఇలా ఏ జీవికి కష్టం వచ్చినా స్పందించగలదు. ఎంత ఆశ్చర్యం! శిలలు ట్రద్దలైనా ఆమె గుండె తల్లడిల్లిపోతుంది. ఒక శిల శిల్పంగా మారి మనలను అలరించడానికి ఎన్ని ఉలి దెబ్బలు భరిస్తోందో కదా! అని అమ్మ వాపోతూ పలికిన పలుకులు నాకింకా జ్ఞాపకం వున్నాయి.

చెట్టు కొమ్మల మధ్య ఒక పక్షి గూడుకట్టుకుని వుంది. గుడ్డు నుండి బయటకు వచ్చి, ఇంకా రెక్కలు ఆడించడం ఎరుగని పసికూనలకు ఆహారాన్ని అందిస్తోంది ఆ పక్షి తల్లి. నా పసితనంలో అమ్మ నాకు గోరుముద్దలు చేసి ముద్దు ముద్దుగా తినిపించిన మధురమైన జ్ఞాపకాలు నా మదిలో కదిలాయి. అమ్మను పిలిచాను. ఆ అందమైన దృశ్యం చూపించాను. ఆ పసికూనలు ఎంత అందంగా ముద్దుగా వున్నాయో అని మురిసిపోతూ అమ్మ ముఖంలోకి చూసాను. అమ్మ కళ్ళు ద్రవిస్తున్నాయి. అంతగా అమ్మను కదిలించిన దృశ్యమేముంది అక్కడ అని అర్థం కాక అమ్మనే చూస్తున్నాను. అమ్మ కళ్ళు ఆ పక్షి తల్లి మీద కేంద్రీకరించి వున్నాయి. 'బిడ్డల ఆకలి తీర్చడానికి ఎన్నెన్ని తీరాలు తిరిగి తిరిగి ఆ మేతను తెచ్చిందో ఆ తల్లి'. అమ్మ మాటలలోని కరుణ రసానుభూతి నాకు అర్థమయ్యింది. ఇంత ఉన్నతంగా స్పందించడాన్నే అమ్మతనం అంటారనుకొంటా!

మా పెరట్లో పెరుగుతున్న ఆవుకు ఒక దూడ పుట్టింది. అప్పుడే పుట్టిన ఆ చిన్ని దూడను చూస్తూ మురిసిపోతున్నాము మేమంతా. దాని లేలేత కళ్ళు, ముద్దుగారే దాని రూపు ఎంతగానో అలరిస్తున్నాయి. కాళ్ళు కదుపుతూ ఈ భూమిపై నిలబడటానికి అది చేసే ప్రయత్నం, తిరిగి అది నిలబడి పాలకోసం అమ్మ పొదుగును వెతుకుతూ పరుగులు తీయడం ఒక అద్భుతంలా అనిపించింది. ఆనందంతో చప్పట్లు చరుస్తూ అమ్మను చూసాను.

గోమాతను ప్రేమతో కౌగిలించుకుని, కరుణతో దాని కడుపు నిమురుతూ కన్నీరు తుడుస్తూ గోమాత పలికే మౌనరాగాలను తన్మయత్వంతో వింటూ కనిపించింది అమ్మ.

మొక్కలకు పూచే పూలను కోయొద్దంటుంది అమ్మ. అవి వాటి సొత్తు. అవి వాటి భూషణాలు. నేలకు రాలిన పూలనే ఏరండి. అవి మాత్రమే భగవంతునికి నివేదించండి. అప్పుడే దైవానికి ఆనందం అంటుంది.

మనకు ఆకలి వేసినప్పుడు మన అవుసరాన్ని గ్రహించి వృక్షాలే పండ్లను నేలకు చేర్చి మనకు అందిస్తాయి. రాళ్ళతో కొట్టి వృక్షాలను గాయపర్చకండి. ఎర్రగా కనపడకపోయినా అవి కూడా రక్తాన్ని చిందిస్తాయి.

పూలకన్నా కోమలమైనదమ్మా నీ మనసు, పండ్ల రసాలకన్నా మధురమైనది.

నీ నుండి ఇవన్నీ అనుభవిస్తూ నేర్చుకున్నాను. నా నడవడిక కూడా నీలానే వుండాలని శ్రమిస్తూ, ప్రయత్నిస్తూ వచ్చాను. లోకానికి ఒక అమ్మగా మారాలనుకున్నాను. ఎందరినో ప్రేమించగలిగాను. ఎందరెందరికో కష్టాలను తీర్చి పరమానందాన్ని అనుభవించగలిగాను. నీవు నేర్పిన ఈ కరుణ, ప్రేమ నాలో ఎప్పటికీ సజీవంగా నిలిచివుండాలని, ఒక జీవనదినై నాకు ఎదురైన వారందరి ఆర్తిని తీరుస్తూ తిరిగి తిరిగి కరుణారస సాగరివైన నీ పాదాల ముందు మోకరిల్లాలన్నదే నా ఆశ.

అందమె ఆనందం

ఆకాశంలో హరివిల్లు విరిసింది. అమ్మ నా ప్రక్కనే కూర్చుని దాని శోభను చూడమని చెటుతోంది. నిజంగానే అది సప్తవర్ణాలతో విరాజిల్లుతూ, ఆకాశానికె అందాలను, అందిస్తూ చూసే కనులకు విందులు చేస్తోంది. నాలో ఏదో తెలియని తాత్విక చింతన మొలకెత్తింది. 'మరుక్షణంలో మాయమయ్యే ఈ అందచందాలు నాకెందుకులే అమ్మా, శాశ్వతమైన ఆనందాన్నిచ్చేది ఏదయినా వుంటే చూపించు'.

'హరివిల్లును చూసావా.'

'చూసాను'.

'ఆనందం కలిగిందా!'

'అది క్షణికమని నేనంటున్నాను'.

'కేవలం చూసి వదిలిపెట్టకూడదు నాన్నా. దర్శించగలగాలి. ప్రకృతి మనకు చాలా పెద్ద గురువు. కొన్ని పాఠాలు ఒక్క వాక్యంలో చెప్పుంది. కొన్ని శృతులై, స్మృతులై మనల్ని వెన్నంటి వుంటూ జీవితాంతం మనకు బోధన చేస్తూనే వుంటాయి. ప్రకృతి నేర్పే పాఠాలే మన శాశ్వత ఆనందానికి పునాదులు. ఏ దృశ్యమైనా చూస్తే సరిపోదు. దర్శించినప్పుడు మాత్రమే అది మనలో ముద్రించబడి మనకొక బోధనగా మారుతుంది.

నీవు క్షణికమని చెప్పిన ఆ హరివిల్లే నీ జీవితం క్షణికమని, నీవు ఈ భువిపై శాశ్వతంగా వుండలేవని చెబుతోంది. ఎంతో అందంగా కనిపించి శోభిస్తూ ఒక చేదు సత్యాన్ని ప్రకటిస్తోంది. ఆ సత్యం బోధపడితే నీవు కూడా నీ జీవితాన్ని అందంగా మలచుకుని, అందరికీ ఆనందాన్ని పంచుతూ శాశ్వత ఆనందం వైపు పరుగులు తీస్తావు. ఎంత మందిని సంతోష పెట్టగలిగితే అంతగా నీలో ఆనందం బలపడి శాశ్వత స్థితిని పొందగలుగుతుంది'.

'జీవితమే క్షణికమైనప్పుడు, మన ఆనందం శాశ్వతమెలా అవుతుందమ్మా!'

'నీవు జీవించినంత కాలం అది నీతోపాటు పయనిస్తూ నిన్నలరిస్తుంది. నీవారందరినీ ఆనందపరుస్తుంది. సూర్యుని కాంతివలె అది విస్తరిస్తూనే వుంటుంది. నీ మరణానంతరము నీవెరుగని వారిని, నిన్నెరుగని వారిని కూడా ఆనందపరుస్తుంది. శ్రీకృష్ణుని మురళీగానంలా, యేసు కరుణారస స్ఫూర్తిలా, అల్లా అపార ప్రేమలా, బుద్ధుని ప్రశాంతతలా తరతరాలుగా ప్రకాశిస్తూనే వుంటుంది'.

'ఎలా లభిస్తుంది ఈ ఆనందం?'

'ఇవ్వడమొక ఆనందం, ప్రేమను పంచడమొక ఆనందం. ఇతరుల కోసమే జీవించడం ఆనందం. ప్రతిఫలమాశించకుండా చేసే త్యాగమొక ఆనందం. జ్ఞానాన్ని పంచడమొక ఆనందం. మనం మరణించిన పిదప కూడా జీవింగలగడమొక ఆనందం. వీటన్నింటి సమాహారమే శాశ్వత ఆనందం. నీవు చూసిన హరివిల్లులా అది సప్తవర్ణాలతో శోభిల్లుతుంటుంది. ఈ విశ్వము వలెనే దానికి మరణము లేదు'.

'నా జీవితంలో వెలుగులు వెలిగించడానికి నువ్వు చాలమ్మ. నీవే నా గురువు. వేరెవరూ నాకు అవుసరం లేదు'.

'లేదు నాన్నా. ఒక్క వ్యక్తికి అంత శక్తి వుండదు. ఈ విశ్వాన్నే నీ గురువుగా స్వీకరించు. నిరంతరం తెలుసుకుంటూనే వుండు. నాకన్నీ తెలుసు అనేవాడు అజ్ఞాని. నేనింకా తెలుసుకుంటూనే వున్నానని చెప్పగలిగే వాడు జ్ఞాని. జ్ఞానం అమృతం వంటిది. అది పొందే కొలది పొందాలనిపిస్తుంది. నీకు ఎదురయ్యే క్రిమికీటకాదులు, పశుపక్ష్యాదులు, నీతో కలసి నీకెదురై బ్రతికే ప్రతి మనిషి నీకు జ్ఞానాన్ని బోధిస్తూనే వుంటారు. కొందరు ఉన్నతులై వర్ధిల్లుతూ నిన్ను కూడా తమ దారిలోకి రమ్మని ఆహ్వానిస్తుంటారు. కొందరు భ్రష్టుపట్టి, అధోగతిపాలై నిన్ను తమ దారికి రావొద్దని హెచ్చరిస్తుంటారు. కేవలం గ్రంథాలు కాదు నాన్నా నీ జీవితమే నీకొక పాఠశాల. సంధ్యపడుతోంది. ఇంటికి పోదాం పద'.

ఆరోజు రాత్రి అమ్మ చెప్పినట్టు ప్రతిదీ దర్శించి తరించాలని దృఢనిశ్చయంతో నిదురలోకి జారుకున్నాను ' మనిషినై పుట్టినందుకు నన్ను నేను అభినందించుకుంటూ.

నిదురలో అందమైన స్వప్నం. కొండంత రూపంలో అమ్మ దర్శనమిచ్చింది. అమ్మ చుట్టూ వందల సంఖ్యలో హరివిల్లులు. అమ్మ ముఖంలో కోటి మంది సూర్యులు ప్రకాశిస్తున్నారు. చంద్రునిలా చిరునవ్వుల వెన్నెల కురిపిస్తోంది. ఆమె నుదుటిపై ఎన్నెన్నో దివ్యగ్రంథాల సారం జ్ఞాన తరంగాలవలె కదలాడుతూ కనిపిస్తోంది. విశ్వమంతా అమ్మగా మారింది. అమ్మ ఒక విశ్వగురుని వల వెలిగిపోతూ నా స్వప్నాన్ని నిజం చేసే దివ్యశక్తివల నిలచింది.

ఉగ్గు పాల విద్య

నా జీవన యాత్రలో నేను ఎన్నెన్నో మార్గాలలో పయనించాను. ఎంతో మంది రకరకాల వ్యక్తులు నాకు ఎదురై పలుకరించారు. ఎన్నెన్నో అనుభవాలను విన్నాను. నాతో పాటుగా వారందరి అనుభవాలనూ ముద్దచేసి చూస్తే అన్నింటి సారమూ ఒకటే అని తెలుసుకున్నాను.

ఆకలి బాధ కడుపును దహించి వేస్తున్నా, నిస్సత్తువ నేలకు కృంగదీస్తున్నా, నిరాశ అడుగడుగునా ఎదురై ఎగతాళి చేస్తున్నా, ఆత్మగౌరవం తెరలా కప్పేస్తున్నా లెఖ్ఖ చేయకుండా, ఎదురైన అందరి ముందూ చేతులు చాచి భిక్షమడుగుతూ భారంగా సాగుతోంది పన్నెండేళ్ళ ఒక కోమార పీడిత బాలిక. ఆమెనే అనుసరించాను. అలసిసొలసి పోయే లోపు ఒక రొట్టెను సంపాదించింది. నూతన ఉత్సాహంతో వెనుకకు పరుగుతీసింది. నేనూ ఆమె వెనుక పరుగులు తీసాను. ఆమె ఒక చెట్టు నీడన ఆగింది. ఆయాసం, ఆనందం కలగలిసిన ఆ బాలిక ఆ చెంతనే సొమ్మసిల్లి పడివున్న తన తల్లిని చేరింది. ఆమె ఆకలి తీర్చింది. తన ఆకలి వేటకు తిరిగి సిద్ధమయింది.

ఎదురై ప్రశ్నించాను. 'నువ్వు తినకుండా ఎందుకిలా?'

'ఆమె నా తల్లి. నాకు జన్మనిచ్చింది. ఆమె లేకుంటే నేను లేను. నేను లేకుంటే ఆమె బ్రతుకలేదు' అంటూ ముందుకు సాగింది. 'మరి నీ తండ్రి?'

'ఎవరో తెలీదు' అంటూ పరుగు తీసింది.

మరో దారిలో నా పనయనం సాగింది. ఉన్నట్టుండి హోరుగాలి మొదలైంది. దానితో పాటు జోరువాన పడసాగింది. పరుగు పరుగున ఒక్క చెట్టు నీడన ఆగాను. నా ప్రక్కనే ఒక వృద్ధుడు నిలబడి వున్నాడు.

ఒక్కసారిగా పెనుగాలి విసిరింది. తూలిపడ్డాను. తేరుకుని నిలబడ్డాను. చెట్టును పట్టుకుని, ఆ వృద్ధుని కోసం చుట్టూ చూసాను. అతను కనపడలేదు. ఆందోళనతో చుట్టూ చూసాను. గాలికి కొట్టుకుపోయాడు పాపం అని జాలిపడ్డాను.

'నేనిక్కడున్నా, నువ్వు జాగ్రత్త'.

ఎక్కడిదా పిలుపని తలపైకెత్తి చూసాను. ఆశ్చర్యం. అతను చెట్టు పైకి ఎక్కుతున్నాడు. అంత పెద్ద వయసులో ఎందుకింత సాహసం!

గాలికి తన గూడు నుండి చెదరి, తన రెక్కలు చెట్టుకొమ్మల మధ్య చిక్కుకుని గిలగిలలాడుతున్న ఒక పక్షిని మృదువుగా పట్టుకున్నాడు. చిక్కులు విడదీసి దానిని తిరిగి గూటికి చేర్చి, వర్షం తగ్గేదాకా అక్కడే కనిపెట్టుకుని వున్నాడు.

అతను క్రిందికి దిగిన తరువాత అడిగాను. 'ఎందుకిలా! ఒక సాధారణ పక్షి కోసం ఇంత సాహసమా!'

'దానికీ జీవముంది. దానికీ రక్షణ కావాలి. అది ఆనందంతో నా చేతిని ముద్దాడింది. కనపడలేదా!'

'నీకేమైనా అయితే!'

'ఫరవాలేదు. నేను ఒంటరిని. అది నలుగురు పిల్లల తల్లి. దానికి ఏదైనా జరిగితే! ఇంకా రెక్కలు రాని పసికూనలను ఎవరు సంరక్షిస్తారు?'

ఉన్నట్టుండి ఆకాశంలో ఒక మెరుపు మెరిసింది. ఆ వృద్ధుని ముఖంలో పరిపూర్ణ సంతృప్తితో కూడిన చిరునవ్వులా.

కళ్ళు లేని పసిబిడ్డలను రెండు చేతులూ పట్టుకు నడిపిస్తున్న తల్లిదండ్రులను చూసాను. కాళ్ళు లేని తల్లిని భుజాన వేసుకుని ఆమెకు ప్రపంచాన్ని చూపిస్తూ పులకించిపోతున్న బిడ్డను చూసాను. అందరి కన్నులూ తన బిడ్డ చిరిగిన దుస్తులలో దాగిన ఎదిగిన వయసు వంక వెకిలిగా చూస్తుంటే తన చీర కొంగుతో బిడ్డ మానాన్ని సంరక్షిస్తూ ముందుకు సాగుతున్న తల్లిని చూసాను.

ఎటు తిరిగినా, ఎటు పయనించినా నా దృష్టికి గోచరించి నన్ను వర్ణించనలవి కాని అనుభూతులకు గురిచేసిన దృశ్యాల సారం - 'బిడ్డల సుఖం కోసం తల్లుల తాపత్రయం, తల్లుల క్షేమం కోసం బిడ్డలు పడే తపన'.

అతికష్టం మీద అందరినీ ఒక చోటికి చేర్చాను. మీరంతా నాకు అత్యంత ఉన్నతులుగా దర్శనమిస్తున్నారు. మీ ఔన్నత్యానికి మూలం ఏమిటి అని అడిగాను. అందరూ ముక్తకంఠంతో చెప్పిన సమాధానం ఒక అద్భుతమైన పాఠమై నా మదిలో స్థిరపడి నను నడిపించింది.

'ఇవన్నీ మా అమ్మ మాతో పలికిన పలుకులు. మేము అమ్మ కడుపులో వుండగానే అమ్మ అనుక్షణం మాతో మాట్లాడేది. మాలో రక్తంతో పాటు, జీవంతో పాటు, పోషకాలతో పాటు, ఊపిరితో పాటు ఈ పలుకులన్నీ కథల రూపంలో, పాటల రూపంలో, గుసగుసల రూపంలో మాకు

అందిస్తూనే వుంది. అలా భూమిపై అవతరించిన మాకు వేరే పాఠాల అవుసరం లేకపోయింది.

అమ్మ మాతో ఈ ప్రపంచానికి ప్రేమను పంచమంది. కరుణను కురిపించమంది. త్యాగాన్ని పెంచుకోమంది. స్నేహాన్ని అందించమంది. అనుక్షణం అవధిలేని ఆనందంతో జీవించమంది. మాకు మా అమ్మ అందించిన సిరుల మూటలు ఇవే!

నా కళ్ళు స్రవించాయి. ప్రపంచం కొంగొత్త అందాలతో నా కనుల ముందు ప్రత్యక్షమయ్యింది.

నిత్య వికాస సౌందర్యం

ఒకరోజు సాయం సంధ్యవేళ నా మిత్రునితో కలసి వ్యాహాళికని టయలుదేరాను. అలా అలా సాగిన మా ప్రయాణం ఒక అందమైన కుటీరం వంటి ఇంటి ముందు ఆగింది. నన్ను లోనికి తీసుకువెళ్ళాడు నా మిత్రుడు. విశాలమైన ఒక గదిలో నను విశ్రమించమని తను మరింత లోనికి వెళ్ళాడు.

నిరీక్షిస్తూ కూర్చున్న నాకు అక్కడి వాతావరణం విచిత్రంగా అనిపించింది. ఇంటి నిండా పూల పరిమళాలు వెదజల్లుతున్నాయి. సుగంధ ద్రవ్యాలు గుప్పుమంటున్నాయి. గోడల మీద శృంగార భంగిమల చిత్రాలు వ్రేలాడుతున్నాయి. లోలోపలి నుండి రమణీమణుల కిలకిల రావాలు చెవిన పడుతున్నాయి. అది ఒక వేశ్యాగృహమని అర్థం అయ్యింది.

అక్కడి నుండి బయటకు వెళ్ళిపోదామని లేవబోయాను. ఒక మృదువైన చేయి నా భుజాన్ని సున్నితంగా నొక్కి పట్టి కూర్చోబెట్టింది. ఆ అపురూప సౌందర్యరాశి నాతో కుశలమాడింది. తన సౌందర్యంతో కవ్వించి నన్ను కట్టిపడేయాలని ప్రయత్నించింది. నా సహకారం అమెకు లభించలేదు.

'నీవు పురుష వేషంలో వున్న స్త్రీవి కావు కదా!' అని రెచ్చగొట్టటానికి ప్రయత్నించింది. నీవు నా కంటికి ఒక మెరపు తీగవలె కనిపిస్తున్నావన్నాను. మరి ఆలస్యమెందుకందీ. 'నేను పదే పదే నీ వద్దకు

వస్తాను ప్రతిరోజు, ప్రతి మాసమూ, ప్రతి సంవత్సరమూ అలా నిరంతరం వస్తూనే వుంటాను. ఈ మెరపు ఇలానే వుంటుందని హామీ ఇవ్వగలవా?

ఈ పూలు వాడిపోకుండా, నీ సౌందర్యం తరిగిపోకుండా, నీ యవ్వనం కరిగిపోకుండా, నిన్ను మాలిన్యాలు అంటకుండా ఇలానే స్వచ్చముగా కలకాలం వుండగలవా! ధనమిచ్చి నిన్ను పాడుచేసే విటునిగా కాకుండా నిత్య ప్రేమికునిగా నన్ను స్వీకరించగలవా! నటన లేని ప్రేమను అందించగలవా!'

ఆమె నుండి సమాధానం ఆలస్యంగా వచ్చింది. 'ఇది నా వృత్తి. నా ప్రవృత్తి. సుఖాన్ని అందిస్తూ సుఖపడడం నా వ్యాపారం. నా సౌందర్యాన్ని తాకట్టు పెట్టి ఎదుటివారిని సుఖపెట్టడమే నా దినచర్య' అంటూ లేచి వెళ్ళిపోబోయింది.

ఆమె చేయిపట్టి ఆపుచేసాను. నా ప్రక్కన కూర్చోబెట్టుకున్నాను. 'ఈ నట జీవనమెన్నాళ్ళని అడిగాను. 'నీ యవ్వనం వాడిపోతే నీ వ్యాపారం ఆగిపోదా! నీ వ్యాపారం ఆగిపోతే నీ ముఖం చూసేది ఎవరు? చివరి దశలో నీకు నీడై తోడై నీకోసం నీ వెంట నిలిచేది ఎవరు? నిజమైన ప్రేమను ఇచ్చి పుచ్చుకో, శాశ్వతమైన ఆనందాన్ని పొంది సుఖించు'.

'నీ మాటలు నాకు నచ్చలేదు' అంటూ ఆమె విసురుగా లోనికి పోయింది.

మిత్రుని కోసం ఎదురు చూస్తూ నేను అక్కడే కూర్చుని వున్నాను. కొద్ది క్షణాల తరువాత తలుపు చాటు నుండి ఆమె కంఠం మంద్ర స్థాయిలో వినిపించింది.

'నిజమైనది, శాశ్వతమైనది అయిన ఆనందం ఎక్కడంటుంది?'

'నీకూ ఒక మనసుంది కదా! దానిని మేలుకొలుపు. ఒక పురుషునికి భార్యగా మారు. నీ మనసు అతని స్వాధీనం చెయ్యి. నిజమైన ప్రేమను అతనికి అందించి, నీ కడుపు పండించుకో. తల్లిగా మారు. మాతృత్వాన్ని రుచి చూసిన మరుక్షణమే నీకు శాశ్వత ఆనందం లభిస్తుంది. అది నిన్ను వీడకుండా వెన్నంటి వుంటుంది'.

ఆమె భారంగా అడుగులు వేస్తూ వెనుకకు మరలిపోయింది. నేను ఇంటి ముఖం పట్టాను.

చాలా రాత్రి గడచింది. నేను అమ్మ సేవలో నిమగ్నమై వున్నాను.

ఉన్నట్టుండి ఎవరో తలుపు తట్టినట్టయింది. తలుపులు తెరచి చూసాను. ఎదురుగా ఆమె నిలబడి వుంది. 'నీ మాటలు నాకు నచ్చాయి' అంది. ఆమెను లోనికి ఆహ్వానించాను.

'నువ్వు నన్ను పెళ్ళి చేసుకుంటావా? నన్ను తల్లిని చేస్తావా? నీవు చెప్పిన ఆ మాతృత్వపు అనుభూతిని నాకు అందిస్తావా! నా మనసు నీకు ఇచ్చేస్తాను. స్వీకరిస్తావా?' అంటూ నా ముందు మోకరిల్లింది.

ఆమెను లేపి, చేయిపట్టి అమ్మ వద్దకు తీసుకువెళ్ళాను. అమ్మకు చూపించాను. అంతా వివరించాను. నా మనసు తెలిసిన అమ్మ నన్ను అభినందించింది. ఆమెను తన దరికి తీసుకుని తన గుండెలలో చోటిచ్చింది. ఆమె నాకు భార్యగా మారి, నాకు పండంటి బిడ్డలను వరంగా ప్రసాదించి నన్ను సంపూర్ణునిగా చేసింది.

నిరంతరం పిల్లలతో ఆటలాడుతూ కేరింతలు కొట్టింది. అలుపన్నది ఎరుగకుండా జీవన మాధుర్యాన్ని రుచిచూస్తూ పులకించి పోయింది. ఆమెలోని నటన పూర్తిగా మాయమైంది. సరిక్రొత్త సౌందర్యంతో నిత్యయవ్వనగా మారింది. నా కంటికి వెలుగులు నింపి నన్ను ధన్యుడ్ని చేసింది.

సరిక్రొత్త ప్రపంచం మా కనుల ముందు ఆవిష్కరించబడింది. అనుక్షణం నా వెంట అడుగులు వేస్తూ ఆమె నాతో నడచింది. అడుగడుగునా నాకు ఎదురై నాకు సేవలు అందించింది. నా మెదడుకు పదును పెంచుతూ ఎన్నెన్నో సలహాలు అందించింది. నా ఆకలిని నాకన్నా ముందుగా గ్రహిస్తూ నా కడుపు నింపుతూ వచ్చింది. ఆనంద పారవశ్యపు లోకాలలో నన్ను విహరింప చేసింది. నా నిలకడకు ఆధారమై నను ముందుకు నడిపించింది.

అమ్మ పాదాల వద్ద చేరింది. అమ్మతో ప్రేమతో ఊసులాడింది.'నీ బిడ్డవలెనే నా బిడ్డలను తీర్చిదిద్దుతానంది. నేను తల్లినై నీ తల్లి మనసులోని ఔన్నత్యాన్ని తెలుసుకోగలిగానంది. పూజకు పనికిరాని పువ్వునైన నన్ను నీ విశాల హృదయంతో నీ గుండెలపై చేర్చి జీవం పోసావంటూ మురిసిపోయింది. బజారులో దొరికే ఒక ఆటబొమ్మకు జీవం పోసిన అద్భుత వ్యక్తికి జన్మనిచ్చావు. మాతృత్వమనే పదానికి అర్థం చెప్పి సార్థకతను చేకూర్చావు. తల్లిగా మారిన నా సౌందర్యం చెదరిపోనిది. నా ఆనందం శాశ్వతమైనది. మాతృత్వం మాత్రమే సత్యమైనది' అంటూ ఆనంద భాష్పాలతో అమ్మ పాదాలు తడిపి ముద్ద చేసింది.

అందమైన నలుపు

నదీ తీరంలో ఒక స్వామీజీ కొలువై వున్నాడు. అతనొక జ్ఞాన భాండాగారమని, అద్భుతమైన బోధనలు చేస్తున్నారంటే నేనూ అక్కడికి వెళ్ళాను. వందల సంఖ్యలో అక్కడ జనం కూర్చుని వున్నారు. ఆయన ఉపన్యాసం మొదలైంది. అనేకానేక శాస్త్రాల నుండి, ఎన్నెన్నో జీవితానుభవాల నుండి చాలా చాలా విషయాలను క్రోడీకరిస్తూ బోధన చేస్తున్నాడు.

చివరిలో ఆయన మూడు ప్రశ్నలు వేసారు. 'మీలో అజ్ఞానులెంత మంది వున్నారో చేతులెత్తండి'. ఎవరిలోనూ చలనం లేదు. తాము అజ్ఞానిగా అంగీకరించడానికి, అందరిలోను ప్రకటించడానికీ వారెవరూ సిద్ధంగా లేరు.

'పోనీ, మీలో జ్ఞానులెంత మంది వున్నారో చేతులెత్తండి'. ఈసారి కూడా ఎవరిలోనూ చలనం లేదు. ఒకరి ముఖాలు ఒకరు చూసుకున్నారు. మనకు ఏం తెలుసని జ్ఞానులుగా ప్రకటించుకోవాలి అని తటపటాయిస్తూ మౌనంగా వుండిపోయారు.

'అంటే మీరంతా అజ్ఞానానికీ, జ్ఞానానికి మధ్యలో కొట్టుమిట్టాడుతున్న అమాయకుల వలె వున్నారు.'

'పోనీ మీలో ఎవరెవరికి ఏ రంగులు ఇష్టమో చెప్పండి'.

అందరూ తలొక రంగు చెప్పుకుంటూ వచ్చారు. బావుంది. ప్రపంచంలో వున్న అందమైన రంగుల పేర్లు మీరంతా చెప్పుకుంటూ వచ్చారు. ఈ లోకంలో అన్ని రంగులకన్నా అందమైనదీ, మీకెవరికీ నచ్చనిదీ, మీరెవరు చెప్పనిదీ, నాకు మాత్రమే నచ్చిన అందమైన రంగు నలుపు.

అక్కడున్న వారంతా ఫక్కున నవ్వారు.

ఆ నవ్విన వారంతా జ్ఞానులో, అజ్ఞానులో నాకు అర్థం కాలేదు. స్వామీజీ మాటలలోని సత్యమూ బోధపడలేదు. నాదంత పెద్ద వయసూ కాదు.

ఇంత సేపూ జ్ఞానబోధ చేస్తానని పిలిచి, ఈ అజ్ఞాన బోధ ఏవిటి! అని ఒక శ్రోతలో అసహనం తల ఎత్తింది.

'నలుపు అంటే చీకటి. నలుపు అంటే అజ్ఞానం. నలపు అంటే నిరాశ. నలుపులో సౌందర్యమేవిటి, మరీ విడ్డూరం కాకపోతే. ఒక తెల్లని గోడ మీద బొగ్గుతో రాసి చూడండి, గోడ ఎంత అసహ్యంగా మారిపోతుందో. మీకు అంతగా నలుపు రంగు నచ్చితే మీ ముఖానికి పులుముకుని ఊరేగండి' అంటూ విసురుగా అక్కడి నుండి వెళ్ళిపోయాడు ఆ పెద్ద మనిషి.

'ఈరోజుకి ఇదే నా బోధ' అంటూ స్వామీజీ తెర వెనుకకు వెళ్ళిపోయారు.

మసక చీకటిలో తడుముకుంటున్నట్టుగా నడుచుకుంటూ ఎవరిళ్ళకు వాళ్ళు వెళ్ళిపోయారు. నేనూ ఏమీ అర్థంకాని స్థితిలో ఇంటి ముఖం పట్టాను.

ఇంటికి చేరుకున్నాను. 'ఏం నేర్చుకున్నావు' అంది అమ్మ. స్వామీజీ బోధన గురించి అమ్మకు చెప్పడానికి ప్రయత్నించాను. చివరిలో ఆయన అందరినీ నవ్వించారు అని అమ్మకు చెప్పాను.

'మహనీయుల మాటలలో మర్మముంటుంది నాన్నా. మనము అన్వేషించి తెలుసుకోగలగాలి'.

నాది చాలా చిన్న వయసు. అంతరార్థాలను గ్రహించగలిగే శక్తి నాకు అప్పట్లో లేదు. స్వామీజీ మాటలకు అర్థాన్ని అమ్మ మాత్రమే వివరించగలదు.

అమ్మ కోసం వెతుకులాడాను. తోటలో ప్రశాంతంగా కూర్చుని ధ్యానం చేసుకుంటోంది అమ్మ. ఆమెనే చూస్తూ నేనూ మౌనంగా కూర్చున్నాను.

అమ్మ నా కంటికి ఒక దివ్య యోగినిలా గోచరించింది. ఆమె ముఖమొక వికసించిన పద్మము వలె కనిపించింది. ఆమె విశాలమైన నుదిటిపైన నల్లని ఆమె ముంగురులు నాట్యమాడుతున్నాయి. వీచే చల్లని పిల్లగాలికి అవి అమ్మ నొసటిని మృదువుగా ముద్దాడుతూ ఆటలాడుతున్నాయి.

అమ్మ నల్లని కేశపాశములను చూసాను. అవి వంకీలు తిరిగి ఆమె సౌందర్యాన్ని ద్విగుణం చేస్తున్నాయి. ఆమె కేశములు రెండుగా విడివడి, వాటి మధ్య అందమైన పాపిటను చూసాను. శరత్చంద్ర జ్యోతిక వలె అది ఆహ్లాదపు తీరాల వైపు దారి చూపిస్తున్నట్టు వుంది. మనలోని అజ్ఞానమును అటూ ఇటూ త్రోసి జ్ఞానము వైపునకు నడిపించే మార్గమా అది!!

అమ్మ పొడవాటి జడ ఆమె వెన్ను భాగము మీది నుండి క్రిందికి జారుతూ నిలకడగా పడగ ఎత్తి నిలచిన నల్ల త్రాచులా వుంది. అది మూడు పాయలతో అద్భుతముగా అల్లబడిన ఒక సుందర కళారూపము. సత్వరజస్తమో గుణాల సమ్మేళనమా అది!!

మనిషిలోని అజ్ఞానాంధకారాన్ని పారద్రోలి రేపటి వెలుగులను మనలో నింపే అద్భుత జ్ఞాననిధి అమ్మ అందమైన కేశములలో దాగి వుందని గ్రహించగలిగాను.

నిజమే నలుపే అందమైన రంగు. స్వామీజీ పలికిన పలుకుల సత్యము అమ్మ ముందు మోకరిల్లిన మరుక్షణం అవగతమయ్యింది.

ప్రేమ నిండిన కళ్ళు

నా జీవన యానంలో ఎన్నెన్నో ప్రాంతాలు తిరిగాను. ఎందరెందరినో కలుస్తూ, విడిపోతూ ముందుకు సాగాను. తనలో సంపూర్ణ విశ్వాసం నిండిన వ్యక్తి ఎదుటి వారి కళ్ళల్లోకి చూస్తూ మాట్లాడతాడని చిన్నప్పుడే అమ్మ చెప్పింది.

నేను కలసిన వారందరి కళ్ళనూ పరిశీలించాను. అన్నీ లోపాలతో నిండిన కళ్ళే. ఏవీ నిజాయితీతో విప్పారిన కళ్ళు కావు. కామ, క్రోధ, లోభ, మోహ, మద, మాత్సర్యాలనే తెరలు కమ్మిన కళ్ళే అన్నీ.

ఏదో పొందాలని, ఏదో ఆశిస్తూ కోరికలు నిండిన కళ్ళు. తీసుకోవడమే కాని ఇవ్వడం తెలియని కళ్ళు. శరీరము, ఆస్తి, పదవి, ధనము... ఏదయితేనో వాటిని తన స్వంతం చేసుకోవాలనే తపన నిండిన కళ్ళు. కోరిక నెరవేరకపోతే వెన్నెల బదులు నిప్పులు వెదజల్లే కళ్ళు.

రజస్సు నిండిన కళ్ళు. క్రోధంతో రగిలిపోయే కళ్ళు. శాంతి నెరుగని కళ్ళు. చూపులతోనే ఎదుటి మనిషిని దహించగలిగే కళ్ళు. ప్రేమను పాతాళానికి త్రొక్కి క్రోధాగ్నిని లావాలా ప్రపంచం మీద చిమ్మే భయానకమైన కళ్ళు.

తనదంటూ ఏదీ లేదని, తనకంటూ ఏదీ మిగులదనీ, ఊపిరి విడిచాక తనది ఒంటరి ప్రయాణమని తెలిసి కూడా తన కోసం మాత్రమే సర్వస్వమూ

దాచుకుని తనతో మోసుకుపోవాలని తహతహలాడే కళ్ళు. పొందటమే కాని ఇవ్వడమెరుగని కళ్ళు.

పరుగులు తీసే ధనానికి కళ్ళాలు వేసి తన వద్ద కట్టిపడేసుకోవాలనే మాయతెర కమ్మిన కళ్ళు. నిలకడ లేని పదవుల కోసం వెర్రిగా పరుగులు తీసే కళ్ళు. సంపదను, పదవులను స్వంతం చేసుకుని మదమెక్కి చూపు మందగించిన కళ్ళు. అంధత్వంతో మానవత్వపు విలువలను మంటగలిపే కళ్ళు.

ప్రేమకు తావునీయక, కరుణను దరిచేరనీయక, శాంతి కరువై అంతా తన స్వంతం కావాలని ఆశించే మోహపూరితమైన కళ్ళు. హృదయాన్ని కుంచింపచేసుకుని, ప్రపంచమంతా వర్ధిల్లాలనే విశాల తత్వాన్ని మంటకలిపి, తను మాత్రమే ఉన్నత స్థితిలో వుండాలని ఎదుటివారిని పడద్రోస్తూ పైపైకి ఎదగాలని మత్సరంతో తనను తాను మసి చేసుకునే కళ్ళు.

తిరిగి తిరిగి అలసిపోయాను. మాతృదేవతలంతా కొలువై వున్న ఒక మహా ఆనందమయ నగరానికి చేరుకున్నాను. అక్కడంతా అమ్మలే. మాతృత్వపు మాధుర్యాన్ని తనవి తీరా గ్రోలుతూ నిత్యయవ్వనంతో ప్రకాశిస్తున్న అమ్మలే వారంతా. వారందరి కన్నులూ నాపై ప్రాలాయి. కోటి తారకల కాంతితో నా ముఖం వెలిగిపోయింది. అలసట తీరిపోయింది. క్రొత్తగా ఊపిరి పోసుకున్నట్టు అనిపించింది. క్రొత్తగా రెక్కలొచ్చిన తుమ్మెదలా మారి అందరి కళ్ళను దర్శించుకుంటూ ఆనందామృతాన్ని ఆస్వాదిస్తూ విహరించాను.

బిడ్డలకు ఏ క్షణంలో ఏమి జరుగుతుందో అనే ఆతురతతో నిలకడ లేకుండా నిదురలో కూడా కదలాడే కళ్ళు. మమతను రాగాలను

గుండెలలో నింపుకుని వాటిని బిడ్డలపై కురిపించడానికి తెలవారుతూనే పువ్వుల్లా విచ్చుకునే కళ్ళు. కొలనులోని చేపలవలె అటూ యిటూ కదలాడుతూ ఆటలాడుతూ బిడ్డలచే ఆనందపు కేరింతలు చేయించే కళ్ళు. కరుణారస సాగర తరంగాల వలె క్రిందికి వాలుతూ పైకి లేస్తూ కళాత్మకంగా కదలాడే కనురెప్పల చాటున దాగిన కళ్ళు. పగటి పూట కూడా చల్లని వెన్నెలలు కురిపించే తెల్లని మంచు వంటి కళ్ళు. అడగకుండానే కోరికలు తీర్చే చింతామణుల వలె మెరిసిపోతున్న కళ్ళు. బిడ్డల కష్టాన్ని ముందుగానే గ్రహించి దానిని ఖండించే చురకత్తుల వంటి కళ్ళు .అమ్మ కళ్ళు. అమ్మతనం నిండిన కళ్ళు అలానే వుంటాయి. అమ్మను విడచి వేరే మోహపు లోకాలలో విహరించే మందభాగ్యుల కళ్ళు మాత్రమే మసిబారిపోయి వుంటాయి.

అందరూ అమ్మలా మారితే ప్రపంచం ఎంత అందంగా కనిపిస్తుంది! అమ్మ కళ్ళతో చూస్తే మనుషుల్ని కాకుండా, వారి హృదయాలను దర్శించడానికి వీలు వుంటుంది. అవును, నాకు 'అదే' జరిగింది.

ప్రపంచాన్ని ప్రేమతో చూసాను. నేను చూడకూడని కళ్ళు తప్పుకున్నాయి. నేను చూడాల్సిన కళ్ళు నా ముందు ప్రత్యక్షమయ్యాయి. నిస్సహాయంతో ఎదురు చూసే కళ్ళు, ఆకలితో అలమటించే కళ్ళు, కరుణను కోరుతూ నిరీక్షిస్తున్న కళ్ళు. దయ చూపించమంటూ వేడుకుంటున్న తడిబారిన కళ్ళు. ప్రేమను అందించమంటూ అర్థిస్తున్న కళ్ళు. నా జీవన పరమర్థాన్ని నాకు తెలియజేస్తూ నన్ను పిలుస్తున్న కళ్ళు నాకు ఎదురయ్యాయి. అటు వైపుగా నా నడక సాగించాను.

చిన్నారి నృత్యకేళి

అద్భుతమైన కళాకేళి జరుగుతోంది. అంతటి విశిష్టమైన ప్రదర్శన నా జీవితంలో గతంలో ఏనాడూ నేను వీక్షించలేదు. నన్ను గౌరవంతో ఆహ్వానించి ముందు వరుసలో చోటిచ్చి మరీ నాకు ఆ అద్భుతాన్ని తిలకించే అదృష్టాన్ని ప్రసాదించారు మిత్రులంతా.

చిత్రకారులు తమ చిత్రమాలికలను వీక్షకుల కనుల ముందుంచి సరిక్రొత్త చంద్రోదయాలను మా కనులలో చూస్తూ పరవశిస్తున్నారు. అపురూప నాట్యకారులు వివిధ రీతుల నాట్యరూపాలను ప్రదర్శిస్తూ మా కరతాళ ధ్వనులతో ఉక్కిరిబిక్కిరి అవుతున్నారు. సంగీత సరస్వతులందరూ ఏకమై మృదుమధుర సురాగాలను మా చెవులకు అందించి పరవశంతో మా తలలూగేలా చేస్తున్నారు. లెక్కకు మించిన ఎన్నెన్నో కళారీతులను ఒక వేదిక పైకి తెచ్చి రసమయ జగత్తులో ఓలలాడించిన ఆనాటి ప్రదర్శన అర్ధరాత్రి వరకూ నడిచింది.

పరిపూర్ణమైన సంతృప్తితో ఇంటికి తిరుగు ముఖం పట్టాను. ఎన్నెన్నో జ్ఞాపకాలు మస్తిష్కంలో కదలాడి క్షణాలను మరపిస్తూ మురిపించసాగాయి. నాన్న నాతో పదే పదే చెబుతూ వుండే నా చిన్ననాటి మధుర ఘట్టాలలో ఒకటి నా కనుల ముందు ప్రత్యక్షమై నా చేయిపట్టి గత స్మృతులలోకి తీసుకుపోయింది.

అచ్చంగా ఇటువంటిదే ఒక అద్భుత కేళీ విన్యాసము మా ఊరిలో జరిగింది. అంతటి గొప్ప కళాసంగమం ఒకే వేదికపైన జరగడం ఒక అద్భుతమంటూ ఊరుఊరంతా తమ ఇళ్ళను విడిచి పిల్లాపాపలతో ఆ వేదిక ముందుకు చేరుకున్నారు. ఊరి పెద్దగా నాన్నకు ప్రత్యేక ఆహ్వానం వచ్చింది. సతీసమేతంగా రమ్మని కళాకారులంతా ఇంటికి వచ్చి మరీ విన్నవించుకున్నారు.

కార్యక్రమానికి ప్రారంభ సూచకంగా యవనిక పైకి లేచింది. కళాకారులు క్రిక్కిరిసిన సభను చూసి పరిపూర్ణమైన తృప్తితో అంతా కలయ చూసారు. ఆశ్చర్యం!! నాన్న ప్రక్కనే అమ్మ కోసం ఏర్పాటు చేసిన ఆసనం ఖాళీగా వుంది. వచ్చిన వారి కనుబొమలు ముడిపడ్డాయి. నాన్నను ప్రశ్నించారు. 'ఆమె రాదు, రాను అంది' అని నాన్న జవాబునిచ్చారు. వారు తమకు క్రొత్తగా అవమానంగా భావించారు. ఇంటికి వచ్చి ఆహ్వానిస్తే మరీ ఇంత ధిక్కరమా! అని ఒకరితో ఒకరు గుసగుసలాడారు.

ఆమెకు అహంకారమని కొందరు, కళాదృష్టి లేదు అని కొందరు, అనారోగ్యమేమో అని కొందరు, అందరినీ ఆకర్షించలేని తమ కళానైపుణ్యము నిర్ధకమని కొందరు ` పలురీతుల చింతన చేస్తూ తమ కార్యక్రమాన్ని పూర్తి చేసారు.

ప్రజల కరతాళ ధ్వనులు వారికి వినపడటం లేదు. జరిగిన సత్కారాలను వారు పట్టించుకోవడం లేదు. వారి దృష్టి జరిగిన అవమానము నుండి అభినందనల వైపు రానురానంటోంది. సభానంతరం ఎప్పుడూ ప్రతిచోట ఆనందంతో తడిబారే వారి కళ్ళు అమ్మ ధిక్కరము కారణంగా ఎర్రబడ్డాయి. ఎప్పుడూ అలసిపోయి మూతలు పడే వారి

కన్నుల రెప్పలు విప్పారి చూస్తూ వుండిపోయాయి. 'ఆమెకు ఎందుకింత అతిశయం? ఎందుకింత గర్వం?' తెల్చుకుందాం రండి అంటూ ఒక్కుమ్మడిగా మా ఇంటి మీదకు దండెత్తి వచ్చారు.

అమ్మ మీద దాడి చేయడం కోసం చక్రవ్యూహం పన్నినట్టుగా వారంతా ఇంటిని చుట్టుముట్టారు. ఇల్లంతా దీపపు కాంతులతో మెరిసి పోతోంది. పది మంది చందమామలు అమ్మను చూడటానికి వచ్చి ఇంట్లో ఆసీనులై వున్నారా అనిపించేంతటి వెన్నెల కాంతులు విస్తరించి వారందరినీ విస్మయానికి గురి చేసాయి. వారంతా సడి చేయకుండా ఇంటిలోనికి తొంగి చూసారు.

రెండు వసంతాలు నిండిన మిసమిసలాడే పసిపాపనైన నాతో అమ్మ ఆడుకుంటోంది. అమ్మ అమ్మవారిలా ప్రకాశిస్తోంది. నా నోటి నుండి వెలువడే చిన్ని చిన్ని శబ్దాలలో సరిగమలు వింటోంది. వెలిగే నా లేలేత కళ్ళలో మెరిసే నక్షత్రాలను చూస్తోంది. అమ్మ నన్ను గాలిలోకి ఎత్తి పట్టుకుంది. గాలిలో అందమైన హంసల రెక్కల రీతిలో కదలాడే నా బుజ్జి బుజ్జి చేతులతో ప్రపంచంలోని నాట్య రీతులన్నిటినీ తిలకిస్తూ పులకించిపోతోంది. నన్నెక అద్భుత చిత్రరూపముగా భావించి గుండెలకు హత్తుకుని తన్మయత్వంతో ఊగిపోతోంది.

అమ్మ ఒక్కసారిగా వారందరినీ చూసి లోనికి రమ్మంటూ మెరిసే తన కళ్ళతో ఆహ్వానించింది. వారంతా అమ్మ ముందు నేల మీదనే కూర్చుని అమ్మనే చూస్తున్నారు.

'నా బిడ్డను చూసారుగా! ఇంత గొప్ప చిత్రరువును ఏ చిత్రకారుడైనా గీయగలడా! ఈ పలుకులలో రాగాలెవిటో ఎవరైనా కనిపెట్టగలరా. ఈ

అనన్య సామాన్యమైన నాట్యకేళితో ఎవరైనా పోటిపడగలరా! బిడ్డను చూసి ఉప్పొంగే అమ్మ హృదయానికి అంతకు మించిన ఆనందాన్ని ఎవరైనా పంచి ఇవ్వగలరా! బిడ్డకు మించిన అందమైన లోకాన్ని మీలో ఎవరైనా కానుకగా ఇవ్వగలరా!

పాటపాడే కోయిలలను వీడు పట్టుకు రాగలడు. ఏటిలోని అలలను నా కంటి ముందు నాట్యమాడించగలడు. నీటి మీద తెమ్మెరలను తెచ్చి అమ్మ అలసట తీర్చగలడు. కళ్ళ ముందు కదలాడుతూ కంటి నుండి నిదురను తరిమికొట్టగలడు. గుండె లయలతో జతకట్టి ఆటలాడగలడు. నిరంతరమూ నాతోనే వుంటూ నాకు వసంతాలు పంచగలడు'.

అమ్మ దృష్టి వారి నుండి తిరిగి తన బిడ్డ వైపు మరలింది. తన బిడ్డతో పాటు ఆనంద వనాలలో విహరించసాగింది.

వారంతా చాలాసేపు మౌనంగా వుండిపోయారు. 'మా అమ్మ కూడా నాతో ఇలానే ఆడుకునేదేమో!' 'అమ్మలందరూ అంతేనేమో!!'

అవునవునని తలలూపుకుంటూ తమ తమ నెలవులకు మరలి వెళ్ళిపోయారు వారంతా.

అమ్మ లాంటి ప్రేమ కోసం

ఉదయమే ఎవరో తలుపు తట్టారు. తలుపు తెరచి చూసాను. ఎదురుగా ఒక లతాంగి నిలబడి వుంది. పూల తీగవలె అపురూప సౌందర్యంతో ఊగిపోతూ వుంది. లేత తమలపాకు వంటి లేఖనొక దానిని నా చేతికి అందించింది.

'ఏవిటిది'.

'ప్రేమలేఖ' అంటూ వీణ తీగవోలె ధ్వనించింది. జవాబు కోసం ఎదురు చూస్తుంటాను అంటూ మెరుపు తీగవోలె మెలికలు తిరుగుతూ వెనుతిరిగి పోయింది.

లేఖను తెరచి చూసాను. దానిలో ఆమె మనసు పరచిపెట్టింది. ఆమె మనసు లోతుల్లోకి వెళ్ళి కళ్ళు విప్పార్చి చూస్తున్నాను. గ్రీష్మ తాపాలు తనను దహించి వేస్తున్నాయంది. నా చల్లని చూపులతో సేదతీర్చమంది. మన్మధుని శరముల వంటి వర్షపు చినుకులు తన తనువంతా గాయాలు చేస్తున్నాయంది. నీ పంచన తలదాచుకుంటా, నీవు గొడుగువై నాకు నీడ కల్పిస్తావా అంది. హేమంత వీచికలు తనువును కలవరపరుస్తున్నాయి, నీ వెచ్చని ఊపిరితో చలి కాచుకోనిస్తావా అంది. నా జీవితమంతా నాలో వసంత కాంతులు నింపి నన్ను మురిపింపచేస్తావా అంటూ వేడుకొంది.

ఆ లేఖను భద్రపరుద్దామని నా గదిలోనికి వెళ్ళాను. మరి మా సంగతి ఏం చేసావంటూ వందల సంఖ్యలో ప్రేమ లేఖలు రెపరెపలాడుతూ ప్రశ్నిస్తున్నాయి.

ఆ లేఖలతో ఈ లేఖను జతపరచడం తప్ప ఏమీ చేయలేక మౌనంగా కూర్చుండిపోయాను.

ఇంత మంది సుందరాంగులు ఒకరొకరుగా లేఖాస్త్రాలు సంధిస్తూ వుంటే ఎలా! వారంతా సుందరాంగులే, సరే, వారి మనసుల సంగతేంటి! వారి మనసులు ప్రేమ ధారలు కురిపిస్తున్నాయి, సరే అంతరాంతరాలలో ఆ మనసుల తీరు ఏంటి! వారంతా పరిపూర్ణ ప్రేమమూర్తులేనా! వారంతా నన్ను వలచిన వారా, నా ఎదను వలచినవారా! పలురకాల సందేహాలు నన్ను ఒక చోట కూర్చోకుండా తరమసాగాయి. ప్రేమలేఖలు రెపరెపల శబ్దాలు చేస్తూ 'బదులు చెప్పు, బదులు చెప్పు' అంటూ వేధిస్తున్నాయి.

స్థిరంగా కూర్చోలేక బయటకు పరుగు తీసాను. ఎక్కడికి పారిపోతున్నావంటూ వారంతా నన్ను చుట్టుముట్టారు.

'మీరంతా నన్ను ప్రేమించిన వారేనా?'

'ఓ...'

'నా ఎదలోతులు తరచి చూసిన వారేనా?'

'ఓ....'

'నా వద్ద వున్న ధనాన్ని, సంపదను పేదవారికి పంచి యిచ్చేస్తా. ఒక్కడినే నిలబడి వుంటా. సరిక్రొత్త జీవితాన్ని నాతో పాటుగా

ప్రారంభించాలనుకునే వారు నాతో రండి' అంటూ ముందుకు సాగాను. వారిలో కొందరు ఆగిపోయారు.

'నాకున్న వాహనాలను ధ్వంసం చేస్తా. నాతో పాటు కాలినడకన ప్రయాణం చెయ్యడానికి సిద్ధమైన వారు నాతో రండి' అంటూ ముందుకు సాగాను. మరికొంత మంది ఆగిపోయారు.

'ప్రతి సాయంత్రం అలసి సొలసి నీరసించి ఆకలితో ఇంటికి వస్తుంటా. కేవలం శృంగారం కోసం కాకుండా నా ఆకలి తీర్చి తమ ఒడిలో విశ్రాంతినిచ్చి సేదతీర్చడానికి సిద్ధమైనవారు నాతో రండి' అంటూ మరింత ముందుకు సాగాను. మరికొంత మంది ఆగిపోయారు.

'నా జీవన యాత్రలో వెన్నెల వెలుగుల కన్నా చీకటి రహదారులు ఎక్కువ. నా దారిలో వెన్నెల పూలు చల్లి నా సుఖాన్ని కోరుతూ సహగమనం సాగించగల సహనమూర్తులు నాతో రండి' అంటూ నా నడక కొనసాగించాను. వెను తిరిగి చూస్తే నాతో నడచేవారెవరూ లేరక్కడ.

ఒంటరిగా నిలబడి అక్కడెక్కడో ఆగిపోయిన వారి ఒంక చూస్తున్నాను. వారందరి కనుబొమలు ముడిపడి వున్నాయి. నడుములపై చేతులు వేసుకుని ఎర్రబారిన కళ్ళతో నన్నే చూస్తున్నారు. వారికి క్రొత్తగా అవమానం జరిగినట్టుగా చలించిపోతున్నారు. నన్ను చూసి వారంతా ముక్తకంతంతో ఒక్క అరుపు అరిచారు.

'ప్రేమంటే అది కాదు. ఒకరికొకరు ఆకర్షితులం కావడం. ప్రేమ సాగరంలో నిండుగా మునిగిపోవడం. ఒకరి కౌగిలిలో ఒకరు కరిగిపోవడం. ఒకరి ఊపిరితో ఒకరిని దహించుకోవడం. ఒకరినొకరు కవ్విస్తూ క్రీడించుకోవడం.

ఏకాంతంగా ఇరువురూ కలసి రమించుకోవడం. ఇవన్నీ తెలుసా నీకు? ఏమీ తెలియని జడునివా నీవు? అసలు మగాడివేనా నీవు? వలచి పైటడుతుంటే బికారిలా మాట్లాడుతున్నావే! అరవైలో వేసుకోవలసిన ముసుగులు ఇరవైలో వేసుకు తిరుగుతున్నావు. ఏమీ లేని బిచ్చగానిని ప్రేమించడానికి మేమంతా కామంతో రగిలిపోతున్న పిశాచాలమనుకున్నావా?' అంటూ మాటల తూటాలతో గాయపరచాలని దాడి చేసారు.

'అవును, నేను బిచ్చగాడినే. ఒక పరిపూర్ణమైన స్త్రీని జీవితానికి తోడుగా ఆశించే బిచ్చగాడిని. అమ్మ నాకెన్నో వరాలిచ్చి నన్ను పెంచి పెద్ద చేసి ఈ సమాజంలో నిలబెట్టింది. అమ్మ ఇవ్వలేని ఎన్నో అద్భుతమైన వరాలు మీ నుండి ఆశించిన బిచ్చగాడిని నేను. కళ్ళతో కాకుండా మనసుతో ప్రేమించే స్త్రీ నాకు కావాలి. నాకు ఏమి కావాలో ముందుగానే గ్రహించి నాకు సేవలు అందించే అమ్మలాంటి స్త్రీ కావాలి. కష్టాలలో నా చేయి విడువకుండా నాకు ధైర్యాన్నిచ్చి ప్రేమతో నా గుండెలు తట్టి నన్ను నడిపించే తోడు కావాలి. నాకు ఎంత సంపద వుందో కాకుండా నాకు ఎంత ఆకలిగా వుందో గ్రహించి నన్ను ఆదుకునే కరుణామూర్తి కావాలి. నా తప్పులు మన్నించి క్షమాగుణాన్ని నాపై ధారలుగా కురిపించే సహనమూర్తి కావాలి. అమ్మ నా జీవితానికి కమ్మదనాన్ని ఇచ్చింది. జీవితంలోని తీపి రుచులను చూపించి నన్ను అలరించే అమృతమూర్తి నాకు కావాలి.

నేను స్త్రీ విషయంలో అంకితభావంతో జీవిస్తూ ఆమెను గౌరవిస్తూ మహారాణిలా గుండెలలో కొలువిచ్చి ఆరాధిస్తాను. నన్ను కూడా అలా

చూడగలిగే వారు నాకోసం రండి. నేను అటువంటి స్త్రీమూర్తి కోసం నిరీక్షిస్తూ వుంటాను. అటువంటి మూర్తి కోసం నా హృదయ కవాటాలను తెరచి వుంచి వెళ్తున్నా. ఆశతో వెళ్తున్నా. అవును నేనొక ఆశలు నిండిన బిచ్చగాడిని'

నేను ముందుకు సాగుతున్నాను. వారంతా క్రమక్రమంగా నాకు దూరమవుతూ వున్నారు.

నోసట చూసిన సత్యం

'ఈ సంగతి విన్నావా?' అంటూ పలుకరించాడు నా సన్నిహిత మిత్రుడొకడు. ఏ సంగతి! అన్నట్టుగా చూసాను. 'మనకు అత్యంత సమీపములోనే జ్యోతిష శాస్త్రవేత్తల సమ్మేళనము జరుగుతోందట. నలుమూలల నుండి ఉద్దండులంతా వచ్చారట. జ్యోతిషము నెరిగినవారు, హస్త సాముద్రికము తెలిసినవారు, సంఖ్యాశాస్త్ర నిపుణులు ఎంతో మంది ఆ సభలో కొలువు తీరి వున్నారట. మనం నడిచే తీరును బట్టి, మన ముఖ కవళికలను బట్టి మన భవిష్యత్తును ముందుగానే చెప్పగలరట. వారిని కలవడానికి నాకు ప్రత్యేకమైన సిఫార్సు వుంది. నాతో రా!' అంటూ బలవంతం చేసాడు నా మిత్రుడు.

'మన భవిష్యత్తును వారు నిర్ణయించడమేవిటి! మన విధి, మనం కదా నిర్ణయించుకోవలసింది!' నా సందేహం అతనికి అర్థమయింది. 'త్వరగా రా! అయినా ఇప్పటికే బారులు తీరి వుంటారు జనం' అంటూ నా చేయిపట్టి బలవంతంగా తీసుకుపోయాడు.

మేమక్కడికి చేరుకునే సరికి నిజంగానే అక్కడ జనం కిటకిటలాడుతున్నారు. 'ఇంత మంది తమ భవిష్యత్ అర్థంకాక సతమతమవుతున్నారా! ఎవరో చూపించిన మార్గంలో నడచిపోవడానికి సిద్ధంగా వున్నారా!' నాలో కుతూహలం రెట్టింపయ్యింది. నా మిత్రుని పలుకుబడి వలన మాకు రాజమార్గంలో లోనికి ప్రవేశం లభించింది.

నా మిత్రుని చేయిచూచి కొందరు, అతని ముఖం చూసి కొందరు అతని పేరులోని అక్షరాలను బట్టి కొందరు పుట్టిన తేదీని బట్టి కొందరు రకరకాల విశ్లేషణలను చేసారు. అతని భవిష్యత్ను సూచిస్తూ అయిదారు మార్గాలను ప్రతిపాదించారు. నా మిత్రునిలో అయోమయం చోటు చేసుకుంది. 'దీనిలో ఏది ఉత్తమమైన దారి?' అని అడిగాడు. నేను చెప్పిందంటే, నేను చెప్పిదంటూ వారిలో వారు చాలా సేపు వాదులాడుకున్నారు. 'నీ యిష్టం నాయనా, ఏదైనా మంచిదే' అంటూ ముగించి నా మిత్రుని అయోమయాన్ని ద్విగుణం చేసారు.

నా భవిష్యత్ చెప్తామన్నారు. నేను వద్దన్నాను. నా భవితకు నేను పూలబాటలు వేసుకుంటానన్నాను. 'మీరు మీ భవిష్యత్ గురించి చింతించండి. ఎందుకు ఈ వ్యర్ధ కాలక్షేపాలు' అంటూ అక్కడ్నుంచి లేచాను.

వారికి పట్టరాని ఆగ్రహం వచ్చింది. అందరి మధ్య వారికి తీరని అవమానంగా తోచింది. నన్ను కదలనివ్వకుండా చుట్టుముట్టారు. నీవు నీ జాతకాన్ని చూపించుకునే ఇక్కడ్నుంచి కదలగలవంటూ హుకుం చేసారు. నీ భవిష్యత్ నిర్ణయించనిదే మేమీ ఊరు వదలిపోమన్నారు. శాస్త్రాన్ని బొపోసిన పట్టిన మమ్మల్నే ధిక్కరిస్తావా అంటూ కళ్ళెర్రజేసారు.

అతికష్టం మీద వారి మధ్య నుండి తప్పించుకుని బయటకు వచ్చాను. వారంతా కూడా సభాస్థలిని వదలి నా వెంటపడ్డారు. ఎక్కడికి పోతావు అంటూ నన్ను పట్టుకోవడానికి పరుగుతీసారు. నేను వారికన్నా వేగంగా పరుగులు తీసాను.

'అమ్మా, అమ్మ!' అంటూ అమ్మను చేరుకున్నాను. అమ్మ నాకొక రక్షణ కవచంలా అడ్డు నిలచి కాపుకాసింది.

వారంతా అమ్మను చూసి బిక్కచచ్చిపోయారు. అవాక్కయి నిలుచుండిపోయారు. మాటరాక మౌనంగా వుండిపోయారు. అక్కడంతా నిశ్శబ్దం చోటు చేసుకుంది. పరుగులు తీసి తీసి ఆయాస పడుతున్న నా ఊపిరి శబ్దం తప్ప మరేమీ అక్కడ వినబడటం లేదు.

అమ్మ మాత్రం ఒక చేత్తో నన్ను ఒదిమి పట్టుకుని వారందరి వంకా చిరునవ్వులు చిందిస్తూ ప్రశాంతంగా చూస్తూ నిలుచుని వుంది. వారంతా అమ్మ ముఖాన్నే ఏకాగ్రతతో చూస్తూ వుండిపోయారు. అమ్మ చిరునవ్వులో మాత్రం ఏ మార్పూ లేదు.

'ఆమె ముఖం చూసారా ఎలా ప్రకాశిస్తోందో! ఎలాంటి చింతలూ లేవు. ఎలాంటి అవలక్షణాలూ లేవు. ఇలాంటి అద్భుతమైన ముఖాన్ని నేనయితే ఇదివరలో ఎన్నడూ చూడలేదు.'

'ముఖ్యంగా ఆ ముఖము యొక్క విశాలతను చూడండి. గంభీరమైన ఆకాశంలా కనిపించడం లేదూ! ఆ గుండ్రటి కళ్ళు సూర్యచంద్రుల్లా అనిపించడం లేదూ! ఆ కనుబొమల తీరు ఇంద్ర ధనస్సులా వుంది. ముంగురులు ఆమె నొసటిపై లలిత నాట్యం చెయ్యడం లేదూ!'

'అద్భుతం! వెన్నెల కాంతులు వెదజల్లుతున్న ఆ సువిశాలమైన లలాట భాగాన్ని చూడండి. వికసించిన కమలంలా విరబూసి మురిపిస్తోంది'.

'ఎంతటి ఆత్మస్థైర్యము, ఎంతటి పరిపూర్ణ తృప్తి, ఎంతటి తొణకని ఆనందము ఆమె ముఖంలో కనిపిస్తున్నాయి!'

'ఆమె బిడ్డ భవిష్యత్ ఆమె ముఖంలో కనిపిస్తోంది. అతని తలరాత ఆమె నొసట కనిపిస్తోంది. బిడ్డను ఒదిమి పట్టిన ఆమె చేతులు చూడండి, అతనిలో ఎంతటి ధైర్యాన్ని భద్రపరుస్తున్నాయో.'

'ఆమె నిలబడిన తీరు చూసారా? ఎంత దృఢంగా వుందో! అది తన బిడ్డ భవితకు పునాదిలా అనిపించడం లేదూ!'

'అవును, ఇటువంటి తల్లుల తోడు వుంటే వారి బిడ్డల పుట్టిన తేదీలతోనూ, పేరులోని అక్షరాలతోనూ, చేతిలోని రేఖలతోనూ పనేముంది? తల్లి మాత్రమే తన బిడ్డ జాతకాన్ని మార్చగలదు, తీర్చిదిద్దగలదు'.

'శాస్త్రాలను పట్టుకుని వ్రేలాడుతున్న మనందరి కన్నా తల్లిని ఆశ్రయించి జీవించే బిడ్డ ఎంతో ధన్యుడు. ఇతగాడు మనల్ని ధిక్కరించాడు. మనల్ని వెంటాడేలా చేసాడు. మనకి సత్యాన్ని దర్శింప చేసాడు. ఈ రోజున మనమూ ధన్యులమయ్యాము.'

'అతనొక తాత్త్వికుడు. మీ భవిత గురించి చింతించండి అని చెప్పనే చెప్పాడు. దానికి మార్గాన్ని కూడా చూపించాడు. పదండి, పదండి. మనమూ మన తల్లులను ఆశ్రయించి తరిద్దాం'

అంటూ వారంతా అక్కడ్నుంచి కదలి వెళ్ళిపోయారు. అమ్మ ముఖాన్నే తనివి తీరని ఆనందంతో చూస్తున్న నన్ను మరింతగా ఒదిమి పట్టుకుని తన దరికి తీసుకుంది అమ్మ.

నా మార్గదర్శి

నా జీవనయానంలో అనేకానేక ఘట్టాలు చోటు చేసుకుని క్రొత్త క్రొత్త పాఠాలను బోధిస్తూ వచ్చాయి. నిరంతర విద్యార్థినై చేసిన నా ప్రతి ప్రయాణమూ నా జ్ఞానాన్ని ఇనుమడింప చేస్తూ వచ్చింది. లోకమంతా నాకు గురువై బోధించింది. నా జ్ఞానానికి మూలాలను గుర్తు చేస్తూ వచ్చింది.

ఒక రోజు మా పూలతోటలో ఒంటరిగా కూర్చుని ప్రకృతి అందాలను ఆస్వాదిస్తున్నాను. భగవంతుని శిల్పచాతుర్యానికి అబ్బురపడుతూ ఆనందిస్తున్న ఆ సమయంలో ఉన్నట్టుండి ఒక పక్షి చెట్టు కొమ్మ మీది నుండి నేల మీద పడింది. పరుగు పరుగున పోయి ఆ పక్షిని దగ్గరకు తీసుకుని మృదువుగా నిమురుతూ వచ్చాను. అది కృతజ్ఞతలు చెబుతున్నట్టుగా నా వంక చూసింది. గాయపడి ఎగురలేని స్థితిలో వున్న ఆ పక్షి నా హృదయాన్ని ద్రవింపచేసింది. కన్నీరు అపారముగా ప్రవించింది. అది కొద్ది క్షణాలపాటు సేద తీరింది. నెమ్మదిగా తేరుకుంది. రెక్కలు రెపరెపలాడిస్తూ గాలిలోకి ఎగిరిపోయింది.

నా హృదయం ఎందుకు ఇంతగా స్పందించింది! ఎందుకని ద్రవించింది! ఒక చోట కూర్చుని వున్న నన్ను ఆ మూగజీవి వైపు పరుగు తీయించింది ఎవరు? ఎంతో దృఢచిత్తముతో ఒడిదుడుకులను ఎదుర్కొంటూ వచ్చిన నన్ను కరిగించిన ఆ శక్తి ఎవరు? ఇదేనా కరుణారసమంటే! ఇదేనా

భగవంతుని సొత్తుగా పిలువబడేది! ఇంతటి కరుణా హృదయాన్ని నాకు ప్రసాదించింది ఎవరు? ఏమో నాకు తెలియదు, కాని, ఈ అనుభవం నాలోని మరోక మనిషిని నా ఎదుట నిలిచేలా చేసింది.

అదే రసానుభూతిని పదే పదే తలచుకుంటూ ముందుకు సాగాను. అనేకానేక అనుభవాలు నాకు జీవితసారాన్ని విశదీకరిస్తూ వచ్చాయి. మనిషి మనుగడకు ఈ లోకం ఎంతగా అవుసరమో అతడొక పరిపూర్ణమైన వ్యక్తిగా వికసించడానికి జీవితంలో ఎదురయ్యే ప్రతి సంఘటనా కూడా అంతే అవుసరం. 'ప్రపంచం పాఠ్యపుస్తకాలు అవుసరం లేని విశాలమైన పాఠశాల.' దీనిలో ఉత్తీర్ణత అనేది వుండదు. చివరి శ్వాస వరకూ లోకాన్ని చదువుతూనే వుండాలి.

ఇంత వరకూ నా జీవితం పరిపూర్ణమైన సంతృప్తితో ఆనందమయంగా సాగుతూ వచ్చింది. నిస్సహాయులకు చేయూత నీయగలిగాను. ఆకలితో డొక్కలెండిన బడుగుల ఆకలి తీర్చగలిగాను. ధర్మాధర్మములను విడదీసి వివరించి నా సహచరులందరినీ నాతో పాటు ధర్మమార్గములో నడిపించగలిగాను. ధైర్య సాహసాలే ఊపిరిగా అన్యాయాలను అణగద్రొక్కుతూ న్యాయ పతాకాలను నింగి అంచుల దాకా ఎగురవేయగలిగాను. గుండెల నిండుగా ప్రేమామృతాన్ని నింపుకుని ఎదురైన ప్రతి జీవిపైనా దానిని చిలకరిస్తూ వారి నుండి ప్రేమను పొందగలిగాను. మానవత్వము నిండిన మనీషిగా వర్ధిల్లగలిగాను. నిరంతరమూ ఆనందమయ లోకంలో విహరిస్తూ నాకు నేనే ఒక అందమైన వసంత వనాన్ని రూపొందించుకుని గెంతుతూ, ఎగురుతూ, నాట్యమాడుతూ పులకించిపోయాను.

అధర్మం, అన్యాయం, నిర్దయ, కాఠిన్యం, ఈర్ష్య, ద్వేషం, అసూయ ఇలాంటి అనేకానేక దుష్టశక్తులు నాపై సమరాన్ని చేస్తూ నన్ను ఆక్రమించుకోవాలని, నన్నొక మృగముగా మార్చేయాలని అనేకానేక పర్యాయాలు ప్రయత్నాలు చేసి పరాజయాన్ని చవిచూసాయి. ఇప్పటికీ అవి మారు వేషాలతో వచ్చి నన్ను ముట్టడించాలని చూస్తుంటాయి. నా దరికి చేరలేక శక్తి హీనతతో కూలబడి పోతుంటాయి.

ఒక రోజున నాలో క్రొత్త సందేహం చెలరేగింది. అవన్నీ చాలా శక్తివంతమైన దుష్టశక్తులు కదా! బలమైన ఆసురీ గుణాలు కదా! వాటిని త్రిప్పి కొట్టగలిగే దృఢచిత్తము నాకెక్కడ్నుంచి వచ్చింది! నాకు ఎవరూ నేర్పలేదే! ఎవరూ బోధించలేదే! ఇదంతా నా గొప్పతనమేనా! నాలో ఈ విచక్షణా జ్ఞానాన్ని ఒక బీజముగా నాటి, పెంచి, పోషించి ఒక మహావృక్షముగా విస్తరింప చేసింది ఎవరు? ఎవరు?

ఆలోచించి ఆలోచించి అలసిపోయాను. అలసి అలసి కళ్ళు వాలిపోయాయి. కళ్ళ ముందు అమ్మ రూపు ప్రత్యక్షమయ్యింది. నిగనిగలాడే నల్లని కురులతో చిన్ననాటి అమ్మ నిండు చందమామలా దర్శనమిచ్చింది. పున్నమి వెన్నెలలా నవ్వుతూ అమ్మ నన్నే చూస్తోంది.

ఆమె జుట్టు రెండు పాయలుగా విడిపోయి వుంది. చిన్నప్పటిలాగే సన్నని పాపిట తీసిన నల్లని జుట్టు అది. చిన్నప్పుడు అమ్మని ఎన్నోసార్లు అడిగేవాడిని ఎందుకమ్మా జుట్టును అలా పాయలుగా విడదీస్తావని. అందరి స్త్రీలవలె కలిపి దువ్వుకోమని చెప్పేవాడిని. చిరునవ్వుతోనే నా విన్నపాన్ని తిరస్కరించేది అమ్మ.

ఆమె పాపిట సాగి సాగి తల మధ్యలో ఒక బిందువు వద్ద ఆగి వుంది. నల్లని కురుల మధ్య ఒంపులు లేని బంగారు తీగలా అమ్మ పాపిట దర్శనమిచ్చింది.

నెమ్మది నెమ్మదిగా నా అజ్ఞానము అస్తమించి జ్ఞానోదయం కాసాగింది. సత్యం అవగతమయి నా సందేహాల మంచుతెరలు కరగిపోయాయి.

సత్యాసత్యాలను, ధర్మాధర్మాలను, న్యాయాన్యాయాలను, దయ నిర్దయలను, కరుణ ' కాఠిన్యాలను, త్యాగాన్ని ' స్వార్థాన్ని, ప్రేమ ' ద్వేషాలను విడదీస్తూ నా భవితకు పూలదారి పరచిన అద్భుత సూచికగా అమ్మ పాపిట నాకు దర్శనమిచ్చింది. ఆ పూటాట సాగి సాగి పరమానందమనే కేంద్ర బిందువు వద్ద ఆగి వుంది.

లోకానికి ఎంత మంది గురువులు వున్నా నాకు మాత్రం చిన్నతనము నాడే జ్ఞానానికి, అజ్ఞానానికి భేదాన్ని చెప్పకనే చెప్పిన ఆది గురువు అమ్మ. జీవితంలో అడుగడుగునా విచక్షణతో ముందుకు సాగితే పరమానంద కేళిలో తేలియాడ వచ్చునని తెలియజెప్పిన అద్భుతమూర్తి అమ్మ.

అందాల ప్రతిబింబాలు

ఆకాశం మేఘావృతమై వుంది. నల్లని మబ్బులు కదులుతుంటే గండు కోయిలలు గుంపులుగా ఎగురుతున్నట్టుంది. తనకిష్టమైన నేలను పలుకరిస్తూ మేఘాలన్నీ గాలి మాటలాడుతున్నాయి. మెల్లమెల్లగా గాలి ఉధృతం పెరుగుతోంది. బయట నిలబడి ఆ చల్లదనాన్ని ఆస్వాదిస్తున్న నేను లోనికి వచ్చి నా గదిలో కూర్చున్నాను. పవన వీచికలు గదిలోనికి ప్రవేశించి చక్కిలిగిలి పెడుతున్నాయి.

గతంలో ఎంతో మంది సుందరాంగులు తమ అందమైన హృదయాలతో లిఖించి, తమ కోమలమైన హస్తాలతో నాకు అందించిన ప్రేమలేఖలు గాలికి రెపరెపలాడుతూ నా దృష్టిని తమ వైపుకి ఆకర్షించాయి. అందమైన ఆ చల్లని వాతావరణంలో ఎందుకో మనసు ఉల్లాసంగా నాట్యమాడసాగింది. ఆ ప్రేమ లేఖలు ఒడిలో వుంచుకుని ఒకటొకటిగా చదవటం మొదలుపెట్టాను.

ఇంతకు ముందు ఆ లేఖలను ఎన్నోసార్లు పదే పదే చదువుకుంటూ వచ్చాను. ఎప్పటికప్పుడు క్రొత్తగా అనిపించడం ఆ లేఖలలోని విశేషము. సౌందర్య సంపదతో వికసించి పరిమళించే కోమలాంగుల అందచందాలను ఆమూలాగ్రముగా వర్ణించిన కవులను గురించి విన్నాను. ఒక పురుషుడ్ని ఇంత గొప్ప కవితా దృష్టితో చేసిన వర్ణనలను చదివి చదివి పరవశిస్తూ వచ్చాను.

రింగులు తిరిగి గాలికి అటు యిటు ఊగిసలాడే నా కేశములతో ఆటలాడాలని ముచ్చట పడుతున్నవారు, నా కళ్ళల్లో వారి ప్రతిబింబాలను చూసుకు మురిసిపోవాలని కలలు కంటున్నవారు, నా అధరాలపై తమ అధరాలను ఒత్తి మధుకేళి సాగించి అలసిపోవాలనుకుంటున్నవారు, నా గొంతు పలికే మధురగానం తమ చెవులలో నింపుకుని సేదతీరుతూ నిదురలోకి జారుకోవాలను కుంటున్నవారు, నా మగసిరి ఎదపై తమ తలలను వాల్చి నా ఎదసడి వింటూ నాట్యమాడాలని కొందరు, మృగరాజు నడుములా తీవిగా నిలబడి వున్న నా నడుము చుట్టూ తమ చేతులు బిగించి నన్ను వశం చేసుకోవాలని కొందరు, నా చేతులు తమ తనువుల పై చేరి తమ అందాలతో జతకట్టి సంగీత నృత్యకేళీ విహారాన్ని సాగించాలని కొందరు, తమ ఊపిరి ఆగేవరకూ నా అడుగులలో అడుగులు వేస్తూ నాతో పాటు నడక సాగించాలని కొందరు ' ఇలా పరిపరి విధాల తమ మనోభావాలను నాపై చిలికించి అతిశయంతో నన్ను పరవశింప చేసారు.

నిలువుటద్దం ముందు నిలబడి నన్ను నేను చూసుకున్నాను. ఆ సుందరాంగులు అసత్యమాడలే దనిపించింది. లేదు లేదు, వారి వర్ణనలు మించిన సౌందర్యం నాలో వుందనిపించింది. నా రూపును నేను అతిశయించిన గర్వంతో చూసుకున్నాను. ధీరోదాత్తుడని, ధీరలలితుడని కావ్యాలలో కవులు వర్ణించిన కథానాయకులందరూ నా ముందు మొకరిల్లవలసిందే అని నమ్మాను. అందుకే లెఖికు మించిన లతాంగులంతా నా కోసం నా వెంట పరుగులు తీస్తున్నారు. సిగ్గుపడి తమ తమ మనసులను నా ముందు పరచి నా రాకకోసం ఎదురు చూస్తున్నారు. 'నిజమే శృంగార మెరిగిన మన్మధుడంటే నేనే' అని మురిసిపోతూ మంచి మీద పడుకున్నాను. బయట నుండి చల్లటిగాలి నాకు జోలపాడి

నిదురపుచ్చింది. అందమైన కలలు కంటూ ఆ రాత్రంతా సంపూర్ణముగా నిదురపోయాను.

సూర్యోదయమయింది. సూర్యుని పెచ్చని కిరణాలు నన్ను తట్టిలేపాయి. కిటికీలో నుండి బయటకు చూసాను. ఆకాశం నిర్మలంగా వుంది. 'అరె! ఈ మబ్బులెక్కడికి పోయాయి! రాత్రంతా నన్ను అలరించిన చల్లని పవన వీచికలు ఎవరి సేవ కోసం పరుగులు తీసాయి! అయ్యో! నా ప్రేమలేఖలేమయ్యాయి!' అనుకుంటూ చుట్టూ చూసాను. ఏవీ ఎక్కడికి పోలేదు. అన్నీ వాటి స్థానాలలో పదిలంగా వున్నాయి.

లేచి అద్దంలో చూసుకున్నాను. నా అందానికి మురిసిపోయాను. నన్ను నేనే ముద్దు పెట్టుకున్నాను. నడుముపైన చేతులు వేసుకుని రీవిగా నిలబడ్డాను. మెలి తిరిగిన సన్నని మీసాలను సవరించుకున్నాను. నన్ను నేనే ఆస్వాదించుకుంటూ కొన్ని క్షణాలు గడిపాను. అద్దం ముందు కదలలేక కదులుతూ మరింత అందంగా ముస్తాబై. గండు తుమ్మెదలా ఎగురుకుంటూ బయటకు దారి తీసాను.

మా యింటి ఆవరణలోనే మా వాడలోని ఆడువారంతా కూర్చుని ముచ్చటలాడుకుంటున్నారు. పది మంది ఆడువారు ఒక చోట చేరితే ఏం మాట్లాడుకుంటారో అవే కబుర్లక్కడ కూడా సాగుతున్నాయి. వారందరి మధ్యలో అమ్మ కూర్చుని వుంది. పద్మ సరోవరంలో వికసించిన పద్మములా వుంది అమ్మ. నెమ్మదిగా వారందరి దృష్టి ప్రాపంచిక విషయాల నుండి అమ్మను వర్ణించడం వైపు మరలింది. అమ్మను పొగుడుతుంటే బిడ్డకూ ఆనందమే కదా! నేనూ వారగా నిలబడి వారి మాటలు వింటున్నాను.

వారంతా ముక్తకంఠంతో అమ్మ సౌందర్యాన్ని నఖశిఖ పర్యంతము వర్ణన చేయడం మొదలుపెట్టారు. నిగనిగలాడే నల్లని కురులు, మన్మథ బాణంలాంటి అమ్మ కనుబొమలు, వెలుగులు విరజిమ్మే అందమైన కళ్ళు. సంపంగి మొగ్గలా ఒంపు తిరిగిన ముక్కు, దొండపండు వంటి పెదవులు, దానిమ్మ గింజల్లా వరుస కూర్చబడిన దంతాలు ` యిలా అంగాంగ వర్ణన చేసి చేసి మన వాడకు నీవే సౌందర్యరాశివి, నిన్ను మించిన సౌందర్యం మరెవరికీ లేదని తీర్మానించారు.

అమ్మ తన తల అడ్డంగా త్రిప్పింది. 'నా అందాన్ని మించిన అందం నా బిడ్డది. మీమీ ఇండ్లకు పోయి చూడండి, మీ బిడ్డలలో మిమ్మల్ని మించిన సౌందర్యం కనిపిస్తుంది' అంది. మా అమ్మ కూడా నా సౌందర్యాన్ని మెచ్చుకోవడంతో సిగ్గుతో మెలికలు తిరిగాను. నేను అందగాడినన్న గర్వం నాలో రెట్టింపయ్యింది.

'నీవు అలా అంటున్నావు కాని, నీ బిడ్డలో ప్రతిబింబించే అణువణువూ నీ సౌందర్యమేగా! నీవే లేకపోతే నీ బిడ్డకు ఆ రూపు ఎక్కడిది? ఆ సొగసు లెక్కడివి?'

నాకు క్రొత్తగా అవమానంగా అనిపించింది. ఇంట్లోకి పరుగు తీసాను. అద్దం ముందు నిలబడి, 'నేను అందగాడిని కానా? ఈ అందం నాది కాదా?' అని నన్ను నేను ప్రశ్నించుకున్నాను.

ఆశ్చర్యం!! అద్దంలో నా రూపు మాయమై అమ్మ రూపు కనిపించింది. 'ఎంతటి మిడిసిపాటు నాది! నాలో వున్నది అమ్మ రూపే కదా! 'నేను ఒక అందమైన అజ్ఞానిని' అని అర్థమయ్యింది.

నన్ను నేను తెలుసుకున్నాను. పరుగు పరుగున అమ్మ చెంతకు చేరాను. మరింత విస్మయానికి గురయ్యాను. అమ్మలో నేను కనిపిస్తున్నాను. తన్మయత్వంతో అమ్మను చూస్తూ వుండిపోయాను. తల్లీబిడ్డలు ఒకరికొకరు ప్రతి రూపాలని అర్థమయ్యింది. ఆ క్షణం నుండీ అమ్మ సౌందర్యాన్ని ఆరాధించే ఒక అపురూప పుష్పాన్ని నిత్యమూ అమ్మ పాదాలను పూజిస్తూ వచ్చాను. అందుకే ఈనాటికీ నేను అందగాడిలా లెక్కించబడుతున్నాను.

కారు చీకట్లో కాంతిపుంజం

కాలమానంలో పగలు, రేయి సమానమంటారు. ప్రకృతి నియమముల ప్రకారము ఇది సత్యమే. కానీ మనిషి జీవన యానంలో మాత్రం ఇది అన్వయించలేమనిపించింది. పగటి వెలుగుల కన్న చీకటి ఎక్కువగా నిండినదే మానవ జీవనమనిపించింది. ఎటు పరుగు తీస్తున్నామో ఎరుగని అలసట తీరని పరుగులు, దేని కోసమో తెలియని విరామమెరుగని వేటలు. ఆశలు తీరక, కోరింది దక్కక అసంతృప్తి ఆవహించిన చీకటి రాత్రులే అన్నీ. విజయం దక్కిందని మురిసేలోగా మరో క్రొత్త కోరిక దట్టమైన చీకటిలా వచ్చి కమ్మేస్తోంది.

నేను నిరాశతో వున్నానని అమ్మకు తెలియకూడదు. కలవరపడుతుంది. మిత్రులకు చెప్పుకుందామని చూసాను. వారే నాకు ఎదురై నాకన్న ఎక్కువగా వారి వారి కష్టాలు ఏకరువు పెట్టడం మొదలుపెట్టారు. అందరూ ఆశలు కృంగిన వారేనా! అన్నీ వుండి, అవి చాలక కొందరు, ఏమీ లేక, ఏమీ చేయలేక కొందరు సాగించే జీవితాల పరమార్ధం ఏవిటి? జవాబు తెలియక ఎక్కడెక్కడికో తిరిగాను. ఎందరెందరినో అడిగాను. అవును, జీవిత పరమార్ధం ఏవిటంటూ ఎదురు ప్రశ్నలు వేయసాగారు.

అమ్మ ఒడిలో అన్నీ జవాబులే. జీవితబడిలో అన్నీ జవాబు తెలియని ప్రశ్నలే. నా అంతట నేనుగా సమాధాన పరచుకోవడానికవి సరిపోవని

గ్రహించాను. అమ్మ ఒడి మాత్రమే మనం చివరి వరకూ వీడకూడని తడి అని తెలిసింది. మరుక్షణమే అమ్మను ఆశ్రయించాను.

'జీవన వనంలో అన్నీ నల్లని పూలే వుంటాయా, నేను ఎటుసాగినా నన్ను వెక్కిరిస్తూ ఎదురవుతున్నాయి! జీవితంలో చీకటి చెలరేగిపోతోంది. సూర్యోదయాలు వుండవా? వెన్నెల పూలు ఎన్నటికీ స్వాగతించవా? అందరూ తమ వ్యధను కథలుగా చెటుతున్నారు. మనిషి జీవితంలో సుఖాల వీచికలు వుండవా? ఆనంద డోలికలు కానరావా? అమ్మా! నీకు అన్నీ తెలుసు. అందుకే నిన్ను ఆశ్రయించాను. జవాబు చెప్పవా!' అంటూ అమ్మ ముందు మొకరిల్లాను.

'నాతో పయనించు' అంటూ సాగిపోసాగింది అమ్మ. గంభీరమైన నదిలా సాగుతున్న అమ్మ చేయి పట్టి అడుగులు వేయసాగాను.

పట్టపగలు. ప్రపంచమంతా ప్రకాశించిపోతోంది. క్రొత్త క్రొత్త ఆశలతో అందరూ ఆత్రంగా పరుగులు తీస్తున్నారు. ఎంతగా వెలిగిపోతోంది లోకం! ఎప్పుడూ పగలే వుంటే ఎంత బాగుండును? దారులు కానరాని నిశిరాత్రులు మనకెందుకు?

ఒక పూలవనంలో ఆగింది అమ్మ.

'ఇక్కడ కూర్చుందామా?' అంది.

'ఇక్కడే కూర్చుండిపోదామా?' అంది.

బుద్ధిగా తల ఊపి అమ్మతో పాటు అక్కడే కూర్చున్నాను.

'అటు చూడు' అంటూ పగటి వెలుగుల్లో పసిడికాంతులు విరజిమ్ముతున్న ప్రొద్దు తిరుగుడు పూవును చూపించింది.

'ఆ పూవును చూస్తుంటే నీకు ఏమనిపిస్తోంది?'

'ఎప్పుడూ చూసేదే కదా! క్రొత్తగా ఏమీ అనిపించడం లేదు'.

'ఎప్పటి వలె చూడవద్దు. క్రొత్తగా చూడు'.

దానిని చూస్తూనే వున్నాను. సూర్యునితో పాటు దిక్కుల దృక్కులు మార్చుకుంటూ తూర్పు నుండి పడమటికి తల త్రిప్పుతూ వుందది. నాకేమీ వింతగా అనిపించలేదు.

అమ్మ ఏవేవో కబుర్లు చెటుతోంది, నా ప్రశ్నకు జవాబు తప్ప. చూస్తుండగానే సంధ్యా సమయమయ్యింది. సూర్యుడు పడమటింట వాలిపోయాడు. నిండు చంద్రుడు ప్రత్యక్షమయ్యాడు. వెన్నెల కాంతులతో నేల పరవశించి పోతోంది. సమీపాన వున్న ఒక కొలను వైపు సాగి, గట్టు మీద కూర్చుంది అమ్మ. అమ్మ ప్రక్కనే నేను.

అప్పటి వరకూ ముకుళించుకు పోయిన కలువలు చంద్రుని రాకతో ఒక్కసారిగా వికసించి కొలనుకు క్రొత్త అందాలు తెచ్చాయి.

'చూసావా?'

'చూసానమ్మా. కలువలు బాగున్నాయి. కలువలు నిండిన కొలను మరీ బాగుంది. నేను కోరుతున్నదీ అదేనమ్మా. మానవ జీవితంలో పగటి పూట వెలుగులు, వెన్నెల జిలుగులు తప్ప మరేమీ వుండరాదన్నదే నా కోరిక'.

అమ్మ నవ్వింది. నా చేయి పట్టి లేపింది. 'ఇంటికి పోదాం రా' అంటూ కదలింది. అమ్మ మౌనాన్ని అతికష్టం మీద భరిస్తూ ఆమె వెంట నడిచాను.

క్షణాలు, గంటలు, రోజులు గడుస్తున్నాయి. అమ్మ సమాధానం చెప్పడం లేదు. ఎన్నెన్నో వ్యవహారాలు చక్కబెట్టాలి. ఎందరెందరితోనే సమావేశాలు జరపాలి. అమ్మ మాత్రం మాట్లాడటం లేదు. ఇంకా వుండు, ఇంకా వుండు అంటుంది. నేను ఏనాడూ అమ్మకు ఎదురు చెప్పలేదు. నాలో చిన్నపాటి అలజడి మొదలయింది.

వెన్నెల రాత్రులు గడిచిపోతున్నాయి. ఒక రోజు చీకటి పడ్డాక తనతో రమ్మని నన్ను తీసుకు వెళ్ళింది. చేయి పట్టి నడిపించమంటోంది. ఎక్కడికో తెలియకుండానే ముందుకు సాగుతూ ఒక చోట ఆగాము. అక్కడంతా సుగంధపూరితమైన పరిమళాలు విరజిమ్మబడుతున్నాయి. గుండెల నిండా గాలి పీల్చుకున్నాను. పూల పరిమళాలు గుండెలలో నిండి నన్నెక రసానుభూతికి లోను చేసాయి. 'ఎక్కడి వమ్మా ఈ సుగంధాలు! ఏ పూల పరిమళాలు యివి?' అనడిగాను. 'ఇవి చీకటిలో మాత్రమే వికసించి విందు చేసే పూలు నాన్నా. వీటి పేరు రజనీగంధ. చీకటిలో పరవశించి మురిసిపోయే పూలు యివి. కనిపించకుండా కనువిందు చేసే కమనీయ పుష్పాలు యివి. లోకాన్ని పరిమళింప చేయడమే వీటి జీవిత లక్ష్యం. చీకటి కోసం ఎదురుచూసే అద్భుత పుష్పాలు యివి.'

అక్కడే కొన్ని క్షణాలు గడిపాము. ఇక ఇంటికి పోదాం అంటూ వెను తిరిగింది అమ్మ. అమ్మ చర్యలలోని పరమార్థాన్ని గ్రహించడానికి ప్రయత్నిస్తూ అమ్మ వెంట నడిచాను.

ఆ రాత్రి నా చీకటి బ్రతుకులో వెలుగులు నింపే అద్భుతమైన బోధ చేసింది అమ్మ.

'జీవితమంటే చీకటి వెలుగుల రంగేళి. సూర్యుని కాంతిలో ప్రకాశిస్తే అది సూర్యుని ఘనత. వెన్నెల వెలుగులతో జిలుగులాడితే అది చంద్రుని ఘనత. నిశిరాత్రిలో మన చుట్టూ వున్న లోకానికి పరిమళాలు వెదజల్ల గలిగితే నిజంగా అది మన ఘనత. చీకటిలో లోకాన్ని చూడగలగడమే జ్ఞానుల లక్షణం.

'చీకటి', వెలుగులకు రహదారి. సత్యాన్వేషణకు పునాది చీకటి. నీ జీవితం చీకటి మయ మయిందంటే జ్ఞాన సముపార్జనకు నీవు సిద్ధంగా వున్నట్టు. ఈ విశాలమైన విశ్వమంతా చీకటి మయమే. నీవొక సూర్యునివై ప్రకాశాన్నివ్వాలి. చంద్రునిలా వెన్నెల పందాలి. వారిరువురూ చీకటిలో పయనిస్తూ వెలుగులు వెదజల్లేవారే. నీవు చీకటిలో వున్నా అందరికి ఆనందాన్ని అందించాలి.

సూర్యుడు అస్తమించగానే వాడిపోయే ప్రొద్దు తిరుగుడు పూవువి కారాదు. వెన్నెల రాత్రులు ముగియగానే కృంగిపోయే కలువలా వుండరాదు. చీకటి ఎప్పుడు వస్తుందా అని ఎదురు చూసే రజనీగంధలా ఆశతో జీవించు. అప్పుడు నీకు ఏమీ కష్టం కాదు. ఏదీ నీలో నిరాశ నింపలేదు. నీవొక ప్రత్యేకమైన వ్యక్తివి. రవి, చంద్రులు నీలోనే వున్నారు. స్వయంగా ప్రకాశించు.'

సర్వశాస్త్ర సంగ్రహమైన అమ్మబోధ నా జీవితాన్ని అద్భుతంగా తీర్చిదిద్దింది. నన్నొక మనిషిని చేసింది.

ఎల్లలెరుగని అమ్మ భాష

'అమ్మా! ఒక వారం రోజుల పాటు వేరే దేశానికి పోవలసి వుంది. అక్కడొక వ్యాపారపరమైన వ్యవహారాన్ని చక్కబెట్టాలి. పోయి వస్తాను' అని అమ్మతో అన్నాను.

నేనూ వస్తాను. నన్ను కూడా నీతో పాటు తీసుకు వెళ్ళమంది. అది నీకు తెలియని దేశం, నాలుగు విదేశీ భాషలెరిగిన నాకే అక్కడ ఇబ్బంది. వారు, వారి భాష తప్ప వేరే భాష మాట్లాడనివారు. నీవు నీ భాష తప్ప పరభాష లెరుగని దానవు. వద్దమ్మా అన్నాను.

'నీతో పాటు నేలంతా నడిచాను. ఇప్పుడు గాలిలో విహరించాలని కోరికగా వుంది. విహరింప చేయవా!' అంటూ పట్టుపట్టింది. చాలా సేపు వద్దని చెప్పాను. వినలేదు. పట్టిన పట్టు వీడలేదు. అమ్మ నా కంటికి పసిపాపలా అనిపించింది. తప్పనిసరి అయి ఒప్పుకున్నాను. తగిన ఏర్పాట్లు చేసాను. నాతో పాటు తీసుకెళ్ళాను.

తొలిసారిగా గాలిలో ఎగురుతున్నావు. భయంగా లేదా! అని అమ్మనడిగాను. నీ రెక్కల సాయం వున్నంత వరకూ నేనెక్కడ వున్నా భయముండదు నాకు అంది.

విదేశంలో అడుగు పెట్టాము. విశాలమైన విశ్రాంతి గదిని మాకు విడిదిగా కేటాయించారు.

అమ్మకు అన్ని ఏర్పాట్లు చేసి, అన్ని జాగ్రత్తలూ చెప్పి, సాయంకాలం నేను సమావేశం నుండి రాగానే ఈ మహానగరపు అందాలను చూపిస్తానని చెప్పి నేను అమ్మను వదలి వెళ్ళాను.

సమావేశం విజయవంతంగా ముగిసింది. సూర్యుడు అస్తమించడానికి ఇంకా చాలా సమయం మిగిలివుంది. అమ్మకు ఊరంతా చూపించాలని ఆత్రంగా అమ్మ వద్దకు పరుగు తీసాను.

గదిలో అడుగుపెట్టాను. అక్కడ అమ్మ కనపడలేదు. ఆందోళనతో అంతటా వెతికాను. అందరినీ అడిగాను. అమ్మ జాడ తెలియలేదు. భయంతో ఒళ్ళంతా ఓణికి పోయింది. గుండె వేగంగా కొట్టకో సాగింది.

'అమ్మా! అమ్మా!' అంటూ పరుగులు తీసాను. కన్నీరు నిండి నా కంటి చూపు మందగించింది. సూర్యుడు క్రిందికి వాలుతూ మరింత భయపెట్టాడు. మరో గంటలో చీకటి పడుతుంది. అమ్మ ఏమయిపోతుందో అన్న బాధతో చాలా సేపు వెతికాను.

సమీపంలో ఒక ఉద్యానవనం వుంది. దానిలో ఒకచోట పది మంది కూర్చుని కబుర్లాడు తున్నారు. వారి మధ్యలో అమ్మ కూర్చుని వుంది. నాకెంతో ఆశ్చర్యంగా అనిపించింది. అమ్మలోని తెగువకు, ధైర్యానికి నేను ఎంతో అబ్బురపడిపోయాను.

అమ్మ ముఖంలో అందోళన లేదు, ఆనందం వెల్లివిరుస్తోంది. తోటివారితో క్రొత్తదనం కాదు, స్నేహం పరిమళిస్తోంది. చిత్రంగా వారితో అమ్మ, అమ్మతో వారు సంభాషిస్తున్నారు. వారి భాష ఏవిటో అర్థంకాక అలానే చూస్తుండిపోయాను. సరిహద్దులు దాటిన భాషలు, హద్దులు దాటిన

ప్రేమలు, అప్యాయతలు. ఇది ఎలా సాధ్యం! ఏ దివ్యశక్తి వీరందరినీ ఒక చోట చేర్చింది!!

అప్పటి వరకూ అరుణబింబమై వారందరినీ చూస్తున్న సూర్యుడు ముసిముసి నవ్వులతో పడమటింటికి జారుకున్నాడు. నెమ్మదిగా అమ్మ సమీపానికి వెళ్ళాను.

'నా గురించి వారికి అమ్మ ఏం చెప్పిందో తెలియదు, వారంతా నన్ను అప్యాయంగా పలుకరించారు. 'మా అమ్మకు మీ భాష రాదు. మీకు ఆమె భాష రాదు. ఏం మాట్లాడుకున్నారు? ఎలా మాట్లాడుకున్నారు? మా అమ్మ మాటలు మీకు ఎలా అర్థమయ్యాయి?' అని వారినడిగాను.

'గాలికి ఊగిసలాడే ఆమె నీలి ముంగురులు, కదలాడే కనుబొమలు, కాంతులు చిందే కళ్ళు, ప్రేమ జంటలా కలుస్తూ, విడిపోతూ ఊయలలూగే పెదాలు, గాలిలో విహంగాలవల విన్యాసాలు చేసే చేతులు మాకు ఎన్నో ఊసులు చెప్పాయి' అన్నారు వారు.

'మనసులు మాట్లాడుకోవడానికి భాషలతో పనేముంది?' అంది అమ్మ. 'స్నేహ మాధుర్యాన్ని పంచిపెట్టే ఊసులు ఏ భాషలో వున్నా అర్థమవుతాయి' అంది.

వీరంతా సాధారణ స్త్రీలు కారనిపించింది. దేవతా స్త్రీల మధ్య దారితప్పి చిక్కుకున్న అర్భకునిలా నిలబడిపోయాను. అతికష్టం మీద తేరుకుని అమ్మ చేయి పట్టి నాతో తీసుకుపోవడానికి సిద్ధపడ్డాను.

వారంతా అమ్మను వదలలేక భారమైన మనసులతో మౌనంగా చూస్తుండిపోయారు. 'మళ్ళీ రేపు వస్తానరా! ఆ అద్దాల పంజరంలో

నేనుండలేను' అంటూ వీడ్కోలు పలికింది అమ్మ. వారంతా చెమరిన కళ్ళతో వీడ్కోలు పలికారు.

వారు మాట్లాడుకుంటున్న భాష ఏవిటో అర్ధం కాక సతమతమవుతూ అమ్మతో పాటు నడుస్తున్నాను. బహుశా ఇది అమ్మల ప్రత్యేకమైన భాష ఏమో! పుట్టిన క్షణము నుండి పసిపాపల భాషలు తెలిసిన అమ్మకు, ఏ భాషలు అర్ధం కాకుండా వుంటాయి!!

సహజమైన సంగీతం

ఒక వేదిక మీద గాత్ర సంగీత పోటీలు నిర్వహించబడ్డాయి. చాలా మంది పాల్గొన్నారు. నేను కూడా. బహుమతులు ప్రకటించారు. విజేతలలో నా పేరు లేదు. విజేతలకు ఘనమైన సత్కారాలు జరిగాయి. వేడుక ముగిసింది. వేదిక ఖాళీ అయ్యింది. అందరూ వెళ్ళిపోయారు. నేను కూడా.

ఒక బండ రాతి మీద ఒంటరిగా కూర్చున్నాను. చాలా సేపు కూర్చున్నాను నన్ను నేను ఓదార్చుకుంటూ. అయినా దుఃఖం ఆగడం లేదు. బహుమతి రానందుకు కాదు. వేదికపై నాకు జరిగిన అవమానానికి దుఃఖం ఆగడం లేదు.

నా పాట విని సభలోని వారంతా కరతాళ ధ్వనులతో అభినందనలు తెలియజేసారు. కాని ఎందుకో న్యాయమూర్తులకు నా పాట నచ్చలేదు. వారికి నా పాట పాడిన తీరుపై కోపం కూడా వచ్చింది.

'శృతి లేదు, లయ లేదు, ఏ రాగమో తెలియడం లేదు, స్వరాల అమరికర సరిగా లేదు, నీ పాట బాగా లేదు, నీకు పాడటం రాదు, ఇదే నీ చివరి పాట, ఇంకెప్పుడూ వేదికలెక్కి పాడటానికి సాహసించకు. పో! పొమ్మన్నారు.'

'నా పాట మా అమ్మకు చాలా యిష్టం, పదే పదే పాడించుకుంటుంది'.

నా మాటలకు వారంతా ఫక్కున నవ్వారు. 'అయితే ఇకపైన మీ అమ్మ చెవిలో పాడుకో. పో' అన్నారు.

నన్ను అభినందించిన వారంతా నా వైపు జాలిగా చూసారు. తరువెక్కిన గుండెతో వేదిక దిగి బయటకు రాబోయాను.

ఒక పెద్ద మనిషి నా చేయిపట్టి ఆపాడు. నన్ను తన ప్రక్కన పెట్టుకున్నాడు. 'ఏదో ఒక బహుమతి ఇస్తారేమో చూద్దాం. వారివ్వక పోయినా నేనిస్తా నీకు బహుమతి' అంటూ బలవంతంగా కూర్చోపెట్టాడు.

నాకు ఏ బహుమతీ రాలేదు. ఆ పెద్ద మనిషి నా చేతిలో కొంత నగదు వుంచి బయటకు నడిచాడు. వద్దు వద్దంటూ వెంటపడ్డాను. గుంపు మధ్యలో చేరి మాయమైపోయాడు ఆ పెద్ద మనిషి.

చాలా సేపు ఆ బండరాతి మీదనే ఒంటరిగా కూర్చున్నాను. దుఃఖం ఆగడం లేదు. అమ్మ ఒడి మాత్రమే నాకు ఓదార్పు నివ్వగలదనిపించింది. అమ్మ కోసం పరుగులు తీసాను.

'అమ్మా! నిన్ను ఎంతగానో పరవశింప చేసే నా గానం అక్కడి తీర్పరులకెందుకు నచ్చలేదు? నీ ముందు అభినందనలందుకున్న నాకు వారి ముందు అవమానమెందుకు ఎదరయింది? ఎందుకిలా జరిగింది? దోషమెవరిది? అమ్మ అబద్ధం చెప్పదు, తప్పు చెప్పదు. మరెందుకిలా?'

నా మాటలు విని అమ్మ చిరునవ్వు నవ్వింది. దగ్గరకు తీసుకుని ఓదార్చింది. 'కాసేపు నాతో బయటకు రా!' అంటూ తీసుకు వెళ్ళింది.

అందమైన ఒక కొలను గట్టున కూర్చున్నాము. అక్కడంతా నిశ్శబ్దంగా వుంది. చెట్ల కొమ్మల మధ్యలో నుండి కోకిల రాగం వినిపిస్తోంది. నన్ను

శ్రద్ధగా వినమంది అమ్మ. కోకిల పాటలోని మాధుర్యాన్ని అనుభవించమంది. నిజంగానే నాకెంతో ఆహ్లాదంగా అనిపించింది. కొద్ది క్షణాలు మమ్మల్ని పరవశింప చేసి కోకిల ఎగిరిపోయింది.

వీచే గాలికి కొలనులో అలలు ఏర్పడి కదలాడ సాగాయి. అవి కొలను గట్టును తాకి వింత వింత శబ్దాలను చేస్తూ గలగల మంటున్నాయి. అమ్మతో పాటు నేను కూడా అలల గలగలలు వింటూ మురిసిపోయాను.

విరిసిన పూలలోని తేనెలను గ్రోలుతూ తమ రెక్కలతో లయబద్ధంగా శబ్దాలు చేస్తూ ఆనంద విహారాలు చేస్తున్న తుమ్మెద గానాన్ని విన్నాము.

చెట్టు కొమ్మకు వ్రేలాడుతున్న ఊయలలో చంటి పాపను నిద్రపుచ్చుతూ ఆ పసి పాప తల్లి పాడే జోలపాటను విన్నాము.

పచ్చని మైదానంలో పశువులను మేపుతూ గొంతు విప్పి పాడుతూ పశువులను సైతం పరవశింపచేస్తున్న పశువుల కాపరి స్వేచ్ఛాగానాన్ని విన్నాము.

అమ్మతో పాటు విహరిస్తూ వున్నాను. అందరి ముందూ చేతులు చాస్తూ జాలిజాలిగా పాటపాడుతూ నడయాడే బిచ్చగత్తె జాలి పాటను విన్నాను. పగలంతా కష్టపడి అలసినొలసి పాడుకునే కూలివాని విశ్రాంతి పాటను విన్నాను. చుట్టూ వున్న ప్రపంచాన్ని మరిచిపోయి తామే ఒక ప్రపంచమై ఒక అందాల జంట పాడుకునే ప్రేమ పాట విన్నాను. పిడికిలి బిగించి కదంత్రొక్కుతూ హక్కుల కోసం ముందుకు సాగే కార్మిక సోదరుల విప్లవ గీతం విన్నాను. వింత వింత రాగాలతో నవరసాలనూ మేళవిస్తూ

ప్రపంచమంతా విస్తరించి సాగుతున్న అద్భుతమైన సంగీతాన్ని ఆస్వాదిస్తూ అమ్మతో పాటు ఇంటికి చేరుకున్నాను.

'విన్నావుగా నాన్నా! ప్రపంచమంతా సంగీతమయమే. ప్రకృతిని మించిన గొప్ప సంగీత విద్వాంసుడెవడున్నాడు! మనం వినగలిగిత క్రిమికీటకాదులు మొదలు, పంచ భూతాలు కూడా మనకి సంగీతాన్ని వినిపించగలవు. నువ్వు పాడిన వేదిక ఈ విశ్వంతో పోలిస్తే సూక్ష్మాతి సూక్ష్మం. అక్కడ పాడే సంగీతం నియమ నిబంధనలకు కట్టుబడి సాగుతుంది. నీవు నేల మీద పాడేదే నిజమైన స్వేచ్ఛా గీతం. బహుమతుల కోసం కాదు నాన్నా, ఆత్మసంతృప్తి కోసం పాడుకో. అందరి కోసం కాదు, నీ ఆనందం కోసం పాడుకో. తీర్పరులకు ఎదుటివారిలో దోషాలే కనిపిస్తాయి. సంగీతమనేది దైవ ప్రసాదితం. దైవం ఎన్నడూ పరిమితులకు, షరతులకు లోబడిన వరాలు యివ్వడు. హాయిగా పాడుకో, పాడుతూ ముందుకు సాగిపో.'

అమ్మ మాటలు నాకు ఎంతగానో స్ఫూర్తినిచ్చాయి. నా హృదయం తేలికైపోయింది. వెన్నెలలో విహరిస్తున్నంత హాయిగా అనిపించింది.

'తిరిగి తిరిగి అలసిపోయాను. నా కోసం ఒక పాట పాడు నాన్నా' అని అమ్మ అడిగింది. నేను పరవశించి పోయాను. వెంటనే పాట అందుకున్నాను. అమ్మ ఆనందంతో తల ఊపుతోంది. నేను పాడుతూనే వున్నాను.

మనసుతో స్నేహం

మా వీధిలో క్రొత్తగా ఒక కుటుంబం అద్దెకు దిగారు. వారు చాలా దూర ప్రాంతము నుండి, పట్టణ ప్రాంతము నుండీ వచ్చారు. ఆ కుటుంబ యజమాని గనులలో పనిచేసే చాలా పెద్ద ఇంజినీరు. వాళ్ళకి మా సమ వయస్కుడైన కొడుకు వున్నాడు. మాకు సుదూరంగా వున్న పెద్ద పట్టణంలో చదువుతూ వారానికి ఒకసారి మా ఊరు వస్తుంటాడు.

అలాంటి వారితో స్నేహం చేస్తే మంచి మంచి విషయాలు తెలుస్తాయని, మంచి అలవాట్లు అబ్బుతాయని మా పెద్దలంతా ప్రోత్సహించడంతో అతనితో స్నేహం చెయ్యాలని మిత్రులందరం ఉటలాటపడ్డాము.

అతనికి చేరువవ్వాలని మేమంతా ఎంతగా ప్రయత్నిస్తే అంతగా అతను దూరమయ్యేవాడు. అరవిరసిన పువ్వులా కోమలంగా వుండేవాడు. తెల్లటి మల్లెపూవు లాంటి బట్టలు కట్టేవాడు. మేము కనపడగానే కసరి కొట్టేవాడు. మాకు చదువురాదని, నాగరికత ఎరుగమని, నడవడి తెలియదని హేళన చేసేవాడు. మేము చిన్నబుచ్చుకుని వెనుతిరుగుతూ వుండేవాళ్ళం.

మాకు అతనితో క్రమక్రమంగా దూరం పెరిగింది. దూరం ద్వేషంగా మారింది. ద్వేషం అసూయగా అవతరించింది. అతనికి బుద్ధి రావాలంటే ఎవరో ఒకరు చెప్పాలిగా! అందుకే మిత్రులందరం కలసికట్టుగా అతని ఇంటిని చుట్టుముట్టాము.

అది రాత్రి సమయం. అతని గదిలో మాత్రమే దీపం వెలుగుతోంది. కొంటె గొడవ చేసి అల్లరి పెడదామని కిటికీ ప్రక్కకు చేరాము. లోనికి తొంగిచూసాము.

అతను తన తల్లితో వాదులాడుతున్నాడు. పట్నం పోదామని, పల్లె నచ్చలేదని, తనకు మిత్రులు లేరని, మనసుకు శాంతి లేదని ఏవేవో చెటుతూ తన బాధను వెళ్ళబుచ్చుతున్నాడు. వాళ్ళ అమ్మ అతనిని మాతో స్నేహం చెయ్యమంటోంది. పల్లెటూరి గాలి, నీరు, మనుషులు, మనసులు ఎంతో మంచివని, స్వచ్చమైనవని హితం చెటుతోంది. మాకు చదువు సంధ్య రావని, నాగరికత తెలియదని, ప్రేమంటే ఎరుగమని, మైదానంలో తిరుగులాడే పశువుల వంటి వాళ్ళమని అతను వాళ్ళ అమ్మను నిరాకరిస్తూ వున్నాడు.

మేము అవమానభారంతో వెనుతిరిగాము. ఎవరి ఇళ్ళకు వారు చేరుకున్నాము. వాడిన ముఖంతో రుసరుసలాడుతున్న నన్ను చూసి అమ్మ అడిగింది ఏం జరిగిందని. మొదటి నుండి జరిగినదంతా అమ్మకు వివరంగా చెప్పాను. అమ్మ నవ్వింది. 'నోటితో పిలిస్తే దేవుడైనా రాడు నాన్నా! మనసుతో పిలవాలి. శరీరంతో కరచాలనం చేయగలం, కౌగిలించుకోగలం. కాని స్నేహానికీ, ప్రేమకీ మంచి హృదయం కావాలి. మన మాటలే కాదు, చేతలు కూడా నచ్చాలి. అప్పుడే కొత్త మిత్రులు చేరువవుతారు. నోటితో కాదు నడవడికతో ఎదురు వెళ్ళండి. ఈసారి మళ్ళీ పిలవండి. తప్పకుండా వస్తాడు' అంది. నాకు అమ్మ మాట నచ్చింది. జరిగిన అవమానం మరిచిపోయాను. ఆందోళన తొలగిపోయింది. మంచిగా నిద్ర వచ్చింది.

ఈసారి మిత్రులందరం కూడబలుకుకుని అతని ఇంటికి చేరుకున్నాము. అదే నిరాశ, నిస్పృహతో ఒంటరిగా అతను తన గదిలో కూర్చుని వున్నాడు. నేను ఒక మిగల ముగ్గిన మామిడి పండును కిటికీలో నుండి లోనికి చేయిపెట్టి అతనికి కనిపించేలా వుంచాను. మధురమైన సువాసనలతో ఘుమఘుమ లాడిపోతోంది మామిడి పండు. మేమంతా ఆత్రంగా గమనిస్తూ నిలబడి వున్నాం.

అతను ఆ పండును చూసాడు. చూడగానే ఆకర్షితుడయ్యాడు. అతను లేచి నిలబడి దానిని అందుకోవడానికి కదిలాడు. మేమంతా దూరంగా పోయి చూస్తున్నాము. పండు చేతిలోకి తీసుకుని వాసన చూసాడు. అతని ముఖం ఆనందంతో మెరసిపోయింది. ఆశ్చర్యంగా కిటికీలోంచి బయటకు చూసాడు. మేమొక వారగా చేరాము. దూరంగా పరుగు తీసాము. అతను గదిలో నుండి బయటకు వచ్చాడు. నడుచుకుంటూ మేమున్న తోటలోకి అడుగుపెట్టాడు.

మేము అతనిని గమనించనట్టుగా మాతో మేము ఆడుకోవడం మొదలుపెట్టాము. అలసి సొలసిపోయే దాకా పిచ్చిపిచ్చిగా ఆడాము. తోటంతా పరుగులు తీసాము. మేము ఎక్కడికెళితే అక్కడికి మేము పిలవకుండానే రావడం మొదలుపెట్టాడు. నెమ్మది నెమ్మదిగా అతనిలో కొత్త కోరికలు చివురించసాగాయి. మా ఆటలు, పాటలు, చేతలు, గెంతులు అతనిని బాగా ఆకర్షించాయి. తను మాకు చేరువయ్యాడు. మాతో చేయి కలిపాడు. మాలో ఒకడయ్యాడు. మేమంతా ఒకటై పరమానంద కేళిలో తేలిపోయాము. ఆటల సందడిలో ఆకలినే మరిచిపోయాము.

మా క్రొత్త మిత్రుడ్ని వెతుక్కుంటూ వాళ్ళ అమ్మ అక్కడికి చేరుకుంది. తన బిడ్డను తానే గుర్తించలేనంతగా మా మిత్రుడు మారిపోయాడు. ఒళ్ళంతా మట్టి పట్టిన తన బిడ్డను చూసి ఆమెలో కోపానికి బదులు ఆశ్చర్యం చోటు చేసుకుంది. మా మిత్రుని ఆనందం ఆమె కళ్ళలో ప్రతిబింబిస్తోంది. తనతో ఇంటికి రమ్మని మా మిత్రుడ్ని అడిగింది. అతను మమ్మల్ని విడచి రానని మారాం చేసాడు.

'నాకు ఈ పల్లె ఎంతగానో నచ్చింది. వీళ్ళంతా మట్టి మనుషులనుకున్నాను. నేనొక విరిసిన పువ్వునని గర్వపడ్డాను. పూలు వికసించాలంటే మట్టి తోడు కావాలని గ్రహించాను.

అమ్మా! పల్లెటూరి ఆటలు ఎంతో బావున్నాయి. నా మిత్రులతో నేను కోల్పోయిన రోజులన్నింటి మొత్తం ఆనందం నేనిప్పుడే పొందాలి. వీరితో కలసి ఆడాలని, తినాలని, త్రాగాలని, విశ్రమించాలని వుందమ్మా! పట్నం కన్నా పల్లెలు పలురెట్లు మిన్న కదమ్మా!'

నా మిత్రుని మాటలకు వాళ్ళ అమ్మ నవ్వింది. అతనిని తన దగ్గరకు తీసుకుంది. 'దేని అందాలు దానివి నాన్నా! భగవంతుడు మన కోసం ఎంతో అందమైన ప్రపంచాన్ని సృష్టించి, కానుకగా ప్రసాదించాడు. మనమెక్కడున్నా మనకి అందాలే కనిపిస్తాయి. అన్ని చోట్లా ఆనందంతో జీవించగలగాలి. అందరితో కలిస్తేనే మనసు పరమానందంతో నిండిపోతుంది. నీ చుట్టూ వున్న మనుషులు, పశువులు, పక్షులు, ప్రకృతి సమస్తం నిన్ను తమతో స్నేహం చేయమని చేతులు చాచి పిలుస్తుంటాయి. అంతరాలు మరచి అందరితో కలసి సాగడమే జీవిత పరమార్థం!'

ఆమె మాటలు మా అమ్మ మాటల వలె అనిపించాయి. కాదు కాదు, అమ్మలందరి మాటలూ ఒకే తీరులో వుంటాయి. ఆ క్షణం నుండి మేమంతా ఏకమై మాదంతా ఒకే లోకమై క్రీడిస్తూ వచ్చాం.

ఆశ్రయమైన తనువు

నా బాల్యము నుండి, ఈనాటి వరకూ ఎంతో మందితో సంభాషిస్తూ వచ్చాను. భావాలను, భావోద్వేగాలను పంచుకుంటూ వచ్చాను. కాని అమ్మతో మాట్లాడిన సందర్భాల మాధుర్యము నేనెక్కడా పొందలేకపోయాను. అమ్మ మాటలలలో ఆనందముంది 'ఓదార్పు వుంది. ప్రోత్సాహముంది. పవిత్రత వుంది. యుగాల్ని క్షణాలుగా మార్చేసే మాయాజాలం వుంది. అన్నిటికీ మించి జీవితము ఎడల పరిపూర్ణమైన అవగాహన, సంతృప్తి వుంది.

అమ్మ ఏనాడూ ఏ ఆభరణాలనూ కోరుకోలేదు, ధరించనూ లేదు. ఏదయినా ఒక పండగ జరిగినా, ఉత్సవము జరిగినా అమ్మ మాత్రం నా చేయిపట్టి నాతో హాజరయ్యేది. మిగిలిన స్త్రీలంతా దివ్యభరణములతో ప్రకాశిస్తూ మెరుపుల గుంపుల వలె కదలాడుతుండేవారు. విచిత్రంగా, అక్కడున్న అందరికన్నా అమ్మ మాత్రమే స్వచ్ఛమైన ఆనందంతో కనిపిస్తుండేది.

ఒక రోజు అమ్మ, నేను సంభాషించుకుంటున్నాము. అమ్మను అడిగాను. 'ఎందుకిలా!' అని. నీవు వుండగా నాకు వేరే ఆభరణాలు ఎందుకని ఎదురడిగావు. లేదమ్మ నీకు ఆభరణాలు అవుసరము. అవి నీకు మరింత అందన్నిస్తాయన్నాను. 'అవన్నీ మనుషులు తయారు చేసుకున్న జీవము లేని వస్తువులు. నీవు నా జీవితాన్ని పరిపూర్ణము

చేస్తూ భగవంతుడు నాకిచ్చిన దివ్యమైన కానుకవు. నీ ముందు అవన్నీ దిగదుడుపే'. నీ మాటలు నన్ను సంతోషసాగరంలో విహరింప చేసాయి.

'నీవు నా ఎదుట కదలాడుతూ వుంటే నా శరీరమొక మెరపు తీగలా నాట్యం చేస్తుంటుంది. నా ముఖం ప్రసన్నమై పరిమళిస్తూ వుంటుంది. నా కళ్ళు సూర్యచంద్రుల వలె ప్రకాశిస్తూ వుంటాయి. నీ మాటలు వింటూ నా చెవులు పూల రెమ్మల వలె ఊగిసలాడుతుంటాయి. నీ ఊసులకు తల ఊపుతూ వుంటే నా ముంగురులు కదలాడుతూ కనువిందు చేస్తుంటాయి. నీతో మాట్లాడుతుంటే నా పెదవులు మధువులు నిండిన పాత్రల వలె తొణికిసలాడుతుంటాయి. నిన్ను తాకినప్పుడల్లా నా చేతులు ఒక పూలమాలను తాకినట్లుగా పరవశిస్తుంటాయి. నా ఎదపై నీ ఎదనిడి నా ఎదసవ్వడి వింటూ నీ ఎద చేసే సందడి నా సిరి ముువ్వలు సవ్వడి. బిడ్డతో కలసి సంభాషించడం, తినడం, త్రాగడం, ఆడటం, పాడటం, విశ్రమించడం కంటె ఒక స్త్రీకి కావలసిన ఆభరణము వేరే ఏముంటుంది నాన్నా!'.

అమ్మ మాటలు ఈ నాటికీ నా మనసులో ముద్ర వేసుకుని నను ముందుకు నడిపిస్తుంటాయి. అమ్మ శరీరములోని ఏఏ స్థానాలలో అలంకరణలు అవుసరమని భావించానో అవన్నీ నాకు ఆశ్రయ కేంద్రాలై నాకు తోడై నాతో స్నేహం చేస్తూ వచ్చాయి.

అమ్మ ముంగురులు నాకు ఆనందకేళిని నేర్పాయి. అమ్మ వదనం నాలో ప్రశాంతతను నింపింది. అమ్మ కళ్ళు నాకు తేజస్సునిచ్చాయి. అమ్మ మాటలు పూలబాటలై నను ముందుకు నడిపించాయి. అమ్మ కంఠధ్వని నాలోని నిస్త్రాణతను తరిమికొట్టి నన్ను సదా తట్టిలేపే సుప్రభాత గీతమై నిలిచింది. అమ్మ భుజాలు నాకు జోలపాడి లాలించి నిదురపుచ్చాయి.

అమ్మ గుండెల సవ్వడి నా జీవితానికి ఒక లయను కూర్చి నను నడిపించింది. ఇలా అమ్మా 'నేనూ ఒకరు ఆభరణమై, ఒకరు ఆశ్రయమై ఒకరినోకరు పరిపూర్ణులము చేసుకోగలిగాము.

ముఖ్యముగా అమ్మ నాభి నాకు రక్షణ బిందువై నా మదిలో చిత్రించబడి, సదా స్మరణీయమైన పవిత్ర పుణ్యక్షేత్రమై నిలిచింది. చిన్నతనంలో ఎప్పుడైనా నాలో భయం ఆవహించినప్పుడు పరుగు పరుగున అమ్మ వద్దకు పోయి, అమ్మ నడుము చుట్టూ చేయి వేసి బిగువుగా పట్టుకుని వుండిపోయేవాడిని. కన్నీరు ధారగా కారేది.

ఆ సమయంలో అమ్మ నాభి నా బుగ్గలకు తగిలేది. నా బుగ్గలను నిమురుతున్నట్టు, నా కన్నీరు తుడుస్తున్నట్టు భావన కలిగేది. నా బుగ్గలను అమ్మ నాభికి నొక్కిపట్టి అలానే వుండి పోయేవాడిని. అది నాకొక వర్ణించలేని గొప్ప రక్షణ కేంద్రముగా అనిపించింది.

అమ్మ కడుపులో పసిగుడ్డుగా నేను ప్రాణం పోసుకున్న క్షణము నుండి, భూమిపైకి అవతరించి తొలిసారిగా ప్రాణవాయువు పీల్చుకునే వరకూ అమ్మకూ నాకూ మధ్య అనుసంధానమై నిలిచినది ఆ పవిత్ర నాభి మాత్రమే. తొమ్మిది నెలల పాటు నాకు ఆహారాన్నిచ్చి నన్ను పెంచి పోషించింది అదే. నాకు ప్రాణమై నిలిచి, నేను పుట్టిన క్షణాలలోనే నాకు వీడుకోలు పలికి స్వేచ్ఛగా విహరింపచేసిన పవిత్ర బంధమదే. ఈ నాటికీ ఏ స్త్రీమూర్తి బొడ్డు చూసినా ఒక దైవ నిలయంగా భావించి ఆరాధిస్తూ వుంటాను నేను.

కాల స్వరూపిణి, ప్రేమైక మూర్తి

నలబై, నలబై రెండు సంవత్సరాల వయసులో ఒక రోజున ఉద్యోగ, వ్యాపార వ్యవహారాలలో పూర్తిగా అలసిపోయి తీవ్రమైన ఒత్తిడికి లోనై వున్న వేళ ఉన్నట్టుండి అమ్మను చూడాలని కోరిక కలిగింది. వెంటనే అమ్మ దగ్గరకి పరుగు తీసాను.

అమ్మ నట్టింట్లో కూర్చుని వుంది. పద్మాసనం వేసుకుని కూర్చుని వుంది. అమ్మ మౌనంగా ధ్యానం చేస్తూ వుంది. నెమ్మదిగా అమ్మను చేరాను. అమ్మ ఒడిలో తలవాల్చాను. ఒక్కసారిగా నా మెదడులోని నరాలన్నీ పట్టు వీడి నాకు విశ్రాంతిని, ప్రశాంతతను కలుగ చేసాయి.

అమ్మ కళ్ళు తెరువకుండానే చిరునవ్వుతో 'ఇదేనా నాన్నా రావడం!' అంది. నేనొచ్చానని ఎలా గ్రహించావమ్మా అనడిగాను. 'నా ఒడిలో తలవాల్చే చనువు నా బిడ్డకు తప్ప ఈ ప్రపంచంలో వేరే ఎవరికుంది నాన్నా! దేవుడయినా నా అనుమతి లేనిదే నన్ను తాకలేడు నా బిడ్డ తప్ప!'

అమ్మకు నేనప్పటికీ, ఇప్పటికీ, ఎప్పటికీ పసిబిడ్డనే. వేసవిలో దాహం తీర్చే చలివేంద్రం అమ్మ. చలిలో వెచ్చని తలపుల దుప్పటి కప్పే అనురాగ ప్రేమమూర్తి అమ్మ. జోరువానలో తన చీర కొంగును బిడ్డకు ఛత్రముగా పట్టి తను మాత్రం ఆనందంతో తడిసి ముద్దయిపోయే అపార కరుణా సాగరి అమ్మ.

అమ్మ ఒడిలో నేనెన్నో సార్లు విశ్రమించాను. ఎన్నెన్నో సార్లు అలసటను, ఆవేదనను మరచి ప్రశాంతతను పొందాను. నా చింతల ఎండుటాకులను నేలకు రాల్చే శిశిరమై, క్రొత్త ఆశల ఊపిరి నాలో నింపి సదా నాలో జీవాన్ని నిలిపి వుంచే వసంతమై, నాలో నిరంతరం ఉత్సాహాన్ని నింపుతూ, నా వెన్ను తట్టి నాలో నూతన తేజస్సు ఎల్లవేళలా చివురింప చేసే వర్షధారయై, ఓడిపోతున్నానేమో అని క్రుంగిపోబోతున్న వేళ, చీకటి దారులు తెరచుకుని భయంకరంగా చేతులు చాచి ఆహ్వానిస్తున్న సమయంలో వెన్నెల ధారల్ని నా ముందు పరచి నను నడిపించిన శరశ్చంద్రికయై, జీవన పోరాటంలో ఉక్కిరిబిక్కిరియై స్వేదాన్ని చిందిస్తూ పరిశ్రమిస్తున్న వేళ చల్లని పవన వీచికలతో నా జీవితంలో ఆహ్లాదాన్ని నింపిన హేమంతమై, నిరాశ, నిస్పృహ, నిస్సత్తువలాంటి దుష్టశక్తులు నాపై దాడి చేసే సమయంలో వాటిని దహించి బుగ్గి చేసే గ్రీష్మ తాపమై నన్ను ఆదుకున్న నా దేవత అమ్మ. అందుకే నేను ప్రతి క్షణమూ దైవము కన్నా అమ్మను మిన్నగా భావించి ఆరాధిస్తూ వుంటాను.

అమ్మ ఒడిలో తలవాల్చి అమ్మనే చూస్తున్నాను. అమ్మ కళ్ళు మూసుకునే వుంది. తన మృదువైన చేతి వ్రేళ్ళతో నా ముంగురులు సవరిస్తోంది. అమ్మకు తెలుసు నేనెందుకు వచ్చానో. అమ్మకు తెలుసు నేనెప్పుడు వస్తానో, అమ్మకు తెలుసు నాకు ఏమి ఇవ్వాలో. క్షణాలు గడుస్తున్నాయి. నేను అమ్మనే చూస్తున్నాను. అదే ప్రశాంతత, అదే చిరునవ్వు, అదే ప్రేమ, దయ, కరుణ ` అందుకే అమ్మ నాకెప్పుడూ ఆనందమయిలా దర్శనమిస్తుంది. అమ్మ నన్ను పసిపిల్ల వానిలా

లాలిస్తోంది. ఎప్పటికీ అమ్మకు నేను పసిబిడ్డనే. అందుకే అమ్మ నాకు 'అదే అమ్మ'.

ఆ రోజంతా అమ్మ చెంతనే వుండిపోయాను. అమ్మ నీడలోనే విశ్రమించాను. అమ్మ చేయి పట్టి కదలాడాను. మధుర ఫలాలు భోంచేసాను. ప్రేమతో తినిపించిన అమ్మ చేతి ముద్దలు తిన్నాను. అమ్మ తీపి కబుర్లు విన్నాను. ఎన్నెన్నో బాల్యస్మృతులు తలచుకుంటూ ఊయలలూగాను. సాయంత్రమయ్యింది. అమ్మకు వీడ్కోలు పలికి నా ఊరికి ప్రయాణమై వెళ్ళిపోయాను.

విచిత్రమైన విషయం ఏవిటంటే ' నేనెందుకు వచ్చానో అమ్మకు చెప్పలేదు. ఎందుకు వచ్చావని అమ్మ అడగలేదు. నాపై ప్రేమామృత ధారలు కురిపించడం తప్ప నాతో అమ్మ పెద్దగా మాట్లాడింది లేదు. నా కడుపు నింపడం తప్ప అమ్మ చేసిన వేరే పనీ లేదు. అమ్మ సాన్నిధ్యంలో వున్న క్షణాలలో నాలో ఏవేవో నూతన ప్రకంపనలు చోటు చేసుకున్నాయి. మౌనంగానే అమ్మ నాతో సంభాషించింది. నా అలసట తీర్చింది. నను ఓదార్చింది. నాలో చీకటి తొలగించింది. తనలోని శక్తుల్ని నాలోనికి ప్రసరింప చేసింది. అణగారిన నా శక్తులను తట్టిలేపింది. భుజం తట్టి నా దారిలో నన్ను ఒదలి పెట్టింది.

నేను అమ్మ వద్దకు బయలుదేరే ముందే నా మిత్రుడు అడిగాడు, 'నాకు ఒత్తిడిగా అనిపిస్తే నేను పానశాలను ఆశ్రయిస్తాను మరి నీవో' అని. 'నేను అమ్మను ఆశ్రయిస్తాను' అన్నాను. 'నీవు అదృష్టవంతుడివి. నా చిన్నతనంలోనే మా అమ్మ, నాన్నా నన్ను వసతి గృహంలో పడేసారు. నాకు వయసు వచ్చేసరికి వారు లోకాన్ని వదలి వెళ్ళిపోయారు. నాకు

అమ్మంటే తెలియదు. అమ్మ ప్రేమ తెలియదు. మరో జన్మంటూ వుంటే నీకు సహోదరునిగాను, మీ అమ్మకు బిడ్డగాను పుట్టి అమ్మ ప్రేమను రుచి చూడాలని కోరుకుంటున్నాను. నేను కూడా నీలాగే అమ్మ ఒడి వెచ్చదనాన్ని అనుభవించా లనుకుంటున్నాను'. అవును అతని మాటలు అక్షర సత్యాలు. అమ్మను మించిన సిరి ఈ లోకంలో మరొకటి లేనే లేదు.

అంతరాలు దాటిన స్నేహం

రోడ్డు ప్రక్కన బిచ్చగాడిని చూసాను. చిరిగిన వస్త్రాలు, చెదరిన జుట్టు, మాసిన గెడ్డం, పైబడిన వయసుకు లొంగిన శరీరం దారిద్య్రానికి ఇతడే రూపధారి అన్నట్టు వున్నాడు.

డ్రైవరును కారు ఆపమని అతని వద్దకు వెళ్ళాను. వెంట తెచ్చుకున్న ఆహారాన్ని అతని చేతికి అందించాను. ఒక లేనివాడికి సహాయపడ్డానన్న తృప్తి కలిగింది. కొద్ది పాటి గర్వంతో అటు నుండి బయలుదేరబోయాను. అతను నన్ను చూసి నవ్వాడు. అది భావరాహిత్యమో అనేక భావాల సమ్మేళనమో అర్థం కాలేదు.

'వెళ్ళిపోతావా, నాతో కలసి భోజనం చేస్తావా!' అని అడిగాడు. ఎదురుచూడని అతని ప్రశ్నకు నా ఒళ్ళు జలదరించింది. వెను తిరిగిన నా వెన్నుపై అతని ప్రశ్న ఒక చరుపు చరిచినట్టనిపించింది. అతని ముఖంలోకి చూసాను. అతను ఏమీ లేని వానిగా లేదు. సర్వమూ త్యజించిన పరమ జ్ఞానిలా కనిపించాడు.

మారు మాట్లాడకుండా అతని ప్రక్కనే నేల మీద కూర్చుండిపోయాను. అతను ఒక ముద్ద కలిపి నా చేతిలో పెట్టాడు. ఎదురు చెప్పకుండా తినేసాను. అతని ముఖకవళికలలో ఎన్నెన్నో పాఠాలు.

'నా వాహనం ఒక కారు, అతనికి కాళ్ళే వాహనం. నాకొక పెద్ద వాకిలి, అతనికి లోకమే వాకిలి. నాకు జేబు నిండా డబ్బు వుంది, అతనికి మనసు

నిండా ప్రశాంతత వుంది. నేను ప్రపంచంలో దేనినైనా కొనగలను, అతను తనకెదురైన దేనినైనా త్యజించగలడు. నేనేక భోగిని, అతడొక విరాగి'.

అతను నవ్వుతూ తల ఊపాడు. నేను వందనమిడి బయలుదేరాను.

'నువ్వు నాలాగ బ్రతకగలవా? చీకటి నుండి బయటకు రాగలవా? అప్పుడంతా పగలే, అంతా ప్రకాశమే'.

అతని మాటలు నన్ను వెంటాడుతూనే వున్నాయి. కారు పరుగులు తీస్తోంది. అప్పటి వరకూ జరిగినదంతా గమనించిన నా వ్యక్తిగత కార్యదర్శి నా ఎడల అసంతృప్తి ప్రదర్శిస్తూ, 'మీరు చేసిన పని నాకు నచ్చలేదు' అన్నాడు.

కొద్ది క్షణాలు నేను మౌనంగా వుండిపోయాను. నా కార్యదర్శి అసహనంగా కదలుతున్నాడు.

'ఇటువంటిదే నా బాల్యంలో ఒక సంఘటన జరిగింది. అది ఇప్పుడు నా తలపుకు వస్తోంది. చెప్తాను, వింటావా!'

నా మాటలకతను తలాడించాడు.

'పదేళ్ళ వయసులో మిత్రులందరం కలసి మైదానంలో ఆడుకుంటున్నాము. కొంత సమయం తరువాత మా వద్దకు ఒక బాలుడు వచ్చాడు. మాతో కలసి ఆడతానని అడుగుతున్నాడు. అతను ఒళ్ళంతా మురికి పట్టి వున్నాడు. చిరిగిన బట్టలు, కాళ్ళకు చెప్పులు కూడా లేవు. దూరంగా అతని తల్లి నిలబడి వుంది. ఆమె ఒక బిచ్చగత్తె. తన బిడ్డను మా మధ్యలో చూసి, ఆశతో ఎదురు చూస్తోంది. మేమంతా అతనిని ఏకమొత్తంగా తిరస్కరించి, బహిష్కరించాము. మేము ఆడుకుంటున్నంత

సేపూ అతను తన తల్లితో సహ మా ఆటను చూస్తూ కేరింతలు కొడుతూనే వున్నాడు. ఆమె తన బిడ్డ తలను నిమురుతూ ఆనందిస్తూ వుంది.

ఆట ముగిసింది. ఈసారి ఆమె మా వద్దకు వచ్చింది. నా బిడ్డను మీతో ఆడనివ్వండి అనడిగింది. ఆమె వాలకం చూస్తే మాకందరికీ భయం వేసింది. ఎవరి దారిన వాళ్ళం ఇళ్ళకు పరుగులు తీసాము.

ఆ రోజంతా వారిద్దరి ఆకృతి నీడలాగ నన్ను వెంటాడుతూ వచ్చింది. రాత్రి సమయమయ్యింది. నిద్రకు ఉపక్రమిస్తూ, నా పడక గదిలో దీపాలు ఆర్పి, కిటికీ తలుపులు మూద్దామని చూసాను. కిటికిలోంచి దూరంగా ఆ తల్లీ బిడ్డా కనిపించారు. వారి కళ్ళు నన్ను దీనంగా వేడుకొంటున్నాయి. 'నా బిడ్డను నీ జతగానిగా చేసుకోవా?' 'నేను నీతో స్నేహానికి సరికానా?' అంటూ వారిద్దరూ నా దరికి సమీపించసాగారు. నా వెన్నులో ఒణుకు పుట్టింది. పరుగు పరుగున అమ్మను చేరాను. అమ్మను గట్టిగా వాటేసి పట్టుకున్నాను. జరిగింది వివరించి చెప్పాను.

అమ్మ నా వెన్ను నిమురుతూ నను ఓదార్చింది. 'జరిగింది తలచుకోకు. ముందుకే చూడు. అందుకే భగవంతుడు నీ కళ్ళు ముందు భాగంలో అమర్చి వుంచాడు. వెలుగులు ఎప్పుడూ ముందు నుండే ఎదురవుతాయి. వెనుక నుండి వచ్చే వెలుగుల కోసం చూస్తే అవి నీ నీడలై నిను భయ పెడతాయి. ప్రశాంతంగా పడుకుని నిదురపో. రేపు వెలుగు వస్తుంది' అని నిదుర పుచ్చింది అమ్మ.

మరునాడు ఉదయం అమ్మ నన్ను తనతో రమ్మని తీసుకు వెళ్ళింది. ఎక్కడికని అడిగాను. 'నా స్నేహితురాలి ఇంటికి. ఆమెను చూసి చాలా

సంవత్సరాలయ్యింది. ఆమెను చూడాలనిపించింది. నిన్ను చూస్తే తను సంతోషపడుతుంది'.

అలా చాలా దూరం నడచుకుంటూ వెళ్ళాము. ఒక మురికివాడలో, ఇరుకు సందుల్లోకి ప్రవేశించాము. అక్కడి ఇళ్ళను ఇళ్ళుగా పిలువలేము. అవి కళావిహీనమైన, శిథిలమైన కొంపలు. అక్కడివారు మనుషుల వలె లేరు. వస్త్రాలు ధరించిన ఎండుటాకుల్లా వున్నారు. నాకు ఊపిరాడక ఉక్కిరిబిక్కిరి అయ్యాను. అమ్మకు ఎదురు చెప్పలేక అమ్మ వెంటనే సాగాను.

అమ్మ ఒక పూరి గుడిసె వద్ద ఆగింది. నన్ను తనతో పాటు లోనికి తీసుకువెళ్ళింది. ఆ గుడిసెలో జీవకళను కోల్పోయి ఊపిరి మాత్రం పీలుస్తున్న ఒక పండుటాకులాంటి కళేబరాన్ని చూసాను. అతికష్టం మీద ఆమె ఒక స్త్రిమూర్తి అని గ్రహించగలిగాను. అమ్మను చూస్తూనే ఆమె పరుగు పరుగున వచ్చి అమ్మను వాటేసుకుంది.

హృదయానికి హృదయాన్ని అణచి వుంచి ఇరువురూ ఒకరినొకరు కాగిలించుకున్నారు. కొన్ని క్షణాలపాటు మసకబారిన కళ్ళతోనే పలుకరించుకున్నారు. ఒకరి కన్నీరు ఒకరు తుడుచుకున్నారు.

ఒక చిరిగిన చాపను ఆమె నేలపై పరిచింది. దాని మీద వారిరువురూ కూర్చున్నారు. అరమరికలు లేకుండా కబుర్లాడుకున్నారు. క్షణాలు గడుస్తూనే వున్నాయి. నాలో జ్ఞానం మొగ్గతొడిగి నెమ్మది నెమ్మదిగా వికసించసాగింది. నాకు ఎన్నెన్నో సత్యాలు బోధపడ్డాయి. జీవితమంటే ఏవిటో తెలియవచ్చింది. హృదయాలు ప్రేమించుకుంటే శరీరాలతో పనిలేదని, అంతస్థులు అడ్డురావని అర్ధమయ్యింది.

అమ్మ నన్ను పరిచయం చేసింది. నాకు నేనుగా ఆమె చెంతకు చేరి ఆమెను కౌగిలించుకున్నాను. అమ్మను కౌగిలించుకున్నట్టే అనిపించింది.

అక్కడి నుండి బయలుదేరి ఇంటి ముఖం పట్టాము. దారిలో అమ్మ నాకు ఏ బోధనలూ చేయలేదు. నా తప్పును నేనే తెలుసుకున్నాను. నన్ను నేను చక్కదిద్దుకున్నాను. ఆరోజు మిత్రులందరమూ తిరిగి మైదానానికి చేరుకున్నాము. ఆ బిచ్చగత్తె తన బిడ్డతో పాటు మా కోసం ఎదురుచూస్తూ వుంది. నేను వారిని సమీపించాను. అతని చేయిపట్టి నాతో తీసుకువెళ్ళాను.

అప్పుడు పట్టిన చేతిని ఇప్పటికీ విడువలేదు. అతడే నా చెలికాడై, జతగాడై ఈ నాటికీ నాకు తోడుగా నా జీవనయానంలో నా చేయి పట్టి నడుస్తూ నను ముందుకు తీసుకుపోతూ వున్నాడు.

నా కథనం విని నా కార్యదర్శి చలించిపోయాడు. 'ఆ వ్యక్తి ఎవరో తెలుసుకోవచ్చా?'

పరుగులు తీస్తున్న కారు రోడ్డు ప్రక్కన ఆగింది. కారు నడుపుతున్న డ్రైవరు వెనక్కి తిరిగి నా కార్యదర్శి వంక చిరునవ్వుతో చూస్తూ 'ఆ జతగాడిని నేనే!' అంటూ బదులిచ్చాడు.

కారు కదలింది. వేగం అందుకుంది. ముందుకు సాగుతూనే వుంది.

ఒడిలో నేర్చిన విద్య

గతంలో ఏనాడూ లేనంతగా నాలో నిరాశ, నిస్పృహలు మబ్బుల్లా కమ్ముకుని నన్ను వేధించ సాగాయి. నా చుట్టూ వున్న ప్రపంచమంతా కళావిహీనంగా మారిపోయి నన్ను వెక్కిరించసాగింది. ఒకప్పుడు చల్లగా వీచిన పిల్లగాలులు నన్ను గాబరా పెడుతున్నాయి. పక్షుల పాటలు చెవులకు పిచ్చి కూతలుగా అనిపిస్తున్నాయి. వెన్నెల కూడా వేడి పుట్టిస్తూ సెగలు రేపుతోంది. నాకు ఈ నేల మీద నిలబడినట్టుగా లేదు. పాతాళ లోకాలలో కూరుకుపోయినట్టుగా అనిపిస్తోంది. ఎందుకింతగా బుద్ధిమందగించి శక్తిహీనునిగా మారిపోయాను!

క్రొత్తగా నూనూగు మీసాలు మొలకెత్తిన వయసు. పెద్ద చదువులలో ప్రవేశించాను. క్రొత్త మనుషులు నా చుట్టూ చేరారు. బాల్యం కనుమరుగయింది. భవిష్యత్ కోసం కష్టపడి బాధ్యతలు భుజాన వేసుకోవలసిన తొలిరోజులు. అంత వరకూ అమ్మ చేయిపట్టి నడచిన నాకు మొదటిసారిగా అమ్మను వదలి క్రొత్త ప్రపంచంలో ఒంటరిగా పయనించవలసిన సమయమది. నా కత్తిని నేనే చేతపూని జీవన సమరాన్ని సాగించవలసిన పరిస్థితి. నూతనంగా నేను చేయవలసి వచ్చిన సరిక్రొత్త రంగ ప్రవేశమది.

నా చుట్టూ వున్న వాళ్ళంతా నాకన్నా తెలివైన వారిలా అనిపించారు. నేనంటే ఏవిటో, నేను ఎవరినో పూర్తిగా తెలియని క్రొత్త గురువులు. అమ్మ

ఓడి వీడి పెద్దబడిలో అడుగిడిన సందర్భం. నూతన పరిస్థితులతో సాన్నిహిత్యాన్ని పొందలేక పోయాను. ఊరికి దూరంగా వసతి గృహంలో ఒంటరి బాటసారిలా ఒక సంవత్సరం అతి భారంగా గడిపాను.

వార్షిక పరీక్షలలో తప్పాను. జీవితంలో ఎదురైన మొదటి అపజయం. అందరిలో అవమానం. నేనెక్కడినే తప్పాను. ఎగతాళి చేసినవారే కాని ఎదురై ఓదార్చిన వారు లేరు. నాకు భవిష్యత్ శూన్యమని, నేను ఎందుకూ కొరగాని వానినని గురువులంతా ఏకగ్రీవంగా తీర్మానించారు. గతంలో ఎనాడూ లేనంతగా నాలో నిరాశ, నిస్పృహలు మబ్బుల్లా కమ్ముకుని ననుు వేధించసాగాయి.

ఏం చేయాలో తెలియరాలేదు. దారి తెలియని అంధునిలా పరితపించాను. పరుగు పరుగున పోయి అమ్మ ముందు మొకరిల్లాను. పరాజయం పాలైన సైనికుని వలె తలదించుకుని కూర్చున్నాను.

అమ్మ నన్ను తాకింది. కోమలంగా తాకింది. ప్రేమతో తాకింది. చందమామలా తాకింది. అమ్మ పాదాలపై తలవాల్చాను. కన్నీరు ధారగా కారి అమ్మ పాదాలు తడిసిపోయాయి. అమ్మ నా చుటుకం పట్టుకుని నా ముఖాన్ని పైకి లేపింది. నిలబడలేక నా ముఖం క్రిందికి వాలిపోయింది.

'నేను ఓడిపోయానమ్మా. తొలిసారిగా ఓడిపోయాను'. నా మాటలు నాకే ఇబ్బంది కలిగించేలా భారంగా కదలాడాయి. 'పరీక్షల్లో తప్పాను. పనికిరానని తీర్మానమయిపోయింది'.

'లేదు నాన్నా! నీవు ఓడిపోలేదు. నీ విజయానికి మొదటి పునాదిరాయి పడింది. పరంపరలుగా విజయాలు చవిచూస్తూ ముందుకు

దూసుకుపోయే సమయం ఆసన్నమయ్యింది. నీకు నిరాశను మిగిల్చిన తీర్మానాలే నీకు ఆశీస్సులుగా మారే సమయం ఆసన్నమయ్యింది. ఒక అడుగు తడబడటం మరో అడుగు తలపడటానికి సంకేతం. విశ్రాంతి తీసుకో. తరువాత మాట్లాడదాం'.

ప్రపంచంలో ఎవ్వరూ మాట్లాడలేని అద్భుతమైన మాటలు ఇవి. అమ్మ మాత్రమే మాట్లాడగలిగే అమృత వాక్కులు ఇవి.

నాకు కడుపునిండా అన్నం పెట్టింది. నేను పూర్తిగా సేదతీరానని తనకు నమ్మకం కలిగే దాకా నాపై ప్రేమను కురిపిస్తూ మౌనంగానే వుంది.

నాలో జ్ఞాన తంత్రులను మీటుతూ అమ్మ పెదవులు కదలాడాయి.

"పక్షులు తమ గూళ్ళు తామే నిర్మించుకుంటాయి. తమ రెక్కలపై తామే విహరిస్తాయి. ఏ పూటకి ఆ పూట తిండి తెచ్చుకుంటాయి. తము నమ్ముకున్న కొమ్మను ఆశ్రయించి తృప్తిగా విశ్రాంతి తీసుకుంటాయి. చేపలు నీటిలో ఈదులాడుతూ అద్భుత కేళీ విన్యాసాలు చేస్తూ ఆనందిస్తాయి. క్షణం పోతే తమ ఆనందం కనుమరుగువుతుందని రెప్పలు వాల్చకుండా సంచరిస్తాయి. రేపటి గురించి చింతలేకుండా వర్తమానంలో చరిస్తూ వుంటాయి. పశువులు తనివితీరా తిని ఏ చెట్టు నీడలోనో ప్రశాంతంగా విశ్రాంతి తీసుకుంటాయి. ఇవన్నీ ఒకరితో ఒకరిని పోల్చుకోకుండా సుఖంగా జీవిస్తాయి. ఇంతటి జ్ఞానాన్ని, నైపుణ్యాన్ని వాటికి ఎవరు బోధించారు నాన్నా!

వర్గాలు, వైషమ్యాలు, పోటీలు, ఆధిపత్యాలు ఇవన్నీ మనుషులకేగాని పశుపక్ష్యాదులకు లేవు కదా! ఒకరిని మించి ఒకరు

ఎదగాలన్న తాపత్రయమే వీటన్నిటికీ మూలం. వాల్మీకి, వ్యాసుల వంటి మహామునులు, ఋషులు ఏ పాఠశాలలో చదివారు? క్రీస్తుకు విద్య నేర్పిన గురువెవరు? మహమ్మద్‌కు బోధ చేసిన మహనీయుడెవరు? బుద్ధునికి జ్ఞానాన్ని ప్రసాదించిన గ్రంథాలయమేది? వందలాది మంది శాస్త్రవేత్తలు తమ స్వీయ అనుభవ జ్ఞానాలతో అనేక ప్రయోగాలు చేసి సమాజ జీవనాన్ని సుగమం చేసారు. వీరంతా ఏ విశ్వవిద్యాలయాలకు చెందినవారు? వీరిలో కొందరు ఎందుకూ పనికిరారని నిర్ధారించబడిన వారే కదా! వారు ప్రపంచానికి వెలుగులు పంచలేదా? వారిని గురించి ప్రపంచమంతా చదువుకోవడం లేదా?

నీవొక ప్రత్యేకమైన వ్యక్తివి. నిన్ను నీవు ఎవరితోనూ పోల్చుకోకు. నిన్ను నీతో పోల్చుకో. నిన్నటి నీతో నేటి నిన్ను పోల్చుకో, 'రేపటి నీకోసం. పరిమితమైన విద్యనిచ్చే విద్యాలయాలలో అగ్రస్థానంలో వున్నా నువ్వు పరిపూర్ణుడివి కాలేవు. అపరిమిత విద్యను ప్రసాదించే ఈ అనంతమైన ప్రపంచంలో అగ్రస్థానం కోసం కృషి చెయ్యి. అది నిన్ను పరిపూర్ణుడ్ని చేస్తుంది. భుక్తిని ప్రసాదించే విద్యకన్నా వ్యక్తిగా తీర్చిదిద్దే విద్యగొప్పది నాన్నా. ఈ అందమైన ప్రకృతి సీమలో నీ కంటికి కనిపించే క్రిమికీటకాలు, పశుపక్ష్యాదులు అందరూ నీ గురువులే. ఈ విద్యకు అంతం లేదు. పరీక్ష తప్పడమనేది ఒక తడబాటులాంటిది సరిదిద్దుకోవచ్చు. జీవితంలో తడబాట్లు లేకుండా చూసుకో. సరిదిద్దుకోవడం కష్టమవుతుంది.'

అమ్మ మాటలు ఒక దివ్య వాక్కుల వలె నాలో చైతన్యాన్ని కలిగించాయి. 'బడిలో నేర్పిన విద్యకన్న అమ్మఒడిలో నేర్పిన విద్య మిన్న'.

'అమ్మా! నీవొక మానసిక శాస్త్రవేత్తవా?'

'కాదు నాన్నా! నేను అందరి అమ్మల వలెనే ఒక సాధారణ అమ్మని'.

ఆనాటి అమ్మ బోధన నాలోని నిరాశలను తొలగించి నన్ను ఒక నిరంతర శ్రామికునిగా మార్చి విజయపరంపరలను నాకు వరాలుగా యిచ్చి నన్ను ఉద్ధరించింది.

నేనిప్పుడు వినీల ఆకాశంలో స్వేచ్ఛగా ఊయలలూగే వన్నెల పతంగాన్ని. నాకు ఇప్పటికీ జ్ఞాపకం వుండే సత్యం ఒకటే. నన్నిలా ఊయలలూపే దారం మాత్రం అమ్మ చేతుల్లోనే వుంది. అందుకే నా ఉన్నతి చూసి అమ్మ ఎప్పటికీ ఆనందమయి వలె ప్రకాశిస్తుంటుంది.

దైవానికి ప్రతిరూపం

'కొండ మీదికి ఎవరో స్వామీజీ వచ్చాడు. తానే దేవుడ్నంటున్నాడు. వరాలిస్తాను అందరూ రండని అంటున్నాడు. చూడాలనుకునే వాళ్ళు కొండపైకి వెళ్ళొచ్చు' అంటూ పరుగులు తీస్తూ, ప్రకటన చేస్తూ, ఊరంతా తిరుగుతున్నాడొక వ్యక్తి.

ఊరంతా ఆశ్చర్యపడింది. దేవుడ్ని చూడాలని, అతనితో మాట్లాడలని, తమ కష్టాలు చెప్పుకుని వరాలు మూటలుగా కట్టుకుని తమతో మోసుకు రావాలని ఆశతో ఊరు ఊరంతా అన్ని పనులూ పక్కన పెట్టి పరుగులు తీస్తూ ఊరి చివరి కొండ దగ్గరకి చేరుకున్నారు.

ఊరి చివర పెద్ద ఎత్తైన కొండ. ఎక్కాలంటే చాలా కష్టం. కానీ దైవాన్ని చూడాలంటే ఆ మాత్రం సాహసం చెయ్యాలి కదా అని తీర్మానించుకుని పిల్ల, పాప, ఆడా, మగ, ముసలి, పడుచు అంటూ తేడా లేకుండా అందరూ వడివడిగా పైకి ఎక్కడం మొదలుపెట్టారు.

అందరి లక్ష్యం ఒకటే అయినా, వారంతా గుంపులు గుంపులుగా విడిపోయి నడుస్తున్నారు. ఒక్కో గుంపు చేతిలో ఒక్కో రంగు జెండా వుంది. 'మా దేవుడే!' అని కొందరంటే, 'కాదు మా దేవుడు' అంటూ మరికొందరంటూ అతిగా ఉద్రేకపడుతూ, ఆయాస పడుతూ అందరూ కలసి, విడివిడిగా కొండ మీదికి ఎక్కారు.

కొండ పై భాగంలో దేవుడి కోసం తిరుగాడారు. ఒక పెద్ద బండరాయి మీద ఒక వ్యక్తి కూర్చుని వున్నాడు. వయసు బాగా పైబడి వుంది. కాని చాలా దృఢంగా కనిపిస్తున్నాడు. చెదరిన జుట్టు, మాసిన గడ్డంతో వున్నాడు. దుమ్ము, ధూళి సమాశ్రయించిన చిరిగిపోయిన వస్త్రాలు ధరించి వున్నాడు. ఊతంగా ఒక చేతికర్ర, మరో చేతిలో భిక్షాపాత్ర.

అతడు తప్ప వేరెవరూ వారికి కనపడలేదు. వారంతా అతడ్ని సమీపించారు. 'ఇక్కడికి దేవుడు వచ్చాడట, చూసావా?' అనడిగారు.

'నేను చూసాను. మీరింకా చూడలేదా?'

'కొండంతా తిరుగుతూనే వున్నాం. ఎక్కడా కనపడలేదు. ఎక్కడున్నాడు?'

'మీ ఎదురుగా వుంటూ చూడలేకపోతున్నారే! నేనే, నేనే దేవుడ్ని' అంటూ పకపక నవ్వాడు. అందరూ నివ్వెరపోయారు. అతడొక పిచ్చివాడని, బిచ్చగాడని, తమను మోసం చేసి తన దగ్గరకు రప్పించుకున్నాడని అనుకున్నారు.

చేతులలో వున్న జెండాలను కర్రలుగా మార్చి దాడికి సిద్ధమయ్యారు. అతను పరుగు తీసాడు. అందరూ వెంటపడ్డారు. క్షణాలలో అతను అదృశ్యమయ్యాడు. అందరూ నిస్పహాయంగా నిట్టూరుస్తూ నిలబడిపోయారు. ఒకరి ముఖాలలోకరు చూసుకోసాగారు.

కొండ గుహలోంచి అతని మాటలు ప్రతిధ్వనించాయి.

"నేను కాదురా పిచ్చివాడిని. మీరు పిచ్చివాళ్ళు. నేను మీకు సత్యం బోధించాలనుకున్నాను. మీరంతా కలిసి నన్ను బాధించాలని చూసారు. నేను పారిపోయాననుకుంటున్నారు. సర్వమూ నేనే అయినప్పుడు

ఎక్కడికని పారిపోగలను? మీరు నన్ను పట్టుకోలేరు. నేను మీ చుట్టూ వున్నాను. మీరే నాలో ఇమిడివున్నారు. నేను చెప్పే మాటలు సత్యవాక్కులు. శ్రద్ధగా వినండి.

మీ జన్మకు కారణం నేను. మీ పుట్టుకకు బీజం వేసింది నేను. మీలో జీవం పోసింది నేను. మిమ్మల్ని పోషించేది, చివరికి నాలో లయింప చేసేది నేను.

నేను మీ ప్రేమను నాకిమ్మని చేతిలో బిక్షాపాత్రతో తిరుగుతున్నాను. కాని మీలో మీరు ద్వేషాలను పెంచుకుని, వర్గాలుగా విడిపోయి, నాకు రకరకాల పేర్లు పెట్టి మీలో మీరు కొట్టుకు చస్తున్నారు. నేను మిమ్మల్ని దండించగలను. కాని నా చేతికర్రను చేయూతగా మాత్రమే వాడుతున్నాను. మీరు మాత్రం మీ చేతి కర్రలను ఆయుధాలుగా మార్చి మిమ్మల్ని రక్షించేవాడినే శిక్షించబూనుకున్నారు".

"నువ్వు నిజంగా దేవుడివయితే ధైర్యంగా మా ముందుకొచ్చి నిలబడవచ్చుగా?"

"మీ కన్నా మీరు నిలబడిన కొండ పెద్దది. ఈ కొండకన్నా మీరు నివశించే భూమి పెద్దది. భూమికన్నా ఆకాశం, ఆకాశం కన్నా అంతరిక్షం పెద్దది. ఆ సువిశాలమైన అంతరిక్షాన్ని ఏలే సర్వశక్తిమయుడ్ని నేను. అతి సూక్ష్మమైన మీ కళ్ళు నన్ను చూడలేవు."

"కాని ఎలాగైనా నిన్ను చూడాలని మాకు కోరికగా వుంది. మమ్మల్ని కరుణించి మాకు కనుపించు స్వామీ."

"సర్వవ్యాపినైన నేను మీలోనూ వున్నాను. మీలోని ప్రేమను నేను. మీలోని దయను, కరుణను, శాంతిని, సహనాన్ని, మీరు పలికే సత్యవాక్కునీ నేనే. మీ హృదయాన్ని నేను. దానిలో ప్రకాశించే దివ్యజ్యోతినీ నేనే. మీరే అజ్ఞానంతో మీలో వున్న నన్ను కనలేక కొండలలో కోనలలో వెతుకుతూ పరుగులు తీస్తున్నారు. ఎవరెవరి మోసపూరిత వాక్కులనే నమ్మి చీకటిలో పడిపోతున్నారు.

"ఈరోజు ఎలాగైనా నిను దర్శించనిదే ఇక్కడ నుండి కదిలేది లేదు స్వామీ" అంటూ వారంతా ఒట్టి నేల మీద కూర్చుండిపోయారు. క్షణాలు గడుస్తున్నాయి. కాని అతడు బయటకు రాలేదు. వారంతా నిరాశతో నీరసించి పోసాగారు. తిరిగి ఆ గుహలో నుండి కరుణాపూరితమైన వాక్కులు వినిపించాయి.

"మిమ్మల్ని ఈ భూమి మీదికి తీసుకురావాలని సంకల్పించిన తరుణంలో మీమీ తండ్రులలో బీజమునై, మీమీ తల్లుల గర్భాలయమే క్షేత్రముగా మలచి మిమ్మల్ని అక్కడ భద్రపరచాను. నాలోని దివ్యశక్తి మీ తల్లిలో వినూత్నమైన చైతన్యాన్ని కలిగించి, నా తరపున నా బాధ్యతను ఆమె తీసుకునేలా చేసింది. కర్తను నేనే, ఆమె నిమిత్తమే.

నీకొక ఆకృతినిచ్చి, నీలో జీవము నింపి, నవమాసములు అతి పదిలంగా నిను కాపాడి, పెంచి, పోషించి ఈ లోకానికి అందించింది నీ తల్లి. నీవు తొలి ఊపిరి పీల్చే వరకూ తన ఊపిరి ఆపి చూసింది. నీ నోటి నుండి శబ్దము వెలువడగానే ఆనందంతో పరవశించింది.

నేనిచ్చిన అపూర్వ కానుకను, అపురూపంగా పెంచి పోషించి నిన్నేక మనిషిని చేసింది. నా తరపున తానే నీ తొలి దైవమై నిలిచింది.

అమ్మలందరిలోనూ వున్న ప్రేమ, కరుణ, వాత్సల్యం, త్యాగం ' ఇలాంటి అనేక సుగుణాల సమాహారమే 'నేను'.

అమ్మను ప్రేమిస్తే నన్ను ప్రేమించినట్టే. అమ్మను పూజిస్తే, నన్ను పూజించినట్టే. అమ్మను ఆశ్రయిస్తే, నన్ను ఆశ్రయించినట్టే. మూలాన్ని విస్మరించి ప్రపంచపు నలుమూలలా పరుగులు తీసే మీరు నిజంగా పిచ్చివారే. అమ్మ వాక్కులను పెడచెవిన పెట్టి, దైవ వాక్కులనందిస్తే మంటున్న మీలాంటి పిచ్చివారి వెనుక మీరే పరుగిడుతున్నారు.

పొండి. మీమీ ఇళ్ళకు పొండి. అమ్మ నీడలో విశ్రమించండి. అమ్మలో నన్ను చూడండి. అప్పుడు మీలో వున్న నేను మీకు దర్శనమిస్తాను."

ఒక్కసారిగా ఆ దివ్యవాక్కు ఆగిపోయింది. కొండగుహలో దివ్యమైన కాంతి పుంజము ప్రకాశించింది. మరుక్షణం మాయమైంది.

అక్కడున్న అందరిలో నూతన చైతన్య స్పృహ కలిగింది.

అందరి మధ్యలో నేనూ వున్నాను. అందరితో పాటు నేనూ వెను తిరిగాను. ఇంటికి చేరాను. అమ్మను చూసాను. అమ్మ నా కళ్ళకు క్రొత్తగా కనిపించింది. దివ్యకాంతులతో ప్రకాశిస్తూ కనిపించింది. 'అవును, ఆ వాక్కులు సత్యవాక్కులే. అమ్మలోనే దైవం వుంది.'

ఆశ్చర్యం!! అమ్మ కాంతులు నాపై పడి నేను కూడా ప్రకాశిస్తున్నాను!!

తత్త్వ దర్శనం

కళాశాలలో చదువుకుంటున్న రోజులు. మిత్రులందరమూ కలసి వినోద యాత్రకు సిద్ధమయ్యాము. మేమంతా ఎంతగానో ఇష్టపడి అభిమానించే మా గురువు ఒకరు మాకు తోడుగా వచ్చారు. అద్భుతమైన ప్రకృతి అందాల మధ్య ఆనందంగా విహరించే గొప్ప యాత్ర అని మేమంతా కలలుకంటూ ప్రయాణం సాగిస్తున్నాము.

'మీరు కలలు కంటున్నది నిజం కాదు. మీరు ఊహించని ఒక గొప్ప ప్రదేశానికి మిమ్మల్ని నేను తీసుకెళ్తబోతున్నాను. మీ జీవితాలలో ఎన్నటికీ మరిచిపోలేని ముద్రను వేసే ఒక సుందర ప్రదేశంలో మనం అడుగుపెట్టబోతున్నాం' అంటూ మాలో కుతూహలాన్ని రేకెత్తించారు మా గురువు. మరికొద్ది సేపట్లోనే మేము మా గమ్యానికి చేరుకున్నాము.

అది ఒక ఆశ్రమం. అతి విశాలమైన ప్రాంగణం. పెద్ద పెద్ద ప్రాహారపు గోడల మధ్య ప్రకృతి సౌందర్యాలతో విరాజిల్లుతూ వుంది. విరటూసిన పూల వనాల మధ్య ధవళ కాంతులతో ఒక భవనం వుంది. ఆ భవనపు ప్రవేశ ద్వారం వద్ద పండు ముదుసలిలా కనిపిస్తున్న ఒక స్వామీజీ మాకు ఎదురై మాకు స్వాగతం పలికారు. ఈ ఆశ్రమ విశేషం ఏమై వుంటుందా! అని ఆశ్చర్యపోతూ లోనికి అడుగుపెట్టాము. తీరా చూస్తే అది ఒక అనాథ ఆశ్రమం.

ఆశ్రమం పుట్టుక, ప్రయోజనం, అది అందించే సేవల గురించి సుదీర్ఘంగా వివరించారు స్వామీజీ.

పుట్టుకతోనే తల్లిదండ్రులను కోల్పోయిన వారు, బలాత్కారానికి గురైన తల్లులచే పసిగుడ్డు నాడే ఆశ్రమ వాకిలిలో వదలిపెట్ట బడినవారు,బిడ్డల చేత నిరాకరించబడి నిరాశ్రయులై ఈ ఆశ్రమాన్ని ఆశ్రయించిన వృద్ధులు ' ఇలా అనేక రకాల అనాథలక్కడ చేరివున్నారు.

వారి మధ్య కులమత విద్వేషాలు లేవు. ఒకరికొకరు సేవలందించు కోవడం, ఒకరితో ఒకరు ప్రేమను పంచుకోవడం తప్ప మరేమీ తెలియని 'మానవులు' వారంతా.

స్వామీజీయే స్వయంగా స్వంత ఖర్చులతో ఆశ్రమాన్ని నిర్వహిస్తున్నారని తెలిసి ఆశ్చర్యపోయాము.

అక్కడి వారితో ఆడిపాడి వారికి వినోదాన్ని అందించాము. ఆ రోజంతా వారికి సేవలు చేసి మా జన్మలు తరింపచేసుకున్నాము. 'మేమంతా జీవితంలో స్థిరపడిన తరువాత ఆ ఆశ్రమ నిర్వహణకు మా వంతు సహాయాన్ని అందిస్తాము' అని ప్రమాణం చేసి అక్కడి నుండి బయలుదేరాము. అనాథలకు సేవచేసే అవకాశం కల్పించిన మా గురువుగారికి అందరం కృతజ్ఞతలు చెప్పుకున్నాము.

కాని దారి పొడవునా నాలో ఏదో తెలియని చింత వెంటాడి కలత పెడుతూనే వుంది. వారు కేవలం అనాథలే కాదు, చాలా దురదృష్టవంతులని అనుకొంటూ వారి దుస్థితిని తలచుకుని జాలిపడసాగాను.

వారెవరికీ అమ్మ లేదు. అమ్మ ప్రేమ తెలియదు. నిర్భాగ్యులు వారంతా. మేము అనాథలం అనే భావన వారిని జీవితాంతం పీడిస్తూనే వుంటుంది. ఏది ఏమైనా, ఎన్ని సంపదలున్నా, అమ్మ తోడు లేని బ్రతుకు ఎన్నటికీ ఒంటరి బ్రతుకే.

ఆ తరువాత కొన్ని రోజులకు మా ఊరు వెళ్ళాను. అమ్మతో మా ఆశ్రమ యాత్ర గురించి చెప్పాను. అక్కడి వారి గురించి విపరీతమైన జాలిని కనపరుస్తూ వివరిస్తూ వచ్చాను. అప్పుడు అమ్మ నాకు చేసిన బోధన ఏ పుస్తకాలలోనూ ఎక్కడా లభించనిది.

"అమ్మ అనేది కేవలం భౌతికమైన అంశం నాన్నా. అమ్మ కన్న గొప్పది 'అమ్మ తత్త్వం'. ప్రేమ, మమత, అప్యాయత, అనురాగం, దయ, కరుణ, త్యాగం, సహనం వంటి అత్యుత్తమ గుణాల మేళవింపే అమ్మతత్త్వం. అమ్మగా ఒక బిడ్డకు జన్మనిచ్చినా అమ్మ తత్త్వాన్ని ఒంటపట్టించుకోలేని స్త్రీ అమ్మ కాదు, కాలేదు. అప్పుడు పేరుకు మాత్రమే ఆమె అమ్మ అవుతుంది.

పరిమళాలు వెదజల్లని పూలు, గొంతులో తేనెలూరుతూ పాటలు పాడలేని కోయిల, పదిమందికి ఫలాలను ఆశ్రయాన్ని అందించలేని చెట్లు, పచ్చని పంట పండని నేల, వర్షించని మేఘం ` ఇలాంటివి పేరుకు మాత్రమే మనుగడ సాగిస్తున్నట్టు భావించాలి.

అమ్మ అనేది ఒక వ్యక్తి కాదు నాన్నా. అది ఒక శక్తి. అది ప్రపంచమంతా నిండి వుంటుంది. మేము మా బాల్యంలో, పక్షులు పసిబిడ్డను పెంచిన పురాణ కథలు వంటివి ఎన్నో విన్నాము. ఒక పక్షి మరొక పక్షి గుడ్డును పొదిగి బిడ్డను చేసి ప్రకృతికి అందిస్తుంది. ఒక

జంతువు యొక్క బిడ్డను మరొక జంతువు చేరదీసి పాలు ఇచ్చి ఆకలి తీరుస్తుంది. వీరిలో ఎవరు ఎవరికి అమ్మ?

ఈ సృష్టి మొత్తం ప్రాణవాయువుతో పాటు, ప్రేమ తత్త్వాన్ని నింపి, మనతో పాటు పశుపక్ష్యాదులను, క్రిమి కీటకాదులలోను అమ్మ ప్రేమను విడదీగి కూర్చి ప్రపంచానికి అందించాడు భగవంతుడు. గాలి, నీరు, వెలుతురు ఎంత స్వేచ్ఛగా లభిస్తాయో ప్రేమ కూడా అంత స్వేచ్ఛగానూ అంతటా కూడా లభిస్తుంది.

నిజానికి ప్రేమకు ప్రత్యక్ష రూపం భగవంతుడు మాత్రమే. అమ్మ అనేది కేవలం అతనిలోని సూక్ష్మాతి సూక్ష్మమైన అంశ మాత్రమే. అమ్మ ప్రేమ అపరిమితం నాన్నా. అది ఒక్క చోట మాత్రమే వుండదు. నువు ఎక్కడ వెతికితే అక్కడ దొరుకుతుంది. నీకు కావలసినంత దొరుకుతుంది.

అందువలన, నువు కలిసిన మనుషులకు అమ్మ లేదని జాలిపడకు నాన్నా. వారికి వారి గురువే తల్లి తండ్రి. దారి తెలియని వారికి దారి చూపించే దిక్కు భగవంతుడు. నిరాశ్రయులైన వారికి ఆశ్రయమిచ్చి ఆప్యాయతను కురిపించే వాడే భగవంతుడు. చల్లని నీడ అతడే. చక్కని తోడు అతడే. వీడని నిజమైన మిత్రుడు అతడు. 'అమ్మ అంటే అసలైన అర్థం ఇదే నాన్నా. ఇది సత్యం".

నిజమైన ఆస్తికుడు

'సర్వత్రా వ్యాపించిన పరమేశ్వరుడ్ని నాలుగు గోడల మధ్య బందీగా మార్చగలరా ఈ మానవులు?

ఆదివారము ఇష్టమని, శుక్రవారము ఇష్టమని, శనివారము ఇష్టమని ఏ దేవుడైనా స్వయముగా మీతో అన్నాడా?

మీలో నేనున్నానని ఆయన అంటుంటే, ఆయనను వెతుకుతూ ప్రపంచమంతా తిరుగాడటం అవివేకమని మీరు గ్రహించలేక పోతున్నారా?

నాకొక ఆకృతి వుందని ఆయన ఎప్పుడయినా చెప్పాడా మీతో?'

ఇటువంటి ప్రశ్నలు నా నుండి విని, విని నా మిత్రులందరూ నన్ను టహిష్కరించారు. నా నుండి దూరమైపోయి, నాపై నాస్తికుడనే ముద్ర వేసి ఒంటరిగా వదలివేసారు.

ఒంటరి జీవితం నరకంతో సమానమని అవగతమయ్యింది. మిత్రులను ట్రతిమలాడుకున్నాను. నా ప్రశ్నలకు సమాధానం చెప్పమని, నన్ను వారితో ఒకనిగా చేర్చుకోమని వేడుకున్నాను. ఎందుకో వారంతా నా ఎడల కఠిన ధోరణిని ప్రదర్శిస్తూ వచ్చారు. దిక్కు తోచని దీనస్థితిలో పడి నలిగిపోయాను.

ఈ సమయంలో నన్ను ఓదార్చి దరి చేర్చుకునే అమ్మ నాకు దూరంగా వుంది. పై చదువుల రీత్యా నేను అమ్మకు దూరంగా వుండాల్సి వచ్చింది.

నీవు లేని లోటు తీర్చడానికి ఎవరినైనా ప్రసాదించి, అనుగ్రహించమని మౌనంగా అమ్మను వేడుకున్నాను. నా వేదన విని, నా ఒంటరితనంలోని నరకయాతనను గ్రహించినట్లుగా అమ్మ నాకొక స్నేహితురాలిని అందించింది. ఆమె వయస్సులో నాకన్న చిన్నది. ఆలోచన మా అమ్మలాగే చాలా ఉన్నతమైనది. క్రమక్రమంగా మా స్నేహం బలపడింది. చాలా మంది ఆమెను నా దరి చేరవద్దని హెచ్చరించినా ఆమె చిరునవ్వుతో వారిని తిరస్కరించింది.

ఒక రోజున నా గోడు ఆమెకు వివరించాను. 'ప్రపంచం ఎంతో విశాలమైనది కదా! వారు లేరని నీకెందుకు చింత! వారే నీతో స్నేహం చేయాలని ఎందుకు తపన పడుతున్నావు?' అని ఆమె నన్నడిగింది.

'వారు నీ మిత్రులైతే నిన్నెందుకు వదలి వెళ్ళారు? నీలోని జిజ్ఞాసను తొలగించి నీ చింత తీర్చాలి కదా! మీరు ఉభయులూ మిత్రులేనా లేక నీవు మాత్రమే వారితో స్నేహం కోరుకుంటున్నావా?' అని ప్రశ్నించింది.

'నాకు శత్రువులుండ కూడదన్నది నా కోరిక. నేను నాస్తికుడ్ని అన్న ప్రత్యేకమైన ముద్ర వేసి దూరం చెయ్యడం నన్ను వేదనకు గురి చేసింది'.

ఆమె కొద్ది క్షణాలపాటు మౌనంగా వుండిపోయింది. అటు తరువాత నెమ్మదిగా నా జీవితంలో ఊహించని రీతిలో క్రొత్త వెలుగులను ప్రసరింపచేసింది.

ఆమె నన్ను తొమ్మిది ప్రశ్నలు వేసింది. 'నీవు జీవితంలో ఏ ఒకరి కథనైనా పదే పదే వింటూ వచ్చావా? ఎవరినైనా నీవొక ఉన్నతమైన వ్యక్తివని మనసు నిండుగా కీర్తిస్తూ జీవించావా? ఎవరి పాదాలనైనా

చూడగానే వాటిని అభిషేకించి తరించాలనే కోరిక ఎప్పుడైనా నీలో కలిగిందా? ఎవరికైనా పూలు, పండ్లు వంటి చిన్న చిన్న కానుకలు యిచ్చి సత్కరించి సంతసించావా? ఎవరైనా నీకు ఎదురవగానే వారి తేజస్సును చూసి చేతులెత్తి నమస్కరించాలని అనిపించిందా? ఎవరికైనా సేవలు చేసి జీవితాంతం తరించాలని అనిపించిందా? ఎవరినైనా చూడగానే వీరు మాత్రమే నా మిత్రులు, వీరే నా జీవితాంతం నా కష్టసుఖాలను పంచుకోగల ప్రియనేస్తాలనే భావన నీలో కలిగిందా? ఒంటరితనంలోనే కాకుండా, పదిమందిలో వున్నప్పుడు కూడా ఎప్పుడైనా ఒకే వ్యక్తిని పదే పదే స్మరించుకుంటూ రావడం జరిగిందా? నిన్ను నీవుగా ఎవరికైనా అంకితం చేసుకుని వారిలో లీనమైపోవాలని కోరిక ఎప్పుడైనా కలిగిందా?'

ఆమె ప్రశ్నలు విన్నాను. ఒక్క క్షణం రెండు కళ్ళూ మూసుకున్నాను. నాలోకి నన్ను నేను చూసుకున్నాను. అప్రయత్నంగా 'అమ్మ' అనే రెండక్షరాలు నా పెదాల వెంట వెలువడ్డాయి. నెమ్మదిగా కళ్ళు తెరచాను. ఎదురుగా నా స్నేహితురాలు నవ్వుతూ నన్నే చూస్తోంది.

'నీవు నాస్తికుడవు కావు. వాస్తవానికి, నిన్ను మించిన ఆస్తికుడు ఎవరూ లేనే లేరు. ఇప్పుడు వెళ్ళి నీ మిత్రులను కలువు. మీ అమ్మను గురించిన నీ భావనలను వారికి వివరించు. ఆరాధనలో అంతరార్థాన్ని వివరించు. భక్తి అంటే ఇది అని వారు గ్రహించేలా చేయి. నిజమైన దైవం నీ వద్దనే వున్నాడనే సత్యం వారికి తెలియజెప్పు. వెంటనే ఇక్కడి నుండి బయలుదేరు' అంటూ ఉద్బోధించింది ఆమె.

ఆమె నన్ను నడిపించే దివ్యశక్తి అని, నేను కేవలం ఒక యంత్రము వంటి వాడినననే భావన కలిగింది. అమె చెప్పినట్టే చేసాను.

నా మాటలు విన్న నా మిత్రులంతా నన్ను చూడకుండా ముఖాలు తిప్పుకుని వెనుతిరిగి నిలుచున్నారు. కొద్ధిక్షణాల పాటు వారి నుండి ఏ సమాధానమూ రాలేదు. నిరాశతో వెనుతిరిగాను.

'మిత్రమా! ఆగు' అంటూ ఒక సాగర ఘోష లాంటి ధ్వని వినిపించి, వెనుకకు తిరిగి చూసాను. ఆశ్చర్యం! వారంతా నన్నే చూస్తున్నారు.

'స్నేహం చేయడానికి అనర్హుడువు నీవు కావు.... నీవు నాస్తికుడవూ కావు.... మాకన్నా విశిష్టమైన ఆస్తికుడివి. నీతో స్నేహం చేసే అర్హత మాకుందని నీవు భావిస్తే, మమ్మల్ని స్నేహితులుగా స్వీకరించమని విన్నపం.'

వారి మాటలు నా శరీరాన్ని ఆనందంతో కంపింపచేసాయి. పరుగు పరుగున పోయి వారితో కలసిపోయాను. నా చుట్టూ వారు, వారి మధ్యలో నేనూ పరవశించి పోసాగాము.

అందమైన అంధత్వం

ఒక రోజున నేనొక రహదారి వెంట నడుస్తూపోతున్నాను. ఈ దరి నుండి ఆ దరికి మారి వెళ్ళాలని నా తాపత్రయం. పలురకాల వాహనాల రాకపోకలతో రోడ్డంతా గందరగోళంగా వుంది. నా ప్రక్క నుండి మరొక స్త్రీ నాలానే ప్రయత్నిస్తోంది.

పాపం ఆమె అంధురాలు. శబ్దాలు వినడం తప్ప దృశ్యాలను కనలేని దీనురాలు. ఆమెను సమీపించి ఆమె చేయి పట్టుకుని నాతో పాటు నడిపించి అతికష్టం మీద ఆమెను నాతో అటుదరి చేర్చి సంతృప్తిగా నిట్టూర్చి ముందుకు పోబోయాను.

'ఎందుకు నా చేయిపట్టి నడిపించావు? ప్రేమతోనా, జాలితోనా?' అని నా వెనుకనున్న ఆ అంధురాలు ప్రశ్నించింది.

'ముక్కు, ముఖం తెలియని నీ మీద నాకు ప్రేమ ఎందుకు కలుగుతుంది? పైగా నీవొక బిచ్చగత్తెవు. స్థాయిని మించి మాట్లాడుతున్నావు. కేవలం నీవొక అంధురాలివనే జాలితో మాత్రమే నిన్ను నాతో నడిపించాను' అన్నాను.

'ముక్కు, ముఖం తెలియని నాపైన జాలి మాత్రం ఎందుకు కలిగింది?'

'ఎందుకంటే నేను చూస్తున్న ఈ అందమైన లోకాన్ని నువ్వు చూడలేవు కాబట్టి.'

'అవునా! మరి నేను చూసే అందమైన నా లోకాన్ని నువ్వు చూడగలవా? నా దృష్టిలో నీవూ అంధుడివే.'

ఎవరో నా వెన్ను చరిచినట్టు అనిపించింది. నా దగ్గర సమాధానం లేదు. మౌనంగా ముందుకు సాగి వెళ్ళిపోయాను. కొద్ది రోజుల పాటు ఆ ప్రశ్న నన్ను వెంటాడుతూనే వుంది. నేను కదలి వెళ్ళిపోతుంటే, 'మిత్రమా! నా ప్రశ్నకు బదులీయవా?' అని ఆమె పిలచిన పిలుపు నా చెవులలో ప్రతిధ్వనిస్తూనే వుంది. నాకు విశ్రాంతి లేకుండా చేసింది. చాలా రోజుల పాటు ఆమె కోసం వెతికాను. ఆమెను కనుగొన్నాను. ఆమె చెంతకు చేరి ఆమె చేయి పట్టుకున్నాను. ఆశ్చర్యం!!

'మిత్రమా! వచ్చావా!' అంది.

'ఎలా తెలిసింది వచ్చింది నేనని!'

'నాలో ఇంకా నాలుగు ఇంద్రియాలు పని చేస్తున్నాయి. నేనింకా తొంబై శాతం పరిపూర్ణురాలినే' అంటూ నవ్వింది.

ఆమె నా కంటికి ఒక పరమజ్ఞానిలా అనిపించింది. ఆమె ముందు నేనొక అల్పుడిని అనే భావన కలిగింది.

'నన్ను నీతో స్నేహం చేయనిస్తావా?' అనడిగాను.

'మనం చేసినా చెయ్యకపోయినా ఈ భూమి మీద అందరూ స్నేహితులే. ఒకరికి ఒకరు. నాతో రా!' అంటూ చేయి చాపింది.

నేను ఆమెతో వెళ్ళడమేవిటి? ఆమె కదా నాతో రావాలి! అంటే నాలో ఇంకా అహం పోలేదన్న మాట! మారు మాటాడకుండా ఆమె చేయి పట్టుకుని నడవసాగాను, 'ఒక అంధురాలి వెనుక మరోక అంధుడు.'

అలా సాగి సాగి మేమిద్దరమూ మంచి మిత్రులమయ్యాము. బిచ్చగత్తెతో స్నేహమేవిటంటూ చాలా మంది నన్ను హేళన చేసారు. 'మనిషిని చూడకండి, లోపలున్న మనసును చూడండి' అంటూ నా స్నేహాన్ని కొనసాగించాను. నాకన్నా వయసులో చిన్నదయినా, నాకెన్నో జీవిత సత్యాలను బోధిస్తూ వచ్చింది ఆమె.

'ఎలా తెలిసాయి నీకిన్ని విషయాలు?' అని అడిగాను.

'ప్రకృతి ఒడిలో నేర్చుకున్నాను' అంది.

కళ్ళున్న మనకే ఎన్నో విషయాలు అంతుబట్టవు కదా, ఆమెకు ఎలా సాధ్యమయిందని ఆశ్చర్యపోయాను. ఆమె చెప్పిన సమాధానం విని నా ఒళ్ళు జలదరించింది.

'నేను నడిచే నేలను బట్టి నేను వెళ్తున్న మార్గము సరైనదో కాదో తెలుసుకోగలను. నన్ను తాకే గాలిని బట్టి నా చుట్టూ వున్న వాతావరణంలోని మార్పులను కనిపెట్టగలను. నేను పీల్చే శ్వాసను బట్టి నా ప్రక్కనున్న మనుషుల తత్త్వాన్ని తెలుసుకోగలను. ఎదుటివారి మాటను బట్టి వారి మనసులోని ఊహలను గ్రహించగలను. వెచ్చదనాన్ని బట్టి వెలుతురును, నిశ్శబ్దాన్ని బట్టి చీకటిని కనిపెట్టగలను. మీరు మీ చుట్టూ వున్న మనుషులతో స్నేహం కోసం ఆరాటపడతారు. నేను మనుషులు తప్ప మిగిలిన అన్ని జీవాలతోనూ స్నేహం కోసం ఆరాటపడతాను. మీ అమ్మ,'నాన్నలు మనుషులు, నా అమ్మ,'నాన్న ప్రకృతే. మీ దేవుడు వెలుతురులో ప్రకాశిస్తూ మీ జీవితాలకు వెలుగునిస్తాడని భావిస్తారు. నా దేవుడు చీకటిలో వుంటూనే నా జీవితానికి వెలుగును ప్రసాదిస్తాడని నేను నమ్ముతాను.

పచ్చని నేల మీద నడుస్తాను. నేల మీదనే నిదురపోతాను. రాళ్ళు నాకు తలగడలు. చెట్టు నాకు నీడ, వాన నాకు దాహం తీర్చే దైవం. గాలి నా ప్రాణం. వెలుతురులో నాకు ఓదార్పు వుంటుంది. చీకటి నన్ను నిద్రపుచ్చుతుంది. మూగజీవాలు నాకు మిత్రులు. నాతో సంభాషించి నాకు వినోదాన్నిస్తాయి. తెలుసా!'

'నీ జీవిత పరమార్థం ఏవిటి?'

'దేవుడు ఊపిరి నిచ్చాడు. బ్రతకాలి. నాకు ఒక అందమైన బిడ్డనిచ్చాడు. వాడిని పెంచి పెద్దచేసి వాడికి రెక్కలొచ్చే దాకా సాకాలి. బ్రతకాలి.'

'నీకు బిడ్డ వున్నాడా! ఎలా!'

'నా చుట్టూ పశువులు, పక్షులు మాత్రమే కాదు. మానవ మృగాలు కూడా వున్నాయి. బిడ్డ పుట్టడంలో ఆశ్చర్యం ఏముంది?'

'నీ బిడ్డ ఇప్పుడెక్కడ?'

'ఊరి చివర చెట్టుకొమ్మన ఊయలతో టజ్జని వుంటాడు.'

'వాడ్ని ఎవరు చూస్తారు?'

'చెప్పానుగా! ప్రకృతి. ప్రకృతే కాపాడుతుంది. మూగజీవాలు వాడి చుట్టూ వుండి నేను వెళ్ళే వరకూ రక్షణగా వుంటాయి. ఎవరైనా వాడిదరి చేర సాహసిస్తే కండలుగా చీరేస్తాయి.'

'నీ పేరు?'

'తెలీదు. నా బిడ్డ మాత్రం నన్ను అమ్మా అని పిలుస్తాడు. బహుశా అదే నా పేరు. నేను అమ్మనయ్యాకనే నాకీ ప్రపంచం గురించి నిజం తెలిసింది. నా ఆశ్రయమెవరో అర్థమయ్యింది. నాలో ప్రేమ వికసించింది. ఇదంతా నేను అమ్మను కావడం వల్లే.'

ఆ రోజుకు ఆమె నా చేయి వదలి వెళ్ళింది.

నాకు అమ్మతత్త్వం సంపూర్ణంగా బోధపరచి వెళ్ళింది.

జీవితమే ప్రశ్న - జీవితమే జవాబు

సుఖ దుఃఖాలనేవి నిజంగా వుంటాయా! మనం కల్పించుకున్నవా! వీటికి మూలం కర్మఫలమా, కోరికల బలమా? ఈ జీవిత అనుభవాలన్నీ కేవలం భావనలేనా! నిజాలు కావా!

ఒక వ్యక్తి విమానంలో ప్రయాణిస్తూ కూడా ఎందుకు అశాంతితో కుమిలిపోతున్నాడు? మరొక వ్యక్తి నేల మీద నడుస్తూ కూడా ఎందుకు ఆనందంతో పరవశించిపోతున్నాడు? సమస్యలనేవి నిజంగా వుంటాయా, మనం సృష్టించుకుంటామా!

నా జీవన యానంలో ఇటువంటి సందేహాలు నన్ను అడుగడుగునా వెంటాడుతూ వచ్చాయి. అనేక మంది వ్యక్తులు, అనేక అనుభవాలు, అనేక సంఘటనలు బారులు తీరి నాకు ఎదురు రావడం జరిగింది. ఇవి అపారమని వీటికి అంతం లేదనీ భావిస్తూ బ్రతికాను.

ఒక సందర్భంలో నేను విపరీతమైన ఒత్తిడుల మధ్య పడి నలిగిపోవడం జరిగింది. అదొక అగాధం. వెలుతురు కనపడని అగాధం. ఆర్థిక సమస్యలు, మానసిక సంక్షోభాలు, నిస్సహాయత, తత్ఫలితంగా ఒంటరితనం నన్ను చుట్టుముట్టి దట్టమైన చీకటిలా కమ్మేసాయి.

నా ఒంటరి పోరాటంలో అనేక అపజయాలు, పరిహాసాలు, అవమానాలు నేను పిలువని బంధువులై వచ్చి తిష్టవేసుకుని కూర్చున్నాయి. పది దిక్కుల మధ్య నేనొక్కడినే 'దిక్కుతోచని స్థితిలో'.

అందరూ వినేవారు, ఓదార్చేవారే కానీ పరిష్కారం చెప్పేవారూ, పరిష్కరించే వారూ కరువయ్యారు. ఈ సమయంలో అమ్మ గుర్తుకు వచ్చింది. ఎన్నో చిక్కుముడులను ఒక్క చిరునవ్వుతో విప్పి పక్కకు నెట్టే సమర్థత అమ్మకు మాత్రమే వుంది. అంతా చేసి, నేనే చేసాననే అహం లేకుండా, ఆనందంతో కనిపించగలిగేది ఈ ప్రపంచంలో అమ్మ మాత్రమే.

కాని ఆ సమయంలో నేను భౌతికంగా అమ్మకు చాలా దూరంలో వున్నాను. క్షణాలు యుగాలై నన్ను కలవర పెట్టడం మొదలుపెట్టాయి. అమ్మను కలిసే సమయం లేదు. ఒంటరినై, ప్రశ్నలతో స్నేహం చేస్తూ భారంగా బ్రతకాల్సిన పరిస్థితి. ఒకానొక సందర్భంలో అమ్మ చెప్పిన ఒక మాట నాకు జ్ఞప్తికి వచ్చింది.

'నువు పిలవగానే నేను నీ దరికి రాలేకపోవచ్చు. నువు తలచిన వెంటనే నా దరికి రాలేని పరిస్థితి జీవితంలో నీకు ఎప్పుడైనా ఎదురుకావొచ్చు. అలాంటి సందర్భంలో ఒక జీవిత సత్యాన్ని ఊతంగా చేసుకుని ముందుకు సాగిపో. ప్రశ్నలు మనవయినప్పుడు సమాధానం ఎదుటివారి నుండి ఆశించకూడదు.'

ఒక రోజు సాయంత్రం తీరాలు ఎక్కడున్నాయో తెలియని స్థితిలో వాటిని వెతుక్కుంటూ కాలి నడకన సాగిపోయాను. పోయి పోయి ఒక చోట ఆగాను.

చూస్తుంటే అదొక అద్భుతమైన లోకంలా అనిపించింది. అక్కడ వున్న అందాలు ఇంకెక్కడా వుండవంటే అతిశయోక్తి కాదు. నీవు ఒంటివాడివి కావు. మా జతగాడివి అంటూ ఆ లోకం నన్ను ఆహ్వానించింది.

అక్కడి గాలి నాలో ఆశలు చివురింప చేసి, నాకు క్రొత్త ఊపిరినిచ్చింది. నీడలకు తావీయని వెలుతురు నా కనుల ముందు రేపటి అందాలను దర్శింప చేస్తోంది. చెలరేగి సాగే ఏరు, సమస్యలు కూడా అలానే మజిలీ లేని ప్రయాణం చేస్తూ సాగిపోతాయని చెబుతోంది. పక్షుల రాగాలు ఆనందభైరవి రూపంలో నా చెవులకు సోకుతూ నా మనసులోని బాధలను దొంగిలించుకు పోతున్నాయి. చివురులు మేసే అందమైన హరిణాలు నాలోని నిరాశలను మాయం చేస్తూ నా కళ్ళు ప్రశాంతతతో విప్పారేలా చేస్తున్నాయి. ఆ దారిన సాగిన ఎందరో విజేతల అడుగుజాడలు నను ముందుకు సాగిపోమని సున్నితంగా సూచిస్తున్నాయి. నిబ్బరంగా నిలువెత్తు నిలబడిన చెట్టు 'నేనెన్నో తుఫానులను తట్టుకొని నిలబడలేదా! నీవొక పేకమేడవా పదేపదే కూలి పోతున్నావు!' అంటూ పరిహసిస్తూ చూస్తోంది. నీటి మడుగులో ఈదులాడే చేపలు ఆగకుండా సాగిపోతూ అటూ యిటూ పయనిస్తూనే వున్నాయి.

క్షణాలు గడిచే కొద్దీ నాలోని పిరికితనం పలాయనం చేయడం మొదలుపెట్టింది. నాలోని బలమూ ఆత్మవిశ్వాసమూ కట్టలు తెంచుకుని బయటపడటం మొదలయ్యింది. ఎన్నెన్నో అందాలు, మరెన్నెన్నో పాఠాలు. నేను పై చదువుల కోసం అమ్మను, అమ్మలాంటి నా ఊరినీ వదలి వెళ్తున్నప్పుడు అమ్మ చెప్పిన మాట నా మనసు తెరల్లోంచి బయటకు వచ్చి నాలో పరిపూర్ణమైన ధైర్యాన్ని యిచ్చింది.

"అమ్మ నీ దరి లేనప్పుడు నీ చుట్టూ వున్న ప్రకృతే నీకు 'అమ్మ'. నీ భుజం తట్టి ముందుకు నడిపించడానికి నాన్న లేనప్పుడు ప్రకృతి మాత్రమే నీ తండ్రి. పుస్తకాలను దాటి, వాస్తవాలను ప్రభోధించే 'గురువు' నాన్నా

ప్రకృతి. ఎల్లవేళలా ప్రకృతిని ప్రేమించు. అది మాత్రమే నిను ఒదార్చి, ఒడి చేర్చుకునే 'దైవం'."

పరిపూర్ణమైన విశ్వాసంతో అక్కడి నుండి టయలుదేరాను. పదేపదే అమ్మ పాడే పాట నా మదిలో మెదలుతూ నను ముందుకు నడిపిస్తోంది.

"కోకిల పాటతో చివురులు తొడిగి,

అగ్ని కీలలతో అడుగులు వేస్తూ,

ఆశల జడిలో తడిసి మునకలై,

చలిగాలులతో చెలిమిని చేస్తూ,

పంట చేలపై పరుగులు తీస్తూ,

కలలు చెదురుతూ పడి పడి లేస్తూ,

నవ వసంతమై మరల చరించే

సుందర విహారమే జీవితము."

పరిపూర్ణ ప్రేమమూర్తి

ఆ రోజు నాన్న ఎందుకో విచారంగా వున్నాడు. అర్ధరాత్రి అయ్యింది. అయినా ఇంకా నాన్న నిద్రపోలేదు. అటూ యిటూ పచార్లు చేస్తూనే వున్నాడు. నాన్నకు ఏమైనా సుస్తీ చేసిందా? ఏదయినా సమస్యను గురించి తీవ్రంగా ఆలోచన చేస్తున్నాడా? అర్థం కాలేదు. నాన్నను పలుకరించా లనుకున్నాను. లేచి దగ్గరకు వెళ్ళాను.

'నాన్నా నిద్ర పట్టడం లేదా? ఒంట్లో బాగానే వుందా? ఎందుకలా విచారంగా తిరుగుతున్నావు? నాకు భయం వేస్తోంది. చెప్పు నాన్నా'.

నాన్న నా వంకా, తన మంచం వంకా మార్చి మార్చి చూస్తున్నాడు. అమ్మ ఊర్లో లేదు. అమ్మ మీదికి దృష్టి మారిందేమో అనుకున్నాను. 'అవునా, నాన్నా!' అనడిగాను.

నాన్న నా వైపు టెలగా చూసాడు. టెంగగా చూసాడు. చిన్న పిల్లవానిలా చూసాడు. దిక్కు తోచని వానిగా చూసాడు. అవునని తల ఊపాడు.

'వారం రోజులయ్యింది మీ అమ్మ ఊరికి వెళ్ళి. ఇన్ని రోజులు అమ్మను వదలి నేనెప్పుడూ వుండలేదు. పగలు పనులతో గడచిపోతోంది. రాత్రి దిగులుతో భారమవుతోంది'.

నాన్న కళ్ళు ఒక్కసారిగా తడిటారాయి. చెట్టంత మనిషి నాన్న. నేను పదేండ్ల బాలుడ్ని. బిడ్డ తండ్రిని ఓదార్చడమా! ఆ సన్నివేశం తలచుకున్నప్పుడల్లా నాకు అద్భుతమైన, అనిర్వచనీయమైన అనుభూతి కలుగుతూ వుంటుంది.

'నాకు మా అమ్మ మీద బెంగ వుంది. నీకు మీ అమ్మ మీద బెంగ వుండాలి కాని, మా అమ్మ మీద ఎందుకు?' అంటూ అమాయకంగా ప్రశ్నించాను.

నాన్న చిరునవ్వు నవ్వాడు. నన్ను తనతో పాటు తన గదిలోకి తీసుకువెళ్ళాడు. తన మంచం మీద తన పక్కనే కూర్చోబెట్టుకున్నాడు.

చూడు బాబూ! నువ్వింకా చిన్న పిల్లవాడివి. పురుషునికి వివాహం జరిగిన మరుక్షణం నుండి తన భార్యతోనే అతని జీవితం. అతనికి తల్లి, తండ్రి, ప్రియురాలు, స్నేహితురాలు, తోడూ నీడ అన్నీ అతని భార్య మాత్రమే.

'ఇంటికి దీపమై వెలిగి, ఇంటిని దివ్యకాంతులతో నింపేది భార్య. భర్త అవసరాలను గమనించి, అతనికి ఇంటిని ఒక విశ్రాంతి మందిరంగా తీర్చిదిద్దేది భార్య. సమస్యల వలయంలో పడి సతమతమయ్యే భర్తకు మంత్రిలా చక్కని సూచనలిచ్చి ఉపశమనాన్ని అందించగలిగేది భార్య. అమ్మ వలె కమ్మని భోజనాన్ని కడుపారా తినిపించి నిదురపుచ్చేది భార్య. భర్త గుండెలపై తన తల వాల్చి అతనిని సుస్వప్న లోకాలలో విహరింప చేసేది భార్య. చిరాకులు, పరాకులు భర్తలకే వుంటాయి. అయినా వాటిని సహనంతో స్వీకరించి చిరునవ్వుల్ని తడులందించే దివ్యమూర్తి భార్య.

ఇప్పుడు ఇవన్నీ నాకు కరువయ్యాయి. అమ్మకోసం ఎదురుచూపులే శరణు అయ్యాయి.'

'మరి అమ్మకు కూడా నీ గురించి తెలంగ వుండదా నాన్నా?'

'నా మనసు అమ్మ వద్ద వుంది. అమ్మ మనసు నా వద్ద వుంది. మేము మౌనంగా సంభాషించుకుంటూనే వుంటాము. అయినా భౌతికమైన ఎడబాటు చాలా భారంగా వుంది'.

'మరి అలాంటప్పుడు అమ్మను ఎందుకు ఊరికి పంపించావు? వద్దని చెప్పొచ్చు గా!'

'అమ్మ ఇష్టాన్ని కాదననని ప్రమాణం చేసాను'

'ఎప్పుడు?'

'అమ్మను వివాహం చేసుకున్నప్పుడు, పెళ్ళిలో ప్రమాణం చేసాను. అందరి ఎదుటా ప్రమాణం చేసాను. ఆమెను వదలి వుండడని, ఆమె ఇష్టాన్ని కాదననని, ఆమెకు తోడుగా, నీడగా, రక్షణగా ఎల్లవేళలా మసలుకుంటాననీ, ఆమెకు తప్ప నా మనసునూ జీవితాన్నీ మరే ఇతర స్త్రీకి చేరువ కానీయననీ ఆమె చేయి పట్టి అందరి ముందూ ప్రమాణం చేసాను.

వివాహ సమయంలో దంపతులందరూ ఇలానే ప్రమాణం చేస్తారు. కొందరు మర్చిపోతారు. కొందరే వాటికి కట్టుబడి జీవితాంతం కలసి మెలసి వుంటారు. అంతే.'

'అలాంటప్పుడు నువ్వే అమ్మను చూడటానికి వెళ్ళవచ్చు కదా! నేను కూడా నీకు తోడు వస్తాను'.

'వెళ్ళాలి, వెళ్దాం. నాది కూడా అదే ఆలోచన. ఇద్దరం కలసి రేపు ఉదయం వెళ్దాం.'

ఆరోజు రాత్రి అమ్మ స్థానంలో నాన్న ప్రక్కన నేను పడుకున్నాను. ఒకరికొకరు తోడుగా పడుకున్నాం. ప్రశాంతంగా నిద్రలోకి జారుకున్నాం.

తెల్లవారింది. చకచకా తయారయ్యాం. అల్పాహారాలు పూర్తి చేసుకుని ఇంటికి గొళ్ళెం బిగించి తాళం వేసి బయలుదేరబోతున్నాం.

సరిగ్గా అదే సమయానికి పోస్టుకార్డుతో పోస్ట్‌మ్యాన్ ఎదురయ్యాడు. కార్డు నా చేతిలో పెట్టి వెళ్ళిపోయాడు. ఎవరా! అని చూసాను. అమ్మ వ్రాసిన ఉత్తరం అది.

'నాన్నా!! అమ్మ ఈరోజే వచ్చేస్తోంది' అంటూ జీరబోయిన గొంతుతో గట్టిగా అరిచాను.

నాన్న రెండు చేతులలోనూ వున్న లగేజీ జారవిడిచి మోకాళ్ళ మీద కూర్చుడిపోయాడు. చంటి పిల్లాడిలా కన్నీరు కారుస్తుండి పోయాడు. నేను ఆశ్చర్యపోతూ నాన్ననే చూస్తున్నాను.

తను వలచిన స్త్రీ, మనసిచ్చిన స్త్రీ, తన చెంతకు వస్తోందని తెలిస్తే ఇంత ఆనందమా!!

ఈ సత్యం నాకా పసి వయసులో అర్థం కాలేదు. నన్ను కన్న తల్లిలా చూసుకునే నా భార్యను ఎడబాసి దూరంగా వున్నప్పుడల్లా నాకది గుర్తుకు వస్తూనే ఉంటుంది.

మనసిచ్చిన స్త్రీ తోడుంటే ఎంత ఆనందమో నాన్నకూ, నాకూ ప్రతి మగవాడికీ మరువలేని అనుభవమే.

బంగారు మనసు

అమ్మలో ఒక అద్వితీయమైన శక్తి దాగి వుంది. ఒక వస్తువును కాని, ఒక వ్యక్తిని కాని తన కంటి చూపుతోనే విశ్లేషించి వారిలో నిక్షిప్తమై వున్న శక్తులను బయటపెట్టగలిగే అపురూప శక్తి అది. అది కేవలం అమ్మకు మాత్రమే స్వంతం. ప్రేమతో చేరదీసి ఎదుటివారి వెన్ను తట్టి ప్రోత్సహించే మంచి మనసు అమ్మ సొత్తు.

అదే శక్తి నాన్న పదగమనంలో తోడై నిలచింది. నా భవితకు దారులు పరచింది. నా మిత్రులు ఎంతో మంది అమ్మ చుట్టూ చేరేవారు. వారి దీనత్వాన్ని తను స్వీకరించి, తనలోని కారుణ్యాన్ని వారిపై వెదచల్లి తేలికైన మనసులతో వారంతా తిరిగి వెళ్ళేలా చేసేది అమ్మ. తరచి చూస్తే అమ్మను మించిన బోధకురాలు లేదనిపిస్తుంది. అమ్మను మించి మనలను ప్రోత్సహించే వారు కూడా ఎవరూ ఉండరనిపిస్తుంది.

ఒక రోజు ఒక విచిత్రమైన సంఘటన చోటు చేసుకుంది. ఒక ఊరూ పేరూ లేని ఆగంతకుడు మా ఇంటికి వచ్చాడు. అమ్మను పేరు పెట్టి పిలిచాడు. అమ్మ ముందు మొకరిల్లాడు. తనకు ఇల్లూ, వాకిలీ ఏమీ లేవని, తనవారంతా తనను వదలి వెళ్ళారని, తిండి తిని నాలుగు రోజులయ్యిందని, తనను పిడిస్తున్న కష్టాలకు అంతులేదని, దుఃఖసాగరంలో కొట్టుమిట్టాడుతున్నానని సుదీర్ఘమైన కథనాన్ని వినిపించాడు.

అమ్మ మంచులా కరిగిపోయింది. తన చేతికి వున్న టంగారు గాజు తీసి అతని చేతిలో పెట్టింది. నాకు ఆశ్చర్యం వేసింది. అమ్మ మోసపోయింది. ఆ ఆగంతకుని గారడీకి లొంగిపోయింది. అమ్మలోని మంచితనం హద్దులు దాటిపోయింది. అమ్మకు ఎదురు చెప్పలేక చూస్తూ వుండిపోయాను.

ఆ వచ్చిన వ్యక్తి శతకోటి వందనాలు చేసి వెళ్ళిపోయాడు. అమ్మ వాడి వంక ప్రేమగా చూస్తూ వుండిపోయింది. అతికష్టం మీద ధైర్యం తెచ్చుకున్నాను.

'అమ్మా! వాడు కట్టుకథలు చెప్పి నిన్ను మాయ చేసాడు. అపారమైన తెలివితేటలున్న నువ్వు ఎలా మోసపోయావమ్మా?'

'అవును నాన్నా, అతను చెప్పింది కట్టు కథలే, నాకు తెలుసు. ఎలాగైనా అతడ్ని వెతికి పట్టుకుని ఇక్కడికి తీసుకురా. వెళ్ళు.'

నేను వాయువేగంతో అతని కోసం పరుగు తీసాను. అతికష్టం మీద అతడ్ని కనుగొనగలిగాను. అప్పటికే అతను తన వద్దనున్న టంగారు గాజు అమ్మేసాడు. బారులో కూర్చుని తిని, తాగుతున్నాడు. నాలో ఆవేశం పెల్లుబికింది. అతడ్ని చొక్కా పట్టుకుని అమ్మ దగ్గరకు లాక్కొని వచ్చాను. అమ్మ కాళ్ళ ముందు పడేసాను.

వాడు అమ్మ వంక దీనంగా చూస్తున్నాడు. అమ్మ వాడ్ని ప్రేమతో తాకి పైకి లేపింది.

అమ్మ ప్రేమను చూసి నేను మరింత ఆశ్చర్యానికి లోనయ్యాను. నా శ్రమ వృథా అయ్యింది. అమ్మ మళ్ళీ మోసపోతోంది.

అమ్మ మాట్లాడటం మొదలుపెట్టింది. నేను మౌనంగా వినసాగాను.

"బాబూ! నువ్వు నాతో అబద్ధం చెప్పావు. నువ్వు నన్ను మోసం చేసానని భ్రమపడుతున్నావు. కాని, నిన్ను నీవే మోసం చేసుకుంటున్నానని గ్రహించలేకపోయావు. నీవొక సత్యాన్ని మరచి మసలుకుంటున్నావు. నీలో గొప్ప రచయిత వున్నాడు. నీవు అల్లిన కథ అద్భుతంగా వుంది. మంచిగా మొదలై చక్కగా ముగిసింది. నీ అల్లిక ఎదుటి వారిని నీ కథనంలో లీనం చేసేలా వుంది. నీ కళ్ళలో ఒక వెలుగు వుంది. నీ మాటలలో విశ్వాసం వుంది. నీలో జీవితానుభవాలను రంగరించిన ఒక గొప్ప జ్ఞాని వున్నాడు.

నువ్వ ఒకరిని కట్టు కథలతో మోసం చేస్తే ఆ పూటకు నీ కడుపు నిండుతుంది. కాని తప్పు చేసాననే భావన నిన్ను నీడలా వెంటాడుతూ వుంటుంది. కథలు అల్లడంలోని నీ నేర్పరితనాన్ని, నీ జ్ఞానాన్ని ముడివేసి ప్రపంచానికి అందించు. లోకానికి వెలుగులు పంచే సూర్యునిలా జ్వలించు. తలదించుకుని కాకుండా తల ఎత్తుకుని జీవించు. వెళ్ళు. ప్రపంచాన్ని మేల్కొలుపు. నీకోసం కాదు. ఇతరుల కోసం బ్రతుకు. నీ పుట్టుకకు ఒక సార్ధకతను చేకూర్చు. వెళ్ళు. నీకు శుభం కలుగుతుంది."

శిక్షను అనుభవించాలేమో అని భయపడుతూ వచ్చిన అతనికి అద్భుతమైన శిక్షణ యిచ్చి పంపించిన అమ్మను చూస్తూ ఆనందంతో తలమునకలై పోయాను.

అలా చాలా కాలం గడచిపోయింది. సుమారుగా ఒక సంవత్సర కాలం గడచింది.

ఒక రోజున ఒక అపరిచిత వ్యక్తి వచ్చి మా ఇంటి గుమ్మం ముందు నిలబడ్డాడు. ఎవరు కావాలని అడిగాను. 'మా గురువును దర్శించుకోవడానికి వచ్చాను, కాస్త నన్ను లోనికి రానిస్తారా!'

'ఎవరు మీ గురువు?'

'అమ్మ. మన అమ్మ. ఏడాది క్రితం లోకాన్ని మోసగించి బ్రతుకుతున్న నన్ను చేరదీసి, కరుణతో నాకు జ్ఞానబోధ చేసిన అమ్మ నాకు కావాలి. నన్ను లోనికి రానివ్వండి.'

ఆశ్చర్యం! ఆనాటి బికారిలో ఈనాడు ఎంత గొప్ప తేజస్సు!!

అతని చేయి పట్టి, అమ్మ వద్దకు తీసుకువెళ్ళాను. అతను అమ్మ పాదాలపై తలవాల్చి వుండిపోయాడు. కొద్ది క్షణాల పిదప తేరుకుని మాట్లాడటం మొదలుపెట్టాడు.

"అమ్మా! ఆనాడు ఈ మోసగానికి బాసటగా నిలిచి నీవు చేసిన జ్ఞానబోధ నా జీవితాన్ని మార్చేసింది. నా జీవన గమనాన్ని సరిచేసింది. ఈ రోజున నన్నొక గొప్ప రచయితగా తీర్చిదిద్దింది. ఆ రోజున నీ వద్ద తీసుకున్న బంగారు గాజు అమ్మగా మిగిలిన డబ్బులతో నా సరికొత్త ప్రయాణాన్ని ప్రారంభించాను. 'అమ్మ' అనే కలం పేరుతో ఎన్నో కథలు వ్రాసాను. ఎన్నెన్నో బహుమతులు పొందాను. ఈ రోజున దేశంలోని మహామహుల ప్రశంసలను అందుకోగలిగాను. ఇదంతా నీ కృపా ప్రభావమే తల్లీ. దొంగను చేసి సంకెళ్ళు వేయించాల్సిన నాకు, అమ్మ ప్రేమ అనే సంకెళ్ళు వేసి నన్నొక శిల్పంగా మార్చిన నీకు శతకోటి వందనాలు తల్లీ."

అతను ఒక క్రొత్త బంగారు గాజు అమ్మకు బహుమతిగా ఇవ్వబోయాడు. అమ్మ దానిని సున్నితంగా తిరస్కరించింది.

'అవును. తిరిగి ఆశిస్తే అది అమ్మ ప్రేమ ఎందుకు అవుతుంది!'

అతని కళ్ళు వర్షిస్తున్నాయి. అమ్మ మాత్రం నవ్వుతూనే వుంది. వారి ముందు నేనొక పసి బాలుడినై నిలబడి వుండిపోయాను.

గుండెకు గుండె కానుక

బాల్యంలో నేను ఎన్నో పుట్టిన రోజులు జరుపుకుంటూ వచ్చాను. ప్రతి పుట్టిన రోజుకీ అమ్మ నాకు ఎన్నో కానుకలు యిచ్చి నన్ను సంతోషపరచేది. వాటిలో చాలా వరకూ కానుకలను ఇప్పటికీ నేను భద్రంగా దాచుకుని వుంచుకున్నాను.

ఒకనాడు అవన్నీ నా ముందు పెట్టుకొని వాటిని చూస్తూ మురిసిపోసాగాను. నా చిన్ననాటి సంఘటన ఒకటి మదిలో కదలి ఆనందంతో నా తనువు పులకరించింది.

నా పన్నెండవ పుట్టిన రోజు అనుకుంటాను. అమ్మ నాకొక కానుక యిచ్చింది. దానిని నా మిత్రులందరికీ గొప్పగా చూపించుకోసాగాను. 'ఎప్పుడూ నువు బహుమతులు తీసుకోవడమేనా! నీ తల్లికి ఒకసారైన పుట్టినరోజు కానుకనిచ్చి, మురిపింప చేసావా?' అని ఒక మిత్రుడడిగిన ప్రశ్న నన్ను ఆలోచింప చేసింది.

ఎదురు చూస్తూ వుండగానే అమ్మ పుట్టినరోజు రానే వచ్చింది.

తెల్లవారితే అమ్మ పుట్టినరోజు. ఒక దివ్యమైన కానుకను అమ్మకు బహుమతిగా ఇచ్చి అమ్మను ఆశ్చర్యంలో ముంచెత్తాలి అని ఆలోచిస్తూ ఆరుబయట వెల్లకిలా పడుకుని ఆలోచించసాగాను. ఎంతకీ నేనొక నిర్ణయానికి రాలేకపోయాను. ఒక్కొక్క కానుక నా కంటి ముందు ప్రత్యక్షమై మాయమై పోసాగింది.

పరవశిస్తు ఒక అందమైన పూలగుత్తి నా కంటి ముందు నిలిచింది. 'ప్రొద్దుట పూస్తే సాయంత్రానికి వాడిపోతావు. వద్దు పొమ్మన్నాను.'

తళతళలాడుతూ నగిషిలు చెక్కిన ఒక బంగారు ఆభరణం గింగిరాలు కొడుతూ నా ముందుకొచ్చి ఆగింది. 'జీవము లేని నీ మెరుపులకు అమ్మ మనసును తాకే అర్హత లేదు, వద్దన్నాను.

ఒక అందమైన గువ్వపిల్ల ఎగురుకుంటూ వచ్చి నా భుజం మీద వాలి, 'నేను రానా!' అన్నట్టుగా చూసింది. 'స్వేచ్ఛగా బ్రతికే జీవులను పంజరంలో బంధించడం అమ్మకు ఇష్టం వుండదు. ఎగిరిపో నీ జంటతో' అన్నాను.

నింగిలోని చందమామ వెన్నెల కురిపిస్తూ నా ముందు ప్రత్యక్షమాయ్యాడు. 'ఏమంటావు?' అన్నట్టు చూసాడు. 'మా అమ్మ చిరునవ్వుల ముందు నీ వెలుగుల జిలుగులు దిగదుడుపే. వెళ్ళిరా' అన్నాను.

అందమైన నెమలి తన పింఛాన్ని విప్పుతూ నా ముందు వాలింది. నా నృత్యంతో మీ అమ్మను అలరిస్తాను అంది. 'మా అమ్మ పదజతులే వేయి నెమళ్ళ సామూహిక కేళితో సమానం' అన్నాను. చిన్నబుచ్చుకుని వెళ్ళిపోయింది.

అలా పలు విధాలుగా ఆలోచిస్తూ, తర్కిస్తూ రాత్రంతా గడిపాను. ఏ కానుకతోనూ అమ్మను సంతోష పరచలేననిపించింది. ఏమీ అర్థం కాలేదు. నాలో వేదన చోటు చేసుకుంది. ప్రతి పుట్టిన రోజుకీ నాకు ఎన్నో కానుకలిచ్చి నన్ను ఆనందపరచిన అమ్మకు ఒక్క కానుకనివ్వలేని దీనస్థితిలో వుండి పోయినందుకు నాకు విపరీతమైన నిరాశ కలిగింది.

అలా విలపిస్తూ వుండిపోయాను. ఇంతలో రాత్రి గడిచిపోయింది. అమ్మ లేచిన అలికిడి అయ్యింది. నాకు దిక్కుతోచని స్థితి ఎదురయ్యింది.

పరుగు పరుగున వెళ్ళి అమ్మ మెడ చుట్టూ చేతులు వేసి అమ్మను గట్టిగా కౌగలించుకుని వల వల ఏడ్చేసాను. నా కన్నీటిధారలతో అమ్మ గుండెలు తడిసి ముద్దయిపోయాయి. జీరబోయిన గొంతుతో అమ్మకు నా వేదన వినిపించాను.

అమ్మ నవ్వింది. నా భుజం తట్టింది. నన్ను ఓదార్చింది. నా కన్నీరు తుడిచింది. నాలాగే తను కూడా నన్ను గుండెలకు హత్తుకుని పరవశించి పోయింది. తన పెదాలను నా చెవి దరికి చేర్చి అమ్మ పలికిన అమృతమయమైన పలుకులు అమ్మ తప్ప మరెవరూ పలుకలేనివి. కేవలం విశ్వమంతా నిండిన అమ్మలకు మాత్రమే నొత్తు అయిన మధురమైన వాక్కులు అవి.

"ఇంత గొప్ప కానుకను ఇచ్చి, ఏమీ ఇవ్వలేదనీ, ఇవ్వలేననీ అసత్యమెందుకు పలుకుతావు నాన్నా. నీ ప్రేమమయమైన కౌగిలింతను మించిన దివ్యమైన కానుక ఈ ప్రపంచంలో వేరోకటి వుంటుందా!

నా మెడ చుట్టూ అల్లుకున్న నీ చిన్నారి చేతులు మందార మాలలై నన్నలంకరిస్తున్నాయి. నా చెంతకు వడివడిగా సాగిన నీ అడుగుల తీరు మయూర నృత్యంలా నను మురిపించింది. నీ ఉచ్ఛ్వాస నిశ్వాసాలే వేణుగానము వలె తోస్తున్నాయి. నీ గుండెను నా గుండెకు ఆనించినప్పుడు చేసే గుండె సవ్వడి నాకు శుభాకాంక్షలు చెబుతున్నట్టు వుంది. మంచులా కరిగిపోతూ నీ కంటి నుండి రాలిన నీటి ధారలే నాకు

పంచామృతాభిషేకాలు. నాకు దీనిని మించిన ఏ కానుక ఇచ్చినా నా బిడ్డ ప్రేమ వాకిట నిలబడటానికి కూడా సరిపోదు. ధన్యురాలినయ్యాను నాన్నా!"

ఈ ప్రపంచంలో కేవలం అమ్మకు మాత్రమే చెల్లిన ఈ మధుర వాక్కులు నిరంతరమూ నా చెవులలో మారుమ్రోగుతూ నా జీవితాన్ని వసంతమయం చేస్తూనే వున్నాయి.

అందమైన దొంగ

నా చిన్నప్పుడు మా ఇంట్లో ఒక చిత్రమైన దొంగతనం జరిగింది. అది అలా ఆగకుండా కొనసాగుతూనే వచ్చింది. ఎవరు దొంగతనం చేస్తున్నారు? ఎలా చేస్తున్నారు? ఎలా మా ఇంట్లో ప్రవేశించగలుగుతున్నారు? ఎప్పుడు దొంగతనం చేస్తున్నారు? అన్న ప్రశ్నలకు సమాధానాలు దొరకకుండా పోయాయి. అదొక అంతుబట్టని రహస్య క్రియలా వుండిపోయింది.

నాన్నగారు నలుగురు పనివాళ్ళను మార్చారు. అయినా ఆ దొంగతనం ఆగలేదు. విచిత్రంగా నాన్నగారి జేటులోంచి డబ్బులు మాయమైపోతూ వుండేవి. నాన్న కూడా కొన్నాళ్ళకు పట్టించుకోవడం మానేసారు.

ఒక రోజు అమ్మ, నాన్న మాట్లాడుకుంటుండగా విన్నాను. ఎలా డబ్బు మాయమవుతోందో అర్థం కాక ఇక పట్టించుకోవడం మానేసాను. ఎంత డబ్బు పర్సులో వుంచినా అందులో కొంత సొమ్ము మాత్రమే తస్కరణ జరుగుతోంది. అంతా అయోమయంగా వుందంటున్నారు నాన్న. అమ్మ మౌనంగా వుంది. నాన్న, అమ్మ ఏం చెటుతుందో అని అమ్మనే చూస్తున్నారు.

'దేవుడు చాలా మంచివాడు. ఇంతపోతే అంత ఇస్తాడు. తెంగపడకండి' అంటూ ఓదారుస్తోంది అమ్మ. నాన్న నవ్వుతూ వుండిపోయారు.

వాళ్ళు నన్నే అనుమానిస్తున్నారనిపించింది. అందుకే ఇద్దరూ నవ్వుతూ వూరుకుండిపోయారని పించింది. నిజానికి నాకు ఏమీ

తెలియదు. నేనెప్పుడూ దొంగతనం చేసి ఎరుగను. నా మీద నింద పడిందని అనుమానం రాగానే నాకు చాలా అవమానంగా అనిపించింది. నాలో ఒక నేరభావన ఆపాదించబడినట్టనిపించి నన్ను కలవరపెట్టినట్టు అనిపించింది. ఎలాగైనా నా మీదపడిన మచ్చ చెరిపివేయాలనుకున్నాను. అప్రయత్నంగా నా కళ్ళు బాధతో తరువెక్కి వర్షించసాగాయి.

దొంగ దొరికే వరకూ నిద్రపోకూడదనుకున్నాను. చాలా కష్టపడి ప్రయత్నించాను. కానీ అంత సులభంగా ఫలితం దక్కేటట్టు లేదు. పనివాళ్ళతో సహ అందరూ ఎవరి పని వాళ్ళు చేసుకు పోతున్నారు. నా మేధస్సుకు అంతుపట్టకుండా వ్యవహారం కొనసాగుతూనే వుంది.

నాన్న ఈ దొంగతనం విషయాన్ని పెద్దగా పట్టించుకోక పోవడం మరింత ఆశ్చర్యంగా అనిపిస్తోంది. విచిత్రంగా వంటగదిలోనూ, బీరువాలలోనూ వున్న వస్తువులు కూడా మాయం కావడం మొదలయ్యింది. నాన్నకు చెబితే, 'నీకెందుకు పోయి చదువుకో' అంటున్నాడు. కొంపదీసి అన్నీ మాయం చేసి ఎవరినో దొంగను చేయాలనుకుంటున్నాడా? కాని, ఎందుకు?

నాలుగు రోజులు తీవ్ర ప్రయత్నం ఒక మంచి ఫలితాన్నిచ్చింది. దొంగను పట్టుకోగలిగాను. కానీ నా కళ్ళను నేనే నమ్మలేకపోయాను. ఒకటికి రెండుసార్లు పునఃపరిశీలన చేసి దొంగ ఎవరన్న నిశ్చయానికి రాగలిగాను. విచిత్రం!! నేను పట్టుకున్న దొంగ, నాకు దొరికిన ఇంటి దొంగ మరెవరో కాదు 'అమ్మ'!

పరుగు పరుగున పోయి నాన్నకు చెప్పాను. అమ్మను దొంగ అంటే నాన్న ఒప్పుకోవడం లేదు. మీ అమ్మ దొంగ కాదు అంటూ కొట్టి పాడేసాడు. ఈసారి మరింత ఖచ్చితమైన ఆధారంతో రా! వెళ్ళు. సరిగ్గా గమనించు.

తొందరపడి అమ్మను దొంగను చేయకు అంటూ నాన్న నన్ను పంపించివేసాడు.

నాకు చాలా అవమానంగా అనిపించింది. నా ప్రయత్నం వ్యర్థమయిపోయింది. ఎవరూ కాకపోతే మరి దొంగ ఎవరు?

ఒక రోజు అమ్మ దొంగతనం చేస్తుండగా నా కళ్ళలో పడింది. ఒక సంచి నిండా బట్టలు, తినుబండారాలు సర్ది, నాన్న పర్సులో నుండి డబ్బులు తీసుకుని బయటకు బయలుదేరింది.

అమ్మకు తెలియకుండా ఆమె వెనుకనే నేనూ వెళ్ళాను. ఆమె ఎందుకు దొంగతనం చేసిందో అర్థం కాలేదు. ఎక్కడికలా నడచిపోతోందో అర్థం కాలేదు.

నడచి నడచి ఒక వాడలోకి ప్రవేశించింది. అక్కడున్న అనాథలంతా అమ్మను చుట్టుముట్టారు.

వాళ్ళందరికీ తన దగ్గరున్నదంతా పంచిపెట్టింది. అందరినీ ప్రేమతో స్పృశించింది. అంతరాలు చూడకుండా అందరినీ నిండుగా కౌగిలించుకుంది. వాళ్ళతో కబుర్లాడింది. వాళ్ళ కథలు వింటూ కరిగిపోయింది. అన్ని గొంతులూ ఒకేసారి 'అమ్మా, అమ్మా!' అంటూ పిలుస్తుంటే నా ఒళ్ళు జలదరించింది.

అమ్మను గురించి ఎంత అజ్ఞానంతో అంచనా వేసానో తలచుకుంటే నన్ను నేనే వంద కొరడాలతో కొట్టుకోవాలనిపించింది. అమ్మ అందరికి అమ్మ కదా! ఎంత మూర్ఖునిలా ప్రవర్తించాను!!

మౌనంగా అక్కడి నుండి బయలుదేరాను. నేరుగా నాన్నను చేరుకున్నాను. జరిగింది వివరంగా చెప్పాను. అంతా విని నాన్న నవ్వాడు. 'నాకు తెలుసు' అన్నాడు.

'మరి ఎందుకు అమ్మతో మనింట్లో దొంగతనం జరుగుతోందని అన్నారు?'

'అలా అన్నప్పుడల్లా ఆమె తలదించుకుని తన కళ్ళు అటూ యిటూ కదిలిస్తుంది. అది నాకు చాలా ముద్దుగా అనిపిస్తుంటుంది.'

'మరి దొంగతనం తప్పు కదా!'

'తను ఇంటికి యజమానురాలు. తన ఇంట్లో తను తీసుకోవడం దొంగతనం ఎలా అవుతుంది? అది స్వేచ్ఛ అవుతుంది. మన ఇంట్లోని వస్తువులే కాదు, మనం కూడా అమ్మ సంపదలో భాగమే.'

'మరి చేసేది చెప్పి చెయ్యొచ్చు కదా!'

'ఇచ్చేవాడు చెప్పకూడదు బాటూ. తీసుకునేవాడు చెప్పుకోవాలి.'

నాన్న మాటలు నాలో క్రొత్త వెలుగులు నింపాయి. అమ్మ తత్త్వం బోధపడి పరవశించిపోయాను.

నిత్యయవ్వన

ఒక రోజు అమ్మ, నాన్న నేనూ కలిసి కూర్చుని కాఫీ త్రాగుతున్నాం. చాలా సేపు సరదాగా ముచ్చట్లాడుకున్నాము.

అమ్మ మాట్లాడుతూ వుంటే, నాన్న చాలా సేపు అమ్మనే చూస్తూ వుండిపోయాడు. 'ఏవిటి సంగతి?' అన్నట్టు చూసింది అమ్మ.

'నల్లని నీ కురుల మధ్యలో రెండు తెల్లని వెంట్రుకలు మెరుస్తున్నాయి. నువ్వు పెద్దదాని వవుతున్నావు' అన్నాడు నాన్న.

'నేనెప్పుడూ మీ వెనుక నడిచే దానినే. నేను రెండయితే మీరు నాలుగు' అంది అమ్మ.

ఇద్దరూ అరవిరిసిన పువ్వుల వలె నవ్వుకున్నారు. చూడటానికి ఆ దృశ్యం ఎంతో ఆహ్లాదకరంగా వుంది. నాకొక అందమైన పూలవనంలో వున్న భావన కలిగింది.

నేను నా గదిలోకి వచ్చేసాను. కొద్ది సేపు అదే దృశ్యం నా కళ్ళముందు కదలాడింది. కాని సెమ్మది సెమ్మదిగా నాలో వేరే ఆలోచనలు మొలకెత్తి చిన్నగా ఆందోళన మొదలయ్యింది. అది క్రమక్రమంగా నన్ను నల్లని మబ్బులా కమ్ముకుంది. నాలోని వెలుగులు మాయమైపోయాయి.

"అమ్మ పెద్దదవుతోందా! అంటే అమ్మ యవ్వనము నుండి వృద్ధాప్యం వైపు పరుగులు తీయటం మొదలుపెట్టిందా! కొలనులోని కలువ భామలా

విరాజిల్లే అమ్మ సౌందర్యం మాయం కాబోతోందా! విరిసిన పూరేకులు ఒక్కొక్కటిగా నేలరాలిపోతాయా! అందరిలాగే అమ్మ కూడా నన్ను, ఈలోకాన్ని వదలిపెట్టి పైలోకాలకు ప్రయాణమై వెళ్ళిపోతుందా! అమ్మ, నాన్నలను దూరం చేసుకుని నేను ఒంటరిగా మిగిలిపోతోతున్నా నా!

ఆ నవ్వులు ఇక కనిపించవా! అందమైన అమ్మ అమృత వాక్కులు ఇక వినిపించవా! కరుణా సాగరం ఒడిటారబోతోందా! ప్రేమామృత ఝురి ఆగిపోతుందా! నను నడిపించే ఆ చేయి నన్ను విడిచి పెడుతుందా! నాలో జ్ఞానజ్యోతిని వెలిగించిన నా గురువు నిష్క్రమించే తరుణం రాబోతోందా? నాకొక ఛత్రమై నను కాపాడిన నా దైవం అదృశ్యం కాబోతోందా!

ఈ కాలాన్ని ఇలాగే ఆపివేయగలిగే మార్గమే లేదా! అమ్మను నిత్యయవ్వనగా చేయగలిగే ఉపాయమే లేదా!"

వికారీతపు భావనలు నాలో చెలరేగి నాకు ఊపిరి ఆడకుండా చేసాయి. నా గుండె బరువెక్కి పోయింది. నిర్విరామంగా నా కళ్ళు చాలా సేపు వర్షిస్తూనే వున్నాయి.

నెమ్మదిగా నడచుకుంటూ అమ్మ దగ్గరకు వెళ్ళాను. ధ్యానముద్రలో కూర్చుని తన్మయత్వంలో తేలిపోతూ వుంది అమ్మ. ఒక తత్త్వవేత్తలా, ఒక గంభీర సాగరంగా, నిలకడగా నిలచిన నిండు కొండలా అనిపించింది అమ్మ.

అమ్మ పాదాలపై తలవాల్చాను. అమ్మ కళ్ళు తెరచి, నన్ను భుజాలు పట్టి లేపింది. నా ముఖంలోని ఆందోళన గమనించింది. ఎర్రబడి, ఇంకా తడిగానే వున్న నా కళ్ళు తుడిచింది. అమ్మ కళ్ళు నన్ను మౌనంగానే ప్రశ్నించాయి.

అమ్మ ముందు నా గోడు వినిపించుకున్నాను. చిన్న పిల్లవానిలా వలవల ఏడ్చాను.

'అమ్మ! నువ్వు వృద్ధురాలివై పోతావా? నన్ను వదలి వెళ్ళిపోతావా? నన్ను ఒంటరిని చేస్తావా? ఎప్పటికైనా నా జీవితానికి నీవు తోడు లేక చీకటి ఆవహించక తప్పదా!'

నా ప్రశ్నకు అమ్మ గలగలా నవ్వింది. 'లేదు నాన్నా. అమ్మ ఎప్పటికీ వృద్ధురాలు కాదు, కాలేదు. అమ్మ పేరే నిత్యయవ్వన. ఎల్లవేళలా యవ్వనంతో విరాజిల్లే అమ్మ నీకు ఎన్నటికీ దూరం కాదు.'

'అమ్మా! నీ వయసు పైబడి, నీ శరీరంలో సత్తువ క్షీణించి, అందరి ప్రాణులవలసనే ఈ లోకాన్ని విడిచి వెళ్ళిపోతావన్న భావమే నన్ను అపారమైన విషాదంలో ముంచెత్తుతోంది. నీవు ఎప్పటికీ యవ్వనంలో వుండిపోయే ఉపాయం వుంటే చెప్పమ్మా. నా శాయశక్తులా ప్రయత్నించి నిన్ను కాపాడుకుంటాను.'

నా వేదన విన్న అమ్మ మట్లాడటం మొదలుపెట్టింది. పవిత్ర వేదమంత్ర ఘోషవలె, వేయివీణల తంత్రులు ఒక్కసారిగా ఝుమ్మని నాదం చేసిన తీరులో అమ్మ పలికిన మాటలు నాలోని వేదనలను తొలగించి, నేనెరుగని ఎన్నెన్నో జీవిత సత్యాలను, సృష్టి రహస్యాలను నాకు పరిపూర్ణంగా అవగతమయ్యేలా చేసాయి.

"నాన్నా! అమ్మ అనేది ఒక దివ్యశక్తి. 'సీ' అమ్మ వేరు, 'అమ్మ' వేరు. అమ్మ అనేది అనంతమైనది. విశ్వవ్యాప్తమైనది. సర్వకాలాలలలోనూ అమ్మ వుంటుంది. విశ్వం పుట్టుకకు కారణం అమ్మ. పిపీలికాది బ్రహ్మపర్యంతమూ

అందరికీ అమ్మ వుంటుంది. అమ్మ లేనిది జీవులకు జన్మ లేదు. అమ్మ అంటేనే జన్మ. దైవానికి కూడా జన్మనిచ్చేది అమ్మ మాత్రమే. అమ్మ అంటే ఒక దివ్య అమృతగిరి. అమ్మ అంటే అమరత్వము.

నాకూ ఒక అమ్మ వుంది. నీకు నేను అమ్మగా వున్నాను. నీ బిడ్డలకూ అమ్మ వుంటుంది. వారి బిడ్డలకూ, వారివారి బిడ్డలకూ, ఇలా ఈ అమ్మతనం నిర్విరామంగా కొనసాగించబడుతూనే వుంటుంది. అమ్మతనం అనేది ప్రతి స్త్రీకి ప్రసాదించబడిన అపురూప వరం నాన్నా.

మనమంతా ఈ భూమిపై జన్మించి కొంతకాలం సేదతీరి తిరిగి ప్రయాణమై సృష్టిలో విలీనమైపోయే వాళ్ళమే. ఈ సత్యాన్ని తెలుసుకోమనే దైవవాక్కులు సదా మనకు బోధిస్తూ వుంటాయి.

నేను ఎక్కడికి పోతాను నాన్నా? నా శరీరం వెళ్ళిపోతుంది. కాని నేను మాత్రం నీ బిడ్డనై జన్మించి నీ జీవితంలో వెలుగులు నింపుతాను. నిన్ను ప్రేమించి, నీతో నడిచి, నీవిప్పుడు నాకు చేసిన సేవలకు ప్రతిగా నీకు సేవలు చేసి తరిస్తాను. కలతలు వదలిపెట్టు. ప్రతి క్షణమూ మధురమైనదే. అనుభవిస్తూ ఆనందంగా జీవించు నాన్నా."

వాత్సల్య న్యాయం

చాలా కాలం తరువాత నేను నా మిత్రుడ్ని కలవడానికి అతని ఇంటికి వెళ్ళాను. మేమంతా ఉద్యోగాలకీ, వ్యాపారాలకీ మా జీవితాలను ముడిపెట్టి అలసి సొలసి జీవిస్తుంటే తను మాత్రం తను పుట్టి పెరిగిన పల్లెను, వ్యవసాయాన్ని విడిచిపెట్టకుండా భూమి తల్లికి తన జీవితాన్ని అంకితం చేసి హాయిగా, ప్రశాంతంగా జీవిస్తున్నాడు.

నేను వెళ్ళే సరికి నా మిత్రుడు తన పెరట్లో కూర్చుని కోళ్ళకు మేత వేస్తున్నాడు. నన్ను చూసి ఆనందంతో ఎదురు వచ్చి కౌగలించుకున్నాడు. ఇద్దరం ప్రక్క ప్రక్కనే కూర్చుని ముచ్చట్లాడుకు కోవడం మొదలుపెట్టాము.

మా మాటలు సాగుతూ వుండగానే నేను అక్కడున్న కోళ్ళను చూస్తున్నాను. అవి నా మిత్రుడు చల్లిన నూకలు తినడానికి దగ్గరకు వస్తూ, దూరంగా వెళ్తూ చాలా క్రమశిక్షణతో కదులుతూ ముద్దు కొలుపుతున్నాయి. ఒక ప్రక్క నుండి ఒక కోడిపెట్ట రావడం చూసాను. అది అరడజను పిల్లల్ని తన వెంట పెట్టుకుని వయ్యారంగా నడుస్తూ ముందుకొచ్చింది. దానిని గమనించి మిగిలిన కోళ్ళన్నీ ప్రక్కకు జరిగాయి. ఆ తల్లి కోడి ముందుగా తన పిల్లల్ని తిననిచ్చి, తరువాత తను తిని అటు నుండి తన పిల్లలతో సహా కదలింది. పిల్ల సైన్యంలా అవి తమ తల్లిని వెన్నంటి వెళ్ళాయి. అవన్నీ ఒక వారగా ప్రోగయి ఆడుకుంటున్నాయి. తల్లి

ఒక చిన్న బండరాతి మీదకు ఎక్కి నిలబడి చూస్తోంది. ఆ దృశ్యం నాకెంతో ఆనందాన్ని కలిగించింది. అలానే చూస్తూ వున్నాను.

ఉన్నట్టుండి ఒక గ్రద్ద ఆకాశం నుండి క్రిందికి దిగి కోడి పిల్లలలో ఒక దానిని తన్నుకుపోవడానికి ప్రయత్నించింది. వెంటనే తల్లి కోడి గ్రద్దను తరుముతూ గ్రద్దతో పాటు చెట్టంత ఎత్తుకి ఎగిరింది. గ్రద్ద తన నివాసమైన నింగిలోకి పారిపోయింది. కోడి క్రిందికి తిరిగి ఆ రాతి మీదకు దిగి, మెడ రిక్కించి ఆకాశం వైపు చూస్తూ వుంది. నల్లత్రాచు పడగ విప్పినట్టుగా వుంది ఆ దృశ్యం. నాకు ఒళ్ళు గగుర్పొడిచింది.

'ఒక కోడి అంత ఎత్తుకు ఎగరడాన్ని చూడటం నా జీవితంలో ఇదే మొదటి సారి' అన్నాను, ఆశ్చర్యంగా.

'తల్లి కోడి కదరా! పిల్లల జోలికి వస్తే చెండాడుతుంది. ఎక్కడ లేని శక్తినీ కూడగట్టుకుని బిడ్డల్ని కాపాడుకోవడం ప్రతి తల్లి చేసే పనే. దీనినే కుక్కుట కిశోర న్యాయమంటారని మా నాన్న చెప్పాడు.'

'వింతగా వుందే! పశువులకూ, పక్షులకూ కూడా న్యాయాలు వుంటాయా?'

'ఉంటాయి. అంతే కాదు, ఇవన్నీ తల్లులు, బిడ్డల ప్రేమానుబంధాలకు సంబంధించినవే తెలుసా?'

'ఎప్పుడూ వినలేదురా! కొంచెం వివరంగా చెప్పవా' అనడిగాను నా మిత్రుడ్ని. నా మిత్రుడిలా చెప్పడం మొదలుపెట్టాడు.

'తాబేలు ఇసుకలో గుడ్లుపెడుతుంది. నీటిలోకి వెళ్ళిపోతుంది. తన బిడ్డల గురించి తలపులతోనే గుడ్లను పొదుగుతుంది. గుడ్లు చీల్చుకుని

బిడ్డలు బయటకు వచ్చి నీటి వైపు నడక సాగించి, నీటిలో చేరి తల్లిని వెదుకుతూ పోతాయి. తల్లీబిడ్డలు నీటిలోనే కలుసుకుంటాయి. దీనిని కూర్మకిశోర న్యాయమంటారు. తల్లీబిడ్డలు ఎక్కడున్నా, ఎంత దూరంగా వున్నా వాటి తలపులే వాటి మధ్య బంధమై నిలుస్తాయి.

కోతి పిల్లలు తమ తల్లిని పట్టుకుని బంధించి వుంటాయి. తల్లి మాత్రం వాటిని పట్టుకోకుండా కొమ్మ కొమ్మకు ఎగట్రాకుతూ ఒక చోటి నుండి మరొక చోటికి గెంతుకుంటూ పోతుంది. బిడ్డలు తల్లిని వదలవు. దీనిని మర్కట కిశోర న్యాయమంటారు. బిడ్డలు తల్లిని ఆశ్రయించుకుని జీవించాలని ఈ న్యాయం చెటుతుంది.

పిల్లి తన పిల్లలను తన నోటితో కరచి పట్టుకుని పలు పలు ప్రదేశాలకు మారుస్తూ వాటి భద్రతను చూస్తూ పెంచుకొస్తుంది. దీనిని మార్జాల కిశోర న్యాయమంటారు. తల్లి సదా తన బిడ్డల రక్షణ కోసం, భద్రత కోసం తాపత్రయ పడుతుందని ఈ న్యాయం చెటుతుంది.

ఇక గోకిశోర న్యాయము. బిడ్డ ఎక్కడుంటే అక్కడ బిడ్డను వెన్నంటి సంచరిస్తూ వుంటుంది గోమాత. ఇలా రకరకాల న్యాయాలు పెద్దలు వివరించారు. ఈ న్యాయాలను ఆయా తల్లులు తమ బిడ్డలకు కొంత వయసు వరకు మాత్రమే అనుసరిస్తాయి. తదుపరి తమ బిడ్డలను స్వతంత్రంగా వదలిపెడతాయి. పక్షులు ఇలాగే చేస్తాయి గమనించావా? ఇది ఈ సృష్టిలో బిడ్డలకూ తల్లులకూ అనాదిగా పెనవేసుకుపోయి వస్తున్న జీవనశైలి' అంటూ ముగించాడు నా మిత్రుడు.

కొంత సేపు మౌనం మా యిద్దరి మధ్యన చోటు చేసుకుంది. పలు పలు రీతుల ఆలోచనలు నా మదిలో కదలాడాయి.

'అరె! ఎంత ఆశ్చర్యం!! ఈ న్యాయాలన్నీ మా అమ్మలో వున్నాయి రా. మీ అమ్మలో కూడా లేవా మరి! అమ్మలందరిలోనూ వున్నాయి. వీటన్నిటి కలగలుపే అమ్మ ప్రేమ. పశుపక్ష్యాదుల ప్రేమ పరిమితము. అమ్మ ప్రేమ అపరిమితము. అమ్మ మనల్ని జీవిత పర్యంతమూ వెన్నంటి వుండి, ప్రేమను కురిపించే దివ్యమూర్తి. నువ్వు చెప్పిన న్యాయాలన్నిటినీ ముద్ద చేస్తే అమ్మ అయ్యిందిరా. పరోక్షముగా అమ్మ దివ్యత్వాన్ని వివరించిన నీకు ధన్యవాదాలు మిత్రమా!' అంటూ అక్కడి నుండి శలవు తీసుకున్నాను.

మాటల పూటాటలు

అప్పుడే వర్షంపడి తగ్గింది. రోడ్లన్నీ తడితడిగా వున్నాయి. అమ్మ, నేనూ చేయి చేయి పట్టుకుని రోడ్కి ఒక ప్రక్కగా నడుస్తూ వెళ్తున్నాము. తడి రోడ్ మీద అమ్మ జారి పడిపోకుండా జాగ్రత్తగా నడిపిస్తున్నాను. అమ్మ కూడా నన్ను అలానే నడిపిస్తోంది.

ఉన్నట్టుండి ఒక వాహనం మా ప్రక్క నుండి దూసుకు వెళ్ళింది. రోడ్ మీద వున్న నీరు మాపైన చిమ్ముకుంటూ పోయింది ఆ వాహనం. మా బట్టలు పూర్తిగా తడిసిపోయాయి. ఆ వాహనదారుడి మీద నాకు చాలా కోపం వచ్చింది. అతడ్ని తిడుతూ గట్టిగా అరిచాను.

అమ్మ నా చేయిని గట్టిగా అదిమి పట్టింది. నా వంక నవ్వుతూ చూసింది. 'నిన్ను నువ్వు నియంత్రించుకోలేవా?' అనడిగింది.

'అమ్మా! తప్పు అతనిది కదా! నేనెందుకు తగ్గాలి?'

'ఆ వాహనంలో వున్నది అతను కావొచ్చు, ఆమె కావొచ్చు. ఎవరున్నారో నీకు తెలియదు. ఎందుకు అంత వేగంగా వెళ్ళవలసి వచ్చిందో తెలియదు. అతనికి అత్యవుసరం కావొచ్చు. ఆందోళన కావొచ్చు. ఒకవేళ అది ఆకతాయి తనమే అయితే అది అతని మానసిక వికలత్వానికి సంబంధించిన విషయం. నీకెందుకు నాన్నా ఇంతటి విపరీతం?'

'అమ్మా! అతని చర్యల వలన మనం తడిసిపోయాము. మన బట్టలు పాడయినాయి.'

'నీ కోపం వలన నీ బట్టలు పొడిబారతాయా నాన్నా! ఉద్రేకం మంచిది కాదు. నీ తప్పు నీవు తెలుసుకో. వాన నీటి ప్రక్క నడవవచ్చునా! నీది అత్యవసరమయితే అతనిదీ అంత కావొచ్చుగా? బట్టలు మార్చుకుంటే అయిపోయే దానికి నీ శరీరంలో అన్ని రకాల హానికరమైన ప్రకంపనలు అవుసరమా? పద నాన్నా, నీ గమ్యం ముందుంది.' అంటూ అమ్మ నడక సాగించింది. వెనుకనే నేనూ నడుస్తున్నాను. ఆ సమయంలో అమ్మ నాకొక అద్భుతమైన సూక్తిని చెప్పింది. 'కోపం రాకూడదు నాన్నా. వస్తే అది వ్యర్థం కాకూడదు. మన కోపం ఇతరులకు మంచి చేస్తేనే అది సరైన కోపం.'

శ్రీరామునికి కోపం వచ్చింది. మానవాళికి మంచి జరిగింది. శ్రీకృష్ణునికి కోపం వచ్చింది. ధర్మం ఉద్ధరించబడింది. క్రీస్తుకి కోపం రాలేదు. వచ్చి వుంటే శిలువ వేయి ముక్కలై వుండేది కదా! బుద్ధునిలో బుద్ధి జ్వలించి వుంటే రాజై, రాజ్యాలను జయించి విరాజిల్లి వుండేవాడు కదా! మంచి, ధర్మం, కరుణ, శాంతి ఇవే మనం ఎల్లవేళలా ధరించవలసిన భూషణాలు నాన్నా.'

నా జీవిత గమనం ముందుకు సాగే కొద్దీ అమ్మ సూక్తిలోని అంతరార్థం అవగతమవుతూ వచ్చింది. నాకు తెలిసి, ఆ సంఘటన జరిగిన తరువాత నాకు కోపం వచ్చిన సందర్భం రానే లేదు.

అలాగే మరొక మరువలేని అనుభవం నా జీవితంలో అద్భుతమైన పరిణామానికి నాంది పలికింది. అది కూడా అమ్మ సాహచర్యంతోనే నాకు కలిగింది.

ఒక రోజున నేను చాలా దీనుని వలె ఒంటరిగా కూర్చుని వున్నాను. నాలోని ఉత్సాహమంతా ఆవిరైపోయి ఆందోళన చోటు చేసుకుంది. అమ్మ నన్ను గమనించి, ఎందుకలా వున్నావని అడిగింది.

'ఈ ప్రపంచపు తీరు చూస్తుంటే నాకు భయం కలుగుతోందమ్మా. ఇప్పుడు జరుగుతున్న యుద్ధాలు, దాడులు, విధ్వంసాలు చూస్తుంటే మనసు అల్లకల్లోలమయి పోతోంది. మనిషి మనుగడకే పెనుముప్పు వాటిల్లుతోందనిపిస్తోంది. ఎందుకమ్మా దేశం బయట, దేశం లోపల ఈ మారణ హోమాలు? ఎవరి సుఖం కోసం ఇదంతా జరుగుతోంది? ఎలా ఈ ప్రపంచాన్ని మార్చాలి? ఎలా ఈ విధ్వంసాలను ఆపాలి? తలచుకుంటుంటే దిక్కు తోచక టుర్ర పొడయిపోతోంది.'

నా మాటలు విని అమ్మ నవ్వింది.

'నీ ఆలోచనలు నీ పరిధిని దాటి పరుగులు తీస్తున్నాయి నాన్నా. అందుకే నీలో అంతటి ఆందోళన. నేల మీద నిలబడి కొండ ఎత్తు కొలవాలనుకుంటున్నావు. ఇవతలి ఒడ్డున కూర్చుంటే సముద్రపు ఆవలి ఒడ్డు కనిపిస్తుందా? నువ్వు నీ స్థాయికి తగిన ఆలోచనలను చేయి. చక్కటి పరిష్కారాలు దొరుకుతాయి. లేదా ప్రపంచ స్థాయికి ఎదుగు. అప్పుడు ప్రపంచాన్ని ఉద్ధరించ గలుగుతావు. నువ్వు నీ ధర్మం గురించి ఆలోచించు నాన్నా. పరధర్మం నీకెప్పుడూ తరువుగానూ భయం కొలిపేదిగానూ వుంటుంది. నువ్వు నీతోపాటు నీ చుట్టూ వున్న వారి యోగ క్షేమాల కోసం పాటుపడు. అది నీకు ఆనందాన్ని, సంతృప్తినీ ఇస్తుంది.

యుద్ధాలు, ఘోరాలు గతంలో చాలా జరిగాయి. ఇప్పుడూ జరుగుతున్నాయి. రేపు కూడా జరుగుతాయి. దానిని ఆపడం ఒక వ్యక్తి

శక్తికి మించిన పని. ముందు నిన్ను నీవు ఉద్ధరించుకో. ప్రతి వ్యక్తి ఆ పని చేసిన నాడు ప్రపంచం దానంతట అదే కుదుట పడుతుంది. నీవొక ప్రణాళిక వేసుకో. అది అందరికీ మేలు చేసేలా చూసుకో. అది నీకు ఆనందాన్నిస్తుంది. పరిధిని మించి ఆలోచన ప్రమాదం నాన్నా.'

అమ్మ చెప్పిన మాటలను నా జీవితానికి పూటాటలుగా మలచుకొని, నేను చేసే ప్రతి పనీ పదిమందికి మేలు కలిగేలా ప్రణాళికలు వేసుకొని జీవించడం మొదలుపెట్టాను. నాలోని ఆందోళన తొలగిపోయింది. మంచి ప్రపంచం కోసం కలలుకంటూ ముందుకు సాగుతూ వున్నాను.

నిధులను మించిన నిధి

—◖◗— ◆ —◖◗—

'అమ్మా! నాకింత మంచి అమ్మ ఉంది. అందమైన అమ్మ ఉంది. దేవత లాంటి అమ్మ ఉంది. జీవితంలో అమ్మ తప్ప మరేమీ అవుసరం లేదనిపించేటంత గొప్ప అమ్మ ఉంది. మరి నీకు కూడా అమ్మ వుందా?'

ఇది నా పసితనంలో అమ్మను నేనడిగిన అమాయకపు ప్రశ్న. నా ప్రశ్న విని అమ్మ పకపక నవ్వింది. తన కళ్ళు తడిసి ముద్దయిపోయేంతగా నవ్వింది. తన మనసు మురిసి పరవశించిపోయేలా నవ్వింది. తన్ను తన దగ్గరకు తీసుకుంది. నా తల నిమిరుతూ చెప్పింది.

'ఉంది నాన్నా. అమ్మ లేకుండా ఈ విశ్వంలో జన్మ అనేదే వుండదు.'

'మీ అమ్మ ఇప్పుడెక్కడ వుంది? నేనెప్పుడూ చూడనే లేదు.'

'మా అమ్మ దేవుని ఒడిలో పసిపాపగా మారి పైలోకాలలో పరవశంతో ఆడుకుంటూ వుంటుంది.'

'మరి, ఆ అమ్మకు అమ్మ, వాళ్ళ అమ్మ వీరంతా ఏరి? అందరూ పసిపిల్లలై ఆడుకుంటూ వుంటారా!'

'అవును నాన్నా. అమ్మ అనేది ఒక వ్యక్తి కాదు నాన్నా. అదొక దైవదత్తమైన దివ్యజ్యోతి. ఒక స్త్రీ నుండి మరొక స్త్రీకి అది అలా బదిలీ అవుతూ వుంటుంది. ఇలా అనాదిగా జరుగుతూ వస్తోంది. ఇదిలా జరుగుతూనే వుంటుంది.

అమ్మతనం అనేది కేవలం మనుషులకు మాత్రమే కాదు. క్రిమి కీటకాల నుండి, పశుపక్ష్యాదుల వరకూ విస్తరించబడిన ఉజ్జ్వల కాంతి. అమ్మ లేనిదే ఈ సృష్టి కూడా లేదు నాన్నా.'

అమ్మ మాటలు నా మదిలో బలంగా నాటుకున్నాయి. అమ్మ అనేది విశ్వవ్యాప్తమైన ఒక దివ్యశక్తి అనే సత్యం నాకు పసితనంలోనే అవగతమయింది. అది క్రమక్రమంగా నాలో స్థిరమైన విశ్వాసానికి, అమ్మ ఎడల, అమ్మలందరి ఎడల, స్త్రీలందరి ఎడల అనిర్వచనీయమైన గౌరవానికి ఆధారభూతమయింది.

నాలో ఒక విచిత్రమైన చర్చ జరుగుతూ వుండేది. భగవంతుడు గొప్పవాడా? అమ్మ గొప్పదా? అని చాలాకాలం తర్కించుకున్నాను. భగవంతుడు ఊపిరినిస్తాడు, అమ్మ దానిని పదిలంగా కాపాడుతుంది. భగవంతుడు ప్రేమను సృష్టించాడు. అమ్మ దానిని పంచుతూ విస్తరింప చేసింది. పండునతడిస్తే, అమ్మ వలిచి పెడుతుంది. ధాన్యమతడిస్తే అమ్మ ఒండి పెడుతుంది. దారి అతడు సృష్టిస్తే, అమ్మ నడిపిస్తుంది. భగవంతుడు నీరు పారిస్తే, అమ్మ దాహం తీరుస్తుంది. సాధన చేస్తే కాని భగవంతుని దర్శనం కాదు. అమ్మ మాత్రం అనుక్షణం మన కళ్ళ ముందు కదలాడుతూనే వుంటుంది. పిలిస్తే పలికే భగవంతుని కన్నా, పిలువకుండానే పలికే అమ్మ గొప్పదనిపిస్తుంది.

ఇంతటి దివ్యమైన అమ్మను తనకు బదులుగా మనకి అందించిన భగవంతుడు గొప్ప అని ఒక్కొక్కసారి అనిపిస్తుంది. ఈ తర్కం నిరంతరంగా నాలో కొనసాగుతూనే వుంటుంది. కాని మనమంతా మరువరాని సత్యం మాత్రం ఒకటుంది. 'సాటి మనుషులతో ఎలా పోటీపడాలా అని అనుక్షణం

తపన పడే సాధారణ మానవులకన్నా, భగవంతునితోనే పోటీపడగలిగే అమ్మ ఎప్పటికీ ఒక గొప్ప వ్యక్తే.' పంచభూతాల సంగ్రహ స్వరూపమే అమ్మ. ప్రకృతిలో నిండి వున్న గాలి, నీరు, నిప్పు, ఆకాశం, భూమి వీటిని పంచభూతాలుగా పిలుస్తాము. వీటిని తను స్వీకరించి మనలో నింపగలిగే అద్భుతశక్తి స్వరూపము అమ్మ.

బిడ్డ అమ్మ కడుపులో రూపుదిద్దుకోగానే తను గాలిగా మారి బిడ్డలో జీవాన్ని నింపుతుంది. బిడ్డ గుండె కొట్టుకునేలా చేస్తుంది. బిడ్డ జన్మించగానే ప్రాణవాయువు తీసుకోగలిగే శక్తిని తను కడుపులో వుండగానే అందించి భువికి చేరుస్తుంది. తన శరీరములో ద్రవరూపములో ప్రవహించే రక్తాన్ని పాలుగా మార్చి బిడ్డకు ఆహారముగా అందిస్తుంది. వెచ్చని ఒడిలో బిడ్డను చేర్చి, వేడి వలపులను అందిస్తుంది. ఆకాశమంత ప్రేమను అందించి తన బిడ్డను లాలించి, మురిపిస్తుంది. తన శరీరమునే బిడ్డకు ఆధారముగా చేసి భూమాతవలె సహనంతో సంతోషంతో పరవశిస్తూ పెంచి పోషిస్తుంది. అందుకే అమ్మను ప్రేమిస్తే, అభిమానిస్తే, గౌరవిస్తే పంచభూతములనూ ఆరాధించినట్టే.

అమ్మ అనేది విశ్వవ్యాప్తమైనది. కొందరు దేవుడున్నాడంటారు. మరికొందరు దేవుడే లేడు పొమ్మంటారు. కానీ వీరిరువురికీ అమ్మ వుంటుంది. ఆ సత్యాన్ని వారు కాదనలేరు. అమ్మ అనేది ఒక దివ్యమైన కాంతి. సూర్య, చంద్రుల వలె అది నిరంతరం మానవాళికి వెలుగులు పంచుతూనే వుంటుంది. తరాలు మారినా, యుగాలు మారినా ఈ వెలుగులు ప్రకాశిస్తూనే వుంటాయి.

స్త్రీ జాతి వున్నంత కాలం అమ్మ తత్త్వం ఈ భూమి మీద విరాజిల్లుతూనే వుంటుంది. అమ్మలేని భగవంతుడు కూడా వుండడు. కృష్ణునికి, రామునికి, క్రీస్తుకి, బుద్ధునికి ఇలా దైవ స్వరూపములన్నిటికి మూలము అమ్మ మాత్రమే. వీరంతా ప్రపంచానికి అందించినది అమ్మ ప్రేమను మాత్రమే. స్త్రీ రూపములో కనులకు కనిపించే అమ్మ, స్త్రీ పురుషాదులందరిలోనూ నిండి వుండనేది అక్షర సత్యము.

ఇల్లే కోవెల

నాన్నగారు చనిపోయిన తరువాత అమ్మ ఒంటరి అయిపోయింది. అమ్మను నాతోపాటు తీసుకు వెళ్ళాలనుకున్నాను. నాన్న నిర్మించిన అందమైన కుటీరాన్ని విడిచి అమ్మ రానంది. అమ్మ ఆలోచనలను ఆధ్యాత్మికత వైపు మళ్ళిస్తే బాగుంటుందనిపించింది.

'అమ్మా! ఒక నెల రోజుల పాటు నీతో గడపాలని అనుకుంటున్నాను. దేశమంతా ఒకసారి తిరిగి వద్దాము రా అమ్మా' అని బ్రతిమాలాను. అమ్మ ఒప్పుకుంది.

ఒక మంచి రోజున అమ్మను తీసుకుని బయలుదేరాను. శ్రీరాముని మందిరాన్ని దర్శించాము. శ్రీరాముని ప్రేమతత్త్వాన్ని అమ్మకు వివరించాను. పసిపాపలా నా మాటలు వింటూ పరవశించి పోయింది అమ్మ. శ్రీకృష్ణుడు విహరించిన అందమైన విరితోటలు చూపించాను. కృష్ణుని బాల్యలీలలూ కథలూ వినిపించాను. మురిసిపోయింది అమ్మ.

క్రీస్తు నిలయాలలో అమ్మ తిరుగాడేలా చేసాను. కరుణామయ గాథలు, లీలలు వినిపించాను. పెద్దల ఆశీర్వాదాలు అమ్మకు ఇప్పించాను. అమ్మ పరవశించి పోయింది. ఇస్లాము పెద్దల అనుమతితో వారి ప్రార్థనా మందిరాలలో సేద తీరేలా చేసాను. బుద్ధుని బోధనలలోని శాంతి సందేశాలను అమ్మకు వినిపించాను. గ్రామ దేవతలతో సహ ఎవరినీ

వదలకుండా అన్ని విశ్వాసాలలోని ఆంతర్యాలనూ అమ్మకు విశదీకరించాను.

నెల రోజులు గడిచేసరికి అమ్మ మనసు పూర్తిగా కుదుటపడిందని పించింది. చాలా వరకూ నా ప్రయత్నాలు ఫలించాయన్న తృప్తి కలిగింది. ఇంటికి చేరుకున్నాము.

'అమ్మా నీకిప్పుడు మనసు తేలికగా వుంది కదా! కొంతైనా నీ గుండె బరువు తీరినట్టనిపిస్తోందా!'

'ఈ నెల రోజులూ చాలా ప్రశాంతంగా గడిచింది నాన్నా. ఎక్కడికి వెళుతున్నానో, ఎక్కడున్నానో, ఏంచేస్తున్నానో తెలియనంతగా మనసు పరవశించి పోయింది. చాలా సంతోషం నాన్నా.'

'మరి కొంతకాలం ఆగి మరలా వస్తాను. అప్పుడు మరికొన్ని నూతన ప్రదేశాలకు నిన్ను తీసుకుని వెళతాను. నువ్వు నీ ఆందోళనలను మరచి, ప్రశాంత చిత్తంతో వుండాలి. అంతకు మించి నాకు మరొక కోరిక లేదమ్మా. మరి వెళ్ళి రానా? ఈ నెల రోజులలో నిలిచిపోయిన నా పనులు చాలా వున్నాయి. అవన్నీ వెళ్ళి పూర్తి చెయ్యాలి. మరి బయలుదేరనా?'

'తప్పకుండా వెళ్ళిరా నాన్నా. అవునూ, మనం ఇన్ని పుణ్యక్షేత్రాలు తిరిగి వచ్చాము కాబట్టి, మీ నాన్న తిరిగి వచ్చేస్తారు కదా?'

అమ్మ ప్రశ్న నా చెవులలో కాదు, గుండెల్లో గుచ్చుకుంది.

'పోయినవారు తిరిగి వస్తారా అమ్మా? ఇప్పుడేగా మనసు కుదుటపడిందన్నావు! ఇంతలోనే ఈ వింత ప్రశ్న ఏవిటి?'

'మరి, ఏ ప్రయోజనాన్ని ఆశించి అమూల్యమైన కాలాన్ని, ధనాన్ని వెచ్చించి ఇన్ని క్షేత్రాలు తిరిగామో చెప్పగలవా?'

'కేవలం నీలో మార్పు కోసమూ, నీ గుండె భారాన్ని తగ్గించడం కోసమూ మనం యాత్రలు చేసామమ్మా. నీకు తెలియనిదా! ఆధ్యాత్మిక శక్తి నీ ఆత్మకు బలాన్నిస్తుందనే నమ్మకం తోనే నిన్ను నాతో తీసుకువెళ్ళాను.'

'నా ఇంటి నీడ, నా ఇంటి గాలి, వెలుతురు ఇవ్వగలిగే ప్రశాంతతను మరే క్షేత్రమూ నాకివ్వలేదు నాన్నా. నా ఇల్లు, నా 'దైవం' తిరిగిన దేవాలయము. నా దైవంతో నే గడిపిన గత జ్ఞాపకాలు నాకు ఓదార్పులు, లాలి పాటలు. నా ఇంటి ఏ గోడను తాకినా నా దైవం పలికిన ఊసులు మృదుమధురంగా నన్ను పలుకరిస్తూ వుంటాయి. ఈ ఇంటిని మించిన ఆధ్యాత్మిక కేంద్రం నాకెచ్చటా కూడా కనపడదు. ఇక్కడ లేని దైవం మరెచ్చటా నాకు కనిపించడు.'

అమ్మ పలుకులు కొత్తగా వున్నాయి. అయినా ఎంతో అర్థవంతంగా వున్నాయి.

'మరెందుకమ్మా మనసు కుదుట పడింది ఎంతో సంతోషంగా వుందంటూ చెప్పావు! కేవలం నన్ను సంతోషపెట్టడానికేనా?'

'లేదు నాన్నా, నేను అబద్ధం చెప్పలేదు. నిజంగానే నాకు ఈ నెల రోజులూ ఎంతో సంతోషంగా, ఉల్లాసంగా గడిచింది. ఇది నేను క్షేత్రాలు తిరిగినందుకు కాదు. నువ్వు నాతో పాటు నాకు తోడుగా వున్నందుకు. నాతో కలసి నువ్వు తిరిగినందుకు. అందుకు నాన్నా నాకు ఆనందం.'

అమ్మ మాటలు నా మదిని తాకి పరవశింప చేసాయి. అమ్మకు ఎన్నెన్నో జీవిత సత్యాలు తెలుసు. సర్వమూ ఎరిగిన తత్త్వవేత్త అమ్మ. ఆమెకు ఊరట కలిగించాలని అనుకోవడమే నేను ఏమీ ఎరుగని పసిపిల్లవాడినని ఋజువు చేస్తోంది. ఏమీ తడులు చెప్పలేని మూగవాడినై పోయాను. అమ్మ పాదాలకు నమస్కరించి, బయలుదేరటానికి సిద్ధపడ్డాను.

అమ్మ నా రెండు చేతులూ ఆప్యాయంగా పట్టి విడిచింది. అమ్మ కళ్ళు తడిసి వున్నాయి.

'బెంగపడకు నాన్నా. నీ ప్రయత్నాలు వ్యర్థం కావు. మన యాత్రలూ వ్యర్థం కావు. దైవం కరుణిస్తాడులే. తప్పక మన మొర ఆలకరిస్తాడు. త్వరలోనే మీ నాన్న తిరిగి వస్తారు. మనందరికీ ఆనందాన్నిస్తారు. మన ఇంట కాంతులు చిందిస్తారు.'

'అదెలా సాధ్యమమ్మా!'

'సాధ్యమే నాన్నా. మీ నాన్న వస్తారు. నీ బిడ్డ రూపంలో వస్తారు. నే తిరిగిన ప్రతి క్షేత్రములోని దైవాన్ని నేను అదే కోరుకున్నాను. తప్పక జరుగుతుంది. దేవుడు దయామయుడు. వెళ్ళిరా.'

అమ్మే నా కంటికి దైవంలా కనిపించింది. అమ్మ కోరిక తప్పక నెరవేరాలని అమ్మకే దండం పెట్టుకుని ఆనందంగా బయలుదేరాను.

దివ్యమైన కోరిక

చాలా రోజులయ్యింది నిన్ను చూసి, ఒకసారి రా నాన్నా, అంటూ అమ్మ ఉత్తరం రాసింది. చాలా ముఖ్యమైన విషయం ఒకటి మాట్లాడాలని రాసింది అమ్మ. ఉత్తరంలో వ్రాయకూడని ముఖ్యమైన విషయం ఏమై వుంటుందని చాలా సేపు ఆలోచనలో పడ్డాను. నా ఆలోచనలకు అమ్మ ఆంతర్యం బోధపడలేదు. చివరికి అమ్మను కలవాలనే నిర్ణయించుకుని, అమ్మ దగ్గరకు టయలుదేరాను.

అమ్మను కలిసాను. నన్ను చూసి ఎంతో మురిసిపోయింది అమ్మ. వెంటనే అడిగితె అమ్మ నొచ్చుకుంటుందేమొ అనిపించింది, మరునాడు అమ్మనడిగాను ` ఎందుకమ్మా నన్ను పిలిచావని. అమ్మ నవ్వింది. నీతో ముచ్చట్లాడదామని పిలిచానంది.

నేనెంత పని ఒత్తిడిలో వుంటానో అమ్మకు చాలా బాగా తెలుసు. నా పనికి భంగం కలిగించడం అమ్మకు ఇష్టం వుండదనీ తెలుసు. అలాంటప్పుడు కేవలం ముచ్చట్లాడటానికి ఎందుకు పిలుస్తుంది? అంటే, అమ్మ మాట్లాడటానికి ఆలోచిస్తోందనిపించింది.

అమ్మకు కుదుటపడటానికి కొంత సమయాన్నిచ్చి మళ్ళీ అడిగాను. రెట్టించి అడిగాను.

'చాలా కాలంగా నా మనసులో ఒక కోరిక కదలాడుతూ వుంది నాన్నా. అది నీవే తీర్చాలి. నా కోరిక నీతో చెప్పుకుందామని పిలిచాను' అంది

అమ్మ. నాకు చాలా ఆశ్చర్యం వేసింది. అన్ని కోరికలూ తీర్చే అమ్మకి తీరని కోరికలుంటాయా అనిపించింది. అమ్మ కోసం ప్రాణమైనా ఇచ్చెయ్యడానికి సదా సంసిద్ధుడినైన నేను, అమ్మ కోరిక వినాలని ఉవ్విళ్ళూరాను.

'చెప్పమ్మా. నీ కోరిక ఏవిటి? తప్పకుండా నెరవేరుస్తాను. నీ కోరిక తీర్చడం కన్నా ఈ జన్మకు మరొక సార్ధకత ఏముంటుంది?'

అమ్మ నెమ్మదిగా చెప్పడం మొదలుపెట్టింది.

'నా జీవనయానం విచిత్ర గతులతో సాగింది. నా జీవిత నౌక సున్నితమైన అలలనూ, పెను కెరటాలనూ ఎదుర్కొంటూ ఇంత వరకూ చేరుకుంది. ఇక ప్రయాణం ముగిసి తీరం చేసుకోవలసిన తరుణం రాబోతోంది.

ఒక జీవి తన జీవితంలో చూడవలసిన దశలన్నింటినీ చూడగలిగాను. బాల్య, కౌమార, యవ్వన, వార్ధక్యాలలోని అన్ని ఆనందాలనూ పరిపూర్ణంగా అనుభవించి ధన్యురాలినయ్యాను. కాలం నా వెనుక నుండి నన్ను ముందుకు తోస్తోంది. గమ్యం తన దరికి రమ్మంటూ చేతులు చాచి పిలుస్తోంది. ఈ సమయంలో నాకొక ఆలోచన కలిగింది.

నా కోసం ఒక అందమైన కుటీరాన్ని ఆశ్రయంగా కల్పించి, మీ నాన్న వెళ్ళిపోయారు. ఈ కుటీరాన్ని వదలిపెట్టి నేను కూడా మీ నాన్నగారి దగ్గరకి వెళ్ళవలసిన తరుణం ఎప్పుడయినా ఎదురు కావొచ్చును. అందుకోసం నేనొక ఏర్పాటు చేస్తే బాగుంటుందనిపించింది.

నేను నివసించడానికి ఒక చిన్న గది వున్న వసతి సరిపోతుంది. నిశ్చింతగా నా మిగిలిన కాలాన్ని గడిపేయగలను. కనుక ఈ ఇంటిని

విక్రయించేద్దాం. వచ్చిన డబ్బును నీ వ్యాపార, వ్యవహారాలకు వినియోగించుకో. లేదా నీకు నచ్చిన రీతిలో ఖర్చు చేసుకో. నాకు లెక్కలు చెప్పవలసిన అవుసరం లేదు. నీకు వీలు చూసుకుని మరలా వచ్చి, ఈ వ్యవహారం చక్కపెడితే బాగుంటుందని నా కోరిక.'

అమ్మ మాటలు నాకు చాలా ఆశ్చర్యాన్ని కలుగ చేసాయి. మాట్లాడుతున్నది అమ్మ కాదనిపిస్తోంది. నాకు తెలియని మరొక వ్యక్తి అమ్మలో దాగొని మాట్లాడించడం జరుగుతోందా అనిపించింది.

ఖచ్చితంగా అమ్మ ఆంతర్యమయితే ఇది కాదని నాకు అర్థమయ్యింది. నా ఆంతర్యమేవిటో తెలుసుకోవడానికే ఇలా మాట్లాడింది అమ్మ. అమ్మ ఆలోచనలు చాలా ఉన్నతంగా వుంటాయి. ఇలా చవుకబారు సలహాలు అమ్మ నాకెప్పుడూ ఇవ్వలేదు. తన మనసులోని అసలు కోరిక వేరు. అది ఏవిటో గ్రహించాలనుకున్నాను. ఆలోచించుకోవడానికి కొంత సమయం కావాలని అమ్మ నుండి తప్పించుకున్నాను.

ఒంటరిగా కూర్చుని, ఆలోచనలో పడ్డాను. ప్రతి విషయాన్ని ఆధ్యాత్మికంగా, నైతికంగా, మానవీయ కోణంలో ఆలోచించి ఎంతో భావుకతతో మాట్లాడే అమ్మ భౌతిక దృష్టితో మాట్లాడటమే గొప్ప ఆశ్చర్యంగా అనిపించింది.

తగిన సమయం చూసుకుని అమ్మతో మనసు విప్పి మాట్లాడాను.

'అమ్మా! నీ మాటలు విన్నాను. ఆలోచించాను. పునరాలోచించాను. ఇక నా మాటలు కూడా విను.

నీవుంటున్నది ఇల్లు కాదు. ఒక ప్రేమ కుటీరం. ఇది ఒక దివ్య నిలయం. నాకు జన్మనిచ్చి నన్నెక మనిషిని చేసిన పుణ్యక్షేత్రం. ఇది పరుల వశమై పలు పలు ప్రయోజనాలకు వాడబడటం నాకు అంగీకారంగా అనిపించడం లేదు.

నీ జీవన ప్రయాణపు సత్యాలను నేను అవగాహన చేసుకున్నాను. నీ అనంతరము కూడా ఈ దివ్యకుటీరము దైవత్వముతోనే విరాజిల్లాలి. దీనిని ఒక దేవాలయముగా భావించి, నాకు వీలైనన్ని సార్లు నేనిక్కడికి వచ్చి నిన్నూ, నాన్ననూ స్మరించుకుంటూ ఆరాధిస్తాను.

ఇక్కడి పూదోటలు ఎప్పటికీ పరిమళాలు వెదజల్లుతూ వుండాలి. ఇంటి వెనుక చిన్న కొలనులో చిన్నారి చేపలు ఈదులాడుతూ తీరాలను ముద్దులాడుతూ వుండాలి. పెరటి చెట్లపై చక్కటి గూళ్ళు కట్టి రాగాలు పలికే పక్షులు ఈ పరిసరాలను తమ తీపి స్వరాలతో పునీతం చేస్తుండాలి. పశువులు కదలాడుతూ, వాటి పసి కూనలు చెంగు చెంగున గెంతులాడుతూ వుండాలి.

ఎప్పటికప్పుడు ఈ కుటీరాన్ని నిత్యనూతనంగా తీర్చిదిద్దుతూ నేను పరవశించి పోతూ వుండాలి. ఎన్నెన్నో అనుభూతులతో నిన్నలరించిన ఈ ఇంటిని విక్రయించి, ఆ వచ్చిన సొమ్ముతో నేనేమి సుఖాలను అనుభవించగలను? నా తరువాత కూడా నా పిల్లలు దీనిని పదిలపరచే ఏర్పాటు చేస్తాను. నా కోరిక మన్నించవమ్మా. నేను చెప్పినదానికి అంగీకరించి, నన్ను కనికరించు.'

అమ్మ కళ్ళు తడిసిపోయాయి. గొంతు ఆర్ద్రమై ఏమీ టదులు పలుకలేకపోయింది. నా చేతులను తన చేతులలోకి తీసుకుని మృదువుగా నొక్కి పట్టి వుండిపోయింది.

అమ్మ అంగీకరించింది. నన్ను కరుణించింది. నాకు తెలుసు, ఇది నాకు అమ్మ పెట్టిన కఠిన పరీక్ష అని. కాని అమ్మే నన్ను నూరు శాతం ఉత్తీర్ణుడ్ని చేసి, నాకు ఎనలేని ఆనందాన్ని మిగిల్చింది.

అమ్మ మనసు కుదుటపడింది. నా మనసు విహంగమై విహరించింది. నా కోరిక మన్నించడమే అమ్మకున్న ఏకైక కోరిక అన్న సత్యం ధృవీకరించబడింది. అమ్మతో సహ అక్కడి పరిసరాలన్నీ రెట్టించిన ప్రకాశంతో మెరుపులు చిందించసాగాయి.

అనుకోని అతిథి

నా జీవన యానంలో అద్భుతమైన ఘట్టం ఒకటి పదే పదే నాకు జ్ఞాపకం వస్తూ వుంటుంది. అది నా ప్రయాణంలో సగం దూరం పూర్తి చేసుకున్న అపూర్వ సంఘటన. నా యాభైయ్యవ పుట్టిన రోజు అది.

పిల్లలు విదేశాలలో స్థిరపడిపోయారు. వారికి తోడుగా నా భార్య కూడా కొంతకాలం వాళ్ళ దగ్గర వుండవలసిన పరిస్థితి ఏర్పడింది. అమ్మ చాలా దూరాన వుంది. నా ప్రతి పుట్టిన రోజునా నాకు ఏదో విధంగా క్రమం తప్పకుండా తన ఆశీస్సులు అందిస్తూనే వుంది అమ్మ.

బయట తుఫాను వాతావరణం చోటు చేసుకోవడంతో బాగా సమీపంలో వున్న కొద్ది మంది మిత్రులను మాత్రమే ఆహ్వానించగలిగాను.

పుట్టినరోజు వేడుకలు జరుపుకోవడానికి అన్ని ఏర్పాట్లు చేసుకుని మిత్రుల రాకకోసం నిరీక్షిస్తూ వున్న తరుణమది.

ఉన్నట్టుండి గాలి ఎక్కువై, ఉధృతంగా వీచసాగింది. దానికి వర్షం కూడా తోడయ్యింది. క్రమక్రమంగా గాలి, వాన ఎక్కువైపోయాయి. వాతావరణం భీకరంగా మారిపోయింది.

గాలికి విసురుగా కొట్టుకుంటున్న తలుపులన్నీ బంధించి నేనొక్కడినే ఒంటరిగా కూర్చుండిపోయాను.

ఉన్నట్టుండి విద్యుత్ ఆగిపోయింది. దీపాలు ఆరిపోయాయి. ఏదో అశుభ సూచకంగా అనిపించింది. 'ఎవరూ రాలేరులే' అనే ఆలోచన నుండి నా మనసు 'ఎవరూ రావట్లదే' అనే ఆందోళనకు లోనయి కలవర పెట్టసాగింది.

అతి కష్టం మీద ఒక కొవ్వొత్తి వెలిగించి ఆ మసక వెలుతురులో కూర్చుని నిస్సహాయంగా చూస్తుండిపోయాను. అతి సమీపంలో వున్న ఇద్దరు ముగ్గురు మిత్రులు కూడా హాజరు కాలేని అనూహ్య పరిస్థితి.

జీవన యానంలో సగం దూరం ప్రయాణం సాగించాను. ప్రతి పుట్టిన రోజు వేడుక మా బంధు మిత్రులందరి మధ్యనా ఘనంగా జరుపుకుంటూ వచ్చాను. ఎంతో అపూర్వంగా భావించిన ఈ పుట్టిన రోజు మాత్రం పూర్తి నిరాశామయంగా మారిపోయింది. బయటి వాతావరణం కూడా ప్రళయంలా మారిపోయింది.

కొవ్వొత్తి కరిగిపోతోంది. గడియారం పన్నెండు వైపు పరుగులు తీస్తోంది. సమాచార వ్యవస్థ పూర్తిగా దెబ్బతింది. టెలిఫోన్ పనిచేయడం మానేసింది. ఎవరయినా ఫోన్ చేసి మాట్లాడతారనే ఆశ కూడా నీరుకారి పోయింది.

పన్నెండు కావొస్తోంది. ఒంటరిగా ఈ భూమిపైన అడుగు పెట్టిన నేను 'ఎప్పటికీ ఒంటరినే' అన్న జీవిత సత్యం తెలియ వస్తోందని భావించాను. 'జీవితంలో ఎదురయ్యే ప్రతి ఘట్టాన్ని ఆనందంతో ఆహ్వానించాలి' అని అమ్మ చెప్పిన మాటను గుర్తు చేసుకుంటూ ఒంటరిగానే కేక్ కట్ చేయడానికి సంసిద్ధుడినయ్యాను.

ఉన్నట్టుండి ఎవరో తలుపు తట్టడం మొదలుపెట్టారు. నా మనసు ఉల్లాసంతో గెంతులేసింది. పక్కింటి మిత్రులు, పాపం వర్షంలో తడుచుకుంటూ వచ్చి వుంటారనిపించింది.

నేను ఎంతో అదృష్టవంతుడ్నునిపించింది. ఇలాంటి మిత్రులు కలిగి వుండటాన్ని మించిన ఘనమైన సంపద జీవితంలో మరొకటి ఏమైనా వుంటుందా! అందుకే మంచి మిత్రుల్ని ముగ్గురినైనా సంపాదించుకోవాలని అమ్మ చెబుతూ వుంటుంది.

మళ్ళీ తలుపు చప్పుడయ్యింది. ఆనందంతో గెంతుకుంటూ పోయి తలుపు తీసాను. బయటి గాలికి తలుపులు మరింత వేగంగా తెరచుకున్నాయి.

ఆ మసక వెలుతురులో వచ్చిన వ్యక్తిని సరిగా చూడలేకపోయాను. సరిగా చూడాలని తపన పడుతున్న సమయంలో గాలి విసురికి కొవ్వొత్తి ఆరిపోయింది. అంతా చీకటైపోయింది.

వర్షంలో తడిసి ముద్ద అయిన వ్యక్తి నన్ను సమీపించినట్టయ్యింది. మెత్తని చేతులు నన్ను చీకటిలో తడిమి పట్టుకున్నాయి. వర్షంలో తడిసి ముద్దయిన చేతులు. మంచులా చల్లబడిపోయిన చేతులు. చలికి గజగజా ఒణికిపోతున్న చేతులు. ఎప్పటి నుండో పరిచయమున్న చేతులు. నా బుగ్గలు నిమిరి, నా ముంగురులు సవరించి, నన్ను ప్రేమతో దరిచేర్చుకున్న చేతులు. చిరకాలం నుండి నాకు ప్రేమను పంచిన చేతులు. అవును. అవి అమ్మ చేతులు. నిజమే, వచ్చింది అమ్మే.

అమ్మ నువ్వేనా! ఈ హోరువానలో నా కోసం, నన్ను దీవించడం కోసం వచ్చిన అమ్మవు నీవేనా? ఎలా రాగలిగావమ్మా? కటురయినా లేకుండా ఇంత ధైర్యంగా, ఒంటరిగా, చీకటిలో, నాకోసం.... అటుపైన నాకు మాటలు రాలేదు. గొంతు జీరపోయింది.

అలాగే చీకటిలో క్రిందికి ఒంగి అమ్మ పాదాలపై వ్రాలిపోయాను. నా తల నిమురుతూ అమ్మ వుండిపోయింది. అంత హోరోగాలి శబ్దంలో అమ్మ మాటలు సుస్పష్టంగా వినిపించసాగాయి.

'పుట్టిన రోజు శుభాకాంక్షలు నాన్నా. నిండు నూరేళ్ళు వర్ధిల్లు.'

గురువును మురిపించిన గురువు

ఒక ప్రసిద్ధి చెందిన పరమగురువు ఒక రోజు మా కళాశాలకు రావడం జరిగింది. ఆయన అద్భుతమైన ఉపన్యాసం ఇవ్వగలరని, మనలోని లోపాలను చక్కదిద్దగలరని, మన వ్యక్తిత్వాలను తీర్చిదిద్దగలరని ప్రశంసల జల్లులు కురిపించి ఆయనను ఒక ఉచితాసనం మీద కూర్చుండ బెట్టి మమ్మల్నందరినీ ఉద్దేశించి ఉపన్యాసం ఈయవలసిందిగా కోరారు మా గురువులు.

ఆ పరమ గురువు చాలా సేపు ప్రసంగించారు. ఎన్నెన్నో గొప్ప విషయాలను మాకు బోధించారు. ఉత్తేజపరిచారు. నిజంగానే మాలో ప్రేరణ కలిగించారు. మాలో క్రొత్త ఉత్సాహాన్ని నింపారు. భగవంతుని యొక్క శక్తిని, ఔన్నత్యాన్ని, ఆయన అద్భుత లీలలను అపూర్వంగా వర్ణించారు. అందరికీ సంతోషాన్ని కలిగించారు. చివరిలో మాకు వారి మాటలు ఎంతవరకూ అవగాహన అయ్యాయో తెలుసుకోవడం కోసం కొంతమందిని కొన్ని ప్రశ్నలు వేసారు.

'ఈ సృష్టికి కారకులు ఎవరు నాయనా?' అని నన్ను అడిగారు.

'అమ్మ, నాన్న' అని తక్కన జవాబు చెప్పాను.

అందరూ గొల్లున నవ్వారు. పరమ గురువు అందరినీ వారించారు.

'సృష్టికి కారకుడు, సృష్టికర్త భగవంతుడు నాయనా' అన్నాడు.

'లేదు స్వామీ. అమ్మ, నాన్నలే ఈ సృష్టికి కారకులు. వారు లేకుండా భగవంతుడు కూడా లేడు. వారు లేనిది జన్మలేదు. స్త్రీ పురుష శక్తుల కలయికే సృష్టి.'

అంతా నిశ్శబ్దమైపోయారు. అలా మొదలయిన మా చర్చ చాలా సమయం పాటు కొనసాగింది.

స్త్రీ పురుష శక్తుల కలయిక వల్లనే క్రిమికీటకాలు, పశువులు, పక్షులు, వృక్షాలు, మనుషులు జన్మిస్తారని అమ్మ చెప్పింది.

మనలో నెలకొని వున్న ప్రాణశక్తియే భగవంతుడని, మనం తీసి విడిచే ఊపిరిలోనే దైవం సంచరిస్తూ వుంటాడని అమ్మ చెప్పింది.

జీవితానుభవాల సారమే మన గ్రంథాలనీ, అవి రచించిన వారంతా అనుభవ సారాలనే వాటిలో పొందుపరచారని అమ్మ చెప్పింది.

తండ్రి మనకు రక్షకుడని, తల్లి మనకు శిక్షణ యిస్తుందని చెప్పింది. ఇందాక మీరు మాట్లాడుతూ పాపం చేసే వాడు పశువై పుడతాడని అన్నారు. కాని పశుపక్ష్యాదులను హీనంగా చూడరాదనీ, అవి మనకు నిజమైన గురువులని అమ్మ చెప్పింది.'

'మీ అమ్మ ఇంకా ఏమి చెప్పింది? నా ప్రక్కన నిలబడి చెప్పు నాయనా.'

వారి ఆహ్వానంతో నేను వారి వద్దకు చేరి, ప్రక్కన నిలబడి చెప్పడం మొదలుపెట్టాను.

'మృగరాజు వలె మనం స్వతంత్రముగా జీవించగలమా? ఒకరికి బానిస కాకుండా. వ్యక్తులకో, వ్యసనాలకో ప్రతివాడూ బానిసే. గజరాజు వలె

బాధ్యతలను మోయగలమా? గ్రద్దవలె ఉన్నత శిఖరాలపై విహరించగలమా? కోయిల వలె కమ్మగా పాడగలమా? కొలనులోని కలువవలె ఆనందమయ తేజస్సుతో వికసించగలమా? సీతాకోక చిలుకవలె సహజ సౌందర్యముతో విరాజిల్లగలమా? చీమవలె శ్రమించగలమా? చివరకు కుక్కవలె విశ్వాసముతో జీవించగలమా?'

ఒక్క క్షణం ఊపిరి కోసం ఆగాను. నా ఊపిరి తప్ప అక్కడేమీ వినిపించడం లేదు. చుట్టూ చూసాను. అందరూ బొమ్మల్లా కదలిక లేకుండా, నోట మాట రాకుండా, కనురెప్పలు వాల్చకుండా నన్నే చూస్తున్నారు. నాకు భయం వేసింది. పరమగురుని వంక చూసాను. ఆయన ప్రశాంత వదనంతో నా మాటలు వింటున్నారు.

'ఇంకా ఏమి చెప్పింది మీ అమ్మ.'

'పులిని చూసి క్రూరత్వాన్ని వదలిపెట్టమంది. పాముని చూసి విషాన్ని పెంచుకోవద్దంది. నక్కవలె కపటముగా వుండవద్దంది. పంది వలె దురవస్థలో పడిదొర్లాడ వద్దంది. నత్తను చూసి బద్ధకాన్ని పెంచుకోవద్దంది.' ఇలా ప్రవాహంలా చెప్పుకు పోతున్నాను.

'అంటే మానవులే ఎందుకూ పనికిరాని వారనా? వారి నుండి నేర్చుకోవలసిందేమీ లేదనా నీ ఉద్దేశ్యం?' అంటూ నా ప్రవాహానికి అడ్డుకట్ట వేయబోయారు పరమ గురువు.

'లేదు స్వామీ. మానవులు కూడా తల్లి నుండి నేర్చుకొనేదే ఎక్కువ వుంది. అమ్మ ప్రేమను అందరికీ పంచేవాడు రాముడవుతాడు. ఆమె నడవడికను ఒక ధర్మముగా ప్రకటించేవాడు కృష్ణుడవుతాడు. అమ్మ

కరుణను లోకానికి అందించేవాడు క్రీస్తు అవుతాడు. అమ్మలో శాంతి సహనాలను అనుసరించేవాడు బుద్ధుడవుతాడు అని అమ్మను చూసి నేను తెలుసుకున్నాను.'

'ఇంత గొప్ప విషయాలను నీకు బోధించిన అమ్మ ఇప్పుడెక్కడ వుంది?'

'అమ్మ అంటే 'అందరి అమ్మ' స్వామీ. మన ఊపిరి అమ్మ. మనలోని చైతన్యం అమ్మ. మన గుండె సవ్వడి అమ్మ. మన నడక అమ్మ నేర్పినది. మన పలుకు అమ్మ నేర్పించినది. మన ఆలోచనలు అమ్మ మలచినవి. మనలోని సర్వస్వమూ అమ్మమయమే. అమ్మ యొక్క మరొక ఆత్మ మనందరమూ.'

నా మాటలకు పరమ గురువుతో సహ అందరూ అభినందనలు తెలియజెయ్యడంతో నేను ఎనలేని ఆనందంతో ఉక్కిరిబిక్కిరి అయ్యాను.

'మీ అమ్మను ఒకసారి చూడాలని వుంది. ఒక్కసారి నన్ను మీ అమ్మ వద్దకు తీసుకెళ్తావా?' అని పరమ గురువు పలికిన ఆర్ద్రతతో నిండిన పలుకులకు నా తనువు నిలువెల్లా పులకించిపోయింది.

శాంతి నిలయం

నా మిత్రుడొకడు తరచుగా కొండ గుహల వైపు పరుగులు తీస్తుండేవాడు. మనసు ప్రశాంతంగా వుండాలంటే కుటుంబ సమస్యల నుండి దూరంగా పోయి మౌనంగా ధ్యానం చేసుకుంటూ కూర్చోవాలన్నది అతని భావన.

కాని, నా జీవితానుభవాలు అతని భావనకు భిన్నమైన సత్యాలను తెలియచేసాయి. మనసు ప్రశాంతంగా ఉండాలంటే కుటుంబ సభ్యులతో ఎక్కువగా గడపాలన్నది నా అభిప్రాయం. నా పసితనం నుండీ అమ్మతో నేను పంచుకుంటూ వచ్చిన అనుభవాలు దీనిని ధృవీకరిస్తూ వచ్చాయి.

అమ్మ సాన్నిధ్యంలో నా జీవితం అద్భుతమైన రీతిలో మలచబడుతూ వచ్చింది. ప్రేమను, కరుణను కురిపిస్తూ పలికే అమ్మ ప్రతి పలుకులోనూ క్రొత్త క్రొత్త పాఠాలు బోధించబడుతూ వుండేవి. అవి నాపై గొప్పగా ప్రభావాన్ని చూపించి, ప్రశాంతతకు మూలం కుటుంబ జీవనమే అని, బయటి వ్యక్తులలోనూ బయటి ప్రదేశాలలోనూ అది లభ్యం కాదని అర్ధమయ్యేలా చేసాయి.

మనశ్శాంతి అనేది మనసుకు సంబంధించింది అనీ, పరిసరాలకు చెందినది కాదని అమ్మ అంటూ వుండేది. అందరికీ దూరమై ఏ వ్యక్తి మనశ్శాంతిని పొందలేడనీ, అందరిలో వుంటూ అందరిలా వుంటూ శాంతిగా వుండడమే నిజమైన మనశ్శాంతి అని అమ్మ చెబుతుండేది. నేను ఈ సత్యాన్నే నమ్మి జీవిస్తూ వచ్చాను. బయటి నుండి ఎదురయ్యే ఒత్తిడులకు

ఉపశమనం నాకు ఇంట్లోనే లభించేది. మనశ్శాంతి పేరుతో బాధ్యతలను విస్మరించ కూడదన్నది అమ్మ చేసిన బోధన.

నా బాల్యము, కౌమారము అమ్మ పాదాల వద్దనే ఆనందంగా గడచిపోయింది. అన్ని సమస్యలకూ అమ్మ సాన్నిధ్యమే సమాధానమై నిలిచింది. నిన్నటి నా ఆలోచనలన్నీ అమ్మ భావనలతో ప్రభావితమైనాయి. నేటి ఆలోచనలకు నిన్నటి నా భావనలే పునాదులై నిలిచాయి. రేపటి ఆలోచనల గురించి అవి నాకు ఏ చింతా లేకుండా కాపాడగలుగుతున్నాయి.

ఒకసారి మిత్రులతో కలసి ఒక దేవాలయానికి వెళ్ళాను. 'నీ నొసటన బొట్టు లేదు ఈ కుంకుమ ధరించు' అంటూ అక్కడున్న పూజారి నాకు కుంకుమ అందించబోయాడు.

'అవసరం లేదు. నా నొసటన బొట్టు వుంది' అన్నాను.

'లేదు. బొట్టు లేదు, కనపడటం లేదు' అన్నాడాయన.

'ఉంది స్వామీ. అమ్మ పాద ధూళి నా నొసట ధరించి వచ్చాను. అదే నాకు కుంకుమ కన్నా ఎక్కువ.'

నా మాటలు ఆయనకు నచ్చలేదు. దైవదర్శనకు నాకు అర్హత లేదు పొమ్మన్నాడు.

నేను సంతోషంగా ఇంటికి వచ్చేసాను. అమ్మలో దైవాన్ని చూసుకుని మురిసిపోయాను. నేను ఎప్పుడు ఏ పని మీద బయటకు వెళ్ళినా, అమ్మ రెండు పాదాలనూ పరిపూర్ణంగా స్పృశించి ఆ చేతులతో ముఖమంతా తాకి, బయటకి కదలడం నాకు చిన్ననాటి నుండీ అలవాటు. అలా చేసిన

ప్రతిసారీ నేనెన్నో విజయాలను ఎదురు చూసాను. అది నా విశ్వాసము మాత్రమే కాదు నా అదృష్టముగా కూడా భావిస్తూ వచ్చాను.

కృత్రిమమైన అలంకరణలు మనకు అందాన్ని ఇవ్వవనీ, సదా ఆనందంగా వుండగలగడమే నిజమైన సౌందర్యమనీ అమ్మ మాట. ఆనందాన్ని మించిన ఐశ్వర్యము మనుషులకు మరొకటి లేదని ఆమె బోధ.

ప్రకృతిలో మనకు లభించే అందాలన్నింటినీ మూటగట్టి మన ముందు వుంచినా అవి అమ్మ నీడలో దొరికే ఆనందంలో పదవ వంతుకు కూడా సరితూగవని నా దృఢమైన అభిప్రాయము.

అమ్మ నవ్వు మనపై కురిసే ప్రేమ జల్లు. అమ్మ మాట మన బ్రతుకునకు పూలబాట. అమ్మ చూపు కరుణామయ కిరణాల సున్నితమైన పలకరింపు. అమ్మ వదనం సదా చల్లని వెన్నెలలు వెదజల్లే వేయి చందమామలకు సాటి. అమ్మ కంఠధ్వని మన విజయగీతాలకు ముందుగా సాగే గంభీర మృదుమధుర వీణానాదం. అమ్మ హృదయమే ఒక పవిత్రమైన దేవాలయం. అమ్మ పాదాలే మనకు సదా విశ్రాంతినిచ్చి సేదతీర్చే ఆశ్రయం.

అటువంటి అమ్మ తోడు ఇవ్వలేని మనశ్శాంతి జీవము లేని కొండలూ గుహలూ ఎలా ఇవ్వగలవు. కొండ గుహలలో ధ్యానం కోసం కూర్చున్నా, మన దైనందిన జీవన సమస్యలు మన గుండె గుహలలో ధ్వనిస్తూనే వుంటాయి. అమ్మ పాదాల వద్ద మౌనంగా కూర్చుంటే మన సమస్యలు ఆమడదూరం పారిపోయి, కేవలం మన గుండె సవ్వడి మాత్రమే మనకు వినిపిస్తుంది.

అందుకే నా మిత్రుని నిర్ణయం నాకు నచ్చలేదు. ఇంటికి పొమ్మని నా మిత్రునికి చెప్పాను. 'మీ ఇంటికి వెళ్ళి మీ అమ్మ పాదాలను ఆశ్రయించు ఆమె మాత్రమే నీకు శాంతిని ఇవ్వగలదు. నీ కోసం, నీ సుఖం కోసం, తన సుఖాన్ని మరచి, నీ కన్నా ఎక్కువగా దైవాన్ని విశ్వాసంతో ప్రార్థించగలిగేది మీ అమ్మ మాత్రమే. వెళ్ళు. మనశ్శాంతిని పొంది ఆనందించు' అని నా మిత్రునికి హితవు చెప్పాను.

అతను నా యందు విశ్వాసముతోనూ తన తల్లి ఎడల ప్రేమతోనూ నన్ను విడచి తన ఇంటి వైపు అడుగులు వేసాడు.

అమ్మను స్మరించుకుంటూ ఆనందంతో నేనూ వెనుతిరిగాను.

అతనిలో ఆమె

నాకు దూరపు బంధువు ఒకడుండేవాడు. వాడూ నా వయసు వాడే. చిన్నతనంలోనే తన తల్లిని పోగొట్టుకున్న దురదృష్టవంతుడు వాడు.

ఒక రోజున ఒంటరిగా కూర్చుని వున్న నాకు, ఆలోచనలు ఆ బంధువు వైపుకు మర్లాయి. ఒక్కసారిగా వాడి మీద విపరీతమైన జాలి కలిగింది. అమ్మ లేకుండా వాడు ఎలా పెరుగుతున్నాడు! వాడికి కడుపునిండా అన్నం తినిపించి ఆకలి తీరుస్తున్నదెవరు? కష్టం వస్తే తోడై నిలచి ధైర్యం చెప్పేవారు, కన్నీరు తుడిచి ఓదార్చేవారు, మంచి మంచి విషయాలు బోధించి గురుస్థానంలో నిలబడి నడిపిస్తున్నది, అమ్మ స్థానంలో నిలచి ప్రేమను పంచుతున్నది, గుండెలలో పెట్టుకుని చేయి పట్టి వెంట నడుస్తున్నది ఎవరు? ఎవరూ లేని అనాధవలె జీవిస్తున్న వాడి బ్రతుకు ఎంత దురదృష్టమైనది!

అమ్మతో చెప్పాను. అమ్మ నవ్వింది. 'నువ్వు ఎక్కువగా ఆలోచించి, ఆందోళన చెందుతున్నావు' అంది. అటువంటి వారి కోసం భగవంతుడు తగిన ఏర్పాటు చేస్తాడు. 'నీవు చింతపడకు. వాడు సంతోషంగానే వుంటాడు' అంది.

అమ్మ చెప్పిన సమాధానం నాకు తృప్తిని ఇవ్వలేదు. అమ్మ లేని ఇల్లు శ్మశానం లాంటిదని, దేవుడు లేని గుడిలాంటిదని నా దృఢమైన అభిప్రాయం.

ఒకసారి వెళ్ళి, దీనస్థితిలో వున్న నా బంధువును చూసి రావాలనుకున్నాను. నేను వెళ్ళి వాడ్ని ఓదార్చి, ధైర్యం చెప్పాలనుకున్నాను. సమయం చూసుకుని వాళ్ళ ఊరు బయలుదేరి వెళ్ళాను.

నా బంధువు ఇంటికి చేరుకున్నాను. వాడే నాకు ఎదురై స్వాగతం పలికాడు. తనని చూసిన నాకు ఆశ్చర్యం వేసింది. నేను ఊహించినదాని కన్నా భిన్నంగా తను చాలా సంతోషంగా కనిపించాడు. ఆత్మీయంగా నన్ను కౌగలించుకుని, లోనికి తీసుకువెళ్ళాడు.

నా బంధువు ముఖం దివ్యజ్యోతిలా ప్రకాశిస్తోంది. పరిపూర్ణమైన సంతృప్తితో వాడు జీవిస్తున్నట్టు అవగతమయ్యింది. నా అంచనాలను తారుమారు చేసిన ఆ అపూర్వ వ్యక్తి ఎవరు?

ఒక స్త్రీమూర్తి మాత్రమే, ఒక్క అమ్మ మాత్రమే చూపించగలిగే శ్రద్ధ ఆ ఇల్లంతా నిండుగా కనిపిస్తోంది. నాలో ఆత్రత పెరిగిపోయింది. ఏమి జరుగుతోంది? ఎలా జరుగుతోంది? తెలుసుకోవాల నిపించింది. వాడు ఏమైనా అనుకుంటాడేమో అని కూడా ఆలోచించకుండా వాడ్ని అడిగాను....

'మీ నాన్న మళ్ళీ పెళ్ళి చేసుకున్నాడు కదూ! ఇప్పుడు నీకొక సవతి తల్లి వుంది. ఆమె ఈ ఇంటిని చక్కపరచి మిమ్మల్నందరినీ సంతోషపరుస్తోంది కదూ! అందుకే నీ ముఖం వెలిగిపోతోంది అందుకే కదూ!'

వాడు నా ప్రశ్నలకు తల అడ్డంగా తిప్పాడు. నాకు ఆశ్చర్యం కలిగింది.

'నీకొక ప్రియురాలు వుంది. నీ తండ్రి మీ ప్రేమను అంగీకరించి, ఆశీర్వదించాడు. మీకు తోడై నిలచి మిమ్మల్ని అలరిస్తున్నది ఆమే కదూ!' అన్నాను.

'కాదు. ఈ ఇంట్లో ఏ స్త్రీమూర్తి లేదు. మా ఇంట్లో వెలిగి ప్రకాశిస్తున్న జ్యోతిర్మూర్తి నా తండ్రి. నేను ప్రేమిస్తూ సంతోషంతో మురిసిపోతున్నది నా తండ్రిని చూసి.'

అతని సమాధానం నన్ను ఆశ్చర్యంలో ముంచెత్తింది. అదెలా సాధ్యమని అడిగాను. వాడు చెప్పిన విషయాలు నా అవగాహనకు రాని ఎన్నో అపూర్వ సత్యాలను నాకు బోధపరచాయి.

'ఈ ఇంటిని తీర్చిదిద్దటానికి ఒక స్త్రీమూర్తి అవుసరమని కానీ, నాకు ఒక అమ్మ వుంటే బాగుండునని కానీ నేను ఏనాడూ తలంచుకోలేదు. ఆ అవుసరం నా తండ్రి నాకు ఏ క్షణములోనూ రాకుండా చూసుకుంటూ వస్తున్నాడు. నాకు అమ్మ, అన్న, తమ్ముడు, స్నేహితుడు అన్నీ తనే అయి నాకు అండగా నిలబడ్డాడు నాన్న.

ప్రతి ఉదయం నా నుదుటిని ముద్దాడి నిద్ర లేపేది, నా అవుసరాలకై నాకన్నా ముందుగా సిద్ధమై నిలబడేది, నా పోషణ, రక్షణ తన కర్తవ్యముగా భావించేది, వేదనలో ఓదార్పుగా నిలిచేది, నిరాశలో ఆశాకిరణమై మెరిసేది, నా సహచరుడై నన్ను వెన్నంటి నడిపించేది, తన గుండెను నా విశాల సామ్రాజ్యముగా చేసి మురిసిపోయేది, నా కోసం తను జీవిస్తూ తన కోసం నా జీవితాన్ని అంకితం చేసేలా చేసింది, అలసిపోయిన నా ప్రక్కన చేరి లాలిపాడి నిదురపుచ్చేది అన్నీ నాకు నాన్నే. మరొక అమ్మ అవుసరం

లేకుండానే అమ్మను నా కళ్ళ ముందు నిలిపిన నా తండ్రి ఎడల నా తనువులో అణువణువునా కృతజ్ఞత నిండి పొంగిపొరలుతూ వుంటుంది.'

వాడి మాటలకు నేను పరవశించి పోయాను. సత్యము నెరిగిన సంతృప్తితో ఆ దివ్యమందిరము విడిచి నా ఇంటికి చేరుకున్నాను.

జరిగింది, చూసింది అమ్మకు వివరించాను. అమ్మ పలికిన పలుకులు మరింత ఆనందాన్ని కలిగించాయి.

'ప్రతి పురుషునిలోనూ సగభాగం స్త్రీ వుంటుంది. ప్రతి స్త్రీలోనూ సగభాగం పురుషుడుంటాడు. అమ్మలో నాన్న, నాన్నలో అమ్మ సదా సంచరిస్తూనే వుంటారు. నిజమైన భర్తలో భార్య ఆత్మ వుంటుంది. నిజమైన భార్యలో భర్త ఆత్మ వుంటుంది. ఈ సత్యము నెరిగిన ఇంట పెరిగిన పిల్లలు చాలా అదృష్టవంతులు. వారికి లోటన్నది వుండదు. అతని తండ్రి జ్ఞాని. అజ్ఞానులు మాత్రమే మరొక తోడు కోసం అర్రులు చాస్తారు. అటువంటి వారి పిల్లలు అనాథలై అలమటిస్తుంటారు. ఇది నిత్యమైన, నిజమైన సత్యం.'

ప్రేమదే జయం

ఒక రోజు నా మిత్రునికీ నాకూ చిన్న గొడవ జరిగింది. అది చిలికి చిలికి గాలివానలా తయారయ్యింది. నా మిత్రుడు నా మీద చెయ్యి చేసుకున్నాడు. నాకు బాగా గాయాలయ్యాయి. గాయాలతోనే ఇంటికి పరుగుతీసాను.

అమ్మ నన్ను చూసి తీవ్రంగా ఆందోళన చెందింది. 'నీ మిత్రుని వద్దకు నన్ను తీసుకువెళ్ళు' అంది అమ్మ. అమ్మకి కోపం వచ్చిందని అర్థమయ్యింది. నాకు తెలుసు నా కోసం అమ్మ అమ్మవారిగా మారి ఎవరినైనా ఎదుర్కొనడానికి సిద్ధంగా వుంటుందని.

అమ్మ చేయి పట్టుకుని వడివడిగా నా మిత్రుని ఇంటికి తీసుకెళ్ళాను. అమ్మను చూసి, మా వేగం చూసి నా మిత్రుడు భయంతో ఇంట్లోకి పారిపోయి దాక్కున్నాడు. అతని తల్లిదండ్రులు వచ్చి అమ్మ చేయి పట్టుకుని, క్షమించమని వేడుకున్నారు.

అమ్మ కనుబొమలు ముడిపడి వున్నాయి. అమ్మకు శాంతి కలుగలేదని అర్థమయింది. వాళ్ళు మాత్రం పదేపదే వేడుకోసాగారు.

'మీ అబ్బాయిని నాతో పంపండి' అంది అమ్మ. వాళ్ళు భయపడిపోయారు. అమ్మ మాటలు కఠినంగా వున్నాయి. మేఘాలు గర్జించినట్టున్నాయి. అమ్మ మాటలకు వాళ్ళు ఎదురు చెప్పలేక పోయారు. లోనికి పోయి నా మిత్రుడ్ని తీసుకొచ్చి అమ్మకి అప్పగించి, చూస్తుండిపోయారు.

నాతో పాటు, నా మిత్రుని కూడా మా ఇంటికి తీసుకు వచ్చింది అమ్మ. ఇంట్లోకి రాగానే అమ్మ నా చేయి విడిచి, నా మిత్రుని దగ్గరకు తీసుకుని గుండెల నిండా హత్తుకుంది. అతని నుదుటి మీద ముద్దు పెట్టుకుంది. అతని నడుము పైన తన చేతులతో మృదువుగా రాస్తూ కొద్ది సేపు వుండిపోయింది.

ఊహించిన దానికి భిన్నంగా జరుగుతున్న అమ్మ ధోరణి నన్ను ఆశ్చర్యంలో ముంచెత్తింది. అగ్నిపర్వతంలా జ్వలిస్తుందనుకున్న అమ్మ మంచుకొండలా మారిపోవడం నాకు చాలా వింతగా అనిపించింది.

'నా గాయాలలకు కనీసం చికిత్స కూడా చేయకుండా వాడ్ని అక్కున చేరుకోవడానికా ఇదంతా చేసావు? ఏవిటమ్మా ఇది?'

నా ప్రశ్నకు అమ్మ నవ్వింది.

'నాన్నా! నీ శరీరానికి గాయమయింది. కాని, వీడి మనసుకు గాయమయింది. నీ గాయాలు త్వరలో మానిపోతాయి. వీడి మనసుకు వెంటనే చికిత్స జరుగకపోతే వీడి శరీరమూ, జీవితమూ కూడా ప్రమాదంలో పడిపోతుంది. వీడి గాయం చాలా పెద్దది నాన్నా.'

అమ్మ మాటలు నాకు పూర్తిగా అవగతం కాక, అమ్మ ఏం చెయ్యబోతుందా అని ఆత్రుతగా చూస్తుండిపోయాను. వాడు కూడా నివ్వెరబోతూ బొమ్మలా చూస్తుండిపోయాడు.

నన్నూ నా మిత్రుడినీ ఒక సోఫాలో ప్రక్కప్రక్కనే కూర్చోబెట్టింది అమ్మ. మా ఇద్దరి శరీరాలూ ఒకదానికొకటి తగిలేలా కూర్చోబెట్టింది. మా ఇద్దరి

వంకా చిరునవ్వులు చిందిస్తూ చూస్తూ వుండిపోయింది. అంతా నిశ్శబ్దంగా వుంది. కొద్ది క్షణాల తరువాత అమ్మ అడిగింది.

'మీ ఇద్దరి శరీరాలూ మీకెలా అనిపిస్తున్నాయి?'

'వెచ్చగా తగులుతున్నాయి' అని ఇద్దరం ఒకేసారి పలికాము.

'కోపం, ద్వేషం నిప్పులాంటివి నాన్నా. శరీరాన్ని అవి దహించి వేస్తాయి. మనసును పగలూ ప్రతీకారంతో రగిలేలా చేస్తాయి. ప్రేమ పూలవల మెత్తనైనది, మంచు వలె చల్లనైనది. అది శరీరానికి చలువనిస్తుంది. మనసును ఎల్లప్పుడూ ఉల్లాసంగా వుంచుతుంది.

టండరాతితో కొడితే శరీరానికి గాయమవుతుంది. పూలగుత్తితో కొట్టి చూడండి అది ఎంత హాయినిస్తుందో. మీరు పసిపిల్లలు నాన్నా. పంటకు సిద్ధముగా వున్న పసిడి నేల వంటివారు. ఈ సమయంలో మీలో ఏ బీజం నాటితే అది మొక్కయి, మహావృక్షమయి స్థిరపడిపోతుంది.

కోపాన్ని మించిన శత్రువు లేదు నాన్నా. ప్రేమను మించిన పెన్నిధి లేదు. శత్రుత్వం ఒక శాపం. స్నేహం అపురూపమైన వరం. ద్వేషాన్ని ప్రేమతో జయించాలి. స్నేహంతో జీవించాలి.

ద్వేషం, క్రోధం నశించిపోతే శత్రుత్వం మాత్రం మిగులుతుందా? మాడి మసి అయిపోదా? ఈ ఘర్షణలు, యుద్ధాలు, మారణహోమాలూ వుంటాయా? ప్రపంచమంతా శాంతికేతనం ఎగుర కుండా వుంటుందా?

పూల బాణాలతో యుద్ధం చెయ్యండి. దయ, కరుణ, సానుభూతితో కాఠిన్యాన్ని తునాతునకలు చెయ్యండి. ప్రేమను కురిపిస్తే శిలలు కూడా

శిల్పాలుగా మారిపోతాయి. రేపటి తరం మీది నాన్నా. రేపటి వెలుగు కోసం దివ్వెలుగా మారండి.'

అమ్మ మాటలు విన్న నా మిత్రుడు నిలువెల్లా కరిగిపోయాడు. నన్ను గాఢంగా కౌగలించు కున్నాడు. నా స్నేహితుడిగా మారిపోయాడు.

అతనిని వెతుక్కుంటూ ఆందోళనతో మా ఇంటికి చేరుకున్న అతని తల్లిదండ్రులు అమ్మ మాటలు ఆసాంతం విన్నారు. పరమ సంతోషాన్ని పొందారు.

'మనసును తాకుతూ మనిషిని మార్చడమంటే ఇదే తల్లీ' అంటూ వారు అమ్మకి వందనం చేసారు.

'నేను చెప్పిన మాటలు మీ బిడ్డను ఉద్దేశించి పలికినవి మాత్రమే కాదు. ఇవి నా బిడ్డకు కూడా వర్తిస్తాయి' అంది అమ్మ.

అవును. నిజమే. అమ్మ మాటలు అందరికీ వర్తిస్తాయి. ప్రపంచమంతా అమ్మలా ఆలోచిస్తే జగమంతా ఒక కుటుంబమై వర్ధిల్లుతుంది.

ఆనంద నందనం

ఆ రోజు నాన్న పుట్టిన రోజు. నాన్న కోసం ఒక అందమైన కానుక ఇవ్వాలనే ఉద్దేశ్యంతో నేను దాచుకున్న డబ్బులతో మంచి కానుక ఒకటి కొని సిద్ధం చేసాను.

తెల్లవారగానే నాన్న చేతిలో ఆ కానుక వుంచాలనుకున్నాను. కాని, ఎప్పటిలాగే, నేను నిద్రలేచే సరికే నాన్న పనిలోకి వెళ్ళిపోయాడు. నాన్న కోసం నిరీక్షిస్తూ ఇంట్లో వుండిపోయాను.

భార్య, భర్తలు ఒకరికొకరు కానుకలు యిచ్చుకుంటారు కదా! నాన్న కోసం అమ్మ ఏమి కానుక తీసుకుందో తెలుసుకుందామని పించింది. అమ్మను చేరి, అడిగాను. అమ్మ నవ్వింది.

'ఏమీ కొనలేదు' అంది.

ఎప్పటిలాగే ఇల్లు చక్కదిద్దుకోవడం మొదలుపెట్టింది. నాకు ఆశ్చర్యం కలిగింది. 'పాపం నాన్న నిరుత్సాహపడతాడు' అనిపించింది. ఈ విషయంలో అమ్మకంటే నేనే గొప్పవాడినని పించింది.

అమ్మనే గమనిస్తూ వుండిపోయాను. అమ్మ ఇల్లంతా అందంగా తీర్చిదిద్దింది. ఆనందంతో పరవశించిపోతూ ఇల్లంతా తిరుగుతూనే వుంది. పెరట్లోకి వెళ్ళింది. పశువులకు మేత వేస్తూ వాటి చెవులలో గుసగుసలాడింది. పక్షులకు గింజలు చల్లుతూ వాటితో ఊసులాడింది.

పూలను తాకుతూ పులకించిపోయింది. కొలను ఒడ్డున ఒక చక్కని కుర్చీని అమర్చి వుంచింది. నీటిలోని చేపలను పట్టి లేపి, వాటిని మృదువుగా ముద్దాడి నీటిలో వదిలిపెట్టింది.

స్నానం చేసి, పరిశుభ్రమైన దుస్తులు ధరించింది. వంట గదిలోకి వెళ్ళింది. ఒక గంట సమయం పాటు ఏవేవో తయారు చేస్తూ వుండిపోయింది. ఇంటి నిండా పరిమళాలు వెదజల్లింప చేసింది. ముందు వాకిలిలో కుర్చీలో కాలు మీద కాలు వేసుకుని నాన్న కోసం ఎదురు చూస్తూ కూర్చుంది.

నాకు ఇంకా ఆశ్చర్యంగానే అనిపించింది. భర్త పుట్టిన రోజున భార్య ఎలాంటి కానుకలూ కొనదా! అమ్మకాని, నాన్నకాని ఒకరికొరకు ఒకరు కానుకలు కొనడం నేను ఎప్పుడూ చూసిన గుర్తు లేదు. కాని ఈ రోజు నాకు శలవు రోజు కావడం, నేను ఇంట్లోనే వుండిపోవడంతో నాలో ఆశ్చర్యం రెట్టింపయ్యుంది.

నేను తెచ్చిన కానుక వంక గర్వంగా చూసుకుంటూ, నాన్న కోసం నేను కూడా ఎదురు చూస్తూ కూర్చున్నాను.

నాన్న వచ్చాడు. ఎదురు వెళ్ళి నాన్నకు శుభాకాంక్షలు చెప్పి, నేను కొన్న కానుక నాన్న చేతిలో పెట్టాను. చాలా సంతోషంతో దానిని తీసుకుని, నన్ను దగ్గరకు తీసుకుని నొసట మీద ముద్దాడాడు నాన్న.

అమ్మను పిలిచి నా కానుకను చూపించాడు. చిన్న పిల్లవానిలా మురిసిపోయాడు. అమ్మ కూడా నన్ను అభినందిస్తూ ఆనందించింది.

వారిద్దరి ముఖాలలో వెల్లి విరిసిన ఆనందం నన్నెంతో సంతోషపరచింది. పరిపూర్ణమైన సంతృప్తితో వాళ్ళను చూస్తుండిపోయాను.

ఇల్లంతా ఒక రకమైన ప్రోత్సాహకరమైన ప్రకంపనలు చోటు చేసుకున్నాయి. నాన్న వాకిలిలోకి వచ్చి నిలబడ్డాడు. గుండెల నిండా ఊపిరి తీసుకుని వదిలాడు. చుట్టూ కలయ చూసాడు.

'ఇద్ది ఇల్లేనా? పవిత్ర మందిరమా?' అన్నాడు.

అమ్మ నవ్వింది. నాకూ అవునని పించింది.

నాన్న పెరటిలోకి వెళ్ళాడు. నేనూ నాన్నని అనుసరించాను. పశువులు పరుగు పరుగున నాన్న దగ్గరకు వచ్చి, ప్రేమగా చూడసాగాయి. తలలెత్తి నాన్నకు శుభాకాంక్షలు చెప్పున్నట్టున్నాయి. వాటిని దగ్గరకు తీసుకు నిమిరాడు నాన్న.

ఒక క్షణం వాటితో గడిపి, పూల మొక్కల వైపు కదిలాడు. పూల బాలలన్నీ పరవశంతో తలలూపుతూ నాన్నను పలుకరించాయి. కొమ్మలపై గూళ్ళలోంచి బయటకు వచ్చిన పక్షులన్నీ ఒక్కసారిగా ధ్వని చేయడం మొదలుపెట్టాయి. పుట్టినరోజు పాటలాగా వాటి కూతలు మృదు మధురంగా చెవులకు తాకసాగాయి.

కొలను ఒడ్డున అమ్మ అమర్చిన కుర్చీలో కూర్చున్నాడు నాన్న. కొలనులో పెరుగుతున్న చేపలన్నీ గాలిలోకి ఎగురుతూ, నీళ్ళలోకి దూకుతూ అద్భుతమైన నాట్యకేళిని సాగించాయి.

చెట్ల కొమ్మల సందుల్లోంచి రవికిరణాలు వెచ్చగా నోకుతూ వలపులు కురిపిస్తున్నాయి. అయినా అక్కడి గాలి మాత్రం చల్లగా నోకుతూ పులకింప చేస్తోంది.

నాన్న పుట్టినరోజుకి ప్రకృతి కూడా ఇంత అందంగా స్పందించడం ఎంతో అద్భుతంగా తోచింది.

అమ్మ వండిన మధుర పదార్థాలను కడుపునిండా భోంచేసి ఆనందంతో పరవశించిపోయాము. నాన్న సంతోషం కోసం ఇంటినే ఒక స్వర్గంలా మలచి, విలువ కట్టలేని అద్వితీయమైన కానుకను నాన్నకి అందించిన అమ్మను చూస్తే ఒక అనురాగ దేవతను చూసిన అనుభూతి కలిగింది నాకు.

ఆ రోజు ఇల్లంతా ఆనందం తాండవం చేసింది. మూడు దివ్య నక్షత్రాలు మా ఇంట చేరి సుఖాల విందులు చేసుకున్నట్టు, ఇంట వెలుగులు పంచుతున్నట్టు అనిపించింది. ఇల్లు ఒక ఆనంద నిలయమై ప్రకాశించింది.

అయినా మా ఇల్లు ఎప్పుడూ ఆనంద నిలయమే. అందుకే నాన్న ఎప్పుడూ ఇంటి వైపు పరుగులు తీస్తుంటాడు. అమ్మ నిత్యానందంతో ప్రకాశిస్తూ వుంటుంది. నాలో చైతన్యకాంతులు నింపే దివ్వెలు వాళ్ళిద్దరూ. ప్రతిరోజూ మా ఇంట పుట్టినరోజు వేడుక జరుగుతున్నట్టుగా వుంటుంది.

"ఊపిరి తీయగలిగే ప్రతి క్షణమూ మనకి ఒక పుట్టిన రోజే" అన్న అమ్మ మాటలు నాకు పదేపదే గుర్తుకు రాసాగాయి.

చిరునవ్వుల వాన

ఒకసారి నా భార్య నన్నొక ప్రశ్న అడిగింది. 'ఎందుకు నీ మాటలను అందరూ గౌరవిస్తుంటారు? తీవ్రమైన విషయాలలో కూడా చిరునవ్వుతో ఎలా స్పందించగలుగుతున్నావు?'

ఆమె నన్ను ఆ ప్రశ్న అడిగే వరకూ నేను కూడా ఎప్పుడూ ఆ విషయం గురించి ఆలోచించనే లేదు. నిజమే. నేను ఎవరితో మాట్లాడినా వారి నుండి అనుకూలమైన స్పందనలనే పొందగలిగాను.

ఎంతటి తీవ్ర స్థాయిలో వాదన చేస్తున్న వారయినా నా చిరునవ్వకి తలవంచే వారు. నా మీద కత్తి దూయటానికి వచ్చిన వ్యక్తి కూడా నా చిరునవ్వును చూసి తలవంచి వెనుతిరుగుతాడని మిత్రులు అంటుండేవారు.

వ్యాపార వ్యవహారాలు ఏమైనా మాట్లాడాలంటే, నన్ను మాత్రమే ఎంపిక చేసి పంపించేవారు. విజయంతో వెనుతిరిగే వాడిని. నాకు శత్రువులెవరైనా వున్నారా అనే విషయం పెద్దగా ఎప్పుడూ జ్ఞప్తికి రాలేదు.

నా మాట తీరు సరళంగా వుంటుందనీ, ప్రేమ జల్లులు కురుస్తూ వుంటుందనీ పెద్దలు, సత్పురుషులు ఎంతో మంది ప్రశంసించడం నాకు బాగా గుర్తు వుంది. వారి ప్రశంసలకు పూలమాలలు అవసరం లేకుండానే నా మెడ నిండిపోతుండేది.

అమ్మ అడుగుజాడలలో నడవడం తప్ప నాకు పెద్దగా నేర్పించిన వారూ లేరు. 'ఎవరి వాదన వారికి సమంజసంగానే వుంటుంది. వారిని మన దారికి తెచ్చుకోవాలంటే వారిని ప్రేమించడం ఒక్కటే మార్గం' అని అమ్మ చెప్పే మాట నాకోక వేదవాక్కు అయి నిలిచింది.

'నీ చిరునవ్వుల వానలో తడిపి ముద్ద చేస్తున్నావు. నిన్ను వ్యతిరేకించ లేకపోతున్నాను' అంటూ ఒక విదేశీ ప్రతినిధి నాతో అన్న మాటలు అప్పుడప్పుడు జ్ఞప్తికి వస్తుంటాయి.

నేను నా ప్రవర్తనా విధానానికి సంబంధించి ఎవరి దగ్గరా ఎటువంటి శిక్షణా తీసుకోలేదు. వ్యక్తిత్వ వికాసం గురించి కాని, మానసిక శాస్త్రం గురించి కాని ఎటువంటి పుస్తకాలూ చదువలేదు ఎవరి ఉపన్యాసాలూ వినను లేదు.

అమ్మలోని దయా కిరణాలే నా మీద ప్రసరించి, ప్రతిబింబిస్తూ వుండేవి. ఎవరితో మాట్లాడాలన్నా, ఎవరితో చర్చలలో పాల్గొనాలన్నా ముందుగా అమ్మను తలచుకుంటూ వుంటాను. అదే నా ఆత్మస్థైర్యాన్ని ద్విగుణీకృతం చేస్తుంది. అటు తరువాత నేను మాట్లాడే ప్రతి మాటా నేను పలికినది కాదు నాలో కొలువై వున్న అమ్మ నాలో నుండి మాట్లాడుతోంది అనిపిస్తుంది.

నా భార్య అడిగిన ప్రశ్న ఒకానొక ప్రత్యేక సందర్భానికి చెందినది. ఒక కార్యక్రమానికి నేను నా భార్యతో కలసి హాజరవడం జరిగింది. ఎందరెందరో ప్రతినిధులు అక్కడ హాజరై వున్నారు. అప్పటికే నా గురించి అందరికి తెలుసు. దాంతో అంతా నన్ను స్నేహపూర్వకంగా పలుకరించడం జరిగింది.

అందరితో పాటే నేనూ అక్కడ మాట్లాడటం జరిగింది. చాలా మంచి స్పందన వచ్చింది. అభినందనలతో ముంచెత్తారు.

సభ ముగిసి తిరిగి వస్తున్నాము. కారులో నేనూ నా భార్య వున్నాము.

'నిన్ను చూస్తుంటే నాకు ఈర్ష్యగా వుంది' అంది నా భార్య. నేను చిరునవ్వు నవ్వి ఊరుకున్నాను. ఆ సమావేశంలో ఒక మిత్రుడు చేసిన వ్యాఖ్య తనకి చాలా బాగా నచ్చిందని చెప్పింది.

'నీలో ఒక స్త్రిమూర్తి దాగి వుంది. అందుకే నిన్ను చూస్తే పురుషులకు కూడా మోహించ బుద్ధి వేస్తుంది' అన్నాడతను.

అదే విషయాన్ని నా భార్య నాకు గుర్తు చేసింది. 'నీవు పురుషుల వశమయిపోతే నా పరిస్థితి ఏవిటి?' అంటూ ఆటపట్టించింది.

ఆనందంగా ఇంటికి చేరుకున్నాము. కాని నా మిత్రుని వ్యాఖ్య నన్ను కూడా వెంటాడి చిలిపిగా అల్లరి చేయసాగింది.

నాలో కూడా ఒక విచిత్రమైన ఆలోచన కదలాడింది. నా గదిలో చేరి తలుపులు వేసుకున్నాను.

నన్ను నేను అద్దంలో చూసుకున్నాను. నా ముఖం, నా కళ్ళు, ముక్కు, పెదాలు, బుగ్గలు అన్నీ అతి కోమలంగా కనిపించాయి. నన్ను చూసి నేను సిగ్గుపడుతున్నానో, ముచ్చట పడుతున్నానో అర్థం కాలేదు. 'నేను చాలా అందగాడిని సుమా!' అనుకుంటూ నన్ను నేను గర్వంగా చూసుకున్నాను. తీవిగా చూసుకున్నాను.

చూస్తున్న కొద్దీ ఏదో పరిచయం ఉన్న ముఖంలా అనిపించింది. చిరకాలము నుండి పరిచయ మున్న ముఖంలా అనిపించింది.

చిరునవ్వులు చిందించే ఆ ముఖం, కళ్ళల్లో వెన్నెలలు కురిపించే ముఖం, దయ, కరుణ, కృపా వర్షాలను వెదజల్లే ముఖం, అవును... అవును... అదే ముఖం అది అమ్మ ముఖం.

కాని లవలేశమంత అంతరం కనిపిస్తోంది. అవును... ఏదో మిశ్రమం... అవును రెండవది ఎవరు? అర్ధమయ్యింది. ఇది ఒక అద్భుతమైన కలయిక పూలలోని తేనెలా, గాలిలోని పరిమళంలా, గానంలోని మాధుర్యంలా.

అవును. నా ముక్కు కొనతేలి వుంది అది నాన్నది. నా బుగ్గలు గులాబీల్లా పున్నాయి. అవి అమ్మవి. నా జుట్టు వంకీలు తిరిగింది అది నాన్నది. నా కనుబొమ్మలు విల్లువలె వంగి పున్నాయి అవి అమ్మవి. అమ్మ, నాన్నల అపురూప కలయిక నా సౌందర్యానికి మూలం. వారి ఆనందమయ కలయికలోని మధుర ఫలాన్ని నేను. ధన్యుడిని అమ్మ. ధన్యుడిని నాన్న.

తరగని సంపద

ఒక రోజున అమ్మకూ నాకూ మధ్య విచిత్రమైన సంభాషణ జరిగింది. నా జీవితానికి పూలబాట వేసి, జీవిత పరమావధిని బోధించిన మహోన్నత సంభాషణ అది. అమ్మలోని విశ్వరూపాన్ని ఆవిష్కరించిన అద్భుతమైన సంభాషణ.

అమ్మ ఒక నిఘంటువు అని, సర్వశాస్త్రాల సారాన్ని జీర్ణించుకున్న పట్టిన మహాగురువు అమ్మ అని నాకు బోధపడిన రోజు అది. నాలోని మాయ తెరను తొలగించి, సత్యాలను నా ముందు సాక్షాత్కరింప చేసిన అపూర్వమైన రోజు, నన్నొక శిశువును చేసి, అమ్మ ముందు మోకరిల్లేలా చేసిన అపురూపమైన రోజు అది.

అమ్మతో మాట్లాడుతూ, మధ్యలో నాకు చాలా సన్నిహితుడయిన ఒక మిత్రుని గురించి ప్రస్తావించాను.

'అతనికి ఎనలేని సంపదవుంది. పెద్ద పెద్ద భవనాలు, విలాసవంతమైన వాహనాలు, లెక్కకు మించిన పనివారు. అతనికి లోటు అన్నదే లేదు తెలుసా?' అన్నాను.

'చాలా సంతోషం నాన్నా. అతని పడక గదిని ఎప్పుడయినా పరిశీలించావా? సుఖంగానే నిద్రపోతున్నాడా? నిద్రలో సవ్యంగా ఊపిరి తీసుకోగలుగుతున్నాడా?'

అమ్మ ప్రశ్నలకు నా దగ్గర సమాధానం లేదు. కానీ, నా మిత్రుడ్ని అందరూ గొప్పవాడిగా చూస్తారు. అమ్మ అతని గురించి కొంచెం చులకనగా మాట్లాడుతోందా అనిపించింది. అతని గొప్పతనం అమ్మకి అర్థమయ్యేలా వివరించాలనుకున్నాను. నా సంభాషణను కొనసాగించాను.

'అమ్మ, అతను చాలా దృఢకాయుడు, శక్తివంతుడు, అతనిని జయించడం సామాన్యులకు సాధ్యం కాదు.'

'అతని మనసు కూడా కఠినమైనదేనా? లేక పూలవలె మెత్తనైనదా నాన్నా? కష్టాలను తట్టుకోగలడా?'

'అతను చాలా చదువుకున్నాడమ్మా. అతనికి వున్న విద్యార్హతలు నాకు తెలిసి ఎవరికీ వుండవు.'

'అలాగా నాన్నా? ప్రాపంచిక జ్ఞానానికి సంబంధించిన డిగ్రీ ఏమయినా వుందా మరి? జ్ఞానము యొక్క అంచులను స్పృశించిన వాడేనా? పుస్తకాలతో పాటు మనుషులనూ వారి మనసులనూ చదవగలగడంలో ఏమయినా ప్రావీణ్యం వుందా మరి?'

'అతనికి అపరిమితమైన అధికారం వుందమ్మా. ఎవరైనా అతని ముందు తలవంచి నిలబడవలసిందే'.

'అందరూ తలలు వంచేది గౌరవంతోనా, భయంతోనా నాన్నా? వారంతా అతనిని యిష్టపడేవారేనా లేక రహస్య శత్రువులెవరయినా వున్నారా? ఎప్పుడయినా తెలుసుకోవడానికి ప్రయత్నించావా?'

'అతనిది చాలా పెద్ద కుటుంబం. ఇంటి నిండా బంధుజనంతో ఎప్పుడూ కోలాహలంగా వుంటుంది.'

'వారంతా అతనిని చూసి చేరినవారేనా? సంపదలోనూ, బీదరికంలోనూ తోడుగా నిలిచేవారే కదా!'

ఇలా పరిపరి విధాల నా మిత్రుని విశిష్టతను అభివర్ణించాలని తీవ్రంగా ప్రయత్నించాను. నా ప్రతీ వ్యాఖ్యనూ తన ఎదురు ప్రశ్నలతో నిర్వీర్యం చేస్తూ వచ్చింది అమ్మ.

అమ్మకు బదులు చెప్పలేక, అమ్మను వదలి ఒంటరిగా వెళ్ళిపోయాను. చాలా సమయం పాటు ఒంటరిగా, నిశ్శబ్దంగా ఆలోచించుకుంటూ వుండిపోయాను.

అమ్మ ప్రశ్నలన్నింటినీ క్రోడీకరించుకున్నాను. ప్రశాంతంగా సమాధానాలు వెతుక్కున్నాను. నెమ్మది నెమ్మదిగా నా కనుల ముందు అద్భుతమైన సత్యాలు ఆవిష్కరించబడ్డాయి. అమ్మ ప్రశ్నలలోనే నాకు సమాధానాలు లభ్యమయ్యాయి. తరగని సంపద అంటే ఏవిటో, ఈ భూమి మీద ఎవరిని నిజమైన సంపన్నుడిగా గుర్తించాలో అర్థమయ్యింది.

ప్రశ్నిస్తూ బోధించిన అమ్మలోని గురుతత్వాన్ని అర్థం చేసుకున్నాను. అవగతమైన సత్యాలను పునశ్చరణ చేసుకుంటూ కూర్చున్నాను. మాయ తెరలు తొలగి, జీవిత సత్యాలు నా కనుల ముందు నాట్యం చేసాయి.

"ఎంత సంపద వున్నా సుఖంగా నిద్రపోయేవాడు అదృష్టవంతుడు. అది కరువైన రోజున ఎంత సంపద వున్నా వ్యర్థమే. చెట్టు క్రింద నేల మీద పడుకుని, చీకూ,చింతా లేకుండా నిద్రించే బిచ్చగాడు అతనికన్నా అదృష్టవంతుడు.

శారీరక దృఢత్వం తాత్కాలికమైనది. నెమ్మది నెమ్మదిగా క్షీణించేది. మానసిక దృఢత్వం క్రమక్రమంగా బలపడేది. జీవితాంతం మనతోడుగా వుండ తగినది. శాశ్వతమైనది. కొండల మించిన కష్టాలు ఎదురైనా తట్టుకుని నిలబడగలిగే శక్తిని అది ఇస్తుంది.

చదువు పుస్తకాలకు సంబంధించినది. నాలుగు గోడల మధ్య నేర్చుకునేది. జ్ఞానానికి అవధులు లేవు. విశ్వమంతా మనకి ఒక పాఠశాల. విశ్వమే మనకి గురువు.

అధికారం ఇతరులను భయపెడుతుంది. అభిమానం ఇతరుల ఎడల ప్రేమను కురిపిస్తుంది. అందరూ మానసికంగా మనకు చేరువయ్యేలా చేస్తుంది. అధికారం అస్థిరమైనది. అది శత్రువులను పెంచుతుంది. అభిమానం మిత్రులను మన దరి చేరుస్తుంది.

ఇలా నా ప్రశ్నలన్నింటికీ తను ప్రశ్నిస్తూ నాకు సమాధానమిచ్చింది అమ్మ. నేను అందుకే అమ్మను గురువులందరిలో విశిష్టగురువుగా భావిస్తాను. అమ్మ మాటలలో అర్థాలకన్నా అంతరార్థాలు ఎక్కువగా వుంటాయి. అందుకే అమ్మ మాటలు అన్నీ ఎల్లవేళలా నా మెదడుకు పదును చేకూర్చేవిగా నిలచిపోయాయి.

నా అంతరాత్మ

నిద్రపట్టడం లేదు. ఆకలి వేయడం లేదు. మనసు బరువెక్కింది. వెలుగులు మసక బారుతున్నాయి. ఎవరితోనూ పంచుకోలేని ఇబ్బంది. చక్కటి నీడ దొరికితే సేదతీరే అవకాశం వుంది. ఎవరు ఆ తోడు? ఎవరు ఆ నీడ? నా గుండె భారాన్ని ఎవరి మీద మోపి నేను ఉపశమనం పొందాలి?

అమ్మను కలిస్తే! పాపం అమ్మ. అమ్మను ఎందుకు ఇబ్బంది పెట్టాలి? కాని అమ్మను కలవడం వలన ఒక ప్రయోజనం వుది. అమ్మ కనిపిస్తే చాలు మనసు తేలికపడే అవకాశం వుంది. కలతలు తొలగిపోయే వీలు వుంది. అమ్మను ఇబ్బంది పెట్టకుండానే నా ఇబ్బందిని తొలగించుకోవాలను కున్నాను. అమ్మ వద్దకు బయలుదేరి వెళ్ళాను.

ఈ సంఘటన జరిగి దాదాపుగా నలబై సంవత్సరాలయ్యింది. అమ్మను గురించి ఇప్పుడు తలపునకు తెచ్చుకుంటుంటే ఈ అపూర్వ సంఘటన గుర్తుకు వచ్చింది.

అమ్మను కలిసాను. నన్ను చూడగానే ఎంతో సంతోషపడింది. ఎప్పటివలెనే నా ప్రక్కన కూర్చుని, నా చేతిలో చేయి వేసి కబుర్లాడటం మొదలుపెట్టింది. క్షేమ సమాచారాలడిగింది. నా గురించి, నా ఆరోగ్యం గురించి, నా వ్యవహారాల గురించి వివరంగా అడిగింది. నా కడుపు నింపడం కోసం ఒంటింట్లోకి వెళ్ళిపోయింది.

పాపం పిచ్చి అమ్మ. పసిపిల్లలా సంతోషించింది. పరవశించి పోయింది. అమ్మను చేరగానే నాకు కూడా వెన్నెల కొనలోకి అడుగుపెట్టినట్టనిపించింది. ఎండ వేడికి తపించిపోతున్న అల్పజీవికి చల్లని పిల్లమబ్బు గాలి తాకిన అనుభూతి కలిగింది. నా గుండె క్రొత్త లయలతో ధ్వనిస్తున్నట్టనిపించింది.

అమ్మను ఇబ్బంది పెట్టకూడదని ముందుగానే నిర్ణయించుకొని వున్నందున, నేనొక కవిగా మారి క్రొత్త క్రొత్త అల్లికలతో నా జీవన విధానాన్ని వర్ణించి అమ్మను మురిపించాను. కంటినిండా నిద్రపోతున్నానని, సుఖంగా జీవితం సాగిస్తున్నానని, సమస్యలంటే తెలియని ఆనందమయ లోకంలో విహరిస్తున్నానని చెప్పాను. నా ఆనందాన్ని అమ్మతో పంచుకోవడానికి వచ్చినట్టుగా అమ్మను నమ్మించాను.

నిజానికి నేను చాలా దురవస్థను అనుభవిస్తున్నాను. నేను పనిచేస్తున్న పరిశ్రమ తీవ్రమైన ఆర్థిక సంక్షోభంలో పడిపోయింది. ఆరు మాసాలుగా సిబ్బంది జీతాలు చెల్లించలేని దుస్థితిలో పడిపోయింది. నాతో పాటు వందలాది మంది ఉద్యోగాలు పోగొట్టుకుని వీధినపడ్డాము. మరొక ఉద్యోగం అంత సులభంగా దొరకని ఆర్థిక సంక్షోభం చోటు చేసుకుంది. కుటుంబాన్ని నెట్టుకు రాలేని దుస్థితి ఎదురయ్యింది.

అమ్మ సన్నిధిలో కొత్త ఊపిరి పీల్చుకోవచ్చని, కొత్త ఆలోచనలు, ఆశలు చివురించే అవకాశం వుందని భావించి అమ్మ కోసం బయలుదేరటం జరిగింది.

అమ్మ వద్ద వున్నన్ని రోజులూ నన్ను ఎంతో సంతోషపరచింది అమ్మ. ఎటువంటి లోటూ లేకుండా చూసుకుంది. తిరిగి ఎప్పుడు ప్రయాణమై

వెళ్తావని అడగకుండా నాకు స్నేహాన్ని, ప్రేమను, ఆశ్రయాన్ని పంచుతూ చూసుకొచ్చింది. నాకు చాలా వరకూ ఉపశమనం కలిగిందని భావించాక, 'అమ్మా నేను ప్రయాణమై వెళ్తాను' అన్నాను.

అమ్మ అనుమతి నిచ్చింది. ఆరోజు రాత్రి అమ్మా, నేను పెరట్లో ఆరు బయట వెన్నెలలో కూర్చుని వున్నాము. చాలా సేపు మా యిద్దరి మధ్యన నిశ్శబ్దం చోటు చేసుకుంది. చల్లగా గాలి వీస్తోంది. కొలనులోని అలలు ఒడ్డుకు తగిలి చిన్నగా శబ్దం చేస్తున్నాయి. చెట్లు కదలాడుతూ తలలూపి నాట్యం చేస్తున్నాయి.

'ఈ కొలనులోని అలలకు అలుపు వుండదా? ఈ వీచే గాలికి విశ్రాంతి వుండదా? పూదోటల పరిమళాలకు వ్యవధి వుండదా? కురిసే వెన్నెల చల్లదనానికి అవధి వుండదా?' అంటూ అడిగింది అమ్మ.

అమ్మ ప్రశ్నలు చాలా అందంగా వున్నాయి. కాని గంభీరంగా వున్నాయి. అమ్మ ఏదో మాట్లాడబోతోందని అర్థమయ్యింది. మౌనంగా వుండిపోయాను.

'నాకు నువ్వంటే చాలా యిష్టం నాన్నా. నా ప్రాణము కన్నా ఎక్కువ యిష్టం. నీతో పాటు, నీతో సమానంగా యిష్టమైనవి కొన్ని వున్నాయి. నిర్విరామంగా ప్రవహించే నదులంటే యిష్టం. పడిలేచే సాగరతరంగాలంటే యిష్టం. గంభీరమైన సముద్రమంటే యిష్టం. బీభత్సాలను తట్టుకొని చెక్కుచెదరకుండా నిలబడే పర్వతాలంటే యిష్టం. మేఘాలను అధిగమించి ఎత్తైన ఆకాశంలో రీవిగా విహరించే గరుడుడంటే యిష్టం. పడుతూ, లేస్తూ గూడును అల్లుకునే సాలీడు యిష్టం. విశ్రాంతి నెరుగకుండా శ్రమించే చీమ అన్నా నాకు యిష్టమే.'

అమ్మ మాటలు విన్న నా వెన్ను జలదరించింది. అమ్మకు నా దురవస్థ తెలిసిపోయిందా? నేను అమ్మతో అబద్ధం చెప్పి, మభ్యపెట్టానని అర్థమయిపోయిందా! అమ్మ పిచ్చిదని భావించిన నేనెంత అజ్ఞానిని! సర్వం ఎరిగిన అమ్మను బిడ్డ మోసగించగలడా? అమ్మ రెండు పాదాల మీద తలవాల్చి అలానే వుండిపోయాను.

తలవంచుకునే అమ్మనడిగాను ఎలా తెలిసిందని. నా శరీరంలోనూ, నా మాటలలోనూ చోటు చేసుకున్న వింత వింత ప్రకంపనలే తనకు సత్యం బోధపడేలా చేసాయింది అమ్మ. అమ్మలో నాకొక గొప్ప మానసిక శాస్త్రవేత్త కనిపించాడు.

'పోరాడతానమ్మా. కష్టపడతాను. పడిపోయిన నేను తిరిగి నిలబడతాను. నేను పలికిన అసత్యాలను సత్యాలుగా మార్చి నీ ప్రశంసలు పొందుతాను. నన్ను ఆశీర్వదించు' అంటూ అమ్మ పాదాలపై మరలా వాలిపోయాను. నా తల నిమిరుతూ వుండిపోయింది అమ్మ. నా కర్తవ్యం నాకు బోధపడిరది. అమ్మ నాలో ఒక నూతన శక్తిని నింపింది. నాలో క్రొత్త ప్రాణాన్ని పోసింది. నన్ను నాకు గుర్తు చేసింది.

నడక, నడవడిక

మా స్కూలులో క్రొత్తగా ఒక మాష్టారు వచ్చారు. మొట్టమొదటి సారిగా ఆయన మా క్లాసులోకి ప్రవేశిస్తుంటే అందరం ఆయనను చూసి గొల్లున నవ్వేసాం.

ఆయనకు ఒక కాలు వంకరగా వుంది. ఎత్తి ఎత్తి అడుగులు వేస్తూ, నడుస్తూ క్లాసులోకి వచ్చాడు. అలాంటి మాష్టార్ని చూడటం అదే మొదటిసారి కావడంతో ఆయన మా కళ్ళకి వింతగా అనిపించాడు. ఆయన నడక మాకు వినోదం కలిగించేదిగా అనిపించింది. అప్పుడప్పుడు మా ఇంటి పెరట్లోకి వచ్చి వాలే కుంటికాకిలా అనిపించాడు. మనిషి కూడా నల్లగా వుండటంతో ఆయనకి కుంటికాకి అనే పేరు ఖాయం చేసి, స్కూలులో పిల్లలందరం అలాగే పిలువసాగాము.

చాలా విచిత్రమైన విషయం ఏవిటంటే, మేమంతా ఆయనను కుంటి మాష్టారని పిలుస్తుంటే సంతోషంగా బదులు పలికేవాడు. 'నేను కుండివాడినే కదా!' అంటూ మా అందరితో కలసి నవ్వేస్తుండే వాడు. అప్పుడప్పుడు ఆ కుంటి కాలుతోనే వింత వింతగా నృత్యం చేస్తూ మమ్మల్ని నవ్విస్తుండేవాడు. ఆయన అందించే వినోదాన్ని కోల్పోవడం యిష్టం లేక అందరమూ క్రమం తప్పకుండా స్కూలుకి హాజరవుతూ వుండేవాళ్ళం.

ఆయనకి కుంటి మాష్టారనే పేరు కేవలం స్కూలులోనే కాకుండా ఊరంతా వ్యాపించి స్థిరపడిపోయింది. ఎవరు పిలిచినా బదులు పలుకుతుండేవాడు ఆయన.

ఒక రోజున మా ఇంట్లో, నా గదిలో చదువుకుంటూ వుండగా నాలో ఒక వింత కోరిక కలిగింది. కుంటి మాష్టారిలా నటిస్తూ, నడుస్తూ చదువుకోవాలనిపించింది. అలానే చేస్తూ చదువుకో సాగాను. మధ్య మధ్యలో ఆయనలా నృత్యం చేస్తూ నన్ను నేనే వినోదపరచుకుంటూ ఆనందిస్తూ వున్నాను. అలా చాలా సమయం గడచిపోయింది.

ఉన్నట్టుండి, కిటికీలోంచి చూసాను. నా వింత కేళిని అమ్మ చూస్తోంది. అమ్మను కూడా వినోదపర్చాలని మరింత ఉత్సాహంతో కుంటి మాష్టార్ని అనుకరించసాగాను.

నీలో మంచి నటుడు వున్నాడు లే కానీ, నువ్వు నువ్వులా వుండు నాన్నా. చాలా రాత్రయింది. ఇంక నిద్రపో' అనేసి అమ్మ వెళ్ళిపోయింది. నాలోని నటుని గురించి అమ్మ చేసిన ప్రశంసను తలచుకొని మురిసిపోతూ తృప్తిగా నిదురపోయాను.

మరునాడు స్కూలులో నా మిత్రులందరికీ నా నటనా వైభవాన్ని గురించి చెప్పి ఆనందపరిచాను. చాలా ఉల్లాసంగా ఆ రోజంతా స్కూలులో గడిపి, స్కూలు విడిచిపెట్టగానే ఇంటికి చేరుకున్నాను.

ఇంట్లోకి అడుగుపెడుతూనే అక్కడి దృశ్యాన్ని చూసి నిర్ఘాంతపోయాను. అమ్మ మంచం మీద పడుకుని వుంది. నాన్న ప్రక్కనే కూర్చుని సపర్యలు చేస్తున్నాడు. ఏమి జరిగిందో తెలియక అల్లాడిపోయాను.

నాన్నను అడిగాను. ఒంటంట్లో అమ్మ కాలుజారి పడిపోయిందన్నాడు నాన్న. నన్ను చూసి అమ్మ పలుకరింపుగా నవ్వింది. భారంగా నవ్వింది.

నా గుండె తరుక్కుపోయింది. అమ్మను పట్టుకుని ఏడ్చేసాను. అమ్మకు అనారోగ్యం కలుగటం నేనిదివరలో ఎప్పుడూ చూడలేదు.

'ఇప్పుడెలా నాన్నా?' అనడిగాను.

'అమ్మ కాలు విరిగింది. ఇప్పట్లో నడువలేదు' అన్నాడు నాన్న.

అమ్మ నడువలేదు అనే మాట నా తలలో నాటుకుని, తల ముక్కలైనట్టనిపించింది. ఇల్లంతా ఉల్లాసంగా, ఉత్సాహంగా నడిచే అమ్మ, హంసలా అందంగా అడుగులు వేసే అమ్మ, నెమలిలా నాట్యమాడుతున్నట్లు నడిచే అమ్మ, లేడిలా చెంగు చెంగున గెంతులు వేసే అమ్మ నడవలేదా!

భాధతో కళ్ళు మూసుకున్నాను. ఇల్లంతా అమ్మ కుంటుతూ నడుస్తున్నట్టు కనిపించి కలవరపెట్టింది. ఊరంతా అమ్మను కుంటి అమ్మ అని పిలుస్తున్నట్టనిపించింది. ఒణుకుతున్న చేతులతో అమ్మను పట్టుకుని వలవల ఏడ్చేసాను.

నేను కొంచెం తేరుకునే దాకా అమ్మ నా తల నిమురుతూ వుండిపోయింది. కొద్ది నిమిషాల తరువాత అమ్మ మాట్లాడటం మొదలుపెట్టింది.

'కొంత కాలం పాటు మాత్రమే నీ తల్లికి వచ్చిన కష్టాన్ని చూసి తట్టుకోలేక అల్లాడిపోతున్నావా నాన్నా! అమ్మ కన్నా, నాన్న కన్నా గొప్పవాడు, నీ జీవితాన్ని తీర్చిదిద్దేవాడు, నీ బంగారు భవితవ్యానికి బాటలు పరచేవాడు, నీవు జీవితాంతం గౌరవించవలసినవాడూ అయిన నీ గురువుకి జీవితానికి సరిపడా కష్టం వస్తే నీకు వినోదంగా అనిపిస్తోందా

నాన్నా! ఆయన అవిటితనాన్ని అనుకరించి, ఆనందించాలనిపించిందా? నడక కన్నా నడవడిక మిన్న నాన్నా. కాలు కుంటిపడినా ఫరవాలేదు, మనసు కుంటిపడకుండా చూసుకో నాన్నా.

నీలో అమ్మ నింపిన దయ, కరుణ, సానుభూతి, ప్రేమ మరుగున పడిపోకుండా చూసుకో. నీ నడవడిక వికృతంగా మారిందన్న ఆందోళనతోనే నేను జారిపడ్డాను. మీ కుంటి మాస్టారిలాగే, కుంటి అమ్మనై నీ ముందు నిలిచాను.

ఎవరినీ అవహేళన చేయకు నాన్నా. అభిమానించి, ప్రేమించు, గౌరవించు. నీలో స్థిరపడాలని నేను కోరుకుంటున్నవి శుభలక్షణాలు నాన్నా, అవలక్షణాలు కాదు. నాకు ఏమీ కాదులే నాన్నా, నువ్వ మాత్రం ఎటూ కాకుండా పోవద్దు. నీ నడవడిక కుంటుపడకుండా చూసుకో!

అమ్మ మాటలకు నాకు పరిపూర్ణ జ్ఞానోదయమయ్యింది. నాలో నిద్రిస్తున్న మనిషి మేల్కొన్నాడు. పరుగు పరుగున స్కూలుకి బయలుదేరి వెళ్ళాను. ఇంటికి తిరిగి వెళ్ళడానికి సిద్ధంగా వున్నారు మాస్టారు. నవ్వుతూ నన్ను పలుకరించారు. పరుగు పరుగున పోయి ఆయన రెండు కాళ్ళ మీదా పడ్డాను. నన్ను క్షమించమంటూ ఆయనకు కన్నీళ్ళతో పాదాభిషేకం చేసాను.

ఆయన నన్ను ప్రేమతో దగ్గరకు తీసుకున్నారు. గుండెలకు హత్తుకున్నారు. మనసు నిండుగా ఆశీర్వదించి, నిజమయిన సౌందర్యాన్ని నా ముందు ఆవిష్కరించారు.

మా స్కూలులో కేవలం రెండు సంవత్సరాలు మాత్రమే పనిచేసి బదిలీ మీద వెళ్ళిపోయారు మాస్టారు. కాని నా జీవితం మీద ఎప్పటికీ చెరగని

ముద్రవేసి నన్నొక మనిషిగా తీర్చిదిద్దారు మాస్టారు. అమ్మలందరినీ మించిన అమ్మలా ఆదరించారు. ఈ రోజుకీ వారు నన్ను అడపాదడపా పలుకరిస్తూ, నా యోగ క్షేమాలు విని మురిసిపోతూ వుంటారు.

మోహన భాషణం

ఒక బిచ్చగానికి సహాయం చేసాను. ఒక బీదవానికి దానం చేసాను. ఒక నిరుద్యోగికి మంచి ఉద్యోగం ఇప్పించాను. ఎంతో మంది పరిచయం వున్న వారికి, పరిచయం లేనివారికి వివిధ రకాలుగా సహాయాన్ని అందించాను. నేను చేసిన సహాయం వలన వాళ్యంతా సంతోషంగా వుంటారని ఆశించాను. ఆనందంగా జీవించాలని కోరుకున్నాను. పరిపూర్ణమైన తృప్తిని పొందగలిగానని భావించాను.

కాని ఆశ్చర్యం! వాళ్యందరూ నా నుండి ఉపకారాన్ని పొందిన కొద్ది కాలానికే తిరిగి నిరాశతో జీవించడం మొదలుపెట్టారు. తీరని దిగులుతో బ్రతుకుల్ని భారంగా సాగించసాగారు. నా సహాయం ఏమయిపోయింది? వారి సంతోషం ఏమయిపోయింది?

నేను పొందిన తృప్తి వికటించి, అసంతృప్తిగా మిగిలిపోయింది. ఒకరి సంతోషాన్ని కోరుకుని చేసిన ఒక పనికి ఫలితం చెడుగా వుంటుందా?

ఈ విషయం మీద చాలాకాలం పాటు నాలో నేను తర్కించుకున్నాను. అనేక పుస్తకాలు చదివాను. పెద్దల వ్యాసాలు చదివాను. చాలా మంది జీవితాలను పరిశీలించాను. మరణముతో కానీ సంపూర్ణము కాని కోరికల వలయాల మధ్య మానవుడు జీవిస్తూ వుంటాడని అర్థం చేసుకున్నాను.

ఒక వ్యక్తిని క్షణకాలము పాటు ఆనందపరచగలము కాని శాశ్వతానందాన్ని అతనికి అందించడం మరోక మానవ మాత్రునికి సాధ్యం

కాదని తెలుసుకున్నాను. కాని, ఈ విషయం నాలో క్రొత్త జిజ్ఞాసకు తెరతీసింది. ఆనందమనేది క్షణికమైనదయితే, దానిని శాశ్వతమయినదిగా మలచడం ఎలాగు? ఏమి చేయడం వలన మానవుడు శాశ్వత సుఖాన్ని పొందగలడు?

మిత్రులతో చర్చించదాను, విజ్ఞులతో చర్చించాను. శాశ్వత ఆనందమనేది కేవలం మిధ్య అని కొట్టిపారేశారు. పగలు, రాత్రి వలెనే ఆనందం, విషాదం అనేవి ఒకదానికి మరొకటి పూరకాలు అని ముగింపు పలికారు.

శాశ్వత ఆనందమనేది ఖచ్చితంగా వుంటుందని, అది లేనిదే ఆ పదమే సృష్టించబడి వుండదని భావించాను.

ధనాన్ని పొందినవాడు మరింత ధనం కోసం, జ్ఞానం పొందినవాడు మరింత జ్ఞానం కోసం, ఒక కోరిక తీరిన వెంటనే మరొక కోరిక తీర్చుకోవడం కోసం మానవుడు అలుపెరుగని పోరాటం చేస్తూ తీవ్రమైన నిరాశ, నిస్పృహలకు గురి అయి, సతమతమవుతుంటాడు. దీనికి అంతం ఎప్పుడు. దీనిని అంతం చేసే అద్భుతమైన మంత్రం ఏవిటి? ఎవరు ఈ విషయంలో నాకు సరైన జ్ఞానబోధ చెయ్యగలరు?

అమ్మ మాత్రమే నాకు సమాధానం చెప్పగలదని భావించాను. ఇటువంటి తాత్విక విషయాలు ఎన్నో అమ్మతో ఇదివరలో చాలాసార్లు చర్చించి తగిన జ్ఞానాన్ని పొందగలిగాను. అమ్మను శరణు వేడాలనుకున్నాను. దీనికి మరొక ప్రధాన కారణం అమ్మ ఎల్లవేళలా ఆనందమయిగా దర్శనమివ్వడమే కాదు, జీవించడం కూడా. నిదురలో కూడా ఆనందంతో ప్రకాశించే అమ్మ వదనానికి వందనమిడి అమ్మ దగ్గరకి బయలుదేరాను.

అమ్మ పాదాల దగ్గర కూర్చుని నా సందేహాలకు నివృత్తి పలుకమని వేడుకున్నాను. 'నాకేం తెలుసు? నేనం చదువుకోలేదు. శాస్త్రాలు తెలియవు. తత్త్వాలు బోధపడేంత జ్ఞానిని కాను. నేను అందరి అమ్మలవలెనే ఒక సాధారణమైన అమ్మను. నా జీవితం నేను జీవించడం తప్ప మరొక విషయం తెలియని దానిని. పెద్ద పెద్ద విషయాలు నాకు ఏం తెలుస్తాయి నాన్నా?'

'అమ్మా! నీ నిత్యజీవనాన్ని ఎలా గడుపుతావు? ఏ విషయం నిన్ను కలవరపరుస్తుంది? ఏ విషయం నీ మనసును తేలిక పరుస్తుంది? వీటికి బదులు చెప్పు చాలు,' అని వేడుకున్నాను.

అమ్మ కొన్ని క్షణాల పాటు మౌనంగా వుండిపోయింది. నెమ్మదిగా మాట్లాడటం మొదలుపెట్టింది.

'జీవితమనేది భగవంతుడు సృష్టించిన మహా మాయ నాన్నా. అంతులేని, లోతులు తెలియని మహాసాగరము వంటిది. మాయ తెరలు పూర్తిగా తొలగించాలనుకోవడం మన అవివేకం. సాగరపు లోతులు చూడాలనుకోవడమే అన్ని రకాల దుఃఖాలకూ మూలం.

ఎదురుగా వున్న ఆనందాన్ని వదలుకొని, ఎక్కడో అది దొరుకుతుందని తెలియని దారుల వెంట పరుగులు తీయడమే మానవుల పని. ఆనందమంటే ఏవిటో తెలియకుండానే పరిపూర్ణమైన ఆనందంతో జీవించే పశు, పక్ష్యాదుల కన్నా హీనమైనది మనిషి బ్రతుకు. జ్ఞానిని అని భావించే నిజమైన అజ్ఞాని మనిషి మాత్రమే నాన్నా.

ఆనందమనేది మనలో ఆత్మరూపంలో వెలిగే దివ్యజ్యోతి నాన్నా. ఆ జ్యోతికి తెరలు కప్పి చీకటిలో వెలుగులు వెతుకుతున్నాడు మనిషి.

ఆనందమనేది మనసుకు సంబంధించింది నాన్నా. అది నీకు నీవుగా అనుభవించ వలసినది. భౌతిక విషయాలపై వాంఛలు తాత్కాలికంగా మనల్ని మురిపిస్తాయి. ఎండమావుల వలె కంటికి కనిపిస్తూ పరుగులు తీయిస్తూ వుంటాయి. ఉన్న చోట విస్మరించి, లేని చోట వెతుకులాడటమే దుఃఖాలకు హేతువు నాన్నా.

ఇక నీవెలా నీ జీవితాన్ని గడుపుతావని అడిగావు కదా! చెప్తాను విను....

నా భర్త నాకు తోడుగా వున్నందుకు అనుక్షణము ఆనందిస్తాను. అతను నా వద్ద వున్నప్పుడు అతని సాంగత్యములోను, అతను దూరంగా వున్నప్పుడు అతని తలపులలోను జీవిస్తాను. నిరంతరం నా బిడ్డ యోగక్షేమాలను పరిరక్షించమని పరిపూర్ణమైన విశ్వాసంతో అంకితభావంతో ప్రార్థన చేస్తాను.

కేవలం నేను చేయవలసిన పనులనే నేను చేస్తాను. నిషిద్ధమైన పనులకు దూరంగా వుంటాను. అందరినీ ప్రేమిస్తాను. నన్ను నేనే నా ఆస్తిగా భావించి సుఖిస్తాను. ప్రతిఫలమాశించని ఉపకారాలు చేస్తుంటాను. ప్రతి క్షణమూ ఊపిరి పీల్చగలగడమే నా ఐశ్వర్యముగా భావిస్తాను. అంతే!'

ఆపై అమ్మ మౌనంగా ఉండిపోయింది. నా చీకటి చెదరిపోయింది. పరమ జ్ఞాన స్వరూపిణి అమ్మ. అందుకే ఆమె అమ్మ.

ఓటమి ఎరుగని ప్రేమ

సుదూర ప్రాంతం నుండి తిరుగు ప్రయాణంలో ఉన్నాం. కారులో ప్రయాణం చేస్తున్నాం. నాతో పాటు నా మిత్రుడు కూడా వున్నాడు. చిన్న పల్లెటూరి మీదుగా మా ప్రయాణం సాగుతోంది.

సరిగ్గా ఊరి మధ్యలోకి ప్రవేశించాము. అక్కడ చాలా మంది జనం గుమిగూడి వున్నారు. ఏదో ప్రమాదం జరిగి వుంటుందనుకున్నాం. మా సహాయం అవుసరం కావొచ్చనే ఉద్దేశ్యంతో కారు వారికి సమీపంలో ఆపాము. నా మిత్రుడు కారు దిగి, ఏమి జరిగిందో తెలుసుకోవడానికి వెళ్ళాడు. కొద్ది క్షణాలలో నవ్వుకుంటూ తిరిగి వచ్చి, కారులో కూర్చున్నాడు.

మా ప్రయాణం తిరిగి మొదలయ్యింది. 'ఏం జరిగింది?' అనడిగాను.

'అక్కడ కోడి పందాలు జరుగుతున్నాయి. అందుకే ఆ కోలాహలం' అన్నాడు.

'కోడి పందాలంటే?'

'అది పల్లెలో ఒక వేడుక, వినోద క్రీడ. రెండు కోడి పుంజులకు కాళ్ళకు కత్తులు కట్టి బరిలోకి వదుల్తారు. అవి పోరాడతాయి. గెలిచింది బ్రతుకుతుంది. ఓడింది చస్తుంది. వాటి మీద పందాలు కడతారు. గెలిచిన

వారికి డబ్బులు వస్తాయి. ఓడినవారు పోగొట్టుకుంటారు' అంటూ క్లుప్తంగా వివరించాడు.

'ఇదొక రకమయిన ప్రచ్ఛన్న యుద్ధం' అన్నాను. 'అవును' అంటూ తలూపాడు మిత్రుడు.

ఇటువంటి పోటీల మీద నాకు మంచి అభిప్రాయం లేదు. ఒకరు గెలవడం, మరొకరు ఓడిపోవడం. గెలిచిన వారు ఆనందించడం, ఓడినవారు తలదించుకోవడం, గెలిచినవారు హేళన చేయడం, ఓడినవారు అవమానంతో వెనుతిరగడం. ఇటువంటి క్రీడలు, పోటీలు మంచికి దారితీయవని నా విశ్వాసం.

గెలిచినవారిలో దర్పం కనిపిస్తుంది. సానుభూతి కరువవుతుంది. ప్రేమభావన మాయమవు తుంది. స్నేహభావం కనుమరుగవుతుంది. ఓడినవారిలో అవమాన భారం పెరిగిపోతుంది. ప్రతీకార జ్వాల రగిలిపోతుంది. గెలిచిన వారి ఎడల శత్రుభావన ఎక్కువవుతుంది. ఇటువంటి పోటీల పరిణామము ఎప్పుడూ చెడ్డగానే వుంటుంది. క్రీడల నుండి, యుద్ధాల వరకూ ఇదే తీరు కనిపిస్తుంటుంది. ఇది చరిత్ర చెప్పిన పరమ సత్యం.

'ఎప్పుడయినా గెలిచినవారూ ఓడిపోయిన వారూ ` ఇద్దరూ ఆనందించే క్రీడను చూసావా?' అని నా మిత్రుడ్ని అడిగాను.

'అదెలా సాధ్యం! ఓడినవారు ఆనందించడమా? అది జరిగే పనికాదు.' అని ఖండించారు నా మిత్రుడు.

'అటువంటి అద్భుతమైన క్రీడను నేను చూసాను. నిజానికి మనమందరం చూస్తూనే వుంటాం. కానీ గమనించము.'

'ఇది నాకు క్రొత్తగా అనిపిస్తోంది మిత్రమా. నేను చూడని, చూసినా గమనించని అద్భుత క్రీడ వుందా! ఏవిటది' అంటూ ఆశ్చర్యంగా అడిగాడు నా మిత్రుడు.

నేను చెప్పడం మొదలుపెట్టాను.

'ఈ క్రీడ పేరు జీవితం. ఈ క్రీడలో క్రీడాకారులు, పరస్పర ప్రత్యర్థులు అమ్మ, నాన్న. వీరి లక్ష్యం ఒక్కటే, తమ బిడ్డను ప్రేమలో ముంచి, పరవశింప చేయడమే.

తన స్వేదాన్ని పెట్టుబడిగా పెట్టి నాన్న ఈ క్రీడ ఆడుతాడు. బిడ్డను ప్రేమించడంలో అమ్మను ఓడించాలని చూస్తాడు. శిక్షణ, క్రమశిక్షణతో తన బిడ్డను లక్ష్యం వైపునకు కదిలిస్తూ వుంటాడు. తన బిడ్డ తనకంటే ఉన్నతుడైన అపురూప క్షణాలు అతనికి అద్భుత విజయాలు. ఇందుకోసం నిర్విరామంగా కృషి చేస్తాడు. తన బిడ్డకు బంగారు భవిష్యత్ అనే అందమైన సౌధాన్ని నిర్మించడంలో అతనొక శ్రామికునిగా మారి సంతోషిస్తాడు.

అతని ప్రత్యర్థి అమ్మ. అతను నిర్మించిన సౌధానికి అందాలు కూర్చి అతని శ్రమను మరిపించాలని అమ్మ కృషి చేస్తుంది. తన తనువు, మనసు ప్రేమమయం చేసుకుని బిడ్డను పోషిస్తూ వుంటుంది అమ్మ. తన ఒడిలో పుట్టిన మొగ్గ రేకులు విచ్చి, వికసించి, ప్రకాశించాలన్నదే ఆమె ఏకైక లక్ష్యం.

ఈ క్రీడలో ఎవరు గెలిచినా ఇద్దరూ ఆనందిస్తారు. తమ ఓటమిలో కూడా ఆనందించడం దీనిలోని ప్రత్యేకత. బహుమతి గెలిచిన వారిదయినా, ఓడిన వారి కళ్ళలో ఆనంద భాష్పాలు వర్షిస్తుంటాయి.

ప్రత్యర్థులిద్దరూ విడివిడిగా వుంటూ ఒక్కటిగా ఆడే అపూర్వ క్రీడ ఇది. ఇది పూర్తిగా ప్రేమమయం. బిడ్డలకు లభించిన అనిర్వచనీయమైన, విలువ కట్ట వీలులేని అద్వితీయ వరం. ఒక్కరు గెలిచినా ఇద్దరూ ఆనందించే ఈ క్రీడ చాలా గొప్పది కదా మిత్రమా!'

తనువు ఒక కల్పతరువు

ప్రతి వ్యక్తి తనకు ఏవిధమైన అవుసరం వున్నా, ఇబ్బంది కలిగినా ముందుగా 'అమ్మ' అనే పిలుస్తాడు. అమ్మనే ఆశ్రయిస్తాడు. ఇది నా విషయంలో కూడా నిజమై నిరూపించబడింది.

నాకు మొదటిసారిగా మాటలు వచ్చినప్పుడు ముందు పలికిన మాట 'అమ్మ'. ఆ క్షణము నుండి అనేక సందర్భాలలో అమ్మ అని పిలుస్తూ, అమ్మను ఆశ్రయిస్తూ వచ్చాను. అమ్మ చెంత చేరగానే సగం చింత తీరిపోయేది. ప్రతిజీవికి తన పుట్టుక కన్నా ముందుగానే అమ్మ రూపంలో ఒక అపురూపమైన కానుకను సిద్ధం చేసి వుంచుతాడు భగవంతుడు.

ఆ క్షణము నుండి, అనుక్షణమూ అమ్మ మన జీవితాలను శాసిస్తూ, పరిపాలిస్తూ వుంటుంది. అమ్మ శాసనాలు మౌనరూపంలో వుంటాయి. మాట్లాడకుండానే మనలను కట్టడి చేసి, కాపాడే శాసనకర్త అమ్మ. అమ్మ వదనం ఒక శాసనమై, అమ్మ కదలికలే శాసనాలై మనల్ని ముందుకు నడిపిస్తూ వుంటాయి. ఈ విషయాన్ని గమనించి మసలుకొనే ప్రతి జీవి అదృష్టవంతుడే.

ఆకలితో పసిబిడ్డ మొదటగా పిలిచే పిలుపు అమ్మ. బాధలతో అల్లాడుతూ పిలిచే పిలుపు అమ్మ. ఆనందం కలిగితే ముందుగా స్మరణకు వచ్చేది అమ్మ. ఆశలు నెరవేరిన వేళ మనసు చేసేనాదం అమ్మ.

ఒక్కొక్కసారి ఒంటరిగా కూర్చుని ఇదే విషయాన్ని గురించి ఆలోచిస్తుంటాను. అమ్మతో మధురమైన అనుభవ ఘట్టాలను తలచుకుని పులికించిపోతూ వుంటాను.

గతములో అనేక పర్యాయాలు అమ్మ నాకు తోడై, నీడై నిలబడింది. నాకు అండగా వుంటూ నన్ను నడిపించింది.

అమ్మ ముఖాన్ని చూస్తే చాలు, నాకు అద్భుతమైన సంకేతాలు అందుతుండేవి. అమ్మ కళ్ళల్లో ఆనందాన్ని చూసి, నా చర్యలను అమ్మ ఆమోదించిందని మురిసిపోయేవాడిని. అమ్మ కళ్ళల్లో ఆవేదన చూసి నా తప్పులు చక్కదిద్దుకునేవాడిని. అమ్మ కళ్ళల్లోంచి బుగ్గల మీదుగా కారే కన్నీరు నా విజయాలకు అభినందనలు తెలియచేసేది. నేను సంతోషంగా వున్న ప్రతి క్షణములోనూ అమ్మ కళ్ళు కదలాడుతూ నాట్యమాడేవి.

అమ్మ కనుబొమల కదలికలు నా కదలికలను నిర్దేశిస్తుండేవి. అమ్మ నొసటిని చూస్తున్నప్పుడు, ఆ అందమైన నొసటిపైన రేఖలను పరిశీలిస్తున్నప్పుడు నా భవిష్యత్కు చెందిన ప్రణాళికలు రచించబడిన దివ్యగ్రంథంలా గోచరించేది. కొనతేరిన అమ్మ ముక్కు నాకు దిక్సూచిలా అనిపించేది.

అమ్మ కంఠధ్వనిలోని ప్రకంపనలు నా అడుగుల సవ్వడిని సరిచేస్తూ నా గమనములోని తడబాట్లను చక్కదిద్దేవి. అమ్మ ఏనాడూ వ్యర్థమైన పలుకులు పలుకడం నేను వినలేదు. అమ్మ వాక్కులు నా పాలిట వేదవాక్కులై నిలిచాయి.

పసితనంలో నన్ను లాలించి నిదురపుచ్చిన అందమైన ఊయలలు అమ్మ భుజాలు. అమ్మ గుండెల సవ్వడి నాకు ఒక జోలపాటు. అమ్మ కోమలమైన చేతులు సదా నాకోసం చాచటడి, ఎంత కఠినమైన సమస్యనైనా దరిచేర్చి పెచ్చని కౌగిలినందించడం ద్వారా అతిసులభంగా అంతం చేయడానికి సంసిద్ధంగా వుండేవి.

అమ్మ ఉదరము నాకు ఊపిరి పోసి జన్మనిచ్చిన పుణ్యక్షేత్రము. అమ్మ ఊరువులు నాలోని దృఢత్వానికి పునాదులు. అమ్మ అడుగుల సవ్వడులే నన్ను రారమ్మని పిలుస్తూ సన్మార్గములో నడిపించిన చుక్కాని.

నా గతము అమ్మ చింతనల ఫలము. నా వర్తమానము గతముపై ఆధారపడి నిర్మించటడిన సుందర చైతన్య మందిరము. నా భవిత నాకోసం అమ్మ ముందుగానే పెంచి పోషించిన ఆశల విరితోట.

అమ్మను మించి నాకు వేరు దైవము కనరాదు. అమ్మను మించిన గురువు నాకు ఎవరూ లేరు.

జననము నుండి, మరణము వరకూ సాగే మనిషి జీవితంలో తీసుకునే ప్రతి శ్వాస అమ్మ ప్రసాదించిన వరమే. దానిని పదిల పరచుకుని జీవించే ప్రతి వ్యక్తి ధన్యుడే.

అమ్మను మించిన మంచి మిత్రుడు, కేవలము మన మంచిని మాత్రమే కోరుకునే సహృదయ మిత్రుడు వేరొకడు లేడు. అమ్మతో స్నేహం చేసిన వ్యక్తి జీవితం ఎల్లప్పుడూ ప్రశాంతంగా వుంటుంది. ఆనందమయమై విరాజిల్లుతుంది. అమ్మ సాహచర్యం వలన లభించే సంతృప్తి అపరిమితము, పరిపూర్ణము.

అమ్మ ప్రతిరూపాలుగా మనమంతా ఈ భూమి మీదకు వచ్చాము. ఈ సత్యాన్ని మనం మరువకూడదు. మనలోని అణువణువూ అమ్మమయమే. మనలో ప్రకాశించేది అమ్మ ఆత్మయే. సర్వాంతర్యామి అయిన అమ్మను సదా గౌరవించి, ఆరాధించి తరించగలిగిన వాడి జన్మ ధన్యము. అది తెలియక అజ్ఞానముతో అమ్మను దూరం చేసుకున్నవాడి జీవితం అంధకారమయము.

కనుపించిన దారి

'నాకు దైవమంటే విశ్వాసము లేదు. అంతే కాదు, దైవమంటే నాకు ద్వేషం, కోపం కూడా' ` ఇది నా మిత్రుడొకడు నా ముందు ప్రకటించిన దృఢమైన అభిప్రాయము.

అతని అభిప్రాయాన్ని ధిక్కరించే హక్కు నాకు లేదు. కానీ, అది సరి అయిన భావన కాదని నా ఉద్దేశ్యం. అందుకే అతని భావనను మార్చాలనుకున్నాను. అది సాధ్యం కాని పని అని నాకు తెలుసు అయినా ప్రయత్నించాలనుకున్నాను. అందుకే అతని తీర్మానానికి దారి తీసిన పరిస్థితులేవిటో తెలుసుకుందామని అనిపించింది.

'ఎందుకంత ద్వేషం? దైవం చేసిన కీడు ఏవిటి?' అనడిగాను.

'నా జీవితంలో ఎదురైన ప్రతి దుర్ఘటనకూ దైవమే కారణం. నేను ఒకప్పుడు అందరికన్నా పరమ ఆస్తికుడ్ని. నా కోరికలు తీర్చమని అడగని దేవుడు లేడు. నేను తిరుగని గుడి కాని, చర్చికాని, మసీదు కాని, మరే ఇతర ప్రార్థనా మందిరం కాని లేదు. ఒక్క దైవం నా మాట వినలేదు. అసలు దైవమనేది ఉంటే కదా మన మొర ఆలకించడానికి, అనిపించింది. నాలోని నిరాశ, నిస్పృహ, నిస్సత్తువ ` అన్నింటికీ దైవాన్ని విశ్వసించడమే కారణం. అందుకే దైవము ఎడల నాకు ద్వేష భావన కలిగి, బలపడింది.'

'ప్రయత్నాలు మాని, మందిరాల చుట్టూ తిరుగుతూ కూర్చున్నావా?'

'లేదు మందిరాల చుట్టూ తిరుగుతూనే ప్రయత్నిస్తూ వచ్చాను. ఎదుటివారు సహకరించక పోవడం మన దోషం కాదు కదా!'

'అప్పుడది దైవం దోషం కూడా కాదు కదా!'

నా మిత్రుడు అంగీకరించ లేదు. దైవమంటే ఏవేవో అద్భుతాలు చేసే మహాశక్తి అని అతని అభిప్రాయం. ముందుగా అతను ఆ భావన నుండి బయటకు రావాలి. కాని అతనిని సమాధాన పరచే శక్తి నాకు లేదనిపించింది. దీనికి కారణం దీర్ఘకాలం పాటు తీవ్ర స్థాయిలో వాగ్వివాదం జరిగినా అతని అభిప్రాయం మార్చుకోక పోవడమే.

'నీ ప్రశ్నలకు సమాధానం చెప్పగలిగేది, నీ చింతలను తీర్చగలిగేది ఈ ప్రపంచంలో ఒక్కరే వున్నారు' అన్నాను.

'ఎవరో చెప్పు. ఆ వ్యక్తి కోసం ఎంత దూరమైన వెళ్తాను' అన్నాడు మిత్రుడు.

'ఆ దైవం ఎక్కడో కాదు, నీ ఇంట్లోనే వున్నారు. ఆ దైవం ఎవరో కాదు, నీ తల్లి మాత్రమే'.

నా మాటలు విని, నన్ను అవహేళన చేస్తున్నట్టుగా పకపకా నవ్వాడు. చాలా సేపు నవ్వుతూనే వుండిపోయాడు. నెమ్మదిగా మామూలు స్థితికి చేరుకున్నాడు.

'మా అమ్మ గురించి నీకు తెలియదు. ఆమె ఒక చదువురాని మొద్దు. బయటి ప్రపంచం గురించి ఏమీ తెలియని అజ్ఞాని. వంటగదిలో ప్రశాంతంగా పరవశించిపోయే మూగజీవి. చేయి పట్టి నడిపిస్తే కానీ పురవీధులలో నడవలేని దారి తెలియని బాటసారి. సమస్యలంటే సరిహద్దులు దాటి

పారిపోయే భయస్తురాలు. ఆమె నా చింతలు తీరుస్తుందా? దైవం చేయలేని అద్భుతాలు ఆమె చేస్తుందా?' అంటూ మరలా మరలా నన్ను పరిహసిస్తూ నవ్వసాగాడు.

అతనిని సముదాయిస్తూ నాకు తోచిన మాటలు చెప్పడం మొదలుపెట్టాను.

'ఆమె ఒక అమ్మ మిత్రమా. అమ్మలందరూ జ్ఞానులే. ఆమె నీకొక రూపాన్నిచ్చి, నీ జీవితాన్ని రూపుదిద్దలేదా? నీకు ఊపిరి పోసింది. నిర్జీవమైన నీ ఆశలకు ఊపిరిపోసి బ్రతుకు నీయలేదా? ఆలోచించు మిత్రమా.

జ్ఞానులెవరూ తము సర్వజ్ఞులమని ప్రకటించుకోరు. ఎంత తెలిసినా, ఏమీ తెలియదనే వారే నిజమైన జ్ఞానులు. నాకు తెలిసి ఈ సృష్టిలో అమ్మను మించిన పరమజ్ఞాని మరొకరు లేరు.

ఆమెను చేరు, ఆమెను ఆశ్రయించు. అంకితభావంతో సహాయాన్ని అర్థించు. భక్తిభావంతో నీ తలను ఆమె పాదాల మీద వుంచి ప్రార్థించు. తన బిడ్డ క్షేమం కోసం తన సర్వశక్తులనూ ఫణంగా పెట్టి, సదా బిడ్డల కోసం సంసిద్ధంగా వుండేది తల్లి మాత్రమే.

తల్లిని మించిన గురువు, దైవం, మిత్రుడూ మరొకరు లేరు. వెళ్ళు. వెళ్ళి ఆమెను ఆశ్రయించు. నా స్వానుభవంతో చెప్పున్న మాటలివి.

నీకోసం సర్వసన్నద్ధమై కొలువున్న నిజమైన దైవం, కనిపించే దైవం. కదలాడే దైవం అమ్మ. వెళ్ళి ఆమెను ఆశ్రయించు, తరించు!

అతను నా మాటలు పూర్తిగా విన్నాడు. నా మీద గౌరవమో, స్నేహమో తెలియదు. నా మాటలకు తల ఊపి అటు నుండి కదిలాడు. నేను సంతృప్తితో నా ఇంటి వైపు కదిలాను.

అటు తరువాత రెండు మూడు రోజులు గడచాయి. మరో రెండు రోజులలో నా మిత్రుడు తిరిగి నన్ను కలుస్తాడని అనుకున్నాను. కాని రెండు రోజులు ముందుగానే వచ్చి కలిసాడు.

ఈసారి అతని ముఖం పూర్తిగా విప్పారి వుంది. పరిపూర్ణమైన తేజస్సుతో ప్రకాశిస్తోంది. కళ్ళు ఆనందంతో మెరుస్తున్నాయి. అతనిలో మునుపెన్నడూ లేనంతగా నూతన ఉత్సాహం పెల్లుబుకుతూ కనిపించాడు. వెన్నెలలాంటి చిరునవ్వుతో నన్ను పలుకరిస్తూ నా ముందుకొచ్చాడు.

అటు తరువాత అతను అత్యద్భుతమైన మాటలు మాట్లాడాడు.

'నీవు చెప్పినట్టే అమ్మను కలిసాను. అమ్మలోని గొప్పతనాన్ని గ్రహించాను. అమ్మ ముందు నేను ఎంత అజ్ఞానినో తెలుసుకున్నాను. ఇన్నాళ్ళు నా అహంకారం మాడి మసి అయిపోయింది. అమ్మను కేవలం వంటింటి కుందేలుగా భావించిన నా చులకన తనానికి సిగ్గుపడుతున్నాను.

అమ్మ ఒక దైవ స్వరూపిణి అని, అమ్మలోని దివ్య అంశను నేనని అర్థమయింది. అమ్మ మీద గౌరవం పెరిగింది. నా ఎడల ఆత్మవిశ్వాసం ద్విగుణమయ్యింది. దేవుడున్నాడనే నమ్మకం కలిగింది. అది అమ్మే అని అవగాహన అయ్యింది. అమ్మ పాదాలను మించిన పుణ్యక్షేత్రము మరొకటి లేదని తెలుసుకుని పరవశించిపోయాను.

జ్ఞాన, విజ్ఞానముల నిధి అమ్మ. నాలో ఒక క్రొత్త ఊపిరి నింపింది. నా రక్తాన్ని జీవన పోరాటానికి సంసిద్ధం చేసింది. ఇప్పుడు నా సమస్యలు నేను పరిష్కరించుకోవాలని నిర్ణయించుకున్నాను. అలుపెరుగని పోరాటానికి తలఎత్తి, రొమ్ము విరచుకుని తయారుగా వున్నాను.

అమ్మ తత్త్వం నాకు విశదీకరించటడి, నాలోని జడత్వము నశించి, చైతన్యం వెల్లివిరియటానికి దారి చూపిన నీకు ధన్యవాదములు మిత్రమా. ఈరోజు నేనెవరో తెలిసింది. అమ్మంటే ఏవిటో తెలిసింది. నాకు గర్వంగానూ ఆనందంగానూ వుంది. ధన్యుడను మిత్రమా'.

పట్టు దొరికిన ఆనందం

సంపదలోనే ఆనందం వుందనే మాయలోపడి చాలాకాలం తిరుగాడాను. కొదువ లేనంతగా సంపదను సృష్టించుకోగలిగాను. కొంతకాలం పాటు బాగానే వుందనిపించింది. కాని క్రమక్రమంగా 'సంపద సుఖాన్ని ఇవ్వగలదు కాని, ఆనందాన్ని ఇవ్వలేదు' అనే సత్యం బోధపడింది. ఎలాగైనా ఆనందమనేది ఎక్కడుందో వెంటాడి పట్టుకుని మనసులోనే, గుండెలోనే బంధించాలనుకున్నాను. నా వేటను ప్రారంభించాను. ఆనందం కోసం వెతుకులాట మొదలుపెట్టాను. దొరికినట్టే దొరికి తప్పించుకోసాగింది. బంధించాలని చూసినప్పుడల్లా పట్టు తప్పి, చెయ్యి జారిపోసాగింది.

వెన్నెలలు కురిపించే చందమామలో ఆనందాన్ని చూసాను. వెన్నెల ఝురిలో మునిగిపోతూ చంద్రునితో పాటే నేనూ మురిసిపోదామనుకున్నాను. మబ్బుల చాటున మాయమవుతూ, పూర్ణచంద్రుడ్ని క్రమక్రమంగా క్షీణింపచేస్తూ, వెలుగులు చిందే చందమామను కనపడకుండా మాయం చేస్తూ అటు నుండి కనుమరుగై పోయింది.

శరీరాన్ని తాకుతూ పలుకరిస్తూ, పులకింపచేసే చిరుగాలిలో ప్రత్యక్షమయ్యింది. గుండెల నిండా గాలి పీల్చుకుని పరవశించిపోదామనే తలపులతో ప్రకృతిలో విహరించసాగాను. ఉండి ఉండి గాలి స్తంభించి

గుటులు పుట్టించింది. అంతలోనే పెనురూపం దాల్చి భయపెట్టింది. నిలకడ లేకుండా వీస్తూ, ఆగుతూ దోటూచులాడి మాయమైపోయింది.

విరిసి మురిపిపోయే పూలబాలలో కనిపించింది. గాలితో చెట్టాపట్టాలాడుతూ అవి అందించే పరిమళాలలో కనిపించింది. తనివితీరా ఆస్వాదిస్తూ ఆనంద లోకాలలో విహరించసాగాను. ఉన్నట్టుండి పరిమళాలు ఆగిపోయాయి. నిరాశతో చుట్టూ చూసాను. పూలన్నీ వాడిపోయి, నేలరాలిపోయి తను అక్కడి నుండి తప్పించుకుపోయింది.

సెలయేటి గలగలలో వినిపిస్తూ, కనిపించింది. ఇక్కడున్నాను రమ్మంటూ వయ్యారంగా పిలిచింది. అటుగా పరుగులు తీసి ఏటి ఒడ్డున సేదతీరుతూ కూర్చున్నాను. అలల నర్తన చూసా వాటి నడకలు చూసా, వాటి ఒంపుల సొంపులు చూసా. పరుగులు తీస్తూ నా చెందకు వస్తూ నా పాదాలు స్పృశిస్తూ ఎటు వైపుకో వడివడిగా సాగిపోయే అలలు నాకు స్థిరమైన ఆనందాన్ని ఇవ్వలేకపోయాయి.

ఆనందమా ఎక్కడున్నావు? క్షణంలో మాయమైపోయే నింగి మెరుపులలోనా, మినుకు మినుకుమనే తారల తళుకులలోనా, నును వెచ్చగా తనువును తాకుతూ, వేడిమితో తనువుకు తాపం పుట్టిస్తూ, చల్లారిపోయి చీకటిలో లీనమైపోయే పగటి వెలుగుల కాంతులలోనా, చిరుజల్లుగా మొదలై, పెనువానలా మారి, ప్రళయాన్ని సృష్టిస్తూ, జలపాతమై భూమిని ముంచెత్తే జలతరంగాలలోనా, తన అలలతో రారమ్మని తన దరికి పిలుస్తూ, తీరా దరిచేరిన తరువాత గాంభీర్యాన్ని ప్రదర్శిస్తూ భయపెట్టే ధీరసాగర గర్భంలోనా ఎక్కడున్నావు ఆనందమా?

కోకిల పాటలలోనా మయూర నాట్యంలోనా, హంసల నొటగులలోనా, చిలుకల పలుకులలోనా ` ఎక్కడన్నావు? కుందేలు గెంతులలోనా, లేడికూన పరుగులలోనా, మృగరాజు రీవిలోనా, గజరాజు గమనంలోనా, గరుడుని విహంగములోనా ` ఎక్కడన్నావు?

శ్రమజీవి స్వేదములోనా, బడుగుజీవి సుఖనిద్రలోనా, పసిబాలల లేత నవ్వులలోనా, నిండు జీవితాన్ని ఆస్వాదించిన పండు ముదుసలి ముసిముసి నవ్వులలోనా, ప్రియురాలి మేని మిసమిసలలోనా, అలసటతో, అలజడితో అమటిస్తున్న నాలోనే వున్నావా?

కనిపిస్తూ, కనువిందు చేస్తూ, తప్పించుకుని పరుగులు తీస్తూ నన్ను చాలాకాలం పాటు ఆటపట్టించింది ఆ అదృశ్య దృశ్యం. యుద్ధానికి సిద్ధమైన వీరసైనికునిలా రొమ్ము విరుచుకుని ప్రయాణం మొదలుపెట్టాను. పూర్తిగా అలసి, సొలసి నీరసించిపోయాను. చాలా జీవితం ఈ వేటలోనే వ్యర్థమైపోయింది. చింతన ఎక్కువై మది తీరని చింతలో నిండిపోయింది. ఓడిపోయానని తీర్మానించు కున్నాను. నా చేజిక్కని అందమైన శత్రువు ఆనందం. నన్ను అది పూర్తిగా ఓడించిందని నిర్ణయించుకుని, ఇంటికి చేరుకున్నాను. ముంగిట్లో అడుగుపెట్టాను.

ఇంట్లోకి ప్రవేశించగానే, నేను వెతికిన సమస్తమూ అమ్మలో కనుపిస్తూ, నాకు అమ్మ దర్శనం అయ్యింది.

'ముఖములో పున్నమి వెలుగులు, కళ్ళల్లో వెన్నెల జిలుగులు, పలుకరింపులో పూలపరిమళాలు, పలువరుసలో తారల తళుకులు, పరిసరాలన్నీ పావనం చేస్తూ పవన వీచికలు, మాటలలో సెలవేటి

గలగలలు, సుఖనిద్రలో సుఖముగా తెలియాడే హంసల పోలిన సుందర విగ్రహం.

కోకిల పాటలాంటి పిలుపులు, మృగరాజులోని ఠీవి, గరుడుడు విహరించే వినీలాకాశము వలె ఉన్నత శీల సంపదతో విరాజిల్లుతూ అమ్మ దర్శనం ఇచ్చింది.

అమ్మ చెంత ఆనందం వుందని, అమ్మ ఆనంద స్వరూపిణి అని, అమ్మను మించిన సంపద వేరే లేదని, అమ్మ అందించే ఆనందం తరగనిది, చెరగనిది అని అర్థమయ్యింది. ఆనందానికి శాశ్వత నివాస స్థానము అమ్మ మాత్రమే అని బోధపడింది. అమ్మ సాన్నిధ్యంలో పట్టుపడిన ఆనందాన్ని తనివితీరా ఆస్వాదిస్తూ అమ్మ చెంగట స్థిరపడి తరించాను.

నిత్యపూజలివిగో

మిత్రులతో కలసి అనేక పర్యాయాలు అనేక ధర్మాలకు చెందిన భక్తికేంద్రాలను దర్శించడం జరిగింది. అందరూ తరించి, పరవశించిపోయేవారు. నాకెందుకో అంతా కృత్రిమంగానూ, నటనా రీతిలాగా అనిపిస్తుండేది. అటు తరువాత నేనటు వైపు వెళ్ళడం మానేశాను. చివరి దశలో ఎదురైన కొన్ని అనుభవాలు ఇంకా నాకు జ్ఞప్తిలో వున్నాయి.

ఒకసారి కొందరు మిత్రులతో కలసి ఒక ఆలయానికి వెళ్ళాను. పూలు, పండ్లూ, రకరకాల సుగంధ ద్రవ్యాలతో అక్కడి విగ్రహాలకు అర్చనలు జరుగుతున్నాయి. నన్ను రెండు చేతులూ ఎత్తి ఆ విగ్రహాలకి వందనాలు అందించమన్నారు. నేను అంగీకరించలేదు. అలా చెయ్యకపోతే పాపం చుట్టుకుంటుందన్నారు. పరవాలేదన్నాను. ప్రాణము లేని, చలనము లేని మూగబోయిన రాళ్ళకు నేను మ్రొక్కనన్నాను. అందరూ నాపైన విరుచుకుపడ్డారు. నేను వెనుతిరిగి వస్తుంటే నా వెనుక నుండి 'మూర్ఖుడా! ఇంకెప్పుడూ ఈ దరికి రాకు' అంటూ హెచ్చరించారు. నేను నవ్వుకుంటూ బయటకు వచ్చేసాను.

మరోకసారి కొందరి బలవంతం మీద ప్రార్థనా మందిరానికి వెళ్ళాను. అక్కడందరూ పాటలు పాడుతూ ప్రార్థనలు చేస్తున్నారు. అత్యంత బలహీనుల వలె కళ్ళనిండుగా నీరు నింపుకుని, శరణు వేడుతూ ఊగిపోతున్నారు. నన్ను కూడా అందరితోపాటు మోకరిల్లమన్నారు.

అందరితో గొంతు కలిపి శరణువేడుకోమన్నారు. జీవంలేని కొయ్య కర్రల ముందు నేను మొకరిల్లనన్నాను. పరలోకంలో శిక్షకు గురి అవుతావు జాగ్రత్త అంటూ హెచ్చరించారు. నేను పకపక నవ్వాను. 'పరమ పాపివి నీవు. నీకు క్షమాపణ కూడా లేదు. వెళ్ళిపో' అంటూ నన్ను తరిమివేసారు.

ఇంకోకసారి మరోక ప్రార్థనాలయానికి వెళ్ళాను. అక్కడ ఒక విశాల ప్రాంగణంలో పెద్ద సమూహముగా కూడి వంగివంగి ప్రణామాలు చేస్తున్నారు. నన్ను కూడా వంగి ప్రార్థించమన్నారు. 'ఎవరూ లేని చోట ఎవరిని ప్రార్థించాలి? ఏమీ లేని శూన్యాన్ని చూస్తూ ఏమని వేడుకోవాలి?' అనడిగాను. అందరూ ఒక సైనిక సమూహంలా నా మీద దాడిచేయబోయారు. విశ్వాసము లేని నన్ను చంపడానికి సిద్ధపడ్డారు. అతికష్టం మీద తప్పించుకుని బయటపడ్డాను.

మిత్రులంతా ఏకమై నన్ను సమాధానపరచి అటు వైపుగా నా దారి మళ్ళించాలని చూసారు. మిత్రులను వదులుకోవడానికి సిద్ధపడ్డాను కాని, వారి విశ్వాసాలను ఆదరించి గౌరవించడానికి అంగీకరించలేకపోయాను.

నేను చూసిన శిల్పాలు, కొయ్యలు, శిలలు, గోడలలో దైవాన్ని దర్శించడం నాకు సాధ్యం కాలేదు. అవన్నీ మనల్ని ఆదుకొని, రక్షిస్తాయంటే నమ్మబుద్ధి కాలేదు. సత్యాసత్యాలను గురించి నాలో నేను సుదీర్ఘంగా చర్చించుకున్నాను.

ఒకరు మనలను సృష్టిస్తారట. వారే సృష్టికర్తలట. మరోకరు మనలను నిరంతరం పోషిస్తూ సంరక్షిస్తూ వుంటారట. మరోకరు మన మృత్యువుకు హేతువై మోక్ష మార్గం వైపు మరలిస్తారట. ఒకరు ఆవుల వంటి మనలోని సాధుతత్త్వాన్ని సంరక్షిస్తారట. మరోకరు గొర్రెల వంటి మన అమాయక,

అజ్ఞానపు దుర్బల లక్షణాల నుండి చేరదీసి ఆదరిస్తారట. జ్ఞానమునిచ్చు వారొకరు, సంపదల నిడువారొకరు, శక్తిని ప్రసాదించు వారొకరు. కరుణతో అక్కున చేర్చుకను వారొకరు, ప్రేమతో మనలను తరింప చేయువారొకరు, ఇలా మన జీవన గమనంలో పతి దశలోనూ, ప్రతిక్షణమూ బయట నుండి ఆయా దైవాలు మనకు తోడై కాపాడుతూనే వుంటారట.

ఇవన్నీ వినడానికి బాగున్నాయి కాని, విశ్వసించడం చాలా కష్టంగా అనిపించింది. దైవమనేది అంత గొప్ప శక్తి అయితే అమ్మను మించిన దైవం ఈ భూమిపైన మరొకటి లేదనిపించింది. పర్వదినాలలోను, వారానికి ఒకేఒక్క రోజులోనూ దైవాన్ని స్మరిస్తూ ఇంతకు అంత ఆశించడం కన్నా, అమ్మను ప్రతిక్షణమూ, ప్రతిదినమూ ఆరాధించడం అన్నింటికన్నా గొప్ప విషయమే కాదు, మనందరి కర్తవ్యమని, మనమనుసరించ వలసిన ధర్మమదే అనీ నా దృఢమైన విశ్వాసము.

"అమ్మ నా సృష్టికర్త. అందరూ విశ్వసిస్తున్న 'పరబ్రహ్మము' అమ్మయే. నా కడుపును తడిమి, నా ఆకలి తీర్చి నను పోషించి పెంచి పెద్ద చేసినది అమ్మయే. నా మదిలో మెదిలే 'మహావిష్ణువు' అమ్మ. నాలోని అజ్ఞానమును పటాపంచలు చేసి, కృత్రిమ బంధాలను త్రెంచివేసి నాకు స్వేచ్చను ప్రసాదించిన మోక్షదాయిని అమ్మ. ఆమెయే నేను నమ్మిన 'శివుడు' నాలోని భయాలను పారద్రోలి, నా వెన్ను తట్టి, నా జీవన సమరంలో విజేతగా నిలిపిన 'ఆదిపరాశక్తి' అమ్మ. కరుణను అపరధారలుగా మార్చి నాపై సదా వెదజల్లే 'క్రీస్తు' అమ్మ. అవ్యాజమైన ప్రేమ సంద్రంలో నను ముంచి తరింపచేసిన ప్రేమశిఖరం 'అల్లా' అమ్మ. శాంతితో, సహనంతో, సహృదయంతో ఇతరులతో నను పెనవేసిన 'బుద్ధుడు'

అమ్మ. 'ఒక అమ్మకు' మరణం వుండవచ్చు. కాని 'అమ్మ' సర్వాంతర్యామి, అమరజ్యోతి అమ్మ. అమ్మకన్న మిన్నఅయిన రూపము, తత్త్వము విశ్వంలో ఎందువెదకినా కనపడదు.

అమ్మ ఊపిరిలో ఊపిరిఅయి, అమ్మ గుండె సవ్వడిలో నర్తిస్తూ, అమ్మ పలుకులతో పులకిస్తూ, అమ్మ నీడలో తరిస్తూ, మన అడుగుల్ని అమ్మ అడుగులతో జతచేస్తూ, మనలో ఊపిరి ఆడినంత కాలమూ అమ్మను స్మరిస్తూ మనగలగడమే మనం మన అమ్మకు సమర్పించే నిత్యపూజలు."

జీవన బోధ

ఒకసారి అనుకోకుండా ఒంట్లో నలత చేసింది. మనసును ఎంత దిటవు పరచుకున్నా శరీరము అదుపు తప్పసాగింది. నా స్వంత వైద్యం పనిచేయక ఆసుపత్రిలో చేరవలసి వచ్చింది. నాలుగు రోజులయినా నయం కాలేదు. కారణం అంతు పట్టలేదు. మనసులో ఏదో దిగులు చెందుతున్నావు, అది శరీరాన్ని లొంగదీసుకుంటోంది అని నిర్ధారించాడు వైద్యుడు.

నాకు తెలియకుండా నాలో దిగులేమి వుంటుంది! నేను తెలుసుకోలేని దానిని తెలుసుకోగలిగే వారెవరున్నారు? అని తీవ్రమైన ఆలోచన చేసాను. నాలోని దిగులేవిటో బయటకు రావాలంటే కష్టమే. అది నాకు కష్టమయినప్పుడు, సులభంగా కనిపెట్టగలిగే మా ఇంటి మానసిక వైద్యురాలు అమ్మ మాత్రమే. అందుకే అమ్మకు కబురుపెట్టాను. అమ్మ కోసం నిరీక్షిస్తూ కూర్చున్నాను.

అమ్మ వచ్చింది. అమ్మ ఆందోళనపడుతూ రాలేదు. జీవితాన్ని పండించడంలో ఆరితేరిన అనుభవశాలిలా వచ్చింది. వైద్యులకు వైద్యురాలిలా వచ్చింది. లక్ష్యమెరిగిన విలుకానిలా వచ్చింది. వస్తూనే నా ప్రక్కన కూర్చుంది. 'నీకేమీ కాలేదు. కంగారు పడవద్దు' అంది.

ఇది కొత్త మాట. అప్పటి వరకూ వైద్యుని మాటలు దీనికి భిన్నంగా వున్నాయి. 'ఏమయిందో అంతుబట్టడం లేదు'. 'చూడాలి, పరీక్షలు

చెయ్యాలి'. 'ఏం జరిగింది? నీకేమనిపిస్తోంది?' ` ఇలా వున్నాయి అతని మాటలు.

అమ్మను అతనికి పరిచయం చేసాను. 'ఈవిడేనా మీ అమ్మా?' అన్నట్టు చూసాడు వైద్యుడు. వీడేనా నీ వైద్యుడు అన్నట్టు అమ్మ చూడదా మరి'.

'బాబూ, మా అబ్బాయి నేను మాట్లాడుకోవాలి, కాసేపు బయటకి వెళ్ళు' అంది అమ్మ. అమ్మ మాటలకు నేను కంగారుపడ్డాను. అతనేమనుకుంటాడో అని జంకాను.

'అమ్మా, అతను వైద్యుడమ్మా'.

'నాన్నా, నేను నీ అమ్మనిరా'.

అతను చిన్నబుచ్చుకుని అక్కడి నుండి బయటకు వెళ్ళిపోయాడు.

అమ్మ ఏమీ మాట్లాడకుండా అలానే చాలా సేపు కూర్చుంది. నన్నూ, నా ముఖకవళికలనూ పరిశీలిస్తూ కూర్చుంది. అమ్మ పూర్వకాలం మనిషి. మనిషి ముఖం చూసి దోషాన్ని కనిపెట్టగల అనుభవశాలుర తరానికి చెందిన మనిషి అమ్మ.

అమ్మ ఏమీ మాట్లాడకపోవడంతో నెమ్మదిగా లేచి నా గదిలోనే అటూ యిటూ తిరుగసాగాను. అలా ఒక ముప్పయి నిమిషాలు గడచిపోయాయి. నా చేతిలో చిన్న అద్దం వుంది. నా ముఖం చూసుకుంటూ అమ్మ వంక చూసాను. అమ్మ నన్నే చూస్తోంది. నన్నే చూస్తూ నవ్వుతోంది.

వచ్చి అమ్మ ప్రక్కన కూర్చున్నాను.

'నీ సమస్య నాకు అర్థమయ్యింది' అంది. ఏవిటన్నట్టు ప్రశ్నార్థకంగా చూసాను.

'నీ సమస్య శరీరానికి సంబంధించింది కాదు. మనసుకు సంబంధించింది. నువ్వు పెద్దవాడి వయిపోతున్నావని, నీ అందమంతా కనుమరుగవుతోందని, వృద్ధాప్యం తరుముకొస్తోందని నీలో నీకు తెలియకుండానే చింత చోటు చేసుకుంది. అది బీజమై, మహావృక్షమై నిన్ను కలత పెడుతోంది. నీ సంపద, నీ హోదా, నీ మనుషులు నీకు దూరమవుతాయని బెంగపట్టుకుంది. అది ఈరోజు నీ పాలిట వ్యాధిగా మారి నిన్ను పీడిస్తోంది.

అమ్మ మాటలు నాకు ఆశ్చర్యాన్ని కలిగించాయి. ఎలా తెలిసిందని అడిగాను.

'ముప్పె నిమిషాల నుండి నిన్నే గమనిస్తున్నాను. క్షణక్షణానికి అద్దంలో నీ ముఖం చూసుకుంటున్నావు. నీ ముఖం నీకే ఆందోళన కలిగిస్తోందని నీ ముఖ కవళికలు చెబుతున్నాయి. ఊరికనే తల దువ్వుకుంటున్నావు. వుండి వుండి పలుచబడిన నీ జుట్టును చేత్తో పట్టుకుని ముఖం మాడ్చుకుంటున్నావు. శరీరం ఒంగిపోకుండానే నిటారుగా నిలబడటానికి ప్రయత్నిస్తున్నావు. ఎప్పటికన్నా వేగంగా నడవడానికి తీవ్రంగా యిబ్బంది పడుతున్నావు. ఎవరికైనా నీ యిబ్బందిని చెప్పుకుంటే నవ్వుతారేమో అని నీలో నీవు సతమతమవుతున్నావు.

శరీరం వ్యాధికి లోనైనా పరవాలేదు నాన్నా, మనసుకి వ్యాధి రాకూడదు. అదే మన పతనానికి మూలం. ప్రకృతిలో సహజంగా చోటు

చేసుకునే పరిణామాలను అంగీకరించలేక పోతున్నావు. అన్నీ తెలిసి నీవు తప్పు చేస్తున్నావు నాన్నా.

ప్రతి మానవుడూ తనకు తెలియకుండానే ఒక విచిత్రమైన మాయ వలలో చిక్కుకుని, బయటకు రాలేక వేదనకు గురి అవుతుంటాడు. వేదన క్రుంగదీస్తుంది నాన్నా. ఈ ప్రపంచంలో నీవొక ప్రత్యేకమైన వ్యక్తివి. ఏదీ నీ సొంతం కాదు. ఎవరూ నీ సొంత మనుషులు కారు. చివరకు నీ శరీరం కూడా నీదికాదు నాన్నా. మాయ నుండి బయటకు వచ్చెయ్. సత్యాన్ని తెలుసుకో. దానికి అనుగుణంగా మసలుకో. శాంతిని పొందు.

మనసుకు వయసు లేదు నాన్నా. దానిని ముదుసలిని చెయ్యాలని పిచ్చి ప్రయత్నం చెయ్యకు. శరీరానికి వయసుంటుంది. దానిని ఆపాలని ప్రయత్నించకు. ఈ రెండింటి మధ్యన ఘర్షణ రానీయకు.'

అమ్మ మాటలు నేరుగా నా హృదయానికి తాకాయి. నిజమే. ఈ మధ్య నాలో ఈ తెంగ బయలుదేరి క్రుంగదీస్తోంది. ముఖ్యంగా అమ్మతో ఎడబాటు వస్తుందనే భయం పట్టుకుంది. భయం ఎంత ప్రమాదానికి దారి తీస్తుందో అర్థమయ్యింది. అమ్మ ఒడిలో తలవుంచి, మౌనంగా వుండి పోయాను.

'అమ్మా, నీ మాటలు సూర్యచంద్రుల వలె నాలో క్రొత్త వెలుగులు నింపాయి. నాలో అజ్ఞానంతో మూసుకున్న మనసు తలుపులు తెరచుకుంటున్నాయి. బంధాలు చాలా బరువైనవని అర్థమయ్యింది. స్వేచ్ఛగా జీవించాలి. అందుకోసం ఈ క్షణము నుండే ప్రయత్నం చేస్తాను.'

'ఈ సమాజానికి ఏదో చెయ్యాలనే తలంపు నీ ఊపిరి అయితే, నువ్వు నిత్యయవ్వనంతో వికాసిస్తూ వుంటావు నాన్నా. బంధాల నుండి విముక్తులై

ప్రశాంతంగా, ఆనందంగా జీవిస్తున్న సత్పురుషుల జీవితగాథలు చదివి స్ఫూర్తిని తెచ్చుకో. నీ స్వధర్మాన్ని నువ్వు నిర్వర్తిస్తూ బ్రతకగలిగితే నీకు ఏ రుగ్మతా రాదు, ఏ వైద్యుడూ అవసరం లేదు'.

'అమ్మా, నువ్వు నాకోసం రాకుండా వుంటే ఈ శాస్త్రాలన్నీ కలిసి నన్నేక పిచ్చివాడిగా ముద్రవేసి వెలివేసేవేమో. సర్వశాస్త్రముల నెరిగిన శాస్త్రవేత్తవమ్మా నీవు. నీ రాకతో నాకొక కొత్తదారి దొరికింది. నాకోసం వచ్చిన నీకు సదా కృతజ్ఞుడ్ని అమ్మా.'

'నాకు తెలుసు నాన్నా. నా నుండి నువు దూరంగా వున్నా, నీ తలపులతో నేను బ్రతికేయగలను. నీ నుండి నేను దూరమయితే నీవు బ్రతుకలేవని నాకు తెలుసు. ప్రతి తల్లీ ఇలాగే భావిస్తూ జీవిస్తుంది. అమ్మకు బిడ్డ సుఖం తప్ప వేరే కోరికలుండవు నాన్నా. బిడ్డలు పరుల సుఖమే లక్ష్యంగా జీవించగలిగితే ప్రతీ తల్లీ ఆనందంతో పరవశించిపోతుంది.'

స్వప్నలోక సందేశం

నాకు ఒక కల వచ్చింది. అందమైన కల వచ్చింది. అద్భుతమైన కల అది. మరచిపోలేని కల అది. ఆ కలలో ఒక ప్రకాశవంతమైన సూర్యోదయం. కాలి నడకన నా ప్రయాణం సాగుతోంది. ఎక్కడికో తెలియదు. ఎందుకో, ఎవరి కోసమో తెలియదు. అది అలా సాగుతూనే వుంది.

అరవిరసిన పూలదారుల వెంట, గలగల పలుకరించే సెలఏటి తీరాల వెంట, తలలూపుతూ నాకు వింజామరలు వీస్తున్న పచ్చని చెట్ల మధ్య కనువిందు చేసే ప్రకృతి సౌందర్యాలను కంటూ, మంచులా కరిగిపోయి ప్రేమను పంచుతున్న మంచి మనసుల పలుకరింపులు వింటూ ముందుకు సాగుతున్నాను.

ఎక్కడ ఆగాలో తెలియకుండా, ఎటువైపు సాగాలో ఆలోచన చేయకుండా, ఎవరో పిలుస్తున్నట్టు, రెండు చేతులూ చాచి ఆహ్వానిస్తున్నట్టు అలా అలా సాగిపోతున్నాను. వెనుక నుండి ఎవరో భుజం తట్టి నడిపిస్తున్నట్టు ధైర్యంగా, దృఢంగా అడుగులు వేస్తూ సాగి, సాగి ఒక అందమైన ప్రదేశానికి చేరుకున్నాను.

అప్పుడప్పుడే విడివడుతున్న మంచు తెరలు నాకు సరికొత్త వెలుగులు చిందించే ఒక అద్భుతమైన లోకాన్ని చూపించి, కనువిందు చేస్తున్నాయి. అది ఒక స్వప్న లోకమో, స్వర్గలోమో కావొచ్చునని పించింది. ఆ అందమైన లోకంలో అడుగుపెట్టాను.

అక్కడ ఒక ఎత్తైన పీఠం మీద చాలా పెద్ద సంఖ్యలో ఉన్నతాసనాలు ఏర్పాటు చేయబడి వున్నాయి. వాటి మీద ఎవరెవరో ఆసీనులై వున్నారు. వారు ఎవరో తెలియదు. గతంలో ఎప్పుడూ చూసిన గుర్తు లేదు, పరిచయమూ లేదు. కాని వాళ్ళను చూడగానే ఏదో తెలియని ఆత్మీయత గుండె తలుపుల్ని సున్నితంగా తట్టి పులకరింప చేసింది. నన్ను వారి ముందుకు రమ్మని ప్రేమతో ఆహ్వానించారు. ఆశ్చర్యంతో, ఆనందంతో వారి ముందుకు చేరి నిలబడ్డాను.

వారంతా నాతో ఏం మాట్లాడాలనుకుంటున్నారు? అసలు ఎవరు వీరంతా? ఏదో ఉద్యోగం కోసం మౌఖిక పరీక్షను ఎదుర్కోబోతున్న అభ్యర్థిలాగా వారి మాటల కోసం ఎదురుచూస్తూ నిలబడ్డాను. వింతగా మొదలై సాగుతోంది వారి మాటల తీరు. ప్రశ్నలూ, సమాధానాలూ కలిసి వారే మాట్లాడుతున్నారు.

'చెట్టకు విత్తు మాతృక. వర్షానికి మేఘం మాతృక. చీకటికి వెలుతురు, వెలుతురుకు చీకటి, గ్రుడ్డుకు పక్షి, పక్షికి గ్రుడ్డు, బిడ్డకు తల్లి, తల్లికి బిడ్డ మాతృక. మూలాలను విస్మరించి, అహంకరించి మాట్లాడిన నిన్ను ఏమని పిలవాలి?

నీ గతిని, పురోగతిని నీ కృషి, పట్టుదల, సంకల్పాలే నిర్ణయించాయని మురిసిపోతున్నావు. దానికి బీజం వేసింది ఎవరు? నిన్ను కదిలించింది, నీ చేయి పట్టి నడిపించింది ఎవరు?

నీలో కదలాడుతున్న చైతన్యం, నీ మనుగడకు మూలమైన ఉచ్ఛాస నిశ్వాసాలు, నీలో ప్రకాశించి విరాజిల్లే ఆత్మ ` వీటన్నిటికీ మూలం ఎవరు? నేలను విడిచి గాలిలో విహరించే నీ అహంకారాన్ని ఏమనాలి? అంతా నేనే,

అన్నీ నా వల్లనే అని ఎగిసిపడే వాడు కళ్ళు వున్న అంధుడన్న సత్యాన్ని మరచావా?

నీ లోకానికి తిరిగి వెళ్ళు. వెనుకకు చూస్తూ ముందుకు సాగడం నేర్చుకో. నీ గతం నీ భవితకు పలికే స్వాగత గీతమని మరచిపోకు. అహంకారంతో అజ్ఞానపు ఉబిలో కూరుకుపోకు. వెళ్ళు. వెళ్ళి సత్యమును ప్రకటించు. సత్యమార్గంలో పయనించు. అప్పుడే నీకు మా లోకం లోపలికి ప్రవేశం వుంటుంది. మేము నీకు పలికిన ఆహ్వానం మా గుమ్మం వరకూ మాత్రమే. నీకు పలికిన ఆహ్వానం నిన్ను నీకు తెలియచేయడానికే. లోనికి రావాలంటే నవ్వ పరిపూర్ణుడివి కావలసివుంది. వెళ్ళు. వెళ్ళిపో.'

వారు ఈ మాటలు పలికి మాయమైపోయారు. నా కంటి ముందు అందమైన లోకమూ మాయమైపోయింది. ఎవరు వారంతా? దేవతలా? మా పూర్వీకులా? నా అంతరాత్మ వివిధ కోణాలలో తన విశ్వరూపాన్ని ప్రదర్శించి నాతో మాట్లాడిందా?

వెనుతిరిగి నేను వచ్చిన దారుల వెంట నా తిరుగు ప్రయాణం మొదలుపెట్టాను. సెమ్మది సెమ్మదిగా ఆరోజు జరిగిన సంఘటన నా కంటి ముందు కదలాడటం మొదలుపెట్టింది.

ఆరోజు ఉదయం నాకు గొప్ప సన్మానం జరిగింది. మూడు దశాబ్దాల నా ప్రగతిని అభినందిస్తూ నా సహచరులంతా ఘనంగా సన్మానించారు. అందరూ పొగడ్తలతో ముంచెత్తారు. ఎన్నెన్నో రీతుల నన్ను ప్రశంసించారు.

అవును నాకిప్పుడు జ్ఞాపకం వస్తోంది. నాకు తెలియకుండానే నాలో ఎదో మత్తు ఆవహించింది. ప్రశంసల జల్లులో పడి, మాయకు లోనై నా ఉన్నతికి నేనే కారణమని భావించాను. అలాగే ప్రసంగించాను.

ఆ మత్తులో అమ్మ, నాన్నలను విస్మరించాను. వారు నా ఎడల చూపించిన ప్రేమను, త్యాగాన్ని, శ్రమను పూర్తిగా విస్మరించాను. నాకు నడకలు నేర్పి, నడతను నేర్పిన కన్నవారిని విస్మరించాను. అంతా నా ఘనతయే అని మురిసిపోయాను. కని, పెంచి సమాజానికి అందించిన అమృత హస్తాలను నా ప్రసంగంలో విడిచిపెట్టాను. మితిమీరిన అతిశయంతో మిడిసిపడ్డాను. చాలా మంది వలెనే నేను కూడా కృతఘ్నునిగా మిగిలిపోయాను.

కలలో కనిపించిన అపురూప వ్యక్తులు నేనెవరో గుర్తించుకునేలా చేసారు. వారి వాక్కులు, మూసుకుపోయిన నా హృదయ కవాటాలు తెరచుకునేలా చేసాయి. ఒక్కసారిగా ఉలిక్కిపడి లేచాను.

ఎదురుగా అమ్మ కనిపించింది.

'కలకన్నావా నాన్నా?' అంది.

'కాదమ్మ. సత్యం కనుగొన్నాను. నా మూలాలను తెలుసుకున్నాను. మేలుకొన్నాను'.

శిలలు రెండు ` శిల్పం ఒకటే

ఒక రోజున మా ఆఫీసులో ఊహించని సంఘటన ఒకటి జరిగింది. చాలా బాధకరమైన సంఘటన అది. ఎప్పుడూ జరుగనిది, అందరి మనసులనూ కలచి వేసినది, తీక్షణమైన నిర్ణయం తీసుకోవడానికి దారి తీసినది అయిన ఆ సంఘటన మీద ప్రతిస్పందించవలసిన పరిస్థితి నాకు రావడం నిజంగా దురదృష్టంగా భావించాను.

నా క్రింద పనిచేసే ఒక ఉద్యోగి సాటి మహిళా ఉద్యోగిని పై చాలా అభ్యంతరకరమై రీతిలో ప్రవర్తించాడు. ఆమె వ్యక్తిత్వానికి భంగం కలిగించే ఆ సంఘటన అందరినీ దిగ్భ్రాంతికి గురి చేసింది. పర్యవసానంగా అతనిని ఉద్యోగం నుండి తొలగిస్తూ ఉత్తర్వులు జారీ చేయడం జరిగింది. ఆ నిర్ణయం తీసుకోవలసి రావడం ఎంతో బాధాకరంగా అనిపించింది.

కలత చెందిన మనసుతో ఇంటికి చేరుకున్నాను. నేను అలజడిలో ఉండటం అమ్మ గమనించింది. జరిగింది తెలుసుకుని అమ్మ కూడా చాలా విచారించింది. 'ఇది నీ వ్యవహార దక్షతకు అతి కఠినమైన పరీక్ష నాన్నా. నువ్వు ఇంత తీవ్రమైన నిర్ణయం తీసుకోవడానికి ఎంతటి ఒత్తిడికి లోనై వుంటావో తలచుకుంటే నాకే కష్టంగా అనిపిస్తోంది. స్థిమితపడు నాన్నా' అంటూ సముదాయించింది.

సుమారు ఒక గంట తరువాత అమ్మ నా దగ్గరకు వచ్చింది. 'నీ ఆఫీసు విషయాలలో కలగ చేసుకుంటున్నానని నువ్వు భావించకుండా

వుంటానంటే, నేనొకటి చెప్పాలనుకుంటున్నాను' అంది. ఏవిటన్నట్టు చూసాను.

'రేపు మధ్యాహ్నం అతనిని మన ఇంటికి భోజనానికి పిలు నాన్నా'.

అమ్మ మాటలు నన్ను ఆశ్చర్యానికి గురి చేసాయి. "అమ్మా అది మా ఆఫీసుకు సంతంధించిన విషయం. నేను అతనిని ఇంటికి ఆహ్వానిస్తే అందరి దృష్టిలోనూ నేను కూడా దుర్మార్గుడిగా భావించబడనా? మా సంస్థ పరువు ప్రతిష్టలు దెబ్బతినవా? నష్టపోయిన అమ్మాయికి ఉపశాంతి లభిస్తుందా? ఎందుకమ్మా నన్ను మరింత ఒత్తిడికి గురి అయ్యే నిర్ణయం తీసుకోమంటున్నావు? ఇది నాకు సంతోషాన్నిస్తుందా?'

అమ్మ ఎప్పటివలెనే నవ్వింది. చాలా తేలికగా నవ్వింది. 'నువ్వ నా మాట ఏనాడూ కాదనలేదు. నాకు నీ నుండి ఏనాడూ ఎదురు ప్రశ్నలు రాలేదు. నీ గౌరవానికి భంగం కలిగేలా, నీ మనసు బాధపడేలా నీ అమ్మ ప్రవర్తిస్తుందని సందేహంగా వుందా నాన్నా?'

'అతనిని మార్చాలని చూస్తున్నావా అమ్మా? అతనేక పశువు అమ్మా.'

'నిన్నటి వరకూ మనిషి కదా నాన్నా?'

అమ్మ ప్రశ్నకు నా దగ్గర జవాబు లేదు. మౌనంగా ఉండిపోయాను. చాలా సేపు అలానే వుండిపోయాను. మౌనంగానే అమ్మ మాటకు తల ఊపాను.

మర్నాడు అతనిని కలిసాను. ఇంటికి ఆహ్వానించాను. ఏం జరగబోతోందో అర్ధం కాని అయోమయంలోనే అతను అంగీకరించాడు. ఏం

జరగబోతోందో నిజానికి నాకూ తెలియదు. ఆ సమయంలో నేనతని పై అధికారిని కాను, కేవలం వార్తాహరుడ్ని అంతే.

నాపై ఎంత ప్రేమను కురిపిస్తుందో అంతే ప్రేమను అతనిపై వెదజల్లుతూ ఆహ్వానించింది అమ్మ. అమ్మ ఆ క్షణంలో అతనికి కూడా అమ్మగా మారిపోయిందా అనిపించింది.

అతను నేర భావనతో కుంచించుకు పోయి వున్నాడు. ఏం జరుగుతుందో అన్న ఆందోళనతో కంపించిపోతున్నాడు. అమ్మ అతని రెండు చేతులనూ ఆప్యాయంగా తాకుతూ కూర్చోపెట్టింది. కుశల ప్రశ్నలతో అతనికి ఉపశమనం కలిగించింది. ప్రేమతో బంధించింది. అతనిని తన వశం చేసుకుంది. కడుపునిండుగా భోజనం తినిపించింది. సేద తీరడానికి సమయమిచ్చింది. ప్రశాంత వదనంతో మాట్లాడటం మొదలుపెట్టింది.

'నాన్నా, నేను చెప్పేది శ్రద్ధగా విను. పాపానికి పరిహారం వుంటుంది. నేరానికి శిక్ష వుంటుంది. పొరబాటుకి దిద్దుబాటు వుంటుంది. నువ్వు చేసింది పొరపాటు అని నేను భావిస్తున్నాను. సరిదిద్దుకునే అవకాశం వుంది. అది నీ చేతులలో వుంటుంది.

ప్రతి జీవిలోనూ మానవత్వం వుంటుంది. పశుత్వమూ వుంటుంది. దేనిని తట్టిలేపాలనే విచక్షణ మానవులకు మాత్రమే వుంటుంది. పశుత్వాన్ని చంపెయ్యాలి. మానవత్వాన్ని మేలుకొలపాలి.

అగ్నివలెనే నీలోనూ శక్తిదాగి వుంటుంది. దానికి వెలుగులు పంచే గుణం వుంది. దహించే గుణమూ వుంది. ఏమి చెయ్యాలన్నది నీవు తీసుకునే నిర్ణయం మీద ఆధారపడి వుంది.

మహాప్రళయాన్ని సృష్టించే అగ్నికణం లాంటిది క్షణికమైన ఉద్రేకం. అది మన మనసును మసి చేయడమే కాదు, ఎదుటివారిని కూడా దహించి వేస్తుంది. శాంతి, సహనం మాత్రమే ఈ చెలరేగే అగ్నికీలలను నివారించగలవు.

నీ పొరపాటు ఇతరులకు నేరముగా అనిపించవచ్చు. అప్పుడు నీకు సరిదిద్దుకునే అవకాశం లేకుండా పెద్ద శిక్షపడవచ్చు. నీ విషయంలో అదే జరిగింది. నీ ప్రవర్తన నీ ఎదుటివారిలో నీకన్నా ఎక్కువ ఉద్రేకాన్ని కలిగించింది. ఇప్పుడు నిన్ను నడిరోడ్డు మీద నిలబెట్టింది.

నీవు గతి తప్పడం వలన నిన్ను ఆశ్రయించుకుని సుఖంగా బ్రతుకుతున్న నీ కుటుంబం నేల పాలయ్యింది. నీ ఉద్రేకానికి నువు బాధ్యుడివి. నీ సహచరుల మనస్తాపానికి నువ్వు బాధ్యుడివి. నీవారి వేదనకు నువ్వు బాధ్యుడివి. గమనించావా ఇప్పటికైనా నీ పొరబాటును.

నీ ప్రవర్తన నీ భార్యకు తెలిస్తే, నిన్ను మనస్ఫూర్తిగా నమ్మి, ప్రేమించి, ఆరాధించే నీ భార్య నీ ఎడల ఎలా ప్రతిస్పందిస్తుంది? నిన్నొక ఆదర్శ పురుషునిగా భావించి నీ అడుగులలో అడుగులు వేస్తూ, నీ వెంట నడిచే నీ పిల్లల నడక ఎటువైపు సాగిపోతుంది?

నీతోపాటు నీ సహచర్యంలో ఉద్యోగం చేసుకునే పరాయి స్త్రీ ప్రశాంతంగా పనిచేయగలగడానికి ఆమెపై ఆమె కుటుంబానికి ఉన్న నమ్మకం, నీ పై వారికి వున్న విశ్వాసం కారణం. దానిని వమ్ము చేసే హక్కు నీకుందని భావిస్తున్నావా?'

అమ్మ మాటలు విన్న అతనిలో ఉద్వేగం చోటు చేసుకుంది. పశ్చాత్తాపంతో కుమిలిపోయాడు. వెంటనే బయలుదేరి వెళ్ళి ఆ స్త్రిని క్షమించమని వేడుకుంటానన్నాడు. శిలగా మారిన నా హృదయాన్ని శిల్పంగా మలచిన శిల్పిగా అమ్మను అభివర్ణిస్తూ అమ్మ పాదాలపై వాలిపోయాడు.

జరిగినదంతా గమనించిన నాకు నేను తీసుకున్న తీవ్రమైన నిర్ణయం ఎంత ఉపద్రవానికి దారితీసేదిగా వుందో అర్థమయ్యంది. అధికారాన్ని అర్థవంతంగా ఉపయోగించాలని అమ్మ బోధ వలన అవగతమయింది. ఒక్క బోధతో ఇద్దరిని మనుషులుగా మార్చిన అమ్మ ఒక అపురూపమైన వ్యక్తిగా కనిపించింది. ఒక అమ్మలా అందరూ ఆలోచించగలిగితే లోకమంతా మంచి మాత్రమే నాట్యమాడుతుందని పించింది.

నా సహచరుని భుజంపై చేయివేసి అతనిని నాతో పాటు తీసుకువెళ్ళాను.

మెరిసే నక్షత్రం

'అమ్మా! నీకు ప్రతిక్షణమూ మోసపోవడం తప్ప మరొకటి చేతకాదా?'

అమాయకంగా అడిగిన నా ప్రశ్న విని అమ్మ గలగలా నవ్వింది.

'ఒక్కొక్కరికి ఒక్కో దానిలో ఆనందముంటుంది. బహుశా నాకు మోసపోవడంలో ఆనందం వుందేమో' అంటూ జవాబు చెప్పింది. కాని, అమ్మ సమాధానం సరైంది కాదనిపించింది.

'అమ్మా, అందరూ నిన్నాశ్రయించి, ఏవేవో కారణాలు చెప్పి నీనుండి ఏదో ఒకటి తీసుకుపోతూ వున్నారు. ఇది మోసపూరిత లోకం అమ్మా! దోచుకుపోయే వారేకానీ, నీలాగ 'ఇచ్చే' వారికివి రోజులు కావమ్మా.'

'ఇవ్వడం దైవీ లక్షణం, దోచుకోవడం ఆసురీ లక్షణం. ఏ లక్షణాన్ని నాలో పెంచుకోవాలో నువ్వే చెప్పు నాన్నా.'

'నువ్వు ఎన్ని చెప్పినా, ప్రస్తుత కాలానికి నీ లాంటి వాళ్ళు సరికారమ్మా. మంచిగా వుండాలని నువ్వు కోరుకుంటావు. మంచితనాన్ని తమకు అనుకూలంగా మలచుకోవాలని ఎదుటివారు చూస్తుంటారు.'

'మంచిగా వుండటం తప్పు కాదు నాన్నా. అది జీవితానికి పరిపూర్ణమైన తృప్తినిస్తుంది. అనిర్వచనీయమైన ఆనందాన్ని ఇస్తుంది.'

'అమ్మా, మన జీవితం మన కోసం. మనం తీసే ఊపిరి మన కోసం, సంపాదన మన కోసం, మనం మనకోసమే నమ్మా.'

'ఒక్కసారి ఇతరుల కోసం జీవించి చూడు నాన్నా. అందులోని ఆనందాన్ని, సంతోషాన్ని ఒక్కసారి అనుభవిస్తే మళ్ళీ మళ్ళీ దానినే కోరుకుంటావు. ప్రేమించి చూడు, ప్రేమను పంచి చూడు. అప్పుడు నీవే శివునిగా మారిపోతావు.'

'శివుడంటే దేవుడేగా? అంత సులభంగా మనిషి దేవుడయిపోతాడా?'

'శివుడంటే దేవుడు కాదు నాన్నా. ఎదుటివారికి మంచి చేసేవాడని అర్థం. అప్పుడు వాడేగా దేవుడు? దేవుడు చెడు చెయ్యలేడు కదా నాన్నా?'

'మనిషి మనిషిగా బ్రతకడమే మంచిదని నా అభిప్రాయం. దైవంగా మారితే పోగొట్టుకోవడం తప్ప పొందేది ఏమీ వుండదమ్మా. పైగా మన మంచిని గుర్తుపెట్టుకుని ప్రత్యుపకారం చేసేవాళ్ళు ఈ రోజులలో లేరు. అందరూ కృతఘ్నులే. బహుశా నీకు బయటి ప్రపంచంతో పెద్దగా పరిచయం లేదు. నువ్వు ఇంటికి మాత్రమే పరిమితమైన జీవిస్తున్నావు. ప్రపంచాన్ని చూడమ్మా, మనిషి ఎంత చెడ్డవాడో అర్థమవుతుంది. నువ్వు చెప్పే తాత్త్వికత కృతఘ్నుల విషయంలో అసలు పనిచేయదు. కన్నుకి కన్ను అన్నదే నేటి నీతి.'

అమ్మ మౌనంగా ఉండిపోయింది. క్షణాలు గడుస్తున్నాయి. అమ్మ నన్నే చూస్తోంది. చెక్కు చెదరని చిరునవ్వుతో నన్నే చూస్తోంది. రెప్ప వాల్చకుండా చూస్తోంది. నా చూపులే నిలకడ లేకుండా కదలాడసాగాయి.

అసలు అమ్మతో నేను వాదించడం ఏవిటి! ఇది నా జ్ఞానానికి నిదర్శనమా, అజ్ఞానానికా! నాకు తెలిసి మాట్లాడుతున్నానా? తెలియనిదేదో తెలుసుకోవడానికి ఇలా సంభాషణ మొదలుపెట్టానా?

మరింత సమయం గడిచింది. అమ్మ రూపం విస్తృతమవుతున్నట్లు, నా రూపం సూక్ష్మంగా మారిపోతున్నట్టు అనిపించింది. అమ్మ ఒక కొండలా కనిపిస్తుంది, నేనొక చిన్న టండలా తోస్తోంది. అమ్మ నక్షత్రంలా ప్రకాశిస్తోంది. నాలో జ్ఞానజ్యోతిని వెలిగించే దివ్వెలా కనిపిస్తోంది. వెలిగించబటడ టానికి సిద్ధంగా అమర్చబటడిన దీపపు వత్తిలా మారిపోయాను నేను. అమ్మ ఒక దివ్యగురువులా సాక్షాత్కరిస్తోంది. నేను వినయ సంపన్నుడైన శిష్యునిగా మారిపోయాను. అమ్మ బోధనకు సిద్ధపడింది. నేను స్వీకరించడానికి తలవంచి సంసిద్ధుడినయ్యాను.

'ప్రపంచం బయట ఎక్కడో లేదు నాన్నా. అది మనలోనే వుంది. మనకు మనము ఒక ప్రపంచం. మనలోనే ప్రచండంగా వీచే గాలులు వున్నాయి. ప్రజ్వరిల్లే అగ్ని కీలలు వున్నాయి. చెలరేగే మహాప్రళయాలు వున్నాయి. అన్నింటికన్నా అతీతంగా వాటిని అదుపు చేయగలిగే అతీత శక్తిసామర్థ్యాలు కూడా మనలోనే వున్నాయి.

మనలోనే మంచి, మనలోనే చెడు. మనలోనే వేదన, మనలోనే ప్రమోదం. కష్టాలు మన సృష్టి, సుఖాలు మన సృష్టి. కక్షలు, కార్పణ్యాలకు నిలయం మనలోనే, ప్రేమకు పునాది కూడా మనలోనే. మనమే దైవం, మనమే పెనుభూతం.

నీ చుట్టు వున్న ప్రకృతిని భౌతిక దృష్టితో చూడటం నీవు అలవాటు చేసుకున్నావు. ప్రకృతిని గురువుగా స్వీకరించు. నీలో నూతన కాంతులు వెల్లివిరుస్తాయి. ఒక మహాపురుషునిగా మారి ఎదుటివారి కోసం చేతులు చాచి నిలబడగలుగుతావు.

సూర్యుని వలె ప్రపంచానికి వెలుగునివ్వు. చంద్రునివలె ప్రేమను వెన్నెలగా మార్చి అందించు. పుడమి వలె మారి తోటివారికి ఆశ్రయంగా మారు. మహావృక్షము వలె మారి, రాళ్ళ దెబ్బలు తింటూ కూడా తీయని ఫలాలు అందించు. నదిలా మారి ఆర్తిని తీర్చు. పూలవలె పరిమళాన్ని అందించు.

అప్పుడు నువ్వు ఎలాంటి ప్రతిఫలాన్నీ ఆశించకుండా మంచిని చేస్తూనే వుంటావు. మనం ఇతరుల కోసం బ్రతకడమే నాన్నా మంచి అంటే.'

అమ్మ బోధ నాలోని మనిషిని తట్టి లేపింది. ఆ క్షణము నుండి ప్రపంచాన్ని తప్పుగా చూడటం మానేసాను. నాలోని ప్రపంచాన్ని చక్కదిద్దుకున్నాను. అమ్మలా మారి ఆనందంగా జీవించడం నేర్చుకున్నాను.

ఆనంద భైరవి

నేను ఉద్యోగంలో చేరిన క్రొత్తలో అక్కడ పనిచేసే వారందరికీ వ్యక్తిత్వ వికాస శిక్షణా తరగతులు నిర్వహించబడ్డాయి. ఆఖరి రోజున దేశవ్యాప్తంగా చాలా ప్రఖ్యాతి గడించిన వ్యక్తిత్వ వికాస నిపుణుడిని ముఖ్య అతిథిగా ఆహ్వానించారు. చాలా పెద్ద సంఖ్యలో హాజరవుతారని అనుకున్నారు నిర్వాహకులు. సభను మరింత విజయవంతం చెయ్యడం కోసం అందరూ తమ తమ కుటుంబ సభ్యులతో సహ హాజరు కావాలని ఆహ్వానించారు.

ఆ సమయంలో అమ్మ నా దగ్గరే వుంది. అమ్మను నాతో పాటు తీసుకు వెళ్ళాలని అనుకున్నాను. అమ్మకు విషయం చెప్పాను. తప్పకుండా వస్తాను, తీసుకు వెళ్ళమంది.

ఆ రోజు అమ్మతో పాటు హాజరయ్యాను. చాలా పెద్ద సంఖ్యలో జనం హాజరయ్యారు. ఆ రోజు ముఖ్య వక్తగా వచ్చిన వ్యక్తి చాలా విశిష్టమైన ఖ్యాతి కలిగినవాడు. గొప్ప మానసిక శాస్త్రవేత్త. శ్రోతలను ఉత్తేజపరచడం, ఎదుటివారిలో గూడుకట్టిన భయాన్ని, నిస్పృహనూ పారద్రోలడంలో చాలా దిట్ట.

అందరూ ఎదురు చూసినట్టు, ఆశించినట్టు అతని ఉపన్యాసం అద్భుతమైన రీతిలో సాగుతోంది. చాలా ఉన్నతమైన ప్రమాణాలతో కొనసాగుతున్న అతని ఉపన్యాసాన్ని అత్యుత్సాహంతోనూ పూర్తి నిమగ్నతతోనూ వింటున్నారు. సభామందిరమంతా గంభీరమైన నిశ్శబ్దం

చోటు చేసుకుంది. గట్టిగా ఊపిరి పీల్చడానికి కూడా శ్రోతలు జంకుతున్నారు. ఎందరెందరో గొప్ప గొప్ప వారి మాటలను ఉటంకిస్తూ గంభీరమైన ఉపన్యాసమిస్తున్నాడతను. తెలియకుండానే క్షణాలు గడిచిపోతున్నాయి.

ఉన్నట్టుండి అమ్మ గొంతును సవరించుకుంది. నా చేతిని తట్టింది. 'వెళ్ళిపోదాం పద నాన్నా' అంది.

ఆశ్చర్యపోతూ అమ్మ వైపు చూసాను. వినడం ఇష్టం లేనట్టు ముఖం పెట్టింది. కూర్చున్న చోట కూర్చోకుండా అసహనంగా కదలిపోతోంది.

'అమ్మ, ఇది చాలా విలువైన ఉపన్యాసం. ఎంతో పెద్ద మొత్తంలో డబ్బు చెల్లించి అతనిని ఒప్పించి తీసుకువచ్చారు. మనకోసం, కేవలం మనకోసం.'

'ఇవన్నీ మా చిన్నప్పుడు విన్నవే నాన్నా. మా తాతలు, అమ్మమ్మలూ చెప్పిన మాటలే. పోదాం పద.'

'చిన్న పిల్లలా మాట్లాడకమ్మా. ఎవరైనా వింటారు. నిశ్శబ్దంగా కూర్చో' అంటూ వారించాలని చూసాను. అమ్మ వినలేదు. మొండిపట్టు పట్టింది. చిన్న పిల్లలానే మారాం చేసింది. అందరూ మా వంక వింతగా చూస్తున్నా, గత్యంతరం లేక, ఇబ్బంది పడుతూనే అమ్మను తీసుకుని బయటకు వచ్చేసాను.

ఒకరితో ఒకరు మాట్లాడుకోకుండా కొంత దూరం ప్రయాణం చేసాము. అక్కడిక పార్కు కనిపించింది. ఆ పార్కులో చాలా మంది పిల్లలు ఆడుకుంటూ కనిపించారు. అమ్మ పరుగు పరుగున పోయి పిల్లలతో

కలసిపోయింది. చిన్న పిల్లలా మారిపోయి వాళ్ళతో ఆడటం మొదలుపెట్టింది.

అమ్మ ధోరణి నాకు నచ్చలేదు. ఇబ్బందిగా కూడా అనిపించింది. గటగటా వెళ్ళి అమ్మ చేయి పట్టి, పిల్లల మధ్యలోంచి బయటకు తీసుకొచ్చాను. అమ్మ నవ్వుకుంటూ దగ్గరే వున్న మెట్టు మీద కూర్చుంది. తన ప్రక్కన కూర్చోమంటూ సైగ చేసింది.

'అమ్మా మనం తప్పు చేసాం. అద్భుతమైన జ్ఞానబోధను పొందే అవకాశాన్ని చేజార్చుకున్నాం. ఆ వచ్చిన వ్యక్తి మామూలు వాడు కాదమ్మా. అతని ఉపన్యాసాల కోసం జనం పడిగాపులు పడి ఎదురు చూస్తుంటారు. అది వదలుకొని ఈ పిల్లలతో ఆటలేవిటమ్మా?'

'పిల్లలతో ఆడుకుంటే చాలా ఆనందంగా వుంటుంది నాన్నా. జ్ఞానముతో సహా అన్నింటి లక్ష్యమూ ఆనందాన్ని పొందడమే కదా! ఏ జ్ఞానాన్ని పొంది పశువులు, పక్షులు, క్రిములు, కీటకాలు ఆనందంగా జీవిస్తున్నాయి?

అతని మాటలు అతనివి కావు నాన్నా. తను విన్నవి, చదివినవి బహిరంగంగా మన ముందు నిలబడి గుర్తు చేసుకుంటున్నాడంతే. పైగా అతనిలో నాకన్నీ తెలుసుననే అహంకారం కనిపిస్తోంది. మీకు ఏమీ తెలియదనే చులకన భావం కూడా చాలా స్పష్టంగా కనిపిస్తోంది.

జ్ఞానమనేది బోధల వలన రాదు నాన్నా. జీవించడం ద్వారా వస్తుంది అనుభవం ద్వారా వస్తుంది. విని వదలిపెట్టేది కాదు జ్ఞానం. తెలుసుకుని మసలుకోవడం ద్వారా వస్తుందది.

నువ్వ వుండగా వారెవరో గొప్ప వారనుకోవడం అవివేకం. ఎవరినో గొప్పవారిని చేస్తూ కూర్చుంటే నువ్వ వుండటం అనవుసరం. ప్రతి వ్యక్తి ఒక ప్రత్యేకతను కలిగి వుంటాడు నాన్నా. అది గుర్తించి కృషి చేస్తే శిఖరమై నిలబడతాడు. విస్మరించి కూర్చుంటే శిలలయి మిగిలిపోతాడు.

నిన్ను నీవు ఎవరితోనో పోల్చుకోవద్దు నాన్నా. నిన్ను నీతో పోల్చుకో. నిన్నటి నీతో నేటి నిన్ను పోల్చుకో. రేపటి నీకోసం నిన్ను నీవు మలచుకో. ఎన్ని గ్రంథాలు చెప్పినా ఇంతే విషయం. ఇదే నీ ఆనందానికి మూలం.

గ్రంథాలు పుట్టక ముందు, వ్యక్తిత్వ వికాస బోధనలు రాణించక ముందు మన పూర్వీకులు ఈ సత్యాన్ని అనుభవించి చూపించారు. వారి అడుగుజాడలే మన ఆనందానికి దారులు. ప్రతిక్షణం ఆనందించు. ప్రతి ఘటనను, అనుభవాన్ని ఆనందంతో ఆస్వాదించు, పశువుల వలె, పక్షుల వలె, పసిపాపల వలె. పద నాన్నా ఇంటికి పోదాం.'

అమ్మ మాటలు విన్న నాకు ఆనందానికి విరిదారులు కనిపించాయి. అతనిని వదలుకోవడం వలన అమ్మను తెలుసుకోగలిగాను. తృప్తిగా అమ్మ వెంట కదిలాను.

విశాల సాగరం

"ఒడి మనకు చదువు చెటుతుంది. సకల శాస్త్రాలను పుస్తకాలలో ముద్రించి మనకందిస్తుంది. అమ్మ ఒడి మనకు జీవితాన్ని బోధిస్తుంది. ఒకే జీవిత సత్యానికి అనేక అనుభవాలను అన్వయించి, ఎలా బ్రతుకును సఫలం చేసుకోవాలో అమ్మ ఒడి చెటుతుంది. ఒడి తెరచినప్పుడే గురువులు మనకోసం సిద్ధమవుతారు. ఒడి చేరినప్పుడల్లా మనకు బోధ చెయ్యడానికి అమ్మ సిద్ధంగా వుంటుంది. ఒడిలో కన్నా, అమ్మ ఒడిలో నేను నేర్చుకున్నది ఎక్కువ."

ఈ మాటలు నేనెప్పుడూ నా మిత్రులతో చెటుతుంటాను. ఒంటరిగా వున్న ప్రతిక్షణమూ నాకు నేను చెప్పుకుంటూ వుంటాను. నాకు ఈ సత్యము బోధపడటానికి సమయం పట్టింది. కాని స్థిరముగా అది నాకు లభించింది. విద్యాలయాలను, విశ్వవిద్యాలయాలను వదలిపెట్టి దశాబ్దాల కాలమయ్యింది. కాని అమ్మ ఒడి నాకు ఇప్పటికీ శరణాగతిలయి నిలచి వుంది.

అడిగినవన్నీ ఇచ్చే నాన్న, కోరిన కోరికలన్నీ తీర్చే అమ్మ - వీరిద్దరిని విడచి బయటి ప్రపంచంలోకి అడుగుపెట్టగానే అది నాకొక విభిన్నమైన లోకంలా తోచింది. అందరూ అమ్మ, నాన్నల వలె వుండరని అర్థం చేసుకోవడానికి చాలా కాలం పట్టింది.

నాన్న భుజాలు, అమ్మ సాన్నిధ్యమే నా సామ్రాజ్యాలనుకొని ఒక చక్రవర్తిలా ఇంట బ్రతికిన నాకు, బయటి ప్రపంచం అందుకు ప్రతికూలంగా వుంటుందని వెంటనే అర్థం కాలేదు.

అందరిలోనూ నా మాట మాత్రమే చెల్లుబాటు కావాలని, అన్నీ నాకే దక్కాలని, బయట కూడా నా రాజ్యమే కొనసాగాలని అనిపించేది. జీవితంలో విజయాలన్నీ నాకు మాత్రమే చెందాలనీ, నా విజయకేతనం మాత్రమే ఎత్తులో ఎగురుతుండాలనీ, మిగిలిన వారంతా ఆ జయకేతనానికి వందనాలు చేస్తుండాలని భావించేవాడిని.

ఇది నాలో విపరీత ధోరణులు చోటు చేసుకోవడానికి దారి తీసింది. నాలో స్వార్థం, అసహనం, అపజయాన్ని తట్టుకోలేని సున్నితత్వం లాంటి నిరాశామయమైన లక్షణాలు రాజ్యమేలడం మొదలుపెట్టాయి. అందరినీ నాకు శత్రువులుగాను, నన్ను అందరికీ శత్రువుగాను మార్చి నన్ను హింసించసాగాయి. మానసిక లోపాలతో సతమతమవుతున్న వ్యక్తిగా నాపైన ముద్రపడేలా చేసాయి.

బడిలోని గురువులు అమ్మ, నాన్నలను పిలిచి నన్ను వైద్యులకు చూపించమని సూచించారు. నాన్న వారి సూచన విని అల్లాడిపోయాడు. నేనెందుకూ పనికిరాని వ్యక్తిగానన్ను, విద్రోహశక్తిగాను మారిపోతానేమో అని తెంగపెట్టుకున్నాడు. నిద్రపోకుండా నన్నే చూస్తూ దిగాలుగా కూర్చునేవాడు. అలాంటి సంకటస్థితిలో కూడా చెక్కు చెదరకుండా గంభీర సాగరంలా నిలబడగలిగినది అమ్మ మాత్రమే. గురువులను ఒప్పించి కొన్నాళ్ళపాటు బడికి విరామమిప్పించింది. ఆ సమయంలో అమ్మ నన్ను వదలకుండా నా నీడై, తోడై నిలబడింది.

కోకిల పాట కర్ణకఠోరంగా వుండేది. కోకిల తన బిడ్డలకు జోల పాట పాడుతోందని అమ్మ చెప్పేది. చెరువులో చేప పిల్లను పట్టుకుని ఆనందించేవాడిని. వదిలిపెట్టు నాన్నా, అది వాళ్ళ అమ్మ దగ్గరకు వెళ్ళిపోతుందనేది అమ్మ. లేగ దూడను ఆవుకి దూరం చేసి, ఆ దూడతో ఆటలాడేవాడిని. వాళ్ళ అమ్మ దాని ఆకలి తీర్చాలిగా! వదిలెయ్ నాన్నా అనేది.

ఆకాశంలో ఎగిరే పక్షుల గుంపును చూపించి, కొలనులో ఈదులాడే హంసల బారులను చూపించి, పచ్చని మైదానంలో కలిసికట్టుగా సాగే పశువుల సమూహాలను చూపించి, తరతమ భేదాలు తెలియకుండా ఆడుకునే పసిపిల్లలను చూపించి అందరితో ఎలా కలిసిమెలసి ముందుకు సాగాలో వివరించింది.

ఒక్క అవయవంతో మనిషి జీవించలేడు, ఒక్క అక్షరంతో భాష పుట్టదు, ఒక్క స్వరంతో సంగీతం పలుకదు అంటూ మనుషులు ఒకరికి ఒకరి పరస్పర ఆవశ్యకతను వివరించింది. ఎత్తైన పర్వత శిఖరం కూడా తనపై ఎవరైనా నిలబడితే ఆనందంతో పులకించి పోతుందని, అలాగే మనకన్నా ఎవరైనా ఉన్నతంగా కనిపిస్తే అభినందించ గలిగినప్పుడే ఆనందం కలుగుతుందని బోధించింది.

నన్ను నమ్ముకున్న నల్లని మేఘాలు తొలగిపోయి, క్రొత్త వెలుగులు తొంగిచూడటం నాకు తెలియవచ్చింది. నా జీవితం క్రొత్త చివురులు తొడుగుకుంటున్న భావన నాలో ఉదయించింది. నా మనసుకు క్రొత్తగా రెక్కలు వచ్చినట్టనిపించింది. నా కళ్ళ ముందు ఎన్నడూ నేను చూసి ఎరుగని అందమైన లోకం ప్రత్యక్షం కాసాగింది.

ఆవలి తీరం కనుపించని మహాసాగరపు ఒడ్డుకి నన్ను తీసుకెళ్ళింది అమ్మ. అక్కడ అమ్మ, నేను ఇద్దరమే వున్నాము. కళ్ళు మూసుకుని ధ్యానంలో కూర్చోమంది అమ్మ. కొన్ని క్షణాలు గడిచాక, నాకు ఏమైనా వినిపిస్తోందేమో అని అడిగింది. సముద్రపు ఘోష తప్ప మరేమీ వినపడటం లేదన్నాను. అది ఘోష కాదు. సముద్రం నీతో మాట్లాడుతోంది విను' అంది. నేను వినడం మొదలుపెట్టాను.

'ఈ భూమిని భరిస్తున్నది నేనే. నా శాంతమే మీ సుఖజీవనానికి ఆధారం. నేను ఉప్పొంగితే మీ మనుగడకే ముప్పు. యుగాలుగా నేను ఎన్నో ఒడిదుడుకులను తట్టుకుని ప్రశాంతంగా వుంటున్నాను. నాలో మణిమాణిక్యాలు దాగివున్నాయి. లక్షల జీవరాశుల అద్భుత ప్రపంచం దాగి వుంది. పడే అలలున్నాయి. పడిలేచే అలలూ వున్నాయి. మానవులు త్రాగే నీరు నేను సృష్టించిన మేఘాల నుండి వస్తుంది. వారి ప్రాణాలను నిలిపే గాలి నా తరంగ వీచికల నుండి వస్తుంది. ఎంతో మంది యోగులకు, సిద్ధులకు, జ్ఞానులకు నేనే ఆదర్శం. తళతళ తళుకులతో సూర్యునితో కబుర్లాడుతా. పున్నమి చంద్రునితో ఆటలాడుతా. మహాప్రళయం సంభవించినా నాకు మరణం లేదు. అయినా నాలో ఇసుమంత కూడా అహంకారం లేదు. నేనున్న చోటనే వుంటాను. ప్రశాంతంగా వుంటాను. ఆనంద డోలికలలో తేలియాడుతూ వుంటాను. నన్ను చూడు మిత్రమా. నాలా వుండు. అనంతమైన ఆనందాన్ని నీ సొంతం చేసుకో.'

అది సాగరఘోష కాదని, మృదుమధుర భాష అని అర్థమయ్యింది. నెమ్మదిగా కళ్ళు తెరచి చూసాను. ఎదురుగా అమ్మ వుంది. చిరునవ్వుతో నన్నే చూస్తోంది. ఆనంద సాగరిలా చూస్తోంది.

నాకు ఒక నూతన సత్యం బోధపడింది. అమ్మ ఏ టడికీ పోలేదు. ప్రకృతి ఒడిలోనే బ్రతుకు విలువలు తెలుసుకుంది. అందుకే చలించని స్థిరత్వంతో, చెదరని ఆనందంతో, అవధి లేని ప్రేమతో పంచభూతాలను తనలో నిలుపుకుని పరిపూర్ణంగా జీవించగలుగుతోంది.

అమ్మను ఆ క్షణం నుండి గురువుగా స్వీకరించాను. నాలో మార్పు మొదలై క్రమక్రమంగా నేనూ అమ్మలా మారడం మొదలుపెట్టాను. అప్పటి మారిన నేనే ఇప్పటి నేనై జీవిస్తున్నాను. అందుకే నాకు ఏ కొంచెం కలత కలిగినా అమ్మను మాత్రమే ఆశ్రయిస్తుంటాను. ఎందుకంటే మణిమాణిక్యాలను తనలో దాచుకుని, మనకు పంచడానికి ఎదురు చూచే దివ్యసాగరం అమ్మ.

పసందైన విందు

నా జీవన గమనాన్ని సరిచేసి, నన్ను నడిపించిన అమ్మ నాకు ప్రతిక్షణమూ ఆదర్శమే. నా తనువులోనూ నా మనసులోనూ కొలువై వున్న అమ్మ నాకు ఎదురయ్యే చీకట్లను తొలగించే కాంతిరేఖ. అజ్ఞానాన్ని పటాపంచలు చేసే అపూర్వ జ్ఞానజ్యోతి. కరుణతో, ప్రేమతో జీవన బోధ చేసిన అరుదైన గురువు అమ్మ. మౌనంగానే బోధనలు చేయగల ఒకే ఒక్క గురువు ఈ భూమి మీద అమ్మ మాత్రమే. అమ్మను చూస్తూ వుంటే అన్ని పాఠాలూ అర్థమవుతాయి. అమ్మను అనుసరిస్తూ వుంటే అన్ని దారులూ సుగమం అవుతాయి.

నాకు ఉద్యోగం వచ్చిన కొత్తలో అమ్మ నా దగ్గర కొన్నాళ్ళ పాటు వుంది. అప్పటికింకా పెళ్ళి కాలేదు. నేను పనిచేసేది చాలా పెద్ద వ్యాపార సంస్థ. దాని అధినేత కోట్లకు పడగలెత్తిన అపర కోటీశ్వరుడు. ఒకసారి వాళ్ళ ఇంట్లో పెళ్ళి వేడుక జరిగింది. ఆ సంస్థలో పనిచేసే ప్రతి ఒక్కరూ తప్పనిసరిగా హాజరు కావాలని ఆహ్వానం అందింది. అంత గొప్ప వేడుకకు మాకందరికీ ఆహ్వానం రావడంతో మేమంతా పరమానంద భరితులమయ్యాము. ధనవంతుల ఇళ్ళలో పెళ్ళి వేడుకలు గతంలో ఎప్పుడూ చూసి వుండక పోవడంతో, ఆ ఆహ్వానమే ఒక అరుదైన గౌరవంగా భావించి సహచర ఉద్యోగులందరం ఎప్పుడెప్పుడు ఆ వేడుకకు హాజరవుతామా అని ఊహలలో తేలియాడ సాగాము.

నా ముఖంలో ఆనందాన్ని చూసి అమ్మ మురిసిపోతూ వుండేది. అలా నాలుగు రోజులు గడిచాయి. అయిదవ రోజున మా ఇంటి పనిమనిషి ఒక శుభలేఖ చేతిలో పట్టుకుని వచ్చింది. తన కూతురి పెళ్ళికి తప్పనిసరిగా రావలసిందిగా అమ్మనూ నన్నూ ఆహ్వానించింది. దగ్గరుండి పెళ్ళి తంతు పూర్తి చెయ్యాలనీ, తన బిడ్డను ఆశీర్వదించాలనీ పదేపదే వేడుకుంది.

శుభలేఖ తెరచి చూసాను. మా యజమాని ఇంట్లో పెళ్ళి వేడుక రోజునే ఈ పెళ్ళి కూడా. ఏమి సమాధానం చెప్పాలో అర్థం కాక అప్పటికప్పుడు సరే అని పంపించి వేశాను. ఆమె వెళ్ళిన తరువాత అమ్మ అడిగింది 'ఏం చేద్దాం అనుకుంటున్నావు?' అని.

'యజమాని ఆహ్వానాన్ని కాదనలేము కదమ్మ! పైగా పనిమనిషి ఇంటికి మనం ఎలా వెళ్ళగలం? ఏదో ఒక చిన్న కానుక ఇచ్చి తృష్టిపరుద్దాం లే' అన్నాను. నా మాటలు విన్న అమ్మ సరే అంది.

పెళ్ళి రోజు రానే వచ్చింది. రాత్రి ముహూర్తం. అమ్మకు ఇంటికి సంబంధించి అన్ని జాగ్రత్తలూ చెప్పి, ముస్తాబై యజమాని ఇంట వేడుకకు బయలుదేరి వెళ్ళాను.

వర్ణనాతీతమైన అలంకరణలతో విరాజిల్లిపోతోంది కళ్యాణ వేదిక. ఉజ్జ్వలమైన కాంతులతో ప్రజ్వరిల్లిపోతోంది. ఇంద్రభవనాన్ని తలపిస్తూ మురిపిస్తోంది. అప్సరసలను పోలిన కన్యలు ఆహ్వానం పలుకుతూ, అతిథులను ఆశీనులను చేస్తూ అలరిస్తున్నారు. గంధర్వులను పోలిన యువకులు అతిథి మర్యాదలను చేస్తూ ఈ లోకాన్ని మైమరపిస్తున్నారు. అక్కడి ముచ్చట్లు చూసి మిత్రులందరం మురిసిపోయాము. కలలో

తెలియాడుతున్నట్టుగా అనిపించింది. అమ్మను కూడా నాతో పాటు తీసుకు వచ్చి వుంటే ఎంతో ఆనందించేది అనిపించింది.

అడుగడుగునా విలాసమే కనిపిస్తోంది. రాజీపడని ఖర్చు కనిపిస్తోంది. నగరంలోని విశిష్టమైన వ్యక్తులంతా హాజరయ్యారు. మా యజమాని అత్యంత సన్నిహిత మిత్రులతో పాటు, ఆగర్భ శత్రువులు కూడా అక్కడ హాజరై, గుమిగూడి, ఒకరినొకరు గుండెలు తాకించుకుంటూ పరవశించిపోవడం కనిపించింది. భద్రతా కారణాల రీత్యా అందరూ కళ్యాణ వేదిక వద్దకు వెళ్ళకుండా కట్టడి చేసారు.

అనంతరం పసందైన విందు ఏర్పాటు చేసారు. అది ఒక అరుదైన విందు. వర్ణింప వీలులేని అపూర్వమైన, అతి విలాసవంతమైన విందు. వారు వడ్డించినవన్నీ ఎవరైనా తినగలిగితే వాళ్ళకి గొప్ప బహుమతి యిచ్చి సత్కరించవచ్చు. ఒకసారి పూర్తిగా తినగలిగితే ఒక వారం రోజులు భోజనం చెయ్యకపోయినా తెంగలేదు. కడుపు నిండా తిని భుక్తాయాసంతో బయటపడ్డాం మిత్రులందరం. అందరినీ తప్పించుకుని, అతికష్టం మీద వేదిక బయటకు రాగలిగాము.

'చాలా బాగా జరిగింది కదా?' అన్నాడొక మిత్రుడు. అవునవునంటూ అందరం తలలూపాము, ఒక్కడు తప్ప.

'నాకేమీ నచ్చలేదు. ఇంతకన్నా రాకుండా వుంటే బాగుండేది' అన్నాడు. అసంతృప్తితో, అసహనంతో అతను చెప్పడం మొదలుపెట్టాడు. మేమంతా ఆశ్చర్యపోతూ వినసాగాము.

'ఈ పెళ్ళిలో ప్రేమలేదు, అభిమానం లేదు, ఆత్మీయత లేదు. మనుషులు తప్ప మనసులు లేవు. నవ్వులలోనూ, పలుకరింపులలోనూ నాటకీయత నిండి వుంది. శత్రువులైనవారు మిత్రులవలె కౌగిలించుకోవడం, మిత్రులనుకున్న వాళ్ళు ఈర్ష్యతో రగిలిపోవడం. అంతా కృత్రిమమే. అంతా ఆడంబరమే. బాంధవ్యాలు లేవు. అంతా డబ్బుమయం. హృదయ స్పందనలు కనరాని ప్రదర్శనలే అంతటా. నాకు ఏమాత్రం నచ్చలేదు.'

మిత్రుని మాటలకు బదులు చెప్పలేక అందరూ మౌనంగా బయటకు నడుస్తున్నాం. నాకు కూడా అతని మాటలు నిజమనిపించింది. ఎదురై పలుకరించిన వారు కొత్తవారు. స్వాగతించి లోనికి తీసుకెళ్ళినవారు కొత్తవారు. కనిపించి కనువిందు చేసినవారు, పిలిచి కుర్చోబెట్టి విందు చేసినవారు అందరూ కొత్తవారే. వేడుక మా యజమాని ఇంటనే జరిగినా మేమంతా అక్కడ కొత్తవారిమే అనిపించింది. వచ్చావా అన్నవాడే లేడు. వచ్చినందుకు ఆనందించిన వాడూ కనరాలేదు.

మిత్రుని మాటలను ఎవరూ ఖండించలేదు. అవునవునంటూ తలలూపుతూ తలొకదారిన ఇంటి ముఖం పట్టాము.

నేనూ ఇంటికి చేరుకున్నాను. ఆశ్చర్యం! ఇంటికి తాళం వేసి వుంది. అమ్మ కోసం చుట్టు ప్రక్కల చూసాను. అమ్మ కనరాలేదు. అమ్మను వెతుకుతూ ఆందోళన పడుతున్న నాకు పనిమనిషి కూతురి పెళ్ళి విషయం గుర్తుకు వచ్చింది. అమ్మ అక్కడికి వెళ్ళిందేమో అన్న అనుమానంతో అటువైపు పరుగు తీసాను.

పూరిపాక ముందు పందిరి వేసి వుంది. పందిట్లో ఒక యాభై మంది కూర్చుని వున్నారు. అందరి ముఖాలూ ఆనందంతో వెలిగిపోతున్నాయి.

ఒకరినొకరు ఆత్మీయంగా పలుకరించుకుంటూ కబుర్లాడుకుంటున్నారు. గుండెకు గుండె ఆనించి గుండె ఊసులు వింటున్నారు. మా పనిమనిషి కొత్త చీరకట్టుకుని హడావుడిగా తిరుగుతోంది. ఆమె భర్త అతిథులందరినీ కడుపార భోజనం చేయమని పేరు పేరున ఆహ్వానిస్తున్నాడు. పెళ్ళి కూతురు సిగ్గుతో తలదించుకుని కూర్చుంది. పెండ్లి కొడుకు ముద్దుగా ఆమెతో ఏదో పలుకుతున్నాడు. ఆమె తలదించుకుని చిరునవ్వు నవ్వుతోంది.

పెళ్ళి కూతురు తండ్రి నన్ను చూసాడు. తడిసిన కళ్ళతో, మెరిసిపోయే ముఖంతో నా వద్దకు పరుగు పరుగున వచ్చాడు. తన రెండు చేతులతో నా చేతులు పట్టుకుని తన తలపై పెట్టుకున్నాడు. తను వెనుకకు నడుస్తూ నన్ను ముందుకు తీసుకువెళ్ళాడు.

అక్కడంతా ప్రేమ పరిమళాలు వెదజల్లుతున్నాయి. అమ్మ కోసం పందిరంతా కలయ చూసాను. ఒక ఉన్నతమైన ఆసనం, ప్రత్యేకమైన ఆసనం, అందమైన ఆసనం. ఆ ఆసనం మీద అమ్మ కూర్చుని వుంది. ఆ అందమైన పూల పందిరిలో మల్లెపువ్వులా నవ్వుతూ అమ్మ నన్నే చూస్తోంది. ప్రేమ జాడ నెరిగిన అమ్మ కోసం, ప్రేమను పంచడానికి వచ్చిన అమ్మకోసం నేను ముందుకు అడుగులు వేసాను.

ఆనంద కేళి

చాలా సంవత్సరాల క్రితం జరిగిన సంఘటన. మనసు ప్రశాంతంగా వుంటుందని ఇంటి వెనుక పూలతోటలో విహరించసాగాను. తోటలోకి అడుగుపెట్టగానే తోటలోని పువ్వులన్నీ నన్ను ఆహ్వానిస్తున్నట్టు పరిమళాలు వెదజల్లాయి. గుండెలనిండా గాలి పీల్చుకుని వాటి మధ్య తిరుగసాగాను.

పూలబాలలన్నీ ఏదో తెలియని దివ్య అనుభూతితో పరవశించి పోతున్నాయి. పూల రెమ్మలన్నీ నన్ను పలుకరిస్తున్నట్టుగా తలలు ఊపుతూ ఉయ్యాలలూగుతున్నాయి.

'ఏవిటి విశేషం? ఎందుకిలా మురిసి పరవశించిపోతున్నారు?' అంటూ వాటిని ప్రేమతో తాకి ప్రశ్నించాను.

'ఇది మా దినచర్య. చాలా సేపటి క్రితం మా మిత్రులు వచ్చి మాతో ఆటలాడి వెళ్ళారు. అప్పటి ఆనందమే ఇంకా మాలో ప్రకంపనలు కలిగిస్తూ పరవశింప చేస్తున్నాయి. నీకు తెలుసా! రేపు ఉదయం మా కేళి మొదలయ్యే వరకూ ఇవి ఇలానే కొనసాగుతాయి. మాకు ఈ పుడమి పై జన్మించడం అదృష్టం. ప్రత్యేకించి ఈ తోటలోనే జన్మించడం మరింత అదృష్టం' అంటూ ముద్దు ముద్దుగా బదులిచ్చాయి.

'ఎవరు మీ మిత్రులు? తుమ్మెదలా?'

'కాదు. తుమ్మెదలు మా మిత్రులు కాదు. అవి మాలో నింపుకున్న మధువును దోచుకుపోతాయి. మాలో మధువును నింపేవారే మా మిత్రులు.'

'ఎవరు ఆ అపూర్వ మిత్రులు? తెలుసుకోవచ్చా?'

'నిజమే, వారు ఎవరికీ లభించని అపూర్వ మిత్రులు. ఈ తోటలోని కొమ్మ, రెమ్మ, చెట్టు, పుట్టతో సహ అణువణువునకూ వాళ్ళు మిత్రులే, కావాలనుకుంటే పోయి చెట్టుకొమ్మల మధ్య గుజ్జెన గూళ్ళలోంచి తొంగిచూస్తూ పాటలు పాడే పక్షుల నడుగు' అంటూ తడులిచ్చాయి.

నాలో అందమైన కుతూహలం చోటు చేసుకుంది. ముందుకు సాగాను. తమ తలలు గూటి నుండి బయటకు పెట్టి క్రిందికి తొంగిచూస్తున్న పక్షుల్ని తలెత్తి చూసాను.

బారులు తీరిన చెట్ల మధ్య గూళ్ళు కట్టుకుని గుసగుసలాడుకుంటున్న పక్షుల రాజ్యంలా వుంది. క్రొత్త రాగాలు పలుకుతూ, సన్నగా, తీయగా నన్ను పలుకరించాయి. తలలు బయటకు పెట్టి, రా రమ్మని స్వాగతం పలుకుతూ పరవశించి పోయాయి.

'పూల బాలలు నన్ను మీ వద్దకు పంపాయి. మీరయినా చెటుతారా మీ మిత్రులెవరో?' అంటూ తడులుకోసం ఎదురుచూడ సాగాను.

అవి కిలకిలరావాలు చేస్తూ తడులీయ సాగాయి.

'అవును. వారు మా మిత్రులే. ఒకరు నీరిస్తారు. ఒకరు గింజలు యిస్తారు. చేయి చేయి పట్టుకుని మా గూళ్ళ నీడలకు చేరుకుంటారు. మాతో కబుర్లాడుతారు. మేము వారి భుజాలపై వాలి, వారితో

ఆటలాడుతాము. ఒకరు రక్షకులు, మరొకరు సంరక్షకులు. వారికి సృష్టిని ప్రేమించడం తెలుసు. విశ్వప్రేమికులు వారు. వారి గురించి పశువులను వాటి పసికూనలను అడుగు. ముందుకు సాగు' అంటూ పక్షుల కిలకిలలు ఆపేసాయి.

అల్లంత దూరంలో పచ్చిక బయలు. మందలు మందలుగా మేతను మేస్తూ పశువులు నన్నే చూస్తున్నాయి. వాటి మధ్యలో నన్ను నిలబెట్టి, నా చుట్టూ చేరాయి. మొరలు ఎత్తి నన్ను పలుకరించాయి.

'ఎవరమ్మా మీ మిత్రులు? మీరయినా చెటుతారా?'

'వారు మా కోసం దైవం పంపిన పరిపూర్ణ వ్యక్తులు. వారు మాకు చెలికాండ్రై మాతో నిత్యం ఆటలాడుతారు. ఒకరు మురళి వాయిస్తే మరొకరు ప్రేమతో మురిపిస్తారు. మా తలల పై తమ తలలుంచి కబుర్లాడుతారు. మాకు ఇబ్బంది కలిగితే కలవరించిపోతారు. మా కోసం ఆశ్రయమై నిలిచి మమ్మల్ని ఆదుకునే అమృతమూర్తులు.'

పశువులను కూడా స్పందింప చేసిన ఆ దివ్య ప్రేమమూర్తులు ఎవరై వుంటారని ఆలోచిస్తూ ఏటిగట్టున కూర్చుని ఆలోచనలో పడ్డాను. ఏరు మాట్లాడటం మొదలుపెట్టింది. అలల గలగలతో మాట్లాడసాగింది. అమ్మ చిరునవ్వుల వలె అనిపించాయి ఆ శబ్దాలు. వడివడిగా నడుస్తూ మాట్లాడ సాగింది. నన్నులోని నిరంతర చైతన్యంలా వుంది ఏటి నడక. అమ్మ నడుము కదలికల వలె మెలికలు తిరుగుతోంది. అలుపెరుగని నాన్న పరిశ్రమలా పరుగులు తీస్తోంది. వెచ్చని రవికిరణాలు ఏటి నీటిపై పడి తళతళ మెరుస్తున్నాయి. అమ్మ కంటి కాంతులవలె ప్రతిబింబిస్తోంది ఆ దృశ్యం.

నాకు సమాధానం దొరికింది. అందరితోనూ స్నేహం చేస్తూ, అందరికి ప్రేమను పంచుతూ, అందరితో క్రీడిస్తూ అనుక్షణం మురిసి పరవశించే ఆ అందమైన జంట అమ్మ, నాన్నలే అని అర్థమయ్యింది. ఇవ్వడమే కాని, తీసుకోవడం తెలియని దైవ స్వరూపాలు అమ్మ, నాన్న. పంచడమే కానీ దాచుకోవడం ఎరుగని నిస్వార్థమూర్తులు వారు.

పరిపూర్ణమైన తృప్తితో నా మనసు తేలికపడింది. పృధివీ తత్త్వాన్ని తమలో పొదిగి పుచ్చుకుని, పరులకోసమే జీవించడం ఒక యజ్ఞంలాంటిది. అంతటి మహాయజ్ఞాన్ని నిర్వహించడమే ఊపిరిగా చేసుకుని భూమి మీద అవతరించిన దైవాంశలు అమ్మ, నాన్నలు. అమ్మ, నాన్నల ప్రేమతత్త్వం బోధపడింది. వారిని దర్శించుకుని తరించాలని ఇంటికి బయలుదేరాను.

ఇంటికి చేరాను. లోనికి అడుగుపెడుతూనే అక్కడి దృశ్యం చూస్తూ బొమ్మలా నిలబడిపోయాను. కళ్ళు విప్పార్చి చూస్తూ వుండిపోయాను.

అమ్మ, నాన్నలు ఒక అపురూప జంటగా మారి నృత్యం చేస్తూ కనిపించారు. ఆనందకేళి జరుపుతూ సృష్ట్యాది స్త్రీ, పురుషుల వలె కనిపిస్తున్నారు. ఒకరికి ఒకరై, ఒకరిలో ఒకరు సగమై నాట్యమాడుతున్నారు. అపురూప కేళిలో అమ్మ జడ విసురుగా నాన్న మెడకు బంధమై తగిలి విడివడుతోంది. నాన్న ఊపిరి అమ్మ తనువు నుండి స్రవించే స్వేదబిందువులను మాయం చేస్తోంది. అమ్మ చూపులు చురకత్తులై నాన్న గుండెను తాకుతున్నాయి. నాన్న నవ్వులు పూలజల్లులై అమ్మను మైమరపిస్తున్నాయి. 'పదజతులు' కలిసిసాగే వారి జీవన గమనాన్ని సూచిస్తున్నాయి. యుగాలుగా ప్రకృతి, పురుషులు సాగించే అద్భుత లాస్య విన్యాసములా గోచరిస్తోంది.

అందరికీ మేలు చేస్తే ఇంతటి మేలా! ప్రేమించి, ప్రేమించబడితే ఇంతటి ఆనందమా! అలసట ఎరుగని ఆనందమయ కేళీ విలాసమా జీవితమంటే! ఇద్దరు ఒకటయితే ఇంత సౌందర్య వికాసమా! అటువంటివారినే ప్రకృతిలోని అణువణువూ అక్కున చేర్చుకుని పరవశించి, తరిస్తుంది ఇది సత్యం.

నయన సౌందర్యం

ప్రకృతిలో పగలు, రేయి వుంటాయి. పగలు వెలుగులను అందిస్తుందని, రాత్రి చీకటిని నింపుతుందని మన విశ్వాసము. చీకటిని ద్వేషించడం, పగటి వెలుగుల కోసం ఎదురు చూడటం అనేది మానవ నైజం. సృష్టి మనుగడకు ఈ రెండూ అవుసరమే అనేది మహానీయుల అనుభవం చెటుతోంది.

మనుషుల జీవితాలలో కూడా పగలు, రేయి వుంటాయనేది మనందరి భావన. పగలు ఆనందాన్ని, అనుభవాలనూ అందిస్తుందని చీకటి దుఃఖాన్ని, అజ్ఞానాన్ని అందిస్తుందని భావిస్తూ వుంటాం. పగలు చైతన్యాన్ని, రాత్రి అచేతనత్వాన్ని పొందుతూ జీవిస్తుంటారు మానవులు.

మనుషుల జీవితాలలో ఎదురయ్యే పగలు, రేయిలకు, సృష్టికర్తలం మనము. మన చేతలే మన జీవితానికి వెలుగులు అందిస్తాయి, చీకట్లను చిందిస్తాయి. సృష్టిని శాసించి, నడిపించాలంటే సూర్యచంద్రులనే రెండు శక్తులు అవుసరం. మన జీవితాలను శాసించి నడిపించే సూర్యచంద్ర లిరువురూ అమ్మలోనే కొలువై వున్నారన్నది పరమ సత్యం. ఈ సత్యాన్ని విస్మరించి చాలా మంది కంటి ముందు దీపాన్ని కాలితో తన్ని, వెలుగుల కోసం చీకటిలో వెతుకులాడుతుంటారు.

'అమ్మా, నీ కళ్ళు చాలా అందమైనవి. అందు వలననే నీవు అందరి జీవితాలలోనూ అజ్ఞానపు చీకట్లను తొలగించి జ్ఞానజ్యోతులు వెలిగించగలుగు తున్నావు.'

ఈ మాటలు అన్నది ఒక అంధుడు. లోకాన్ని చూడలేని ఒక అంధుడు అమ్మ కళ్ళ సొందర్యాన్ని ఎలా వర్ణించగలిగాడో అర్థం కాలేదు. కళ్ళున్న మాకు మాత్రమే తెలిసిన సత్యాన్ని అతనెలా గ్రహించగలిగాడని ఆశ్చర్యపోయాను. అమ్మ కళ్ళనే తదేకంగా చూస్తూ, పరిశీలిస్తూ కొన్ని రోజులు గడిపాను.

అమ్మ కళ్ళను చూసిన పూలబాలలు వికసించి, ప్రకాశించడం కనిపించింది. వాటిలో క్రొత్త నవ్వులను చూసాను. తలలూపుతూ అమ్మతో ఆడుతున్న ఊసులు కనుగొన్నాను. నూతన పరిమళాలను వెదజల్లడం గమనించాను. అమ్మ వాటిని చూస్తున్నంత సేపూ వాటికి వాడిపోవడం తెలియని నూతన యవ్వనం వరంగా దొరికినట్టనిపించింది. నేల రాలిన పూలు కూడా ఒక చోట చేరి అమ్మ అడుగులకు పూదారులు పరుస్తున్నట్టుగా తోచింది.

అమ్మ కళ్ళు పైకి ఎత్తగానే కొమ్మల చాటున దాగిన కోయిల పాట పాడటం మొదలుపెట్టింది. కోయిల పాటకు అమ్మ కమ్మని చూపు శృతిగా మారి మరింత శోభనిస్తోంది. విచిత్రం! అమ్మ దృష్టి మరలితే పాట ఆగిపోతోంది. అమ్మ కళ్ళు పైకి లేవగానే మరల మొదలవుతోంది. ఈ అందమైన కేళి నా కనులకు విందు చేస్తూ కమనీయంగా సాగ సాగింది.

అమ్మ తలత్రిప్పి ప్రక్కకు చూడగానే తన తల్లిని వీడి లేగదూడ చెంగుచెంగున గెంతుకుంటూ అమ్మ ఒడిని చేరి ఆటలాడసాగింది. గోమాత అమ్మ దరికి చేరి తలపైకి ఎత్తి స్వాగతం పలుకసాగింది. దాని మెడ నిమురుతూ అమ్మ మురిసిపోసాగింది. ఇద్దరు తల్లుల లేగదూడ తోకను అటు యిటు ఆడిస్తూ ఆనందిస్తోంది.

ఇంతలా పరిపరి విధాలుగా పరిసరాలను ఆనందపరుస్తూ, తను పరవశిస్తూ శోభిస్తున్న అమ్మ నయన సౌందర్యకేళి నన్ను అనిర్వచనీయమైన అనుభూతులకు లోను చేసింది. ఇన్నాళ్ళు అమ్మను చూస్తూ పెరిగిన నా కళ్ళు కేవలం సగం మాత్రమే విప్పారి వున్నాయని అర్థం అయ్యింది.

అమ్మ కనులను పొగిడిన అంధుని వెతుక్కుంటూ వెళ్ళి, అతనిని చేరుకున్నాను. మా కనులకు తోచని సౌందర్యం నీ కనులకెలా కనపడిందని అడిగాను. మనోనేత్రముతో చూసానన్నాడు. అదెలా సాధ్యమని ఆశ్చర్యపోతూ అడిగాను.

'నీ భౌతికమైన నేత్రాలు దృశ్యాలను మాత్రమే చూస్తాయి. ఆ దృశ్యాలు మన మనసుపై ప్రభావం చూపిస్తాయి. మన చేత మాట్లాడిస్తాయి. మాటలతో మనకు తెలియని ఎన్నో ప్రకంపనలు ప్రకటించబడుతూ వుంటాయి. అవి మంచి ప్రకంపనలయితే మన మాటలు, చేతలు మంచిగా వుండి, ఎదుటివారికి మేలు చేస్తాయి. చెడు ప్రకంపనలు కీడును చేస్తాయి. మీ నోరు మాట్లాడుతుందని మీరంతా అనుకుంటూ వుంటారు. నోరు మాట్లాడలేని ఎన్నెన్నో మాటలను కనులు మాట్లాడతాయి, మన చేతలు మాట్లాడతాయి. అంధులకూ, మూగ జీవాలకూ గోచరమయ్యే ఈ సత్యం నోరున్న మనుషులకు తెలియకపోవడం వారు చేసుకున్న దురదృష్టం.

అమ్మ మాటలలో శాంతముంది. దయ, కరుణ, ప్రేమ, సానుభూతి వుంది. ఈ భావాలను కళ్ళతో చూడగలిగే వరాన్ని అమ్మలందరికి వరంగా యిచ్చాడు దేవుడు. ఆర్తితో చూడగలిగితే, దర్శించగలిగితే అమ్మ ఈ వరము యొక్క ఫలాన్ని మనకి కూడా పంచి యివ్వగలదు. నేను చేసింది అదే,

నేనొక బిడ్డ వలె అమ్మకు కనిపించాను. అందుకే ఆమె కనులను దర్శించే దివ్య చక్షువులను దేవుడు నాకు ప్రసాదించాడు. కనులున్న అంధులవలె వ్యవహరించరాదు నాయనా. మనసున్న మనుషుల వలె మసలుకోవాలి.'

అతని మాటలు పూర్తిగా విన్నాను. సత్యము తెలుసుకోగలిగాను, జ్ఞాననేత్రాలతో ప్రపంచాన్ని చూడగలిగే ఆ దివ్యపురుషునికి వందనమిడి, అమ్మ చెంతకు బయలుదేరాను.

అయోధ్య

జీవితంలో ఎన్నెన్నో విజయాలను సాధించాను. అన్నింటా ఎదురు లేకుండా నిలబడగలిగాను. ఎవరూ నన్నెదిరించి గెలవలేని స్థితిలో స్థిరపడగలిగాను. నా పేరు ముందు 'విజేత' అని చేర్చి అందరూ నన్ను పిలిచేలా నన్ను నేను మలచుకోగలిగాను. చిన్న చిన్న తప్పటడుగులు చిన్ననాడే సవరించబడ్డాయి. అందువలన తప్పులు చేసే అవకాశం నాకెన్నడూ ఎదురుకాలేదు. నేను విజేతనయ్యానని ఎవరూ నన్ను చూసి అసూయపడేవారు కారు. అందరూ నన్ను ప్రేమించి, అభిమానించేవారు. నా గెలుపును అభినందించేవారు.

ఇంతటి ఉన్నత శిఖరాలకు చేరుకున్న నాకు పునాది చిన్నతనంలోనే పడింది. అందరినీ గెలవానే తపన నాకు బాల్యం నుండీ వుండేది. ఎవరయినా నన్ను అధిగమిస్తే తట్టుకోలేకపోయేవాడిని. తిరిగి వారిని మించి నిలబడితేనే కాని తృప్తి కలిగేది కాదు. ఇది నాలో చిన్నపాటి గర్వానికి దారి తీసింది. అది క్రమక్రమంగా అహంకారంగా మారింది. నాకు ఎదురు ఎవరూ లేరని రొమ్ము విరుచుకుని నిలబడటం మొదలుపెట్టాను.

ఒక రోజున ఒంటరిగా కూర్చుని ఆలోచించుకుంటున్నాను. అందరినీ జయింగలుగుతున్నాను కదా! నేను గెలవాల్సిన వారు ఎవరయినా మిగిలివున్నారా? నా ముందు తలవంచి, తమ ఓటమిని అంగీకరించి నిలబడవలసిన వారు ఇంకా ఎవరు? ఇదే విషయాన్ని సుదీర్ఘంగా చింతన

చేసిన చాలా సేపటి తరువాత, ఒక విచిత్రమైన కోరిక నాలో చోటు చేసుకుంది. అది క్రమక్రమంగా బలం పుంజుకుని నాలో స్థిరపడింది.

అందరినీ గెలిచాను కదా! ఇక అమ్మను గెలిస్తే సరిపోతుందని పించింది. అదే జరిగితే శాశ్వత విజేతనయి పోతాననిపించింది. అమ్మతో పోటీ పడాలనుకున్నాను. అమ్మను గెలవాలను కున్నాను. కాని, ఎలా? ఏ విషయంలో అమ్మతో పోటీ పడాలి?

చాలా సమయం పాటు ఆలోచనలో పడ్డాను. ఏ విషయం మీద అమ్మతో పోటీపడి గెలవాలో తోచలేదు. నీటి ఒడ్డున కూర్చుని వున్నాను. నీటిలో నా ముఖం నాకు స్పష్టంగా కనిపిస్తోంది. స్వచ్ఛమై, స్థిరమై నిలచిన నీరు అద్దంలా తోస్తూ నన్ను నాకు చూపిస్తోంది.

కాని, నా ముఖం ప్రశాంతంగా కనపడటం లేదు. ఏదో అలజడితో సతమతమవుతోంది. కదలని నీటిలో నా ముఖ కవళికలు మాత్రం కదలాడుతూ కలవరపెడుతున్నాయి. మదిలో చెలరేగుతున్న ఆందోళన ముఖంలో కనిపిస్తూ నా ప్రతిబింబాన్ని వికృతంగా మార్చి చూపిస్తోంది. నా ముఖం నన్నే ప్రశ్నిస్తూ నా ఒంక చూస్తోంది. చూస్తూనే ప్రశ్నిస్తోంది.

'అమ్మతోనే పోటీపడతావా? అమ్మ కన్నా ఘనుడినని భావిస్తున్నావా? గాలి బుడగలాంటి గుండెలతో కొండను ఢీకొనాలనుకుంటున్నావా? కొద్దిపాటి విజయాలకే జగజ్జేతనని గర్విస్తున్నావా? కొన్ని తేనె చుక్కలు చేరి అమృత సాగరాన్ని మించి రుచించగలవా? అమ్మ ఒడిలో పెరిగిన నీవు, అమ్మ తలపై నిలబడి నృత్యం చేయాలనుకుంటున్నావా?

'నీ చింతన తప్పు. నీ ఆలోచన సరికాదు. నీ తలపులు అహంతో నిండి వున్నాయి. ప్రమాదానికి దారితీసే విపరీతపు ఆశలు నిన్ను పతనమైన నియంతల వారసుని వలె నిలబెడుతున్నాయి.'

చాలా సేపు మౌనంగా వుండిపోయాను. క్రమక్రమంగా నాలో ప్రశాంతత చోటు చేసుకో సాగింది. నీటిని విడచి, నాలోకి నేను తొంగి చూసుకున్నాను. అమ్మ చిరునవ్వులతో ప్రకాశిస్తూ దివ్యంగా కనిపించింది. ఆకాశమంతగా కనుపిస్తున్న అమ్మలోని సుగుణాలు ఒక్కొక్కటిగా నా కళ్ళ ముందు ప్రత్యక్షం కాసాగాయి. అవి నాలోని చీకటి తెరలను తొలగించి వెలుగుల వైపు నడిపించడానికి సిద్ధమై కనిపించాయి.

అమ్మ ఒక గంభీరమైన శాంతి సాగరము వలె కనుల ముందు నిలచింది. కరుణా తరంగాలు ఎగసిపడుతూ నా గుండెల్ని తాకసాగాయి. కనుల నుండి దయా కిరణాలు నా పై ప్రసరించి తన్మయుడ్ని చేయసాగాయి. చెలరేగే నల్లని కేశాలు చెదరిపోయే చీకట్ల వల గోచరించాయి. కన్నుల నుండి వెన్నెల జాలువారుతూ నా తనువును చల్లగా నోకుతోంది. ఉచ్ఛ్వాస నిశ్వాసాలు వేదఘోషలా వినిపిస్తూ జీవిత రహస్యాలను నా చెవులకు అందిస్తున్నాయి. చిరునవ్వుల వెలుగులు కాంతిరేఖలై ననులో మెరిపించి మురిపిస్తున్నాయి. కోమలమైన అమ్మ చేతులు నన్ను ఆపదల నుండి పట్టుకుని కాపాడే పట్టుకొమ్మల్లా తోస్తున్నాయి. అమ్మ గుండె నా విశ్రాంతి మందిరమై, అమ్మ నడుము నా ఆశ్రయ కేంద్రమై నను పిలుస్తున్నాయి. అమ్మ కాళ్ళు నా భవితకు పునాదులై నాకు భరోసా ఇస్తున్నాయి. అమ్మ ఒక దివ్య విజేతలా సంపూర్ణ రూపంతో నాకు దర్శనమిచ్చింది.

నేనెవరో అర్థమయ్యింది. పరాజితుని వలె తలదించుకున్నాను. అమ్మ ముందు మొకరిల్లాను. మన్నించమని వేడుకున్నాను. నా తలంపును ఉపసంహరించుకున్నాను. నా స్వల్పమైన రూపంతో అమ్మతో విన్నవించుకున్నాను.

'అమ్మ నేనొక విజేతనని గర్వించాను. అందరినీ గెలిచిన నేను నిన్ను గెలవాలని, గెలవగలనని భ్రమపడ్డాను. నా పసితనపు ఆలోచనలకు నన్ను మన్నించు తల్లీ!'

అమ్మ నవ్వింది. ఎప్పటి వలెనే ప్రేమతో, దయతో, సానుభూతితో, కరుణతో నవ్వింది. పసిడి పలుకులు పలికి, నిదురించిన నా మదిని మేల్కొలిపింది.

'గెలవాలనుకోవడం తప్పు కాదు నాన్నా. కాని గెలవాల్సింది ఇతరులను కాదు. నిన్ను నువ్వు గెలవాలి. నీలోని లోపాలపై, బలహీనతలపై నువ్వు గెలిచిననాడు నువ్వు నిజంగా విజేతవై వర్ధిల్లుతావు. ప్రపంచాన్ని గెలవాలనుకోవడం సమంజసమైన కోరిక కాదు నాన్నా. క్రోధాన్ని శాంతితో, అలజడిని సహనంతో, కోరికలను త్యాగంతో, అహాన్ని వినయంతో జయించు. చెడును మంచితో జయించు. నిన్ను నీవు చక్కదిద్దుకొని వర్ధిల్లు.'

అమ్మ ఆశీస్సులు నాకు క్రొత్త ఊపిరిని అందించాయి. నన్ను నేను పరిపూర్ణుడ్ని చేసుకోవాలనే ఉన్నత లక్ష్యంతో నాపై నేను యుద్ధాని ప్రకటించుకున్నాను.

నవరస ఫలము

మా ఊరికి ఒక పిచ్చివాడు వచ్చాడు. ఊరు తెలియదు, పేరు తెలియదు. ఎక్కడి నుండి వచ్చాడో తెలియదు, చెప్పడం రాదు. అతని వింత వాలకం, వింత వస్త్రధారణ అందరికీ క్రొత్తగా కనిపించేది. ఒక చెట్టు క్రింద తిష్ట వేసాడు. ఎవరయినా దగ్గరకు వస్తే తరిమి కొట్టేవాడు. తినడానికి ఏమయినా యిస్తే విసరికొట్టేవాడు.

ఎవరితోనూ మాట్లాడేవాడు కాదు. ఒకవేళ మాట్లాడితే ఎదుటివారు తలదించుకునేలాగ, కోపం కలిగించేలా అతని మాటలు వుండేవి. చిన్న వాళ్ళంతా అతని చుట్టూ చేరి ఆటపట్టించేవారు. పెద్దవాళ్ళు పట్టించుకోవడం మానేసారు. ఎక్కడి నుండి వచ్చాడో అక్కడికే పోతాడులే అని వదలేసేవారు.

వీధిన పోయే రెండు కుక్క పిల్లల్ని పక్కలో వేసుకుని పడుకునేవాడు. ప్రొద్దుటే లేచి సమీపంలోనే వున్న చెరువులో స్నానమాడి, అవే చిరిగిన పాత బట్టలు కట్టుకుని అందరికీ దర్శనం ఇవ్వడానికన్నట్టు చెట్టు క్రిందికి చేరి కూర్చునేవాడు.

కొమ్మ మీద పక్షులు కూతలు కూస్తుంటే తిరిగి కూస్తూ బదులు పలికేవాడు. శూన్యంలో అక్షరాలు రాసి తిరిగి చదువుతుండేవాడు. ఎవరయినా మంచి బట్టలు యిస్తే, వాటిని చింపి కట్టుకునేవాడు. తినిపిస్తే తినేవాడు, చేతికిస్తే విసిరేసేవాడు.

'పిచ్చోడా, ఏవూరు మీద' అని అడిగితే, 'మాది మంచి వూరే, మీదే పిచ్చి వూరు, మీరే పిచ్చేళ్ళు' అని బదులిచ్చేవాడు. అతని జవాబుకి అతనే నవ్వుకునేవాడు.

పిల్లలు అతడ్ని వింతగా ఆటపట్టించినా తిరిగి వాళ్ళతోనే ప్రేమగా కబుర్లు చెప్పేవాడు. ఒక రోజు మేమంతా అతని చుట్టూ కూర్చుని వుండగా అతను మమ్మల్ని రకరకాల ప్రశ్నలతో తికమక పెట్టడం మొదలుపెట్టాడు. ఒక్క ప్రశ్నకు కూడా జవాబు చెప్పలేక ముఖాలు చూసుకోవడం తప్ప ఏం చెయ్యలేకపోయాం.

అతని మాటలలో ఒక్క మాట నన్ను బాగా ఆకర్షించింది.

'మీ ఊర్లో వాళ్ళంతా పిచ్చివాళ్ళు. లేని వాటి కోసం పరుగులు తీసే గమ్యం తెలియని తిరువరులు. వాళ్ళకేం కావాలో వాళ్ళకు తెలియదు. ఒక్క కొమ్మను వదలి, మరొక కొమ్మను పట్టుకుని నేల విడిచి నడిచే కాళ్ళున్న అవిటి మనుషులు. వాళ్ళకి ఏదో కావాలి. ఏం కావాలో మాత్రం తెలియదు.

మీరంతా మొగ్గ విడచిన పువ్వులు. మీరంతా మరింతగా వికసించి, కాయలై పండ్లయి మధుర రసాలను లోకానికి అందించాలి. మామూలు పండ్లు కాదు, నవరస ఫలాలై వర్ధిల్లాలి. పొండి, పోయి బాగా చదువుకోండి. పుస్తకాలు కాదు, జీవితాలను చదువుకోండి. పొండి, పొండి' అంటూ అందరినీ, తన చేతిలోని కర్రను గాలిలో ఆడిస్తూ అక్కడి నుండి తరిమేసాడు.

ఇంటికి చేరుకున్న నాకు అతని మాటలే పదే పదే గుర్తుకు రాసాగాయి. అతను నిజంగా పిచ్చివాడేనా అనే సందేహం వెంటాడసాగింది. అతని

మాటలు ఎంతో అర్థవంతంగా వున్నాయి. అతని వాలకం ఎందుకలా వుంది! ఎప్పుడో అమ్మ చెప్పిన మాట గుర్తుకు వచ్చింది.

'మహానీయు లెప్పుడూ లోకానికి పిచ్చివాళ్ళ వలె కనిపిస్తారు నాన్నా. వాళ్ళంతా లోకుల చేత రాళ్ళ దెబ్బలు తినిన వాళ్ళే.'

నాలో ఒక జిజ్ఞాస చెలరేగి నన్ను ఆందోళన పెట్టింది. మధురసాలను అందించే పండ్లంటాయి కాని, నవరసాలను అందించే పండ్లంటాయా అని ఆలోచనలో పడ్డాను. అన్ని అర్థవంతమయిన మాటలలో ఈ మాట అర్థం లేనిది కావడానికి అవకాశం లేదు. ఏదో గంభీరమైన భావనతో అతను 'నవరసఫలం' అనే పదాన్ని వాడాడు.

మిత్రుల వద్ద ప్రస్తావించాను. అతని మాటలు మేము ఎప్పుడో మరచిపోయామన్నారు. నాన్న నడిగాను, 'పిచ్చివాళ్ళ మాటలకు అర్థాలు కూడానా?' అంటూ నవ్వేసాడు. కొంతమంది గురువులనడిగాను. అటువంటి ఫలం వుండటం అసంభవం అన్నారు. నా సంకట స్థితి నుండి నన్ను ఆదుకునేది అమ్మ మాత్రమే అని అర్థమయ్యింది. అమ్మకు తెలియని జవాబు వుండదు. అమ్మ నా పాలిట నిఘంటువు. అమ్మ మాత్రమే నాకు శరణాగతి. పోయి అమ్మను ఆశ్రయించాను. ఆ పిచ్చివాని మాటలు యథాతథంగా ఒప్పచెప్పాను. నాకు అర్థం కాని విషయాన్ని అమ్మ ముందు పెట్టాను. నాలోని జిజ్ఞాసను తొలగించమని వేడుకున్నాను.

అమ్మ చాలా సేపు మౌనంగా వుండిపోయింది. గంభీరంగా వుండిపోయింది. ధ్యానంలో వుండిపోయింది. అమ్మనే చూస్తూ, నేనూ నిశ్శబ్దంగా వుండిపోయాను. కొద్ది సేపటికి అమ్మ కళ్ళు తెరచింది. చిరు మందహాసంతో నా ఒంక చూసింది.

'మీరు పిచ్చివాడు అని భావిస్తున్న ఆ వ్యక్తి, పిచ్చివాడు కాదు నాన్నా. అతడొక మహాజ్ఞాని, సర్వము నెరిగిన సర్వసంగ పరిత్యాగి. అతను చెప్పిన నవరస ఫలము వుంటుంది. కనులు మూసుకుంటే కనిపించి, కనులు తెరచిన వెంటనే మాయమయ్యే అద్భుత ఫలమది. మహాయోగులకు మాత్రమే లభ్యమయ్యే ఆ ఫలము మన మనసే.

మనిషి నడవడిక తొమ్మిది రసాల సంయోగ ఫలమై వుంటుంది. సకల జీవుల ఎడల ప్రేమను చూపించాలి. మన మాటలు ఎదుటి వారి మనసులను నొప్పింపకుండా హాస్యరసంతో రంజింప చేసేలా వుండాలి. మనం జీవితంలో సాధించే విజయాలు ఇతరులకు అద్భుతాలుగా కనిపించి ఆశ్చర్యం కలిగించాలి. మనలోని పిరికితనాన్ని తరిమి కొట్టడంలో మన మనసు వీరత్వాన్ని ప్రదర్శించాలి. ఎన్ని కష్టాలు ఎదురయినా శాంతంతో సహనంతో ఎదుర్కొనగలగాలి. సాటి మనుషుల ఎడల కరుణను ప్రదర్శించగలగాలి. మనలోని దుర్గుణాలను అణచివేయడం కోసం రౌద్ర భయానక రసాలను మిళితం చేయాలి. మోసం, ద్వేషం, కపటం తెలిసిన మూర్ఖుల ఎడల బీభత్స రసాన్ని ఉపయోగించాలి. ఇవి తెలిసినవాడు పరిపూర్ణ మానవుడవుతాడు. ఆ మహానుభావుడు చెప్పిన నవరస ఫలం అంటే అర్థమిదే. అలా మారండని అతను మీకు బోధచేసి పంపాడు. అందరూ అలా వుంటే ప్రపంచమంతా వెలిగేది జ్ఞానజ్యోతులే నాన్నా.'

ఆనందమే అందం

—◦।◖ ◆ ◗।◦—

నేను, నా మిత్రుడు ఒక పార్కులో కూర్చుని కబుర్లు చెప్పుకుంటున్నాము. ఉన్నట్టుండి ఒక గొంగళి పురుగు నా మిత్రుని కాలిమీద పాకడం మొదలుపెట్టింది. నా మిత్రుడికి దానిని చూడగానే జుగుప్సతో ఒళ్ళు జలదరించింది. చిన్న ఎండుపుల్లతో దానిని విసురుగా తొలగించి పాడేసాడు. అది చాలా సేపు చలనం లేకుండా పడివుంది. నెమ్మదిగా కదలి పొదలవైపు కనిపించకుండా పోయింది.

సున్నితంగా తొలగించవలసిన జీవిని అంత విసురుగా తొలగించడం నాకు నచ్చలేదు. తనకి గొంగళి పురుగులంటే చాలా అసహ్యమన్నాడు. అది సీతాకోక చిలుక అయితే ఆనందంగా ఆహ్వానించి దానితో ఆడుకునే వాడినన్నాడు. సీతాకోక చిలుకకు మాతృక గొంగళి పురుగన్న సత్యము నెరిగి కూడా అతనలా ప్రవర్తించడం నాకు వింతగా అనిపించింది.

ఇలాంటి సంఘటనలు నా బాల్యము నుండి కూడా ఎన్నో ఎదరయ్యాయి నాకు. చిన్నతనంలో ఒక మిత్రునితో ఆడుకుంటూ వుండగా వాడి తల్లి అక్కడికి చేరుకుంది. ఆటలు చాలా ప్రమాదమని నా మిత్రుడ్ని హెచ్చరిస్తూ వాడ్ని నా నుండి వేరు చేసి బలవంతంగా తీసుకుపోయింది. ఆటలు ఆరోగ్యదాయకమని అమ్మ చెబుతుండేది. బలవంతంగా ప్రతి సాయంత్రం నాచేత ఆటలాడించేది. దగ్గర కూర్చుని మరీ ఆడించేది.

ఈ పరస్పర విరుద్ధమైన భావనలెందుకు? ఒకరికి అందంగా కనిపించిన దృశ్యం మరోకరికెందుకు అందవిహీనంగా కనిపిస్తోంది? ఒకరికి మంచి మరోకరికి చెడు ఎందుకవుతోంది?

ఏటి గలగలలు వింటూ ప్రేరణ పొంది అందమైన కవితలు రాస్తాడు కవి. అలల గలగలలకు అలజడితో విసుగు చెంది అటు నుండి తొలగిపోతాడు మరోకడు. అపురూప సౌందర్యవతిని చూసి ఆమె చిత్రాన్ని తన కుంచెలతో చిత్రించి ఆనందించాలని చిత్రకారుడు కోరుకుంటాడు. 'ఈ సౌందర్యం కలకాలం నిలచేదేనా' అంటూ పెదవి విరుస్తాడు విరాగి.

కోకిల పాటను శృతిగా చేసుకుని అద్భుతమైన రాగాలను ఆలపించి తన్మయత్వంతో పరవశించి పోతాడు గాయకుడు. పక్షుల రీద అంటూ రాళ్ళు విసిరి వాటిని తరిమేసి ప్రశాంతంగా కూర్చుంటాడు రసపిపాసి కాని వ్యక్తి.

చలిని ఆస్వాదించే వాడొకడు, చలికి ఒణికిపోతూ దుప్పటి కప్పుకునేవాడు మరోకడు. ఎండలో శ్రమించి కష్టాన్ని పట్టించుకోకుండా ఒకడు, వేడిమికి తట్టుకోలేక చలిమర గదులను ఆశ్రయించేవాడు మరోకడు. జడివానలో ఒక అందగత్తె నాట్యం చేస్తుంటే, గొడుగు వేసుకుని దూరంగా నిలబడి చూసేవాడు మరోకడు.

ఒకరికి ఆనందాన్నిచ్చింది అందరికీ ఎందుకివ్వలేక పోతోందనేది నన్ను చాలా కాలంగా వేధించిన ప్రశ్న. ఆనందం ఎందులో వుంది? దృశ్యంలో లేని ఆనందం మరిదేనిలో దాగి వుంది?

దోషము దృశ్యానిదా, చూసే కళ్ళదా? అందరి కళ్ళు ఒకే దృశ్యాన్ని చూస్తున్నాయి. అందరి చెవులూ ఒకే శబ్దం వింటున్నాయి. అందరి శరీరం ఒకే స్పర్శను పొందుతోంది. అందరి నాసికలకూ ఒకే పరిమళం అందుతోంది. అందరి నాలుకలూ ఒక పదార్థాన్నే రుచి చూస్తున్నాయి. కాని ప్రతిస్పందనలు విభిన్నంగా ప్రకటించబడుతున్నాయి. ఎందుకలా?

అసలు ఈ లోకంలో అందమంటూ ఏదైనా వుందా? ఉంటే అది అందరికీ కనపడదేం? ఒకరికి అందం మరొకరికి అందవికారం. ఒకరికి మంచి మరొకరికి చెడు. ఏది వీటికి మూలం? అసలు అందం అంటే ఏవిటి? దానికి నిర్వచనం వుందా? అందం అనేది ఒక భ్రమా? నిజం కాదా?

ఇవే ప్రశ్నలు నన్ను వెంటాడుతూ వేధించసాగాయి. అన్నీ తెలిసినా ఏమీ తెలియని దానివలె కనుపించే ఒకే ఒక వ్యక్తి ఈ సృష్టిలో అమ్మ మాత్రమే. నాలోని తాత్త్విక, తార్కిక చింతనకు తెరవేసి ప్రశాంతతను ఇవ్వగలిగేది కూడా అమ్మ మాత్రమే. అందుకే ఒక రోజు ఈ విషయాన్ని అమ్మ వద్ద ప్రస్తావించాను.

నాలో జనించి, జ్వలించే జిజ్ఞాసకు అమ్మ ఎంతో మురిసిపోయింది. నాకు తెలుసు అమ్మ శాస్త్రాలు చదవలేదు అని. శాస్త్రాల సారమే అమ్మలో నిండి వుందని కూడా నాకు తెలుసు. అందుకే అమ్మ పలికే అమృత వాక్కులు వినడానికి చెవులు రిక్కించి, సంసిద్ధుడినై కూర్చున్నాను. అమ్మ మాట్లాడటం మొదలుపెట్టింది.

'మనం తినే ఆహారాన్ని బట్టి శరీరము పనిచేస్తుంది. శరీరం పని తీరు మనసుపై ప్రభావం చూపిస్తుంది. మనలో చోటు చేసుకునే మానసిక స్థితి ఇంద్రియాలను నడిపిస్తుంది. దానిలో భాగంగానే మన కనులు దృశ్యాలను

చూస్తాయి. దృశ్యాలు మనల్ని ప్రభావితం చెయ్యవు. దృశ్యాన్ని చూసిన కనుల ద్వారా మనసే ప్రభావితమవుతుంది. అది మన ఆలోచనలను రూపుదిద్దుతుంది. ఈ ప్రక్రియలో భాగంగానే మనలో ఆందోళనలు, ఆనందాలు కలుగుతుంటాయి.

ఇదంతా మనుషులలో లోపం కాని, దృశ్యాలలో కాదు నాన్నా. బయట వుండేదంతా సాధారణం. విపరీతాలు మనలో నుండి జనించినవే. అందుకే అన్నింటా అందాలను చూడమని శాస్త్రాలు చెబుతున్నాయి. ఆనందమనేది ప్రతి మనిషి తలలోని శిఖరభాగంలో నాట్యమాడుతూ వుంటుంది. అది ఒక దివ్యానుభూతి. దైవికమైన ఆనందమది. దానినే బ్రహ్మానందమని పెద్దలంటారు. అది శాశ్వతమైనది కూడా. అటువంటి ఆనందాన్ని పొందడానికి శరీరాన్ని, మనసును సిద్ధం చేసుకోవాలి. అందుకోసం తపించమనే పెద్దలు చెబుతుంటారు.

నీవెలా జీవిస్తున్నావో నిన్ను నీవే పరిశీలన చేసుకో. నిన్ను నీవు సరిదిద్దుకో. అప్పుడు నీ మనసు కుదుటపడుతుంది. తాత్కాలికమైన ఆనందాన్ని వదిలిపెట్టి, శాశ్వత బ్రహ్మానందము వైపు మనసును పరుగులు తీయించు. ఎదుటివారి ఆందోళనలు నిన్నంటకుండా చూసుకో. వారు కూడా నిన్ను చూసి మారడానికి ఒక ప్రతీకగా నిలబడు నాన్నా!

ద్రవించిన ధరిత్రి

భార్యా బిడ్డలతో కలసి విహారయాత్రకు వెళ్ళాను. మాతో పాటు అమ్మ కూడా వచ్చింది. జీవితంలో మరచిపోలేని మధురమైన సందర్భాలలో అది ఒకటి. ఒక వారం రోజులపాటు జరిగిన ఆ యాత్రలో ఎన్నెన్నో జ్ఞాపకాలు.

కనువిందు చేసే ప్రకృతి సౌందర్యాల మధ్య తనివితీరా ఆస్వాదిస్తూ, ప్రతిక్షణమూ ఆనందంగా అనుభవిస్తూ గడిపాము. ఆఖరి రోజు సాయంకాలం అందరం కూర్చుని కాఫీ తాగుతూ మా అనుభవాలనూ అనుభూతులనూ నెమరు వేసుకుంటూ కబుర్లాడుకున్నాము.

ఎందుకో తెలియదు, అమ్మ చాలా యిబ్బందిపడటం గమనించాను. అందరి ముఖాలూ సంతోషంతో విప్పారి వున్నాయి. అమ్మ మాత్రం సుదీర్ఘమైన ఆలోచనలలో మునిగి వుంది. ఏదో తెలియని ఆవేదన అమ్మ ముఖంలో కనిపించింది.

ఇంత అందంగా గడచిన ఈ వారం రోజులూ ముగింపుకి రావడం అమ్మకు నచ్చలేదేమో అనిపించింది. పోనీ మరో నాలుగు రోజులు యాత్రను పొడిగిద్దామా! అమ్మ కోసం. అమ్మని కారణం అడిగాను. అమ్మ గంభీరంగా చిన్న నవ్వు నవ్వి మా మధ్య నుండి కదిలి వెళ్ళింది. బాల్కనీలోకి వెళ్ళి దూరంగా వున్న ఎత్తైన కొండల్ని చూస్తూ కూర్చుంది.

నేనూ అమ్మ ప్రక్కన కూర్చున్నాను. 'అమ్మా ఎందుకలా వున్నావు?' అనడిగాను.

'ఈ వారం రోజులూ మీ అందరికీ చాలా ఆనందంగా గడచి వుండవచ్చు, కాని నాకు మాత్రం చాలా భారంగా గడచింది నాన్నా.'

'నాకు తెలుసమ్మా. నాన్న మన మధ్యలేని లోటు తీర్చలేనిది. ఈ యాత్ర నీకు కొంత ఉపశమనం కలిగించాలన్నదే నా ఆశ. నిన్ను సంతోషపెట్టాలన్నదే నా ఈ చిన్ని ప్రయత్నం.

'అది విషయం కాదు నాన్నా. మీ అందరినీ ఈ ప్రకృతి సౌందర్యాలు అబ్బురపరచి, ఆనందపరచాయి. కాని ప్రకృతి నాతో మాట్లాడి కలవరపెట్టింది.'

'ప్రకృతి నీతో మాటలాడిందా! ఏమని?'

అమ్మ మాట్లాడటం మొదలుపెట్టింది.

'నింగిలో ఎగురుతున్న పక్షుల గుంపు నాతో మాట్లాడింది. ఇంత వరకూ చెట్ల కొమ్మలలో అందమైన గూళ్ళు కట్టుకుని ఉయ్యాలలూగుతూ ఉల్లాసంగా బ్రతికాము. పిల్లా పాపలతో కిలకిలాడుతూ గడిపాము. ఒకరి రెక్కలు మరొకరికి కప్పుకుని వెచ్చగా చలికాచుకున్నాము. తుఫానుల్లో కూడా చెక్కు చెదరకుండా పచ్చని చెట్లను ఆశ్రయించి ధైర్యంగా జీవించాము. ఇదే మా స్థిర నివాసమని భ్రమించి సంతసిస్తూ వచ్చాము. కాని, మీ మనుషులు క్రూరులై మా గూళ్ళు పడగొట్టి, మమ్మల్ని చెదరగొట్టారు. తిరిగి ఆశ్రయించడానికి వీలు లేకుండా చెట్లను తెగనరికిపోయారు. మేం వెళ్ళిపోతున్నాం. వలస వెళ్ళిపోతున్నాం. మనుషులు కనుపించని మరొక లోకాలకు వెళ్ళిపోతున్నాం. అభివృద్ధి పేరుతో మనుషులు చేసే

విధ్వంసాలను భరించలేక వలసపోతున్నాం. అంటూ వేదనతో మాట్లాడాయి.

ఆకాశంలో మేఘాలు వర్షిస్తున్నాయని మీరంతా భావించి తడిసి పరవశించిపోయారు. నిజానికి అవి కన్నీరు కారుస్తున్నాయి. ఒకప్పుడు వెండి మబ్బులుగా అభివర్ణిస్తూ కవులు మాపై కవిత్వాలు వ్రాసేవారు. ఇప్పుడు తెల్లబోయిన ముఖాలతో వర్షిస్తున్నామని వాపోయాయి.

పరిశుద్ధమైన సముద్ర జలాలను ఆవిరిగా మార్చి, రూపుదిద్దుకుని పవిత్రమైన గాలులతో సంయోగం చెంది ద్రవించి భూమిపై వానధారగా కురిసే వారమని, ఇప్పుడు రసాయనాలను ఊపిరిగా మార్చుకుని వర్షించలేక దుఃఖిస్తున్నామని వాపోయాయి.

పరిశ్రమల కాలుష్యాలతో అపవిత్రమై, మైలపడిపోయిన నదులు, విరిగిన కొమ్మలతోనూ భూమి లోపల మూలుగుతున్న మూలాలతోనూ వృక్షాలు రోదిస్తూ పలుకరించాయి.

తరిగిపోతున్న అడవులు, కరగిపోతున్న కొండలు విషాదగీతాలు ఆలపిస్తుంటే వినలేక గుండె తరువెక్కింది నాన్నా. గాలి, నీరు, నేల, నింగి సమస్తమూ కలుషితమయిపోయాయి.

సూర్యుని తాపము నుండి కాపాడే రక్షణ వలయాలకు రంధ్రాలు పడి భూమి తల్లి వేడెక్కి పరితపిస్తోంది. ఇంతటి దుర్భర పరిస్థితులలో పడివున్న ఇప్పటి ప్రకృతి మీకు అంత అందంగా కనిపించి కనువిందు చేస్తుంటే, ఒకప్పుడు మా తరంలో ప్రకృతి ఎంత సౌందర్యంతో, పవిత్రతతో విరాజిల్లి ఈరోజు ఈ దీనస్థితిలో వుందో తలచుకుంటుంటే వేదనగానే వుంది నాన్నా.

అనాదిగా మానవుడు తను కూడా ప్రకృతిలో ఒక భాగాన్నే అని భావించలేక పోతున్నాడు. తను అన్నింటికీ అతీతునిగా అనుకుంటున్నాడు. తన సుఖం కోసం ప్రకృతిలోని సాటి జీవులను క్షోభపెడుతున్నాడు.

మానవుడు స్వార్థ జీవిగా మారిపోయాడు నాన్నా. సృష్టి మొత్తం కలసి గొంతు విచ్చుకుని ఏమంటుందో తెలుసా? 'ఎనబై నాలుగు లక్షల జీవరాసులలో మానవ జన్మ ఉత్కృష్టమైనదని గొప్పగా చాటుకుంటున్న ఓ మానవుడా! నీ ఒక్కడి జన్మ మాత్రమే హీనమైనది. నిన్ను మించిన క్రూర జంతువు ఈ సృష్టిలో లేదు. నిన్ను భరించలేక భూమి తల్లి అనుక్షణం విలపిస్తోంది' అంటూ అరుస్తోంది. ఇది మనిషికి తప్ప సమస్త జీవులకూ వినిపిస్తోంది.'

అమ్మ మౌనంగా, గంభీరంగా వుండిపోయింది. స్థితప్రజ్ఞతకు మారు పేరు అమ్మ. అటువంటి అమ్మకు కలవరం కలిగిందంటే మానవజాతి ఎటువైపు పరుగులు తీస్తుందో అర్ధమవుతోంది. అమ్మ భావనలు ఒక భావుకతగా అనిపించినా అవి మాత్రం అక్షర సత్యాలు. తను నిలబడిన నేలను తనే త్రవ్వుకుంటున్నాడు మానవుడు. తను కూర్చున్న కొమ్మను తనే నరుక్కుంటున్నాడు. తను నిర్మించుకున్న గుజ్జైన గూళ్ళను తనే కాళ్ళతో తన్నుకుంటున్నాడు.

అందాల వెనుక ఇంతటి వేదన దాగి వుందా! అమ్మను ఓదార్చడం చేతకాక నేను కూడా మూగగా మిగిలిపోయాను.

ఫలించిన ప్రేమ

—◦।◦— ◆ —◦।◦—

ఒక అమ్మాయి ప్రేమిస్తున్నానంటూ నా వెంటపడ సాగింది. చాలా కాలంగా ఆమె నా వెంటపడుతూంది. వీలు కాదని చాలాసార్లు చెప్పి చూసాను. వినకుండా వెంటపడుతూనే వుంది. ప్రత్యక్షంగా అడుగుతోంది. ప్రేమలేఖలిస్తోంది. రాయబారాలు పంపుతోంది. ఆమెను వదిలించుకోవడం నాకు ఒక పెద్ద సమస్య అయి కూర్చుంది.

పరిపరి విధాలుగా వేడుకుంటుంది. పెళ్ళి చేసుకోమంటుంది. పాదాల వద్ద పడివుంటా నంటుంది. మనసు అంకితం చేసేసాను, తనువు అంకితం చెయ్యడానికి సిద్ధంగా వున్నానంటుంది.

అమ్మ నాకు వివాహమయ్యింది, పిల్లలు కూడా వున్నారు. నీ ఆలోచన విరమించుకోమన్నాను. ఆమె వినలేదు. ఎంతో మందికి బహుభార్యలున్నారు. కథలెన్ని చదువలేదు? జీవితాలు ఎన్ని చూడలేదు? నాకెలాంటి అభ్యంతరమూ లేదు అంటుంది.

విచిత్రంగా నా మిత్రుడొకడు ఆమెను మనస్ఫూర్తిగా ప్రేమించి ఆరాధిస్తున్నాడు. ఆ విషయం ఆమెకు వివరించి, ఆమె దృష్టి అతని వైపు మరలించాలని తీవ్రంగా ప్రయత్నించి విఫలమొందాను.

నా సమస్యను ఎవరితో చర్చించాలి? నా భార్యతో చర్చించలేను. ఇతరులతో చర్చిస్తే ఆమె జీవితం నవ్వులపాలవుతుంది. నాకు సాధ్యము

కాని నా చిక్కుముడిని ఎవరు విడదీయగలరని వేదనపడుతూ చాలా రోజులు గడిపాను.

నా అదృష్టం కొద్దీ అమ్మ మా ఇంటికి వచ్చింది. అమ్మ ముందు నా సమస్యను వివరించాను. అమ్మ కూడా నాలాగే ఆలోచించింది. మరల మరల ఆమెను తన నిర్ణయం వెనక్కి తీసుకునేలా ప్రయత్నం చేస్తూ వుండమంది. ప్రేమతో ఆమెను తిరస్కరించమంది. ఆమెను ద్వేషించ వద్దంది. ఆమె మనసును నొప్పించ వద్దంది.

'నిజాయితీగా ప్రేమించే ఏ స్త్రీ అయినా తిరస్కరణను సహించలేదు. ఆమె నీపై ద్వేషాన్ని పెంచుకున్నా నీకు మంచిది కాదు. ఏదయినా అఘాయిత్యం చేసుకున్నా నీకు మంచిది కాదు. ఇది చాలా సున్నితమయిన సమస్య నాయనా. నేర్పుతో, ఓర్పుతో వ్యవహరించాలి! అంటూ హితవు చెప్పింది.

అమ్మ చేసిన సూచన పాటించడం మరింత కఠినమైనదిగా అనిపించింది. 'నొప్పించకుండా తప్పించడమా!' అదెలా సాధ్యం? అయినా మదిలో అమ్మను తలచుకుని, ధైర్యం తెచ్చుకుని ఆ అమ్మాయి వద్దకు బయలుదేరాను. ఇటువంటి సమస్య ఎప్పుడయినా, ఎవరికైనా ఎదురయి వుంటుందా అని తలంచుకుంటూ ముందుకు సాగాను.

ఆమె నాకోసం పరుగు పరుగున ఎదురు వచ్చింది. కళ్ళ నిండా ఆశతో వచ్చింది. గుండెల నిండా ప్రేమతో వచ్చింది. తనకు నిరాశ ఎదురు కాదనే ధైర్యంతో వచ్చింది.

నాకు తెలుసు ఆమె మనసు పవిత్రమని, ఆమె ప్రేమ పవిత్రమని, హృదయం నిష్కల్మషమని. నాకు తెలుసు ఆమెది నిండైన ప్రేమ అని, కోరిక కాదు అని.

నా సాంసారిక ధర్మాన్ని వివరిస్తూ దాదాపుగా ఒక గంట సమయం పాటు బ్రతిమలాడాను. నీలాగే నిన్ను పవిత్రంగా, నిండు గుండెతో ప్రేమించి ఆరాధిస్తున్న నా మిత్రుని వైపు నీ ప్రేమను మళ్ళించుకోమని హితవు చెప్పాను. ఆమె వినలేదు. పట్టు వీడలేదు.

ఆమె బలమయిన ప్రేమ ముందు, ఆరాధన ముందు నేను బలహీనుడినని అర్థమయ్యింది. ఆమెను ఒప్పించడంలో నేను పూర్తిగా ఓటమి చెందాను. చివరకు ఏం చెప్పాలో తెలియక, 'మా అమ్మను ఒప్పించు. ఆమె అంగీకరిస్తే నేను నీ గురించి ఆలోచిస్తాను' అన్నాను.

ఆమె ఆనందంతో ఎగిరి గెంతింది. 'చిటికలో మీ అమ్మను ఒప్పిస్తా' అంటూ అమ్మని కలవడానికి సిద్ధపడింది.

పాపం నా మిత్రుడు మూడు సంవత్సరాల నుండి దీక్షతో ఆమెను ప్రేమిస్తున్నాడు. నిజాయితీగా, నిష్కల్మషంగా ప్రేమిస్తున్నాడు. ఆమె కోసం తన సర్వస్వాన్ని త్యాగం చెయ్యడానికి సిద్ధంగా వున్నాడు. సిరిసంపదలు బాగా వున్నవాడు. ఈమె కోసం ఎంతో మంది అమ్మాయిల ప్రేమ సందేశాలను తిరస్కరించిన వాడు. ఈమెను వీడి క్షణమైనా జీవించలేనివాడు. దైవమే వీరిద్దరినీ ఒకరి కొరకు మరొకరిని సృష్టించాడని పించెంతటి చక్కని జంట. దేవుడు కరుణిస్తే బాగుండును. అమ్మ మాట ఈమె వింటే బాగుండును.

ఆమె అమ్మను ఆశ్రయించింది. అమ్మ ముందు నాపై ఆమెకున్న ప్రేమను వివరించి చెప్పింది. అమ్మను అంగీకరించి, ఆశీర్వదించమని వేడుకుంది.

'చూద్దాం. నాలుగు రోజుల పాటు మా ఇంటికి వస్తూపోతూ వుండు' అంది అమ్మ. ఆమె ఆనందంతో ఒప్పుకుంది. సగం విజయం సాధించిన తృప్తితో అమ్మకు చేరువ కావడం మొదలు పెట్టింది.

మొదటి రోజునే ఇద్దరూ ఒకరికి ఒకరు మంచి మిత్రులయిపోయారు. మనసు తలుపులు తెరచి ఒకరితో ఒకరు ముచ్చట్లాడు కోవడం మొదలుపెట్టారు. ఆమె చెబుతుంటే అమ్మ వింటోంది, అమ్మ చెబుతుంటే ఆమె వింటోంది. వాళ్ళిద్దరూ ఏం మాట్లాడుకుంటున్నారో బయటి ప్రపంచానికి తెలియనంత రహస్యంగాను, అందంగానూ సంభాషించుకుంటున్నారు.

మొదట్లో అమ్మ మీద ఆమె ఆధిపత్యం కనబరుస్తున్నట్టు కనబడినా, క్రమక్రమంగా అమ్మ ముందు ఆమె కరిగిపోవడం చూసాను. ఆమె బాల్యం నిండిన పసిమోములో పరిణతని చూసాను. అరవిరిసిన పువ్వులాంటి ఆమె అందమయిన నవ్వుని చూసాను. అరమరికలు లేని వారిరువురి స్నేహాన్ని చూసాను. అలా వారి చిరునవ్వుల సుందర విన్యాసాల మధ్య నాలుగు రోజుల సమయం ఇట్టే గడచిపోయింది.

అయిదవ రోజున ఆమె నాకు కబురు చేసింది. తను నాకోసం పార్కులో నిరీక్షిస్తోంది. నేను వెళ్ళి కలిసాను. ఆమె నాకు చిరకాలంగా పరిచయం వున్నా, ఒక క్రొత్త వ్యక్తిని చూసిన అనుభూతి కలిగింది. ఆమె తన మనసు విప్పి నాతో మాట్లాడింది.

'అమ్మను కలిసాను. సుదీర్ఘంగా మాట్లాడాను. దానితో పాటు అమ్మను పరిశీలిస్తూ వచ్చాను. అమ్మలోని పరిపూర్ణమైన స్త్రీమూర్తిని దర్శించగలిగాను.

అమ్మ చిరునవ్వుల నుండి, పలుకుల పరిమళాల నుండి ఆమెలోని ప్రసన్నతను, సర్వజ్ఞతను, చెదరని ఆనందాన్ని, నిర్మలత్వాన్ని, కారుణ్యాన్ని దర్శించగలిగాను. చివరకు అమ్మలా ఆలోచించాను. నేను ప్రేమించే వ్యక్తి ఎంత విశిష్టమైనవాడో నన్ను ప్రేమించే వ్యక్తి కూడా అంతటి విశిష్టుడే అని అర్థమయింది.

పుష్కలంగా లభించే ప్రేమను కోరుకుంటూ నన్ను ప్రేమించిన వ్యక్తిని చేరి తరించాలని నిర్ణయించుకున్నాను. ఇన్నాళ్ళూ నిన్ను ఇబ్బంది పెట్టినందుకు నన్ను మన్నించు. అతను తన నిర్ణయం మార్చుకునే లోగా నేను అతనిని చేరి నా మనసును అతని ముందు పరచాలి. వెళ్ళి వస్తా అంటూ అటు నుండి కదలబోయింది.

ఆ చెంతనే వున్న నా మిత్రుడు ఒక్క ఉదుటన ఆమె ముందుకు చేరి, మోకాళ్ళ మీద కూర్చుండిపోయాడు. నిజమైన ఆరాధకుని వలె తనను ఆదుకొమ్మంటూ రెండు చేతులూ చాచాడు.

నేను తలత్రిప్పి చూసాను. అమ్మ ప్రక్కనే వుంది. ఆశ్చర్యపోయాను. అతను ఆమె చేయి పట్టుకుని అమ్మ ముందుకు నడుచుకుంటూ వచ్చాడు. అమ్మ చేతులు తన శిరస్సుపై వుంచుకు పరవశించిపోయాడు. అమ్మకు కృతజ్ఞతలు చెప్పుకుని మురిసిపోయాడు.

ముసి ముసి నవ్వులతో అమ్మ నన్ను చూసింది. అక్కడి నుండి తొలగిపోదాం పద అన్నట్టుగా అమ్మ నాకు సైగ చేసింది. ప్రేమ జంటను విడచిపెట్టి అమ్మ, నేను అటు నుండి కదలి వెళ్ళిపోయాము.

తీయని ఎంగిలి

—◦।៤— ◆ —៣।◦—

అమ్మకు ఒక వింత కోరిక కలిగింది. దాదాపు యాబ్లె సంవత్సరాల తరువాత, తను పుట్టి పెరిగిన పల్లెటూరు చూడాలని కోరిక కలిగింది.

'ఇప్పుడెందుకమ్మా ఆ ఊరు? ఇప్పుడక్కడ ఎవరున్నారని' అని అడిగాను.

'ఉన్న ఊరు, కన్న తల్లి` అంటారు కదా! ఆ ఊరు ఇప్పుడెలా వుందో చూడాలని సరదాగా వుంది నాన్నా. ఆ ఊర్లే నా చిన్ననాటి మిత్రులెవరయినా యింకా వుండొచ్చు కదా! ఒక్కసారి నన్ను తీసుకు వెళ్ళవా' అంటూ బ్రతిమలాడింది.

అమ్మ కోరిక తీర్చడాన్ని మించిన ఆనందం బిడ్డకు ఏముంటుంది. సరే అన్నాను. అమ్మ చిన్న పిల్లలా పరమానంద పడిపోయింది.

ఒక రోజు బయలుదేరి అమ్మ పుట్టిన గ్రామానికి బయలుదేరి వెళ్ళాము. కళ్ళనిండా ఆనంద భాష్పాలు రాలుస్తూ ఊరంతా తిరిగింది అమ్మ. ఊరు పూర్తిగా మారిపోయింది. అడుగడుగునా క్రొత్త వ్యక్తులే ఎదురు కాసాగారు.

అమ్మ పుట్టిన ఇంటితో సహా చాలా ఇళ్ళు పడిపోయి వాటి స్థానంలో కొత్త ఇళ్ళు కట్టుకుని స్థిరపడ్డారు ఎవరెవరో కొత్త వాళ్ళు. మమ్మల్ని పలుకరించిన వారే ఎవరూ ఎదురుకాలేదు.

అమ్మ చదువుకున్న చిన్న బడి, ఆటలు ఆడుతూ పరుగులు తీసిన పంటగట్లు, ఊయలలూగి గాలిలో తేలి ఆడిన చెట్ల కొమ్మలు ఇంకా అలానే వున్నాయి. దాదాపుగా రెండు గంటలు అక్కడ గడిపాము. అక్కడి అణువణువుతోనూ తనకున్న పరిచయాలనూ, అనుబంధాలనూ నెమరు వేసుకుంటూ పరవశించి పోయింది అమ్మ. ఆ క్షణంలో అమ్మను చూస్తే చాలా ముచ్చట వేసింది.

మధ్యాహ్నానికి ఊరి చివరకు చేరుకున్నాము. అక్కడొక పాత పూరిగుడిసె కనిపించింది. ఇంచుమించులో శిథిలావస్థలో వుంది అది.

'ఇక్కడ నా చిన్నప్పటి ప్రాణస్నేహితురాలు ఒకామె వుండాలి. ఇప్పుడుందో, ఎక్కడికైనా వలస వెళ్ళిపోయిందో ఒక్కసారి చూసి వెళ్ళిపోదామా' అంది అమ్మ.

ఆ గుడిసెలో ఎవరూ మసలుతున్న జాడ లేదు. అయినా అమ్మ కోసం గుడిసెలోకి వెళ్ళి చూసాను. బయటకు పూరి గుడిసెలా కనిపించినా, లోపల చక్కగా అలికి ముగ్గులు పెట్టి, అందంగా సర్దుకుని వుంది. ఆ లోపల ఒక చోట కూర్చుని ఒక పుస్తకం చదువుకుంటూ ఒకామె కనిపించింది. ఆమెకు కూడా అమ్మ వయసే వుంటుంది. ఈమె ఖచ్చితంగా అమ్మ స్నేహితురాలే అయి వుంటుందని, అమ్మను లోపలికి తీసుకు వచ్చాను.

ఇద్దరూ ఒకరినొకరు రెండు మూడు క్షణాలపాటు చూసుకున్నారు. గుర్తుపట్టుకున్నారు. అవధులు లేని ఆనందంతో ఒకరినొకరు కౌగలించుకుని మురిసిపోయారు. చాలా సేపు పలుకరింతలు లేవు, ఆనందపు పులకింతలు తప్ప. కనుల నిండిన భాష్పాలతో వారి బుగ్గలు తడిసిపోయాయి.

నెమ్మదిగా పలుకరించుకున్నారు. మనసు నిండుగా కబుర్లాడుకోవడం మొదలుపెట్టారు. నేను ఒక మౌన ప్రేక్షకుడిలా చూస్తూ, కూర్చుండిపోయాను. కాని ఆ దృశ్యం కనువిందుగా అనిపించింది. యాఖై ఏళ్ళ కథలూ, కథనాలూ అడ్డులేకుండా సాగాయి.

ఆమె పరుగు పరుగున పెరట్లోకి వెళ్ళి జామ చెట్టు పండ్లు రెండు కోసుకొచ్చింది. ఎలాంటి అరమరికలు లేకుండా ఒకరు ఎంగిలి చేసిన పండు మరోకరికి తినిపించసాగారు. వారిద్దరూ పసిపాపలై, అన్నీ మరచి, ఒకరి ఎంగిలి మరోకరికి అమృతమై తోచి ఆరగిస్తుంటే నాకు అదొక అద్భుతంలా అనిపించింది.

చిన్నప్పుడు స్కూలు పుస్తకాలలో చదివిన రాజుగారి కథ గుర్తుకు వచ్చింది. 'రాజుగారు అడవిలో వేటకు వెళ్తారు. పూర్తిగా అలసిపోతారు. ఆకలి వేస్తుంది. ప్రక్కనే వున్న పూరి గుడిసెలోకి వెళ్తారు. అక్కడొక పండు ముదుసలి స్త్రీ కూర్చుని వుంటుంది. ఆమె ఒక నిరుపేద కొండజాతి స్త్రీ. రాజుగారి ఆకలి తెలిసి, పండ్లు తీసుకొస్తుంది. ముందుగా తను ఎంగిలి చేసి, రుచిగా వున్న పండ్లను రాజుగారికి తినిపిస్తుంది. రాజుగారు పరమానందంతో ఆ ఎంగిలి పండ్లను ఆరగిస్తారు.' ఇది కథ. నా కళ్ళ ముందు కనుపిస్తున్నది యదార్థం. వీరిలో రాజు ఎవరో తెలియనంతటి స్థితిలో ప్రేమమూర్తులై, తింటూ తినిపించుకుంటున్నారు. అవును కదా! ప్రేమకు ఎంగిలి ఏవిటి!

నా చిన్నతనంలో అమ్మ కూడా ఇలాగే తను ఎంగిలి చేసిన పండ్లనూ పదార్థాలనూ నాకు తినమని ఇచ్చేది. నాకు కొంచెం ఇబ్బందిగా వుండేది. పైగా అమ్మ తినేస్తోందని బెంగ పెట్టుకేనేవాడిని.

ఒకరోజు నాన్నకు ఫిర్యాదు చేసాను. అప్పుడు నాన్న చెప్పాడు 'నాన్నా అది అమ్మ తినెయ్యడం కాదు, నీ మీద ప్రేమతో అమ్మ అలా చేస్తోంది. కావాలంటే అమ్మ నీకు తినిపించకుండా వదిలిపెట్టిన వాటిని రుచి చూసి వచ్చి నాకు చెప్పు.'

నాన్న చెప్పినట్టు ప్రయత్నించాను. అమ్మ నాకు తినిపించకుండా వదలిపెట్టిన వాటిలో రుచి లేదు. ఉప్పగా, చప్పగా, వగరుగా, చేదుగా రుచించిన పండ్లూ, పదార్థాలూ వదలిపెట్టి నాన్నను చేరి జరిగింది చెప్పాను. అప్పుడు నాన్న చెప్పిన మాటలు ఇప్పుడు గుర్తుకు వస్తున్నాయి.

'అమ్మ ముందుగా తను తిని, రుచిగా వున్న పదార్థాలను మాత్రమే బిడ్డలకు తినిపిస్తుంది. ఆ ఎంగిలిలో కమ్మతనమే కాదు, అమ్మతనం నిండి వుంటుంది. అమ్మ అంటేనే ప్రేమమయం నాన్నా. తల్లీ బిడ్డల మధ్య, నిండైన స్నేహితుల మధ్య, నిజమైన ప్రేమికుల మధ్య ఎటువంటి అరమరికలూ వుండవు నాన్నా. ఎదుటివారిని ఆనంద పరచడమే వాటి ఏకైక లక్ష్యం. పక్షులు చూసావా! దూరప్రాంతాలకు పోయి ఆహారాన్ని నోటకరచి తెచ్చి, గూటిలోని పసికూనలకు అందిస్తాయి. అది ప్రేమ మాత్రమే. ఇది సృష్టించుకున్నది కాదు నాన్నా, సృష్టి విశేషం.'

అప్పటి నుండి, నా బాల్యమంతా కూడా అమ్మ ఎంగిలిని అమృతంగానూ, పవిత్ర జలాలుగాను, మధు ఫలాలుగానూ భావిస్తూ స్వీకరిస్తూ అమ్మ ప్రేమలోని తీయదనాన్ని ఆస్వాదిస్తూ వచ్చాను.

కళ్యకు గంతలు కడితే....

నా బాల్యంలో ఒక అందమయిన కేళి జరిగింది. ఎప్పటికీ మరచిపోలేని మధురానుభూతులను మిగిల్చిన కేళి అది. అమ్మ, నాన్న, నేను `ఒకరితో ఒకరు పోటీపడి ఆడాము. అందరినీ విజేతలను చేసి ఆనందపరచిన ఆ అందమయిన ఆట గురించి ఎప్పుడు తలచుకున్నా ఒళ్ళు పులకరిస్తూ వుంటుంది.

కళ్యకు గంతలు కట్టుకుని ఒకరినొకరు వెతకి పట్టుకునే, అందరూ ఆడుకునే ఆట ఇది. ముందుగా అమ్మ కళ్యకు గంతలు కట్టాము. అమ్మకు నాన్న ప్రత్యర్థి. అంటే అమ్మ, నాన్నను వెతకి పట్టుకోవాలన్న మాట.

మధ్యమధ్యలో తొలగిస్తుందేమో అని, నన్ను గమనిస్తూ కూర్చోమన్నారు. నాకు అది ఒక గొప్ప పదవిగా భావించి, కూర్చుని అమ్మను చూస్తున్నాను. అమ్మ సమీపంలోనే తిరుగాడుతూ, అమ్మకు చిక్కకుండా తప్పించుకుంటున్నాడు నాన్న. అమ్మ, నాన్న కోసం చేతులు దాస్తూ, కళ్యకు గంతల వలన చీకటి నిండిన వెలుతురులో వెతుకులాడుతోంది.

నాన్న దొరికిపోతే, అమ్మ గెలిచినట్టు. అమ్మ, నాన్నను పట్టుకోలేక పోతే, నాన్న గెలిచినట్టు. దీనికి కొంత నిర్దిష్టమైన సమయం వుంటుంది. సమయాన్ని, ఆటను ఏకకాలంలో గమనిస్తూ కూర్చున్న న్యాయనిర్ణేతను నేను.

అది ఒక ఆటలా లేదు. అందమయిన ప్రేయసి ప్రియుల మధ్య సాగుతున్న రాసకేళిలా వుంది. కమనీయమైన విందును కనులకు అందిస్తున్న ఆ జంట, సృష్ట్యాది స్త్రీపురుషుల వలె కనిపించసాగారు.

నాన్న ప్రతి కదలికలోనూ ఒక అందమైన నాట్యభంగిమ కనిపిస్తోంది. అమ్మ సమీపంలో తిరుగాడుతూనే, అమ్మకు చిక్కకుండా నేర్పరితనంతో తప్పించుకుంటున్నాడు నాన్న. నృత్యమాడు తున్నట్టుగా అడుగులు వేస్తోంది అమ్మ. చిరునవ్వు చిందిస్తూ, నాన్నను పట్టుకోవడానికి ప్రయత్నిస్తోంది. చేతిలో కనిపించని వరమాలను ధరించినట్టుగా రెండు చేతులూ ముందుకు చాపి నాన్నకోసం కదలాడుతోంది.

అమ్మ వెనుకనే వుంటూ, చిటికలు వేస్తూ, చప్పట్లతో శబ్దం చేస్తూ, అమ్మను ఆటపట్టించిన నాన్న ఒక్కసారిగా అమ్మ ముందుకు వచ్చి నిలబడ్డాడు. అందమైన అమ్మ నొసటి మీద స్వేద బిందువులు చూసాడు. జాలితో కరగిపోయాడు. అమ్మను సమీపించి, అమ్మకు దొరికిపోయాడు. నాన్న ఓడిపోయాడు. అమ్మను గెలిపించడం కోసం నాన్న ఓడిపోయాడు. అమ్మ గెలిచింది. నాన్నను మురిపిస్తూ అమ్మ గెలిచింది.

ఇప్పుడు నాన్న కళ్ళకు గంతలు కట్టాము. అమ్మను నాన్న పట్టుకోవలసి వుంది. కదిలే ఏటిపాయలా మెలికలు తిరుగుతూ, హంసకన్నా వేగంగా కదలాడుతూ, నాన్నను ఆటపట్టిస్తూ, లతాంగిలా అటు యిటూ అడుగులు వేస్తూ నాన్నకు చిక్కకుండా అమ్మ ఆడుతోంది. ఇద్దరూ కలసి ఆనందతాండవం ఆడుతున్నట్టుగా వుంది ఆ అద్భుత దృశ్యం.

'ఇక్కడున్నాను... ఇక్కడున్నాను... పట్టుకో, పట్టుకో' అంటూ నాన్నను తన దరికి పిలుస్తూ, నేర్పుగా నాన్నకు దొరకకుండా తప్పించుకుంటోంది

అమ్మ. నిపుణత కలిగిన వేటగానిలా అడుగులు వేస్తూ అమ్మకోసం ప్రయత్నిస్తున్నాడు నాన్న.

నాకు అపరిమితమైన ఆనందం కలిగింది. కళ్ళార్పకుండా అలాగే చూస్తుండిపోయాను. తెలియకుండానే సమయం గడచిపోసాగింది. సమయమయి పోతోందని హెచ్చరించాను. అమ్మ పరుగు పరుగున పోయి, నాన్న కౌగిలిలో ఒదిగిపోయింది. తన తలను నాన్న గుండెలపై ఆన్చి సేదతీరసాగింది. నాన్న కోసం అమ్మ ఓడిపోయింది. అమ్మను పరవశింప చేస్తూ నాన్న గెలిచాడు.

అమ్మ, నాన్నల అపురూప ప్రేమను చూసి, నా హృదయం స్పందించి, ద్రవించింది. ఇంత అందమైన ప్రేమజంట ప్రపంచంలో ఎక్కడయినా వుంటుందా అని ఆశ్చర్యం వేసింది. సృష్టినే మురిపించి, అలరించ గలిగే అద్భుతమయిన జంట. ఈ విశ్వసృష్టికి కారణమయిన ఆదిదంపతుల వలె వాళ్ళు కనిపించారు.

ఇద్దరూ గెలిచారు. ఒకరికొరకు మరోకరు, ఇద్దరూ ఓడారు. ఇద్దరూ పరవశించి, మురిసిపోయారు. ఒకరి ఓటమి మరోకరి గెలుపు, ఒకరి గెలుపు మరోకరి గెలుపు. ఎంత అద్భుత క్రీడ ఇది !!

ఇక నా వంతు వచ్చింది. ఇద్దరూ కలసి నా కళ్ళకు గంతలు కట్టారు. నాన్న న్యాయమూర్తి. అమ్మను నేను వెదకి పట్టుకోవాలి. 'కావాలని ఓడిపోవడం కుదరదు' అని అమ్మ, నాన్నలను హెచ్చరించి, ఆటకు సిద్ధపడ్డాను.

అమ్మ తప్పించుకోవడానికి ప్రయత్నిస్తోంది. ఎలాగైనా అమ్మను తాకాలని, గెలుపు సాధించాలని నేను పట్టుదలగా ఆడటం మొదలుపెట్టాను. తీవ్రంగా ఆడాను. మరల, మరల ఆడాను. అమ్మను మాత్రం పట్టుకోలేక పోతున్నాను. నెమ్మది నెమ్మదిగా ఆలసిపోవడం మొదలయింది. జాలిపడవద్దని అమ్మను హెచ్చరిస్తున్నాడు నాన్న. సమయం అయిపోవచ్చింది.

నాలోకి నేను తొంగి చూసుకున్నాను. అమ్మ రూపాన్ని స్మరించుకున్నాను. గట్టిగా, గుండెల నిండా ఊపిరి తీసుకున్నాను. అమ్మనే తలచుకుంటూ మరలా ప్రయత్నం మొదలుపెట్టాను.

నెమ్మది నెమ్మదిగా అమ్మ నాకు దర్శన మీయసాగింది. అదృశ్య రూపంలోనే అమ్మ నాకు దర్శనమిచ్చింది. మిసిమిసి నవ్వులు చేసే గుసగుసల ద్వారా, సన్నని సంగీతంలా ధ్వనించే కాలి అందెల సవ్వడి ద్వారా, అమ్మ శరీరము నుండి వీచే ప్రేమ పరిమళ వీచికల ద్వారా, అమ్మ కంటి వెలుగులు నా కంటిలోకి దూసుకొచ్చే రహస్య సంకేతాల ద్వారా, అమ్మ అడుగులు నేలపై పడి రారమ్మని పిలిచే పిలుపుల ద్వారా. పరుగు పరుగున అమ్మను చేరి అమ్మ నడుము చుట్టూ చేతులు వేసి బిగించి పట్టుకున్నాను.

నన్ను వీడని అమ్మను, నేను వీడలేని అమ్మను సమయం ముగిసేలోగా అందుకున్నాను. అమ్మ నాన్నల ప్రశంసల జల్లులో తడిసి తన్మయుడి నయ్యాను.

సంఖ్యా విశేషము

నా జీవితాన్ని అద్భుతమైన రీతిలో ప్రభావితము చేసిన అనేక సంఘటనలలో ఒక దానిని గురించి పదే పదే స్మరించుకుంటూ వుంటాను.

ఒక రోజు మిత్రులతో ఆటలాడుకుని అలసిపోయి ఇంటికి చేరుకున్నాను. అమ్మ, నాన్న ప్రేమగా కబుర్లాడుకుంటున్నారు. గూటిలోని పక్షులవలె ఒద్దికగా కూర్చుని కబుర్లాడుకుంటున్నారు.

అమ్మ అరచేతిని తన చేతిలోకి తీసుకుని పరిశీలనగా చూడసాగాడు నాన్న. మురిపాలు ఒలికే మోముతో అమ్మ నాన్ననే చూస్తోంది. అమ్మ అరచేతిలోని రేఖలను పరిశీలిస్తూ అమ్మకు హస్తసాముద్రికము చెప్పసాగాడు నాన్న. అమ్మ ఆత్రుతగా వింటోంది.

ఆశ్చర్యంగా వుందే! నాన్నకు హస్తసాముద్రికము తెలుసునా? ఎప్పుడూ గమనించని క్రొత్త విషయమిది. నాన్నకు ఆ శాస్త్రము గురించి తెలుసునో, తెలియదో అన్న విషయం అమ్మకు తెలుసునో, తెలియదో తెలియని అయోమయ స్థితిలో ఆ అందమైన ఇంటను అలా చూస్తూ కూర్చున్నాను. నాన్న మాటలు వింటున్నాను. హృదయాన్ని తాకి పులకింప చేసేలా, ఆహ్లాదకరంగా వుంది ఆ దృశ్యం. పరిసరాలను మరచి పరవశించిపోతున్న వారిద్దరినీ అలానే చూస్తూ కూర్చుండిపోయాను.

ఎన్నో జీవిత విషయాలను అమ్మ చేతిని పరిశీలిస్తూ వివరించాడు నాన్న. అమ్మ సంతోషంతో మురిసిపోయింది. నెమ్మదిగా అమ్మ చేయిని

వదలిపెట్టి, అమ్మ శరీరములోని శుభలక్షణాలను వర్ణించడం మొదలుపెట్టాడు.

'అన్నీ శుభలక్షణాలేనా? చెడు ఏమీ లేదా?' అని ప్రశ్నించింది అమ్మ.

'లేని చెడుని పెతికినా కనిపించదుగా? అయినా నీలో చెడును చూడాలనుకునే వాడు చెడ్డవాడే కాదు, దుర్మార్గుడు కూడా.'

'నాలోని శుభలక్షణాలను చూసి నన్ను వివాహమాడారా? నన్ను వివాహమాడిన పిదప ఈ శుభలక్షణాలను కనుగొన్నారా?'

'నేను నీ హృదయాన్ని చూసి ప్రేమించి, వివాహమాడాను. నీ హృదయం అందమైనది, అదే నీకు అందం. ఏమీలేని ఈ నిరుపేదను నువ్వు ఏమి చూసి ఇష్టపడి వివాహమాడావు?'

'నేను మీ విశాలమైన ఛాతీని చూసి ఇష్టపడ్డాను. అది మీలోని ధీరత్వాన్ని నా కళ్ళ ముందు నిలిపింది. అలసటలో సేదతీరడానికి నాకు అది ఒక్కటి చాలనిపించింది.'

వారి సంభాషణ ఎంతో ముద్దుగా, వినసొంపుగా వుంది. లోకాన్ని మరిచి, ఆ జంటనే చూస్తున్నాను.

అమ్మ కంఠసీమను పరిశీలించడం మొదలుపెట్టాడు నాన్న. నెమలి కంఠంలా నిటారుగా నిలబడి వుంది అమ్మ కంఠం. నీటిపై తేలిఆడుతూ వికసించి, పరవశించే తామర పూవును అలరించే తామరతూడుల వుంది అమ్మ కంఠం. తన చేతి మునివ్రేళ్ళతో అమ్మ కంఠాన్ని సున్నితంగా నిమిరాడు నాన్న.

'చూసావా, నీ కంతం మీద మూడు రేఖలు వున్నాయి. ఎప్పుడయినా గమనించావా? ఇవి ఉత్తమజాతి స్త్రికి చెందిన అత్యుత్తమ సంకేతాలు. దేవకన్యలకు మాత్రమే వుండే ఈ గురుతులు భూమి మీద స్త్రీలలో కనపడటం చాలా అరుదు. అలా వున్న స్త్రీలు సౌందర్య, సంపదలకు నిలయాలై వర్ధిల్లుతారని శాస్త్రం చెబుతోంది. అందరూ నీ మెడలోని నగలను చూస్తారు. నేను మాత్రం ఈ రేఖా విలాసాన్ని చూసి ఆనందిస్తూ వుంటాను.'

నాన్న మాటలకు అమ్మ గలగలా నవ్వింది. సెలయేటి అలల సవ్వడిలా, గుడిగంటల నాదములా అమ్మ నవ్వులు అంతటా ప్రతిధ్వనించాయి.

నా మనసు పరవశించి పోయింది. ఇంతటి అందమైన దృశ్యం చూసే అదృష్టం ఎంతమంది బిడ్డలకు కలుగుతుందో కదా! అనిపించింది.

ఉన్నట్టుండి నన్ను చూసారు ఇద్దరూ. తమ చెంతకు నన్ను పిలచి ప్రేమతో తమ దరి చేర్చుకున్నారు.

'ఒకరి ధీరత్వం, మరొకరి సౌందర్యం కలిపి ముద్ద చేస్తే 'నేను' అయ్యాను అని మురిసి పరవశించాను.

నా జీవితంలో పదేపదే ఈ దృశ్యాన్ని తలచుకుంటూ పెరిగాను. ఎప్పుడూ అమ్మ కంతసీమలో స్పష్టంగా కనుపించే మూడు రేఖలూ నన్ను నిర్దేశిస్తూ ముందుకు నడిపించాయని నాకు అనిపిస్తుంటుంది.

నాన్నకు ఆ మూడు రేఖలలో శుభత్వం, సౌందర్యం కనిపిస్తే, నాకు మాత్రం అవి మూడు శాసనాలై, నను నడిపించిన అద్భుత మార్గాలై గోచరిస్తూ వుండేది.

అమ్మ కంఠసీమలోని పైనున్న రేఖ నాలోని సత్యగుణమై నన్ను అత్యున్నత స్థానంలో నిలబెట్టింది. మధ్యలోని రేఖ రజోగుణమై నన్ను సాహసవంతుడ్ని చేసి జీవితంలో ఓటమి నెరుగని వీరునిలా పరుగులు తీయించింది. అట్టడుగున వున్న మూడవ రేఖ తమో గుణమై జ్ఞానాన్వేషణకు తెరలు తీసింది.

భూతకాలములోని పొరపాట్లను, తడబాట్లను సరిదిద్దుకుని, వర్తమానంలో సవ్యమైన మార్గాలలో పయనిస్తూ, భవిష్యతికి బంగారు బాటలు వేసుకునేలా చేసిన ఆ మూడు రేఖలలోని సంఖ్యా విశేషాన్ని ఈ నాటికీ మరువక స్మరిస్తూ వుంటాను.

రహస్య విద్యుత్తు

మా ఇంటి దగ్గర ఒక తోలుబొమ్మలాట జరిగింది. చాలా దూరం నుండి వచ్చి, వారం రోజులు మా ఊర్లో మకాం వేసి మరీ ప్రదర్శననిచ్చారు ఆ బృందం. అద్భుతమైన ప్రదర్శన అది. అనేకానేక పౌరాణిక కథలను సంకలనం చేసి వరుస క్రమంలో ప్రదర్శించారు.

ఎంతో అందంగాను, కళాత్మకంగాను జరిగిన ఆ ప్రదర్శన అందరినీ మంచి అనుభూతికి లోను చేసింది. ప్రదర్శన చూసిన ప్రతి ఒక్కరూ ఆనందించారు. ప్రదర్శనకారులను చివరి రోజున ఘనంగా సత్కరించి పంపించారు.

ప్రతిరోజు ప్రదర్శన చూసి ఇంటికి వచ్చిపడుకున్న నాకు వెంటనే నిద్రపట్టేది కాదు. ఆనాటి దృశ్యాలే కనుల ముందు కదలాడి మురిపించేవి. దానిలోని సాంకేతికతను అర్థం చేసుకునే వయసు కాదు నాది. అందుకే, తెరమీద ఆ జీవంలేని తోలుబొమ్మలు ఎలా కదలాడుతున్నాయో మొదటి రెండు రోజులూ అర్థం కాక సతమతమయ్యాను. మూడవ రోజు రాత్రి తెర వెనుకకు వెళ్ళి చూసాను. తెర వెనుక నుండి బొమ్మలను ఆడిస్తూ, మాట్లాడుతూ, పాటలు పాడుతూ చాలా మంది కళాకారులు కనిపించారు. రహస్యం తెలిసింది. అయినా కూడా వారి ప్రదర్శన రమణీయంగానే అనిపించింది.

గొప్పతనం ఆడే బొమ్మలదా లేక బొమ్మల నాడించే వారిదా అని తర్కించుకున్నాను. వారు లేక వీరు లేరు. వీరు లేక వారు లేరు. కాని ఖచ్చితంగా ఒకరెవరో మరొకరిని మించిన వారున్నారు. ఎవరు వారు?

ఇదే విషయాన్ని అమ్మ వద్ద ప్రస్తావన చేసాను. అమ్మ కూడా కొంత సేపు ఆలోచనలో వుండిపోయింది. 'బొమ్మల సౌందర్యం వాటిని ఆడించేవారి శక్తిలో దాగి వుంది. బొమ్మలు లేకుంటే శక్తివలన ఉపయోగం లేదు. నడిచేది, నడిపించేది రెండూ ముఖ్యమే నాన్నా. రెండూ పరస్పర పూరకాలు.'

మా ఇరువురి చర్చ బొమ్మల మీది నుండి మనుషుల మీదికి మరలింది.

'మనుషులను నడిపించేది ఎవరమ్మా?'

'మనుషులు కూడా తోలు బొమ్మల వంటి వారే నాన్నా. వారిని నడిపించి, ప్రకాశింప చేసే రహస్య విద్యుత్తు ప్రతి ఒక్కరిలోనూ దాగి వుంటుంది.'

'మనుషులలో ఆ శక్తిని నింపిన వారు ఎవరు?'

'ఆ విషయం మనం నిర్ధారించి చెప్పలేము నాన్నా. అది అంతర్లీనమై మనలో దాగి వుంటుందని కొందరు భావిస్తారు. ఆ శక్తిని నింపేది మహాశక్తి రూపుడయిన భగవంతుడని కొందరు భావిస్తారు. అది ఆత్మ అనే పేరుతో మనలో నిక్షిప్తమై ప్రకాశిస్తూ వుంటుందని, ఆ ఆత్మ విశ్వమంతా వ్యాపించి వున్న పరమాత్మలో భాగమని మరికొందరి భావన. ఇవి చాలా పెద్ద తాత్విక విషయాలు నాన్నా. జీవితానుభవాలను రంగరించి అధ్యయనం చేస్తే కానీ

అర్థం కావు. ముందు ముందు నీవే స్వానుభవంతో తెలుసుకోగలుగుతావు. ప్రస్తుతానికి ప్రదర్శన చూస్తూ ఆనందించు నాన్నా' అంటూ సర్ధిచెప్పింది అమ్మ.

అమ్మ చెప్పినట్టే జీవితాన్ని జీవిస్తూ వచ్చాను. నా ప్రశ్నో, సందేహమో తెలియదు కాని, అది నన్ను అడుగడుగునా వెంటాడుతూ వచ్చింది. ఏ ఒక్క అభిప్రాయానికి స్థిరపడలేక పోయాను.

కొంతకాలం పాటు నాలో దాగివున్న శక్తి మాత్రమే నన్ను నియంత్రించి, నడిపిస్తోందనిపించింది. అదే నిజమయితే నాలో ఈ శక్తికి పుట్టుక ఏది? అది ఎక్కడి నుండి వచ్చింది? విశ్వశక్తికి పుట్టుక ఏది? అది ఎక్కడి నుండి వచ్చింది? విశ్వశక్తి నుండి నాలోనికి అది ప్రవేశించిందా? ప్రాణవాయువు రూపంలో నాలో ఊపిరిలా ప్రవేశించి నాతో బాటు ప్రయాణం చేస్తోందా? అలాంటప్పుడు అది కొన్నాళ్ళకు నన్ను వదలి ఎక్కడికి పోతోంది? ఏ శక్తిలో అది తిరిగి లీనమవుతోంది? ఆ విశ్వశక్తికి మూలము ఎవరు? భగవంతుడేనా?

భగవంతుడు స్త్రీనా, పురుషుడా? అతని నివాసమెక్కడ? అతని విలాసమేది? ఎన్నో లక్షల జీవరాశులలో అంతర్లీనంగా వుంటూ, వాటిని కదిలించి, నడిపించి, ఆలోచింప చేయడం భగవంతునికి మాత్రం సాధ్యమయ్యే పనేనా! అతను కనిపించడా! అతనికి రూపం ఉందా! ఉంటే ఎలా వుంటాడు?

ఇలా నన్ను సతమతం చేస్తూ సందేహాల వలలో బంధించి నన్ను సగం జీవితం సాగే దాకా వీడని బంధువులై వెంటాడాయి. ఒకరోజు ఉన్నట్టుండి నాలో మెరుపు మెరిసింది. అదే జ్ఞానజ్యోతి అనుకుంటాను. ఆ మెరుపు

నాలో వెలుగులు నింపింది. నాలోని సందేహాలూ ప్రశ్నలూ నన్ను వదలి పారిపోయాయి. ననుు బంధించిన 'వల' చిరిగిపోయి చెదరిపోయింది. సత్యం నా ముందు ప్రత్యక్షమయ్యింది.

'నా అణువణువుగా నిండి నన్ను నడిపించే శక్తి అమ్మ. నా శక్తికి మూలమైన విశ్వశక్తి అమ్మ. నా ఆత్మ అమ్మ. ఆ నాత్మకు మాతృకలయిన పరమాత్మ అమ్మ. నా సృష్టికర్తఅయిన భగవంతుడు అమ్మ. నాలోని ఊపిరి, ఉచ్ఛ్వాస నిశ్వాసాల నిరంతర తరంగిణి అమ్మ.

ఆత్మ, పరమాత్మ, శక్తి, విశ్వశక్తి, రూపం ఉందో లేదో, ఎక్కడుంటాడో, ఎలా వుంటాడో తెలియని భగవంతుడు. వీరందరూ సమ్మిళతమై అమ్మలో ప్రవేశిస్తే నేను భూమి మీద ఉదయించాను.

నేను ఒక బొమ్మను. నా దరి వుంటూ, దూరంగా వుంటూ, నాకు కనిపిస్తూ, అదృశ్యమవుతూ, తను జీవిస్తూ, నన్ను జీవింపచేస్తూ నన్ను ఆడిస్తున్న రహస్య శక్తి అమ్మ. నాలో ప్రకాశమంతా అమ్మ ప్రతిబింటమే.'

ఆశ్రయమైన అందం

నా చిన్నతనంలో ఒకసారి నాన్నకూ నాకూ చిన్న తగాదా వచ్చింది. నాన్న మీదపడి పీక నొక్కేసాను. నాన్న ఉక్కిరిబిక్కిరి అయిపోయి చివరకు తప్పించుకున్నాడు.

తగాదాకి కారణం నాన్న అమ్మ నడుమును గురించి చులకనగా మాట్లాడటమే.

'సన్నని నడుము దానా ఇటురా!' అంటూ అమ్మను పిలిచేవాడు. చక్కని అమ్మ నడుమును సన్నని నడుము అనడం నాకు నచ్చేది కాదు. ఒకటి రెండుసార్లు కాదు, పదేపదే పిలువ సాగాడు. అమ్మ పట్టించుకునేది కాదు. చక్కగా బదులు పలికేది. నాకు మాత్రం కోపం వచ్చేది. అందుకే ఒకరోజు నాన్న అలా పిలవగానే కోపం వచ్చి, నాన్న మీదపడి పీక నొక్కేసాను.

కారణం తెలిసి, నాన్న తెగ నవ్వుకున్నాడు. నా పసితనపు అమాయకత్వానికి మురిసిపోతూ అమ్మకు చెప్పాడు. అమ్మ నన్ను దగ్గరకు తీసుకుని నొసటి మీద ముద్దు పెట్టుకుంది.

'నాన్న ప్రేమతోనే పిలిచాడు నాన్నా' అంది అమ్మ. నాకు ఆశ్చర్యమేసింది. నీ నడుమును చులకన చేయడం ప్రేమ ఎలా అవుతుందని ఎదురు ప్రశ్న వేసాను.

'ఇప్పుడు తెలియదులే, పెద్దయ్యాక ఆ పిలుపులోని అందం, అర్థం తెలుస్తాయి. పోనీలే నీకు కోపం వచ్చింది కదా! ఇక పిలువనులే. అందమైన నడుము దానా అని పిలుస్తాను. నీకు యిష్టమేనా?' అన్నాడు నాన్న.

సరే అంటూ తలూపాను. ఆ తగవు అంతటితో ముగిసింది.

యవ్వనంలోకి అడుగుపెట్టాను. ఎన్నెన్నో సౌందర్య రహస్యాలు తెరలు తీసుకుని కళ్ళు ముందు కనిపించసాగాయి. ఎందరెందరో సుందరాంగులు తమను ప్రేమించమంటూ నా వెంట పడసాగారు. ఎందుకో, ప్రియసిని ఎంపిక చేసుకోవడంలో నేను నిర్ణేతగా సరిపోనని నా అభిప్రాయం. నా కంటికి అందరూ మంచిగాను, అందంగాను, ఉత్తమంగాను కనిపించేవారు.

ప్రేమికుల దినోత్సవం వచ్చింది. ఆరోజు ఒక అద్భుతమైన కేళి జరిగింది. ఒక అందమైన పూలవనంలో మిత్రులందరూ తమ జంటలతో కలసి గుమిగూడారు. నేనొక్కడినే ఒంటరిని. నేనక్కడ ఒక ప్రేక్షకుడిని, ఒక ఎత్తయిన ప్రదేశంలో కూర్చుని చూస్తున్నాను.

ప్రపంచంలోని రకరకాల అందమైన ప్రేమ పక్షులన్నీ ఎగిరిఎగిరి వచ్చి ఆ విశాలమైన వనంలో వాలి, కదలాడుతూ కనువిందు చేస్తున్నట్టుగా వుంది. వాళ్ళంతా ప్రేమికులా, ప్రేమ దేవతలా అన్న సందేహం కలిగేలా వుంది. పై లోకాల నుండి దివ్యమైన జంటలన్నీ నేలకు చేరినట్టుగా వుంది.

ఎవ్వరూ శ్రుతిమించకుండా, పెదాలు కదపకుండా, మనసులు తెరచి మధురంగా మాట్లాడు కుంటున్నారు. ఒకరి నడుముపై మరొకరు చేతులు వేసి, సున్నితమైన కదలికలతో నాట్యమాడుతున్నారు. అందరూ ఒకే

గీతాన్ని ఆలపిస్తున్నారు. అది ప్రేమికుల పాట. అవధిలేని ఆనంద సాగరంలో తేలియాడుతున్నారు.

అందముగా అల్లిన మొలనూళ్ళను తమతమ ప్రియురాండ్ర నడుములకు చుట్టి ఆట ఆడటం మొదలుపెట్టారు. మొలనూళ్ళను సున్నితంగా పట్టుకుని లాగుతున్నారు ప్రియులు. ప్రియురాండ్ర నడుములు అత్యంత వయ్యారంగా అటూ యిటూ కదలాడుతున్నాయి. వారి నడుములు కనపడీ కనపడనట్టు సన్నంగా వుండి చూడముచ్చటగా అనిపిస్తోంది. వారందరూ ఏకమై అమృతము చిలుకుతున్నట్టుంది ఆ దృశ్యం.

అలా సాయంకాలం వరకూ ఆటలు ఆడి, అలసిసొలసి తమతమ నివాసాలకు కదలి వెళ్ళిపోయారు. నా చిన్నప్పుడు నాన్న అమ్మను సంబోధించిన విషయం గుర్తుకు వచ్చి, నాలో నేనే నవ్వుకున్నాను. చిరుమందహాసంతో నేను కూడా అటు నుండి కదలి వెళ్ళాను.

రాత్రి నిద్రకు ఉపక్రమిస్తూ, మంచం మీద పడుకున్నాను. కనురెప్పలు బరువుగా వాలుతూ లేస్తూ కదలాడుతున్నాయి. వనంలోని ప్రేమికుల లయబద్ధమైన విన్యాసాలు ఒక్కొక్కటిగా కంటి ముందు కదలాడాయి. చివరిగా ఆ అందగత్తెల నడుములు వయ్యారంగా కదలాడుతూ నెమ్మదిగా నన్ను ఊయలలూపుతూ నిదురపుచ్చాయి.

నిదురలో ఒక అందమైన స్వప్నం. అద్భుతమైన స్వప్నం. ఆ స్వప్నంలో ప్రపంచంలోని సుందరాంగులను తలదన్నూతూ కనుల ముందు అమ్మ ప్రత్యక్షమయ్యింది. అమ్మ అందమయిన నడుము కాదు కాదు,

సన్నని నడుము నా ముందు నిలిచి అద్భుతమైన రహస్యాలను నా చెవులలో వేసింది.

అమ్మ కరుణ వుంటేనే కానీ అవగాహన కాని రహస్యాలు అవి. అవి సృష్టి తీరుకు చెందినవి, జీవన గమనానికి చెందినవి, బిడ్డల పురోగతికి చెందినవి. ప్రతీ బిడ్డా తెలుసుకోవలసినవి.

అమ్మ నడుము భాగము మనకు ఊపిరినిచ్చి, రూపునిచ్చి, ఉనికినిచ్చి, మనకు ఈ దివ్యమైన జన్మను ప్రసాదించిన మాతృస్థానము. మన పాలిట పుణ్యక్షేత్రము.

మన గతాన్ని విస్మరించకుండా, గత అనుభవాలను సమీకరించుకుని, సమీక్షించుకుని వర్తమానాన్ని తీర్చిదిద్దుకునే జీవితపు నడుమ భాగము.

మన ప్రస్తుతాన్ని పరిరక్షించుకుంటూ బంగారు భవిష్యత్ కోసం ప్రణాళికలు రచించుకునే పునాది స్థానము.

జీవితంలో ఎంతటి ఉన్నత శిఖరాలకు చేరుకోవాలన్నా ఆధారమై ఆదుకునే మూలక్షేత్రము. అమ్మ అడుగులు మన వర్తమానానికి అడుగులు నేర్పిన బడి. అమ్మ నడుము మనల్ని భవిత వైపు తరలించడానికి పాఠాలు చెప్పే కమ్మని ఒడి. అమ్మ గుండె మనపై ప్రేమపూరిత ఆశీస్సులను వెదజల్లే పవిత్రమైన గుడి. అమ్మ సౌందర్యం మన జీవితాలకు అత్యుత్తమ ఆశ్రయం. అమ్మలోని అణువణువూ గురుత్వం నిండిన మధుర ఫలం. ఆరాధించి తరించడం మనందరి జీవిత ధర్మం.

కమనీయమైన కానుక

రెండు మధురమయిన సంఘటనలు ఒకే రోజు చోటు చేసుకున్నాయి. ఒకటి నా పుట్టిన రోజు, రెండవది నేను సి.ఇ.ఒ.గా బాధ్యతలు తీసుకునే రోజు. ఒకటి నా పుట్టుకకు కారణమయితే, రెండవది నా ప్రగతికి, అభ్యున్నతికి కారణమయ్యుంది.

మధురంలో మరొక మధురం నా పుట్టిన రోజునాడు అమ్మ కూడా నాతో వుండటం. భార్య, బిడ్డలు, తల్లి సమక్షంలో ఆనందంగా గడపగలిగే అదృష్టం నాకు ఆరోజు లభించింది. అమ్మ ఆశీస్సులు, భార్య ప్రేమ, పిల్లల అభిమానం ఒక్కసారిగా నన్ను సంతోషంలో ముంచి ఉక్కిరి బిక్కిరి చేసాయి.

తీయని అనుభూతులను నెమరు వేసుకుంటూ ఆఫీసుకి చేరుకున్నాను. అక్కడ నాకు అపూర్వమైన ఘన స్వాగతం లభించింది. మిత్రులంతా ఏకమై నన్ను అభినందనలతో ముంచెత్తారు. వారి ఎడల నేను ఇన్నాళ్ళూ చూపించిన ప్రేమ వాళ్ళ కళ్ళల్లో ప్రతిబింబించి నా కళ్ళను తడిగా చేసింది. వాళ్ళ అభిమానానికి అనిర్వచనీయమైన భావోద్వేగంతో హృదయం ద్రవించింది. నా సహచరుల మొదలు, గదులు శుభ్రం చేసే వారి వరకూ అందరినీ గుండెలకు హత్తుకుని కృతజ్ఞతలు చెప్పుకున్నాను.

ఎందరెందరో మహామహులు కూర్చున్న కుర్చీలో మొదటిసారిగా కూర్చోవడం ఒక దివ్యానుభూతికి లోను చేసింది. అందరి ప్రశంసలూ ఆశీస్సులై నన్ను ఆనంద సాగరంలో తేలియాడించాయి. ఇంతటి ఉన్నత

స్థానానికి చేరుకోగలిగి నందులకు దైవానికీ తల్లిదండ్రులకూ ఇన్నేళ్ళపాటు నన్ను ఆదరించి అక్కున చేరుకున్న యాజమాన్యానికీ కృతజ్ఞతలు తెలియచేసుకుని, ఆరోజు పని ఉల్లాసంగా, ఉత్సాహంగా, దిగ్విజయంగా పూర్తి చేసుకుని ఇంటికి చేరుకున్నాను.

ఇంటి దగ్గర పుట్టినరోజు విందును ఏర్పాటు చేసింది నా భార్య. భార్య, పిల్లలు తలోక కానుకనూ నాకు యిచ్చి మురిసి, పరవశించారు. ఆనందంతో అలసిపోయి, అమ్మ కాళ్ళకు మ్రొక్కి, విశ్రాంతి తీసుకోవడం కోసం మంచం మీద నడుం వాల్చాను.

ఆరోజు ఉదయం నుండి, సాయంత్రం వరకూ ఇంటా బయటా జరిగిన సన్నివేశాలను నెమరు వేసుకుంటూ చిన్నగా కళ్ళు మూసుకున్నాను. ఆనంద తరంగాలపై ఓలలాడుతున్న నాకు 'నాన్నా' అన్న పిలుపు వినిపించి కళ్ళు తెరచాను.

ప్రక్కలో నా కూతురు వుంది. ఏవిటన్నట్టు చూసాను.

'అందరం నీ పుట్టిన రోజుకి కానుకలిచ్చాము కదా! నువ్వు సి.ఇ.వో. అయినందుకు నీ ఆఫీసులో కూడా అందరూ పుష్పగుచ్ఛాలు యిచ్చి సత్కరించారు కదా! మరి నాన్నమ్మ ఎందుకు నీకు ఏ కానుకనూ ఇవ్వలేదు? ఒట్టి చేతులతో ఎందుకు నిన్ను ఆశీర్వదించి, ఊరుకుంది?'

ఎప్పుడూ ఊహలలో కూడా ఉదయించని ప్రశ్న నాకు ఎదురయ్యేసరికి నాకు క్రొత్తగా అనిపించింది. ఏమి సమాధానం చెప్పాలో అర్థం కాలేదు. సెమ్మదిగా తేరుకున్నాను. చిరునవ్వని బదులుగా యిచ్చాను.

'ఈ జన్మనిచ్చింది కదమ్మా! దీనిని మించిన కానుక వుండదుగా? ఏమిచ్చినా దీనికన్న చిన్నదేగా?' అంటూ సమాధానం చెప్పాను.

పసి వయసులో వున్న నా బిడ్డకు నా సమాధానం నచ్చలేదు, అర్థం కాలేదు కూడా. అసంతృప్తితో అటు తిరిగి పడుకుంది.

నెమ్మది నెమ్మదిగా నాలోని విజ్ఞత, విచక్షణ నిద్రలోకి జారుకున్నాయి. మామూలు మనిషి నాలో నుండి నిద్రలేచి నా గుండెల మీద కూర్చున్నాడు. నా అజ్ఞానమో, అహంకారమో తెలియదుకాని, కొన్ని ప్రశ్నలు నా మదిలో కదలాడటం మొదలుపెట్టాయి.

'అవును. అమ్మ నాకు ఎందుకు కానుకను ఇవ్వలేదు? ఇప్పుడే కాదు, ఏ పుట్టిన రోజుకీ ఏ కానుకనూ ఇవ్వలేదు. ఎందుకు? జీవితంలో ఎన్నెన్నో విజయాలను సాధిస్తూ పురోగమిస్తూ వచ్చానే! ఎందుకు ఏనాడూ అభినందనలు తెలుపలేదు?'

ఎప్పుడూ ఉదయించని ప్రశ్నలకు వెంటనే సమాధానం దొరకదని తెలుసు. బల్ల మీద అందరూ యిచ్చిన కానుకలు నిండి వున్నాయి. ఒక మూల మాత్రం కొద్దిగా చోటు వుంది. అది అమ్మ ఇవ్వని కానుక కోసం కేటాయించబడిందా? కలత నిదురతోనే రాత్రంతా గడిపాను.

మరునాడు ఉదయం యధావిధిగా ఆఫీసుకి బయలుదేరాను. ఎందుకో అమ్మ గురించి తప్పుగా ఆలోచించాను అనిపించింది. అమ్మ నుండి కానుకలు ఆశించడం తప్పు. అందుకోసం నిరాశకు గురికావడం మరింత పెద్ద తప్పు. అయినా అమ్మ నాకు కానుక ఇవ్వకపోవడం ఏవిటి? అమ్మ నాకోక కానుక. 'అమ్మ' నాకోక దివ్యమైన కానుక.

ఇతరుల కోసం ప్రేమను పండించమని, ఇతరుల కష్టాలను, బాధలను ఓర్పుతో స్వీకరించి ఓదార్చమని, ఎదుటివారి కోసం మనసును మంచులా కరిగించమని, ఎదుటివారిపై కారుణ్య రసాన్ని వర్షంలా కురిపించమని బోధించింది అమ్మ. అందరికోసం హృదయాన్ని సిద్ధపరచి ఆకాశమంతగా విస్తరించమని, అందరి జీవితాలలో ఎదుయ్యే చీకట్లను నాలోని వెలుగులతో అంతము చేయమని చెప్పింది అమ్మ. మంచితనాన్ని పరిమళముగా మార్చి ఎదుటివారి మనసులను తాకి పరవశింప చేయటం నేర్పింది అమ్మ.

పంచభూతముల తత్త్వాన్ని నాలో ప్రతిష్ఠించి, నన్నొక మనీషిగా తీర్చిదిద్దినది అమ్మ. లేకుంటే ఈరోజు నాకు ఇంతమంది మిత్రులు, అభిమానులు ఎలా లభ్యమయి వుండేవారు? నా భార్య నన్నెందుకు ప్రేమించి, ఆదరిస్తుంది? నా పిల్లలు ఎందుకు నా రక్షణలో జీవించాలని కోరుకుంటారు?

నేను కూడా పసిపిల్లవానిలా ఆలోచించినందుకు సిగ్గుపడ్డాను. మనసులోనే అమ్మకు క్షమాపణలు చెప్పుకుని ముందుకు సాగాను.

శ్రమ జీవన సౌందర్యం

అందమయిన జీవితమంటే ఏవిటనే విషయం మీద నాకూ నా మిత్రునకూ మధ్య ఆసక్తికరమయిన చర్చ జరిగింది ఒకసారి. నా మిత్రుడు దాని గురించి సుదీర్ఘంగా చెప్పుకొచ్చాడు. సంతోషంగా సాగే జీవితమే అందమయినదని ఒక ముగింపుకి రాగలిగాము. వెనువెంటనే నాలో క్రొత్త సందేహం పుట్టింది. ఏది సంతోషాన్నిచ్చే జీవితము? నా మిత్రుడు ఇలా చెప్పాడు:

'ఇంటి నిండా పిల్లా పాపలతో కళకళలాడుతూ వుండాలి. కావలసినంత ధనం ఇంట్లో నిండి వుండాలి. మూడు పూటలా తిండికి లోటు లేకుండా వుండాలి. ఇంటి నిండా పనివారుండాలి, వాళ్ళు చెప్పిన పని చేస్తూ మనకి అనుకూలంగా మసలుకుంటూ వుండాలి. మన మాటకు ఎదురు చెప్పకుండా తలలాడిస్తుండే అనుకూల వ్యక్తులు మన చుట్టూ మసలుతూ వుండాలి. అడుగు క్రింద పెట్టనవుసరం లేకుండా పుష్కలంగా వాహనాలుండాలి. పిలువకుండానే మన ఇంటేరి అలరించే బంధుజనం వుండాలి. కోకొల్లలుగా మిత్రులుండాలి. ఇవన్నీ వుంటే జీవితం అందంగా వుంటుంది. ఆనందమయమై వుంటుంది.'

నా మిత్రుని మాటలు చాలా ఆకర్షణీయంగా అనిపించాయి. అవన్నీ వుంటే జీవితం రమణీయంగా వుంటుందనిపించింది. కాని వెనువెంటనే సందేహాలు తరుముకొచ్చాయి. ఇవన్నీ నిజంగా అందమైన జీవితాన్ని అందించగలవా? నా మిత్రుడ్ని అడిగాను:

'ఇవన్నీ శాశ్వతమేనా? పిల్లా పాపలు పెద్దవాళ్ళయి వాళ్ళ కుటుంబ జీవితాలను అనుభవిస్తూ మనకు దూరమయితే! మనం వృద్ధులమై ఒంటరి వారిమై మిగిలిపోతే! ధనం చంచల స్వభావాన్ని కలిగి వుంటుందంటారు. అది మన చెయ్యి జారిపోతే! కేవలం జీతం కోసం పనిచేసే దాసిజనం మరి దేనికోసమయినా మనకి ఎదురు తిరిగి, ధిక్కరించి వెళ్ళిపోతే! బంధువులు బంధాలు తెంచుకుని మనల్ని వీడిపోతే! మిత్రులు శత్రువులయితే! కడుపునిండా తినగలిగే, జీర్ణించుకోగలిగే వయసు తరిగిపోతే! అప్పుడు కూడా జీవితం అందంగానే వుంటుందా? ఒకప్పటి మన ఆనందం మనల్ని అంటి జీవితాంతం వుంటుందా? నువ్వు చెప్పింది సరికాదనిపిస్తోంది మిత్రమా!'

నా మాటలకు నా మిత్రుని వద్ద సరైన వివరణ లేక మౌనంగా వుండిపోయాడు. ఎవరి దారిన వారు తిరుగు ముఖం పట్టాము. నన్ను నేనే ప్రశ్నించుకుంటూ, నాతో నేనే చర్చించుకుంటూ ఇంటికి బయలుదేరాను.

భార్యా బిడ్డలతో పనిలేకుండా ఏకాంతంగా అడవులలోనూ, కొండ గుహలలోనూ ప్రశాంతంగా జీవించే సన్యాసుల జీవితాలు, వాహనాలతో పనిలేకుండా సుదీర్ఘ ప్రయాణాలు సాగించిన మన పూర్వీకుల జీవితాలు, ఎవరిపైనా ఆధారపడకుండా తమ పని తాము చేసుకుని బ్రతికే సామాన్యుల జీవితాలు, ధనధాన్యాల పై మక్కువ లేని విరాగుల జీవితాలు ` ఇవన్నీ ఆనందమయ సుందర జీవితాలు కావా? ఇటువంటి జీవితాలలో సంతృప్తి వుండదా?

ఆనందము శాశ్వతము కావాలి. సంతృప్తి సాధ్యము కావాలి. ఇవి రెండూ కష్టమైన విషయాలే. ప్రకృతిలోని అణువణువులోనూ కనిపించే

సౌందర్యం జీవితంలో కూడా వుంటుందా! సౌందర్యమంటే కనులకు విందును చేసేదా లేక మనసును స్పందింప చేసేదా!

ఏ భవబంధాలూ, చీకూ చింతా లేని పశుపక్ష్యాదుల జీవితాలు అందమయినవా లేక అనుక్షణం మాయల వలలో చిక్కుకుని సతమతమయ్యే మనుషుల జీవితాలు అందమయినవా? ఇదే ప్రశ్న నా మనసు నన్ను పదే పదే అడిగింది. జవాబు చెప్పలేక నా బుద్ధి మౌనం వహించింది.

అందమా! ఐశ్వర్యమా! ` ఏది జీవితానికి ఆనందాన్ని యిస్తుంది? ఐశ్వర్యమంటే తెలుస్తోంది. అది నిలకడ లేనిదనీ తెలుస్తోంది. ఒక వేళ ఐశ్వర్యమంటే అందమా? అప్పుడు, అందమంటే ఏవిటి? ఎక్కడుంటుంది? చెక్కు చెదరని అందం, శాశ్వతమైన అందం, మనకి చేరువలో వుంటూ మనం అందుకోగలిగే అందం ` ఉందా ఎక్కడైనా?

అమ్మ, నాన్నలు నా మనో ఫలకం మీద కదలాడారు. వారిరువురూ ఐశ్వర్యవంతులా, సౌందర్య స్వరూపులా? వారి జీవన విధానము నా కనుల ముందు ఒక ఛాయా చిత్రములా కదలాడింది.

ఇద్దరూ సూర్యోదయము కన్నా ముందుగానే నిద్రలేస్తారు. వారి కనులతోపాటే కలువలు రేకులు విచ్చుకుంటాయి. వారి పలుకులతోనే పక్షుల కిలకిలలు మొదలవుతాయి. వారి అడుగుల సవ్వడితోనే ప్రకృతి నిద్రలేచి చలించడం ప్రారంభిస్తుంది.

ఊపిరితో పాటే, ఊపిరితో సమంగా శ్రమించడం మొదలుపెడతారు. ఒకరు గృహ రక్షణ కోసం, ఒకరు గృహ సౌందర్యం కోసం. ఒకరు మరొకరికి

నీడగా, ఇంకొకరు తోడుగా. ఒకరి కోసం మరొకరు నిరంతరం శ్రమిస్తూ, దానినీక ఆనందమయ క్రీడలా భావిస్తారు. ఈ క్రీడలో ఒకరు సగమే గెలుస్తారు, మరొకరు మిగిలిన సగం గెలిచి ఇద్దరి గెలుపునూ పరిపూర్ణం చేస్తారు. అమ్మ తన ప్రేమలో సగభాగం బిడ్డకు పంచియిస్తుంది. నాన్న తన అనురాగంలో సగభాగం బిడ్డకు పంచుతాడు.

బిడ్డల క్షేమం కోసం తల్లిదండ్రులు పడే శ్రమను మించిన సౌందర్యం, ఐశ్వర్యం ఎక్కడుంటాయి? ఇది కదా అందమంటే, ఇది కదా నిజమైన ఆనందమంటే!

శ్రమ జీవికి చింత వుండదు. విశ్రమించేవానికి ప్రశాంతత వుండదు. శ్రమ జీవనమే నిజమైన ఆనందం, శాశ్వతమైన ఆనందం. శ్రమించే వ్యక్తి ఎప్పుడూ సంపన్నుడే. ఇది చెక్కు చెదరని ఐశ్వర్యం.

పశువులు, పక్షులు కేవలం శ్రమను మాత్రమే ప్రేమిస్తాయి. శ్రమను మాత్రమే విశ్వసిస్తాయి. ఒక్క మనిషి మాత్రమే శ్రమను ద్వేషిస్తాడు. విశ్రాంతిని ప్రేమిస్తాడు. అందుకే జీవితంలో అసలైన అందాన్ని కనలేక, కృత్రిమాల వెంటపడి నిరంతరం రోదిస్తుంటాడు.

మది కదిలించిన అడుగులు

నాకు పదహారు సంవత్సరాల ప్రాయములో ఒకసారి మా స్కూలులో చిత్రలేఖనం పోటీలు నిర్వహించబడ్డాయి. నన్ను కూడా పాల్గొనమని నా మిత్రులు బలవంతం చేసారు. నీవు చాలా భావుకత కలిగిన చిత్రకారుని వంటూ ప్రోత్సహించి ముందుకు తోసారు.

నిజానికి నాకు చిత్రలేఖనం గొప్పగా రాదు. అన్నింటా ప్రవేశం వుండి, దేనిలోనూ ప్రావీణ్యము లేని మనిషిని నేను. ఆ విషయం నాకు మాత్రమే తెలుసు.

చిన్న చిన్న పూలు, పండ్లు, మొక్కలు, కొండల వంటి దృశ్యాలు చిత్రించడం తప్ప నాకు మరే గొప్ప నేర్పరితనమూ లేదు. కాని, జరగబోయేది పోటీ. పోటీలో అంటే నెగ్గుకు రావడం చాలా కష్టమని తెలుసు. అయినా పాల్గొనడం ముఖ్యమని మిత్రులు నా వెన్ను తట్టారు.

పోటీలో పాల్గొన్నాను. నా చేతిలో ఒక పెన్సిలు తప్ప మరేమీ లేదు. చుట్టూ చూసాను. అందరూ రంగు రంగుల పెన్సిళ్ళతో, కుంచెలతో సిద్ధంగా కూర్చుని వున్నారు. వాళ్ళందరి ముఖంలో పరిపూర్ణమైన విశ్వాసము నిండి వుంది. గాలిలోకి వ్రేళ్ళు తిప్పుతూ ఏవేవో ఊహలలో తెలిపోతున్నారు. నాలోని తెరుకుతనం పైకి కనిపించేస్తోంది.

గెలుపు కోసం రాలేదు కానీ, మిత్రుల అభిలాషను కాదనలేక పోటీలలో కూర్చున్నాను. నన్ను నేనే భుజం తట్టుకుని, ఊపిరి తీసుకుని చిత్రీకరణకు సిద్ధపడ్డాను.

ముందుగా ఆలోచించుకోకుండా కూర్చున్న నాకు ఏమి చిత్రించాలో అర్థం కాక కొంచెం సేపు సతమతమయ్యాను. నాలుగయిదు తెల్లకాగితాలు పాడుచేసి విసిరేసాను. మనసులో ఏదో మెరుపు మెరసి చిత్రీకరణ మొదలుపెట్టాను.

అందరూ ఇంకా కుంచెలతో కుస్తీ పడుతుండగానే నా పని పూర్తి చేసాను. చాలా బాగా వచ్చిందనుకున్నాను. నన్ను నేనే అభినందించుకున్నాను. ఖచ్చితంగా బహుమతి వస్తుందిలే అని నాకు నేను సమాధానం చెప్పుకున్నాను.

అందరూ కాసేపు గాలిలోకి చూస్తూ, కాసేపు బొమ్మలు వేస్తున్నారు. బొమ్మలు వేయడం తెలిసిన కవీశ్వరుల వలె కనిపిస్తున్నారు. అందరి కాగితాలూ రంగుల హంగులతో కళకళ లాడుతున్నాయి. నా ఒక్కడిదే నల్లగా దట్టంగా కనిపిస్తోంది. పాటను బట్టి కోకిలకు అందం రాలేదా! అలాగే నా భావుకతను బట్టి నాకూ బహుమతి రావొచ్చునని ఆశిస్తూ, నా చిత్రాన్ని న్యాయమూర్తులకిచ్చి బయటకు వచ్చాను.

మిత్రులంతా నా చుట్టూ చేరారు. ఏం బొమ్మ గీసావని ఆత్రుతగా అడిగారు. చాలా మంచి బొమ్మ గీసానని చెప్పాను. నా చేతిలో ఒక్క పెన్సిలు మాత్రమే చూసి ఆశ్చర్యపోయారు. 'రంగుల కుంచెలు లేవా' అనడిగారు.

'చీకటికి రంగులుంటాయా! ఆకాశానికి రంగులుంటాయా? కంటిపాపకు రంగులుంటాయా? అందమైన అమ్మాయి కేశాలకు రంగులుంటాయా? పదండి పోదాం' అంటూ మిత్రులతో ముందుకు సాగాను.

ఆరోజు సాయంత్రం ఫలితాలు వెల్లడించారు. నాకు ఏ బహుమతీ రాలేదు. నా చిత్రాన్ని పోటీలకు అనర్హమైనదిగా ప్రకటించి పక్కన పెట్టేసారు. నాలో పూర్తిగా నిరుత్సాహం చోటు చేసుకుంది. దాదాపుగా కన్నీరు పెల్లుబికింది.

'మేము ముందుగానే చెప్పాము. రంగులు లేకుండా చిత్రాలుంటాయా? రంగులే కదా చిత్రానికి వన్నెలు తెచ్చేది! నీవు మితిమీరిన ఆత్మవిశ్వాసంతో పోటీలకు వెళ్ళావు. మా ముందు మాత్రం భయాన్ని ప్రదర్శించావు' అంటూ మిత్రులు మందలించారు.

'బహుమతి రాకపోయినా పరవాలేదు. మరీ అనర్హమైనదిగా నా చిత్రాన్ని ప్రకటించడం నాకు అవమానంగా వుంది. ఎంతో భావుకతతో చిత్రించిన చిత్రమది. కనీసం అర్హమైనదిగా అనుమతించినా బాగుండేది.'

'ఏవిటి నీ భావుకత? చీకటి నలుపు, కనుపాప నలుపు, కేశాలు నలుపు, నీ పెన్సిలు గీతలు నలుపు ' ఇదేనా'

'పోటీకి ముందు ప్రోత్సహించారు. ఓడిపోతే అవహేళన చేస్తున్నారు. మీరు నిజమైన మిత్రులేనా! అయినా ఇప్పుడే వెళ్ళి న్యాయమూర్తులను కలుస్తాను. విషయం తెల్చుకుని వస్తాను' అంటూ వారిని కలవడానికి బయలుదేరాను.

వారంతా ఇంకా అక్కడే కూర్చుని మాట్లాడుకుంటున్నారు. వాళ్ళ ముందుకు వెళ్ళి నిలబడ్డాను. నాలో ఎక్కడా లేని ధైర్యం చోటు చేసుకుంది. బహుశా ఓటమి నేర్పిన ధైర్యం కావొచ్చు. వారిని నిలదీసి ప్రశ్నించాను.

వారు నా చిత్రాన్ని బయటకు తీసారు. నన్ను కూర్చోబెట్టి నా ముందు ఉంచారు. ఏవిటిది? అన్నట్టు కనుబొమ్మలు ఎగురవేస్తూ నా ఒంక చూసారు. వారిలో ఒకరు నన్నడిగారు.

'ఏం చిత్రమిది? ఒక మూల మొదలుపెట్టి మరోక మూలకు పైకి సాగిపోతూ ఈ అడుగులేవిటి? దీని అర్థం ఏవిటి? వాటిని అంటి పెట్టుకుని చిన్న చిన్న అడుగులేటి? దీనిలో సౌందర్యం ఎక్కడుంది? దీనికి ఏవిధంగా అర్హత వుంది? నువ్వే చెప్పు' అన్నారు.

'అవి అమ్మ అడుగులు. మా అమ్మ అడుగులు. మీ అమ్మ అడుగులు. అందరి అమ్మల అడుగులు. మనల్ని లక్ష్యం వైపు నడిపిస్తూ, మన భవితను కాంతిమయం చేస్తూ పైకి, పైపైకి సాగిపోయే అమ్మ అడుగులు. వాటిని అంటిపెట్టుకుని సాగే చిన్నిచిన్ని పాదాలు నావి, మీవి, మనందరివి. తల్లి అడుగు జాడలలో సాగే బిడ్డల పయనాన్ని సూచించే చిత్రమిది.

అమ్మ అడుగుల వెంట సాగితే అపజయం వుండదు. తడబాటు, తప్పటడుగు వుండదు. అమ్మ మన అడుగులు తడబడనీయదు. చీకటిలో వెలుగుల కోసం, వెలుగులలో ప్రకాశం కోసం, మన స్వప్నాలను పండించే మధుర ఫలాల కోసం సాగే అమ్మ అడుగులను మించిన సౌందర్యం మరోకటుంటుందా? సదా మన శిరస్సుపై ఉంచుకు ఆరాధించవలసిన అమ్మ అడుగుల సొబగులే నా చిత్రం. దీనిని అర్థం చేసుకోవడానికి మనసులో స్పందన కావాలి. భావుకత కావాలి' అంటూ వెనుతిరిగాను.

'నీ చిత్రానికి ప్రత్యేక బహుమతి ఇస్తున్నాం'. ముక్తకంఠంలో పలికిన వారి పలుకులు నా మనసును తేలికపరచి, అడుగులు వేయించాయి.

చంద్రుడ్ని మించిన అందం

హోరున వాన కురుస్తోంది. దానికి తోడు పెద్ద గాలి కూడా వీస్తోంది. రాత్రి సమయం. తలుపులన్నీ మూసి లోపల కూర్చుని వున్నాం. అమ్మ, నాన్న, నేను. ఉరుములు, మెరుపులతో ఎంతకీ తరగని వాన. సమయం గడుస్తోంది. వాన పెరుగుతోంది.

బయట ఎవరో తలుపులు కొడుతున్నారు. దబదబమని చప్పుడు చేస్తూ కొడుతున్నారు. అమ్మ లేచి వెళ్ళి తలుపులు తీసింది. వాన నీటికి పూర్తిగా తడిసి ముద్ద అయిపోయి, గజగజ వణకుతూ ఒక వ్యక్తి నిలబడి వున్నాడు. ఎవరో తెలీదు. ఎప్పుడూ చూడలేదు.

అతనిని చూడగానే అమ్మ కరిగిపోయింది. లోపలికి రమ్మని పిలిచింది. అతను లోనికి రాగానే తిరిగి తలుపులు మూసేసింది.

'అనుకోకుండా వర్షంలో ఇరుక్కుపోయానమ్మా. కొంచెం సేపు మీ ఇంట ఆశ్రయం ఇస్తారా?' అంటూ అమ్మను ప్రాధేయపడ్డాడు.

అమ్మ అతనిని తనతోపాటు లోపలి గదిలోకి తీసుకుపోయింది. ఎవరో తెలీదు. ఎలాంటి వాడో తెలీదు. నిజంగా అతని ఉద్దేశ్యం ఏవిటో తెలీదు. పైగా చాలా ఎత్తుగా దృఢంగా వున్నాడు. అలాంటి క్రొత్త వ్యక్తిని నమ్మి ఆశ్రయం ఇవ్వడం నాకు నచ్చలేదు.

నాన్న మాత్రం ఉన్న చోటు నుండి కదలకుండా కూర్చుని పెచ్చటి కాఫీ తాగుతున్నాడు. నాన్నకు నా ఆందోళన వివరించాను. అతను ఏదయినా అఘాయిత్యం చేస్తే మేం ముగ్గురమూ కూడా కలిసినా ఎదుర్కోనలేము. ఒంటి చేత్తో మమ్మల్ని పడగొట్టి ఇల్లు మొత్తం దోచుకుపోగలడు.

నాన్నలో మాత్రం ఎలాంటి మార్పు లేదు, ఎటువంటి ఆందోళన కూడా లేదు. కాఫీ త్రాగుతూనే 'మీ అమ్మ అతని తడిసిన తల తుడుస్తూ వుంటుంది చూడు' అన్నాడు.

నేను ఆ గది వైపు వెళ్ళి లోనికి తొంగి చూసాను. అమ్మ నిజంగానే అతని తలతుడుస్తోంది. అవునవునంటూ నాన్న వైపు తిరిగి తలాడించాను.

అటు నుండి అమ్మ ఏం చెయ్యటోతోందో తను కూర్చున్న చోటు నుండే నాన్న వ్యాఖ్యానం చెయ్యడం మొదలుపెట్టాడు. అక్షరాలా నాన్న ఏమి చెటుతున్నాడో అదే అమ్మ చెయ్యసాగింది.

అతను ఒళ్ళు తుడుచుకోవడానికి తువ్వాలు ఇచ్చింది. మార్చుకోవడానికి పొడిబట్టలు యిచ్చింది. వేడివేడి కాఫీ యిచ్చింది. అతను తేరుకోవడం చూసి తను ఉపశాంతి పొందసాగింది.

అమ్మ ఆ నూతన వ్యక్తికి ఆశ్రయమిచ్చి, ఆదరించడం అది ముందుగానే ఊహించి, నాన్న చలించకుండా కూర్చోవడం. నాకు ఆశ్చర్యంగా అనిపించింది. నాన్నను అడిగాను. 'ఎందుకిలా?'

'అమ్మ కాబట్టి. అమ్మ మనసు అలాంటిది కాబట్టి. ప్రతి వ్యక్తిలోనూ తన బిడ్డను చూడగలిగేది ఈ లోకంలో అమ్మ మాత్రమే. అతనిలో ఆమెకు నువ్వు కనపడ్డావు. అతడ్ని చూడగానే ఆమె కనులు ప్రేమతో

గుడ్డివయిపోయాయి. అమ్మకు తెలిసిందల్లా అమ్మతనం మాత్రమే. అందుకే ఇలా.'

'కానీ అతను పూర్తిగా క్రొత్త వ్యక్తి. పైగా భయం కలిగించే విధంగా వున్నాడు. అలా ప్రతివారినీ నమ్మవచ్చా! ఏదయినా దౌర్జన్యానికి తలపడి వుంటే మనం ఎదుర్కొనగలమా?'

'తల్లి మీద దౌర్జన్యం చేసే బిడ్డలుంటారా ఈ ప్రపంచంలో. అందరిదీ ఒకటే మనసు నాన్నా. అది ఎదుటి వ్యక్తిని బట్టి అమ్మలా, నాన్నలా, సోదరునిలా, మిత్రునిలా ప్రతిస్పందిస్తూ వుంటుంది. ఎదుటివారి కోసం మనసును తెరచి వుంచాలి అమ్మలాగ. అప్పుడు లోకమంతా ప్రేమమయం అవుతుంది. అమ్మతనం అందరికీ సాధ్యం కాదు నాన్నా. దానికి ఎంతో దీక్షతో తపస్సు చెయ్యాలి.'

నాన్న మాటలు నాకు చాలా బాగా నచ్చాయి. ఇంత ఉన్నతంగాను, విశాల తత్త్వంతోను నాన్న మాట్లాడటం నేను గతంలో ఎప్పుడూ వినలేదు. నాన్న ఎప్పుడూ మౌన మహర్షిలా వుంటాడు. గంభీర సాగరంలా వుంటాడు. అమ్మలానే తను కూడా ఏమీ మాట్లాడకుండానే ఎన్నో విషయాలు నేర్పుతాడు. అమ్మంటే నాకు ఎంత ప్రేమ వుందో, నాన్నంటే నాకు అంత గౌరవం వుంది.

నాన్న చెప్పింది అక్షర సత్యం. అందరిలోనూ దాగివున్న మనసు ఒకటే. దానినే మానవత్వం అంటారనుకుంటా. వానకు అందరూ తడిసి ముద్ద అవుతారు. చలిగాలికి అందరూ గజగజ ఒణుకుతారు. ఎండ వేడిమికి అందరూ కమిలిపోతారు. మన మనసుకు స్పందించే అవకాశం ఇస్తే అది

అందరిలోనూ ఒకే తీరులో స్పందిస్తుంది. అప్పుడు అందరమూ 'అమ్మ'లా మారిపోతాం.

'పోయి చూడు. వాళ్ళిద్దరూ కబుర్లాడుకుంటూ వుంటారు' అన్నాడు నాన్న.

వెళ్ళి గదిలోకి తొంగి చూసాను. నిజంగానే వాళ్ళిద్దరూ ఎలాంటి అరమరికలు లేకుండా కబుర్లాడుకుంటున్నారు. అలానే కొన్ని క్షణాలు గడచిపోయాయి. అతను లేచి నిలబడ్డాడు. ఇద్దరూ కలసి బయటకు వచ్చారు.

అతను నన్ను ప్రేమతో తాకాడు. నాన్నను గౌరవ దృష్టితో చూస్తూ అభివందనం చేసాడు.

'అమ్మా, మా అమ్మను గుర్తు చేసావు. నాకు మా అమ్మ చెంతకు చేరిన అనుభూతి కలిగింది. వర్షం కూడా తగ్గిపోయింది. పోయి వస్తాను' అంటూ మా వద్ద శలవు తీసుకుని వెళ్ళిపోయాడు.

అతనితో పాటు నేనూ బయటకు వచ్చాను. వర్షం పూర్తిగా తగ్గిపోయింది. ఆకాశం నిర్మలంగా మారిపోయింది. మబ్బులు మమ్మల్ని మురిపించి, మా ఊరు విడిచిపోయాయి. నిండు చందమామ కనువిందు చేస్తూ నింగిలో వెలిగిపోతున్నాడు 'అమ్మలా'.

అలా చందమామను చూసి, చూసి వెనుతిరిగాను.

'మిత్రమా! ఆగు' అంటూ ఎవరో పిలిచినట్టనిపించింది. వెనుతిరిగి చూసాను. వెనుక ఎవరూ లేరు. మరల కదలబోయాను. మరలా ఆ పిలుపు వినిపించింది.

ఎవరా! అని ఆశ్చర్యపోతూ అటూ యిటూ చూసాను. పైకి నింగిలోకి చూసాను. చందమామ నాతో మాట్లాడుతున్నట్టు అనిపించింది. అలానే ఆశ్చర్యంగా చూస్తూ నిలుచున్నాను. నిజంగానే చంద్రుడు మాట్లాడుతున్నాడు.

'నీవు చాలా అదృష్టవంతుడివి మిత్రమా. ఇన్ని రోజులూ నేనే పరిపూర్ణమైన వెలుగులు చిందిస్తూ ప్రపంచానికి వెన్నెలలు పంచే మొనగాడినని గర్వించాను. కానీ ఈ లోకంలో వున్న అమ్మలందరినీ చూసి నేనెంత అల్పుడనో తెలుసుకున్నాను. నెలలో పదిహేను రోజులు మాత్రమే నా కళలు వికసించి శోభిస్తాయి. అటు తరువాత నా ఉనికి కనుమరుగవుతుంది. అంధకార మయమవుతుంది. ఒకే ఒక్క రోజు, అదే పౌర్ణమి రోజు మాత్రమే నేను పరిపూర్ణంగా ప్రకాశిస్తాను. చూసావా ఈరోజు పౌర్ణమి అయినా మబ్బులు నన్ను ఎలా మాయం చేసాయో? అనుక్షణమూ వెన్నెలలు పంచే నిండు చందమామ 'అమ్మ' మాత్రమే అని అర్థమయ్యింది. అమ్మలు కన్న బిడ్డలంతా వెన్నెల వెలుగులతో గుబాళించే కుసుమాలే అని తెలిసింది. నాకు మరో జన్మలేదు. ఉంటే అమ్మగానో, ఒక అమ్మకు బిడ్డగానో పుట్టాలనుంది. ఆపై మాటలు వినిపించడం ఆగిపోయాయి. నా కళ్ళు తడిసిపోయాయి.

నిండు మనిషి

దేవాలయానికి వెళ్ళాను. నిండు మనసుతో ఆహ్వానించారు. మంచి దర్శనం ఇప్పించారు. ఘనంగా పూజలు నిర్వహించారు. వేదమంత్రాలతో ఆశీర్వదించారు. సత్కారాలు చేసారు. 'నిండు మనిషి'గా వర్థిల్లమని దీవించారు.

చర్చికి వెళ్ళాను. కరుణా హృదయులై స్వాగతం పలికారు. నా కోసం ప్రార్థనలు చేసారు. శాంతి సందేశాలు అందించారు. పవిత్రమైన సూక్తులు బోధించారు. 'పరిపూర్ణమైన జీవితం' లభించుగాక అని దీవించి పంపించారు.

మసీదు ప్రాంగణానికి వెళ్ళాను. నా గుండెకు తమ గుండెను తాకించి తమతో లోనికి తీసుకు వెళ్ళారు. అపార ప్రేమ రసాన్ని నాపై జల్లి పరవశింప చేసారు. సద్గుణ జీవన విధానాన్ని గురించి బోధించారు. 'సమగ్రమైన బ్రతుకు' బ్రతకాలంటూ ఆశీర్వదించి పంపించారు.

దివ్యమైన అనుభూతితో ఇంటి ముఖం పట్టాను. ఆధ్యాత్మిక ప్రకంపనలు నన్ను ఆనంద తరంగాల పైన ఓలలాడించాయి. రోజు నడిచే దారి ఈరోజు ఏదో క్రొత్త అనుభూతికి గురిచేస్తూ నను నడిపించింది.

ఇంటికి చేరుకున్నాను. విశ్రాంతిగా కూర్చున్నాను. ప్రశాంతంగా శ్వాస పీల్చుకుంటూ ఆయా దివ్య స్థలాలలో జరిగిన అనుభూతులను నెమరు వేసుకున్నాను. శరీరమంతా తేలిక అయిపోయినట్టు, మనసు విశీల ఆకాశంలో విహరిస్తున్నట్టు అనిపించింది.

పెద్దలు చేసిన దీవెనలు గుర్తుకు రాసాగాయి. ఒక త్రికోణంలా రూపుదిద్దుకుని నా ముందు నిలబడ్డాయి. మూడు దివ్యమందిరాలు, మూడు రకాల దీవెనలు. వీటి అర్థం ఏవిటి? వీటి సారాంశం ఏవిటి? వీటిలో దేనికి ప్రథమ స్థానం ఇవ్వాలి? మూడు రకాల జీవన విధానాలలో వైవిధ్యం ఏవిటి? `ఇలాంటి ప్రశ్నలుగా ఆ త్రికోణం నాలో అలజడి సృష్టించింది.

ఈ మూడూ పవిత్రతను బోధించినప్పుడు మూడు వర్గాలుగా విడిపోవడం ఎందుకు. ఒకరితో ఒకరికి విభేదాలు ఎందుకు? వీరి మధ్య ఘర్షణలు ఎందుకు? హింసలు, దాడులు ఎందుకు? మతాలకు మూలం 'జనహితం' అయితే, మతాల మధ్య చిచ్చులెందుకు?

అంతవరకు ఎంతో దివ్యానుభూతిని అనుభవించిన నా మనసు క్రమక్రమంగా బరువెక్క సాగింది. ఆ భారం నన్ను విచారానికి గురిచేసింది.

నిండు జీవితానికి, సమగ్రమైన జీవితానికి, పరిపూర్ణమైన జీవితానికి తేడా ఏముంది? మూడింటి అర్థం ఒక్కటే కదా? పద ప్రయోగాలు మధ్య వ్యత్యాసం మనుషుల్ని విడదీస్తుందా?

అసలు నిండు మనిషి అంటే ఎవరు? సమగ్రంగాను, పరిపూర్ణంగాను జీవించడం అంటే అర్థం ఏవిటి? ఈ విధమైన జీవితం మనకు ఎలాంటి సుఖాన్ని, ఆనందాన్ని ఇస్తుంది? దీనిని పొంది సుఖించాలంటే కావలసింది చదువా? సంపదా? మరేదయినానా? నిండు మనిషి అంటూ ప్రపంచంలో ఎవరయినా వున్నారా? ఎవరు వారు?

చాలా మంది పెద్దలను, విజ్ఞులను అడిగాను. తెలుసుకోవడానికి ప్రయత్నించాను. అందరూ యుగాల క్రితం నాటి వ్యక్తులను ఉదహరిస్తున్నారు కాని, మన కనుల ముందు తిరుగాడే మహనీయుల

గురించి ఎవరూ చెప్పలేకపోతున్నారు. గతమొక వైభవంగా చెబుతున్నారు. మరి వర్తమానం సంగతి ఏవిటి?

పోనీ అమ్మను అడిగితే? జ్ఞానులకు తెలియని విషయాలు అమ్మకు మాత్రం తెలుస్తాయి. ప్రశ్నిస్తే నేటి జ్ఞానులు ఒప్పుకోరు. తర్కిస్తే సహించలేరు. ఈ రెండింటికీ లొంగకుండా ఓపికతో సమాధానం చెప్పగలిగేది అమ్మ మాత్రమే. అందుకే అమ్మనే కలవాలని నిర్ణయించుకున్నాను. అమ్మను చేరుకున్నాను.

'అమ్మ, నిండు జీవితమంటే ఏవిటి? నిండు మనిషి అంటే ఎవరు?'

'దీని కోసమా నాన్నా శ్రమపడి, అంతదూరం నుండి వచ్చింది?' అంటూ ఆశ్చర్యంగా అడిగింది అమ్మ.

'ప్రయత్నించానమ్మా. సరైన సమాధానం దొరకక నిన్ను వెతుక్కుంటూ వచ్చాను. నాకు జిజ్ఞాస ఎక్కువని నీకు తెలుసు. అది తీరే వరకూ నాకు ఉపశమనం వుండదనీ నీకు తెలుసు. దయచేసి నాకు ఉపశమనం కలిగించు అమ్మా' అంటూ వేడుకున్నాను.

అందరు అమ్మల వలె తను కూడా నన్ను ప్రేమతో అక్కున చేర్చుకుంది. ఆకాశమంత అనుభవ జ్ఞానంతో నాకు బోధించడం మొదలుపెట్టింది.

'నిండు మనిషి అంటే తను జీవితంలో ఎంత ఉన్నత శిఖరాలకు చేరుకున్నా అణిగిమణిగి వుండేవాడు. వినయమే ఆభరణంగా కలిగినవాడు. తన మూలాలను మరువనివాడు.

అవుసరమయినప్పుడు మాత్రమే తనలోని జ్ఞానాన్ని, విజ్ఞానాన్ని ప్రదర్శిస్తూ ఆకాశమంతగా ఎదిగి కనిపించేవాడు. అవుసరమయిన వారికి అవుసరమయినంత జ్ఞానాన్ని అందించగలిగే విజ్ఞుడు, పరిపూర్ణుడు.

సుగుణములను వస్త్రములుగా ధరించేవాడు. దుర్గుణముల పాలిట చండ విక్రమ పరాక్రమ వంతుడు. అందరిలోనూ ఆ సుగుణకాంతులను విరజిమ్మి విరాజిల్లేవాడు.

సదా ఆనందంగా వుండేవాడు. కష్టసుఖాలు రెండింటినీ చిరునవ్వుతో స్వీకరించగలిగే వాడు. కష్టాలకు చలించి వెనుకడుగు వేయనివాడు.

కోరికలు లేకపోవడాన్నే సంపదగా భావించేవాడు. ఒకవేళ కోరికలు కలిగినా వాటిని లోకహితం కోసం త్యాగం చేయగలిగేవాడు.

మరణము తరువాత కూడా జీవించగలిగేంతటి ప్రేమను ప్రపంచానికి పంచి, కీర్తిని గడించేవాడు. తన సత్ప్రవర్తననే ఆయుధముగా చేసుకుని, ఇతరులను ప్రేమతోను, కరుణతోను తన వశం చేసుకోగలిగేవాడు.

నాకు తెలిసిన నిండు మనిషి ఇతడే నాన్నా. నిను దీవించిన పెద్దల వాక్కులలో ఇంతటి సత్యము దాగి వుంది. దీనికి చాలా సాధన అవుసరం నాన్నా. భౌతిక బంధాలు విడనాడి సాధన చేస్తే నీవు, నీతోపాటు అందరూ నిండు మనుషులుగా మారవచ్చు. పెద్దల దీవెనలు నీ ఎడల ఫలించాలని ఆశిస్తున్నాను.'

కళలు – కాంతులు

ఒక అత్యున్నత శిఖరం మీద కూర్చుని వున్నాను. ఒక అద్భుతమైన శిల్పాన్ని చూసాను. దానిని మలచిన శిల్పిని చూసాను. ఆశ్చర్యపోయాను. ఎంత అందమైన శిల్పం! ఎన్ని కళలు, కాంతులు !

శిల్పిని చూసాను. శిల్పాన్నే చూస్తూ, పరిశీలిస్తూ వున్న శిల్పిని చూస్తూనే వున్నాను. శిల్పితో పాటు నేను కూడా శిల్పాన్ని పరిశీలించడం మొదలుపెట్టాను. శిల్పములోని కళలన్నీ ఒక్కొక్కటిగా నా కనుల ముందు ప్రత్యక్షం కాసాగాయి.

ముందుగా పాదాలను చూసాను. అవి లేలేత పాదాలు. పసిడి కాంతులు వెదజల్లుతున్న పాదాలు. పూలరెమ్మల వలే మెత్తనైన పాదాలు. కాని అంతటి మహాశిల్పానికి ఆధారమై నిలిచి వున్నాయి. నడిచే పాదాలు. నడిపించే పాదాలు. గమ్యాన్ని చేర్చే దివ్యమైన పాదాలు. తనతో పాటు అందరినీ సవ్యమైన దిశలో నడిపించే పాదాలు అవి.

కాలి పిక్కలు చూసాను. పాదాలకు భిన్నముగా చాలా కఠినంగానూ, గట్టిగాను వున్నాయి అవి. అంతలోనే ఎంత వైవిధ్యాన్ని చూపించడం జరిగింది ఆ శిల్పం చెక్కిన చేయి! ఆకాశాన్ని తాకే విశాల భవనాన్ని చలించకుండా కట్టడి చేసి నిలబెట్టే ఇనుప చువ్వల్లా వున్నాయి ఆ కాలి పిక్కలు. కఠోర పరిశ్రమకు ప్రతీకగా నిటారుగా నిలబడి వున్నాయి.

తొడలను చూసాను. కుల, మత, వర్గ విచక్షణ లేకుండా అందరికీ నీడనిచ్చి, సేదతీర్చే విశాల వృక్షపు మ్రానుల్లా వున్నాయవి. చాలా దృఢంగా వున్నాయి. జీవితంలో ఎదురయ్యే కష్టాలతో పోరాడి, పోరాడి అలసిపోయిన వారికి ఆశ్రయ కేంద్రాలుగా నిలచి వున్నాయి.

జీవిత సాగరాన్ని సగం దూరం విజయవంతంగా ఈదగలిగిన యువకునిలా సన్నగా, చలాకీగా వున్న నడుమును చూసాను. ఎన్నెన్నో విజయాలను సాధించిన నిగర్విలా కనిపించీ కనిపించని అందమైన నడుము అది. ఒక అపురూప రూపానికి నట్టనడిమి ఆధారమై నిలచానని గర్వించకు అని హెచ్చరిస్తున్నట్టుగా దాని చుట్టూ ఒక వస్త్రము దృఢంగా బిగించబడి వుంది.

తన రూపాన్ని, తన ఉనికిని మనకు లభించేలా చేసిన లోతైన బొడ్డును చూసాను. అది శిల్పానికి నాభి స్థానము. దాని ఆవిర్భావానికి మాతృస్థానము. మాతృ గర్భము నుండి సమస్తమైన సంకేతాలనూ అందుకున్న పవిత్ర స్థానమది.

ఎత్తయిన రొమ్ము భాగాన్ని చూసాను. సాహసానికి మారు పేరుగా, సాధించిన విజయాలకు ప్రతీకగా గర్వంగా ముందుకు చొచ్చుకుని నిలబడి వున్న ఆ విశాలమైన రొమ్మును చూసాను. రొమ్ము పై నుండి దృష్టి కొంచెం పైకి వెళ్ళింది. నిటారుగా నిలబడి వున్న కంఠాన్ని చూసాను. విజయాలను సాధించినప్పుడు విజయ శంఖారావాన్ని చేసే ఆ కంఠం చాలా అరుదైన రీతిలో చెక్కబడి వుంది. కష్టాలను, దుఃఖాలను దిగమ్రింగగలిగే దివ్యమైన కంఠమది. జీవితంలో సాధించిన ఘనకార్యాలకు గుర్తింపుగా ఆ కంఠం చుట్టూ ఒక అందమైన ఆభరణం అలరిస్తూ కనిపిస్తోంది.

ఎంతటి పెను భారాన్నయినా పైకి లేపి, ఆవల పెట్టగలిగే బలమయిన భుజాలను చూసాను. కండలు తిరిగిన ఆ భుజాలు శిల్పం మొత్తానికి ఒక అండలా నిలబడి వున్నాయి. శిల్పాన్ని ఏ శక్తులూ దరిచేర్చి శిథిలం చేయకుండా కాపాడగలిగే పెను సర్పాల వలె అవి ప్రేళ్ళాడుతున్నాయి. వాటి పడగల వలె గోచరించే అరచేతులు అయిదేసి శిరస్సుల వలె చేతి ప్రేళ్ళు అద్భుతమైన రీతిలో చెక్కబడ్డాయి.

సాగరపు అలల వలె, మహావృక్షపు పెను శాఖల వలె విస్తరించిన నల్లని కేశాలు కలిగిన అందమైన ముఖాన్ని చూసాను. ఆ ముఖంలో ఎన్నెన్నో కళలు, కాంతులను చూసాను. మిత్రులను పలుకరించే చిరునవ్వులు చూసాను. విజయదరహాసాలను కూడా చూసాను. పసితనపు లేలేత ఛాయలను, వృద్ధాప్యపు అనుభవ జాడలనూ చూసాను. పరాక్రమంతో పరుగులు తీసే ప్రచండమైన వెలుగులు చూసాను. ప్రేమతో దరిచేర్చి, ఆదరించి, అలసట తీర్చే ఆహ్లాదపు వెన్నెలలు చూసాను. మమకారంతో మిలమిల మెరిసే కళ్ళు, విజ్ఞానపు కాంతులు వెదజల్లే విశాలమైన నుదుటి భాగము చూసాను.

ఆ మహా శిల్పపు రూపాన్ని కనులు మూసుకుని మదిలో ప్రత్యక్షం చేసుకున్నాను. తమస్సును, రజస్సును, సత్త్వగుణాన్ని తనలో సమ్మిళితము చేసుకుని కనిపించింది. భూత వర్తమాన భవిష్యత్తలకు ప్రతీకలా కనిపించింది. విశ్వమంతా తానే అయి విశ్వమే తానయినట్టు గోచరించింది.

ఇంతకీ ఎవరిది ఈ శిల్పం? ఎవరు దీనిని మలచిన మహాశిల్పి? క్షణంలోనే నాకు సత్యం బోధపడింది. కొండంత ఎత్తు ఎదిగి శిఖరం మీద

కూర్చున్న వ్యక్తిని నేనే, నా ఎదురుగా నిలబడినది, నేనింత వరకూ గమనిస్తున్న వ్యక్తి రూపం అమ్మదే.

నేను ఆ దివ్య శిల్పాన్ని. దానిని మలచిన ఆ శిల్పి అమ్మ. నిజానికి నాకు దర్శనమిచ్చిన రూపం ప్రపంచంలోని అమ్మలందరి ప్రతిబింబము. అమ్మలందరూ తమ బిడ్డలని అలాగే తీర్చిదిద్దుతారు.

అమ్మలందరి యొక్క జీవిత లక్ష్యం, తమ బిడ్డల కోసం, వాళ్ళని రూపుదిద్దడం కోసం నిరంతరమూ శ్రమించడమే. తాము మలచిన శిల్పాలను చూసి మురిసి పోవడమే. ఆ శిల్పాలలో తాము పొదిగిన కళలన్నింటినీ చూస్తూ పరవశించి పోవడమే. తమ కన్నుల కాంతులు బిడ్డలపై ప్రతిబింబిస్తుంటే చూస్తూ ఆనందించడమే.

డబ్బయ్ వసంతాలుగా నన్ను మలచడానికే శ్రమిస్తూ, తొంబై వసంతాలు పూర్తి చేసుకుంది అమ్మ. నన్నొక ఉన్నత స్థితిలో కూర్చుండబెట్టి, నన్ను పరిపూర్ణుడ్ని చేసింది. ఇంకా ఏవేవో మెరుగులు దిద్దాలని మసకబారిన కళ్ళతో, నుడతలు పడిన మోముతో నన్నే పరిశీలిస్తూ చూస్తోంది. ఉలిని ఇంకా తన చేతితో పట్టుకునే నిలబడి వుంది.

పైకి చేరే వరకూ మనిషి ఎదుగుతూనే వుండాలన్నది లోకంలోని అమ్మలందరి జీవిత తత్త్వం అయివుంటుంది.

అందరి దేవుడూ ఒక్కడేనా?

అసత్య మాడవద్దు ` అది దేవునికిష్టం వుండదు.'

'పాపము చేయవద్దు ` దేవుడు శిక్షిస్తాడు.'

'ఎవరినీ హింసించ వద్దు ` దేవుడు బాధపడతాడు.'

ఇలాంటి సూక్తులు ఎన్నో వింటూ వచ్చాను. అబద్ధమాడిన వాడు, పాపము చేసినవాడు, హింసకు పాల్పడినవాడు నేరస్థులని నిర్ణయించి తీర్పు చెప్పినవారు ఎవరు? సాటి మనుషులే కదా!

'చట్టము నుండి తప్పించుకోగలవు కాని భగవంతుని నుండి తప్పించుకోలేవు' అంటారు. ఎవరు ఈ దేవుడు? ఎక్కడుంటాడు? ఎలా వుంటాడు?

సకల జీవులూ అతని సృష్టి అయితే, లోపభూయిష్టమైన మనుషుల్ని దేవుడెలా సృష్టించాడు? లోపాలు చేసేవాడు, కోపతాపాలున్నవాడు, శిక్షలు విధించేవాడు, ఇష్టాయిష్టాలకు లోనయ్యే వాడు దేవుడెలా అవుతాడు? దేవుడంటే పరిపూర్ణుడు కదా! పరిశుద్ధుడు కదా! మరి మనుషులలో ఈ విపరీతాలను ఎందుకు పొందుపరచాడు? పైగా తను కూడా మనుషుల రూపంలోనే సంచరిస్తూ, దర్శనమిస్తున్నాడు?

ఇవన్నీ ప్రశ్నలే. నాలోని జిజ్ఞాస పెరిగే కొలది నన్ను వెంటాడి బాధిస్తున్న ప్రశ్నలే. క్రిమి కీటకాదుల నుండి, పశుపక్ష్యాదులతో సహ ఈ జగత్తు మొత్తాన్ని పరిపాలించే వాడి రూపం మానవ రూపమా? మానవ

రూపంతోనే అతను సంబోధించటడుతున్నాడా? బహు రూపాలలో చిత్రించటడుతున్న అసలు దేవుడు ఎలా వుంటాడో చూడాలని నా కోరిక. అతనితోనే సంభాషించాలని, అతనినే నా ప్రశ్నలకు సమాధానం అడగాలని నా అభిలాష. ఇది తీరేదేనా? ఇది తీరేదెలా?

నాలోని అలజడి చూసి నా మిత్రులు హళన చేసారు. త్వరలో విరాగిగానో, పిచ్చివానిగానో మారిపోతావంటూ హెచ్చరించారు. మాలాగ, ఎటువంటి చింతా లేకుండా జీవించలేవా అంటూ హితవు చెప్పారు. అయినా నాకు శాంతి లభించలేదు. ఆ దిక్కూ, ఈ దిక్కూ అని లేకుండా సంచరించాను. సమాధానం దొరకలేదు.

ఒకానొక సందర్భంలో అమ్మను కలవడం కోసం బయలుదేరి వెళ్ళాను. అమ్మను చూసాను. హాయిగా, ఆనందంగా బ్రతికేస్తోంది అమ్మ. పక్షులతో కటుర్లాడుతోంది. పశువులతో ఆటలాడుతోంది. పూల మొక్కలను ముద్దాడుతోంది. వృక్షాల ప్రాణులను కౌగలించుకుని పరవశిస్తోంది. క్రిమికీటకాదుల కోసం సేలమీద నూకలు చల్లుతోంది. అమ్మ నాకంటె పిచ్చిదానిలా కనుపించింది. అవును. ఇద్దరూ పిచ్చివాళ్ళమే. ఇద్దరికి ఒకటే తేడా , నేను అలజడితో సతమత మవుతున్నాను, అమ్మ ఆనందంతో పరవశమవుతోంది.

అమ్మను చేరాను. నా వేదన అమ్మకు చెప్పాలనుకున్నాను. అమ్మ ద్వారానే నాకు ఉపశమనం, నా మనసుకు శాంతి లభిస్తాయని భావించాను. నెమ్మదిగా అమ్మ చెంత చేరి ప్రశ్నించాను. ప్రశ్నలతో నా సంభాషణ ప్రారంభించాను.

'అమ్మా, దేవుడంటే ఎవరు? ఎలా వుంటాడు? మనమంతా మానవ రూపంలో ఆరాధించే వాడేనా దేవుడంటే! అతని చిరునామా ఏవిటి? అతనిని చూడగలమా? మాట్లాడగలమా? నాకు తడులిచ్చి, నన్ను ఓదార్చవా అమ్మా!' అంటూ వేడుకున్నాను.

సృష్టిలో అత్యంత అందమయిన వ్యక్తి అమ్మ మాత్రమే. ఎందుకంటే తుఫాను లెదురయినా చిరునవ్వులు చిందించగల ఏకైక వ్యక్తి తాను మాత్రమే. నా ప్రశ్నలు విండి అమ్మ. చిన్న పిల్లవాడు తీపి పదార్థం అడిగితే ఎలా స్పందిస్తుందో, నా ప్రశ్నలకు కూడా అలానే స్పందించింది అమ్మ ` చిరునవ్వుతో, ప్రేమతో.'

ప్రకృతి మొత్తం అమ్మ మాటలు వింటూ పులకించి పోయేలా, అమ్మ మాట్లాడటం మొదలు పెట్టింది.

'దేవునికి ఫలానా చిరునామా అంటూ వుండదు నాన్నా. దైవము సర్వాంతర్యామి, సర్వవ్యాపి, చూడటానికి మనకంటికి కనుపించనిదే దైవము.

దైవము వేరు, దైవత్వము వేరు. ప్రేమించే వాడిని ప్రేమికుడంటాం. ఆరాధించేవాడిని ఆరాధకుడు అంటాం. ఇలా మనలో నుండి ప్రకటించబడే లక్షణాల నుండి మనకు ఆ పేర్లు ఆపాదించబడతాయి. దొంగ, హంతకుడు కూడా అలా వచ్చిన పేర్లే.

దైవిక లక్షణాలు ఎవరిలో వుండి, ప్రకటించబడితే వాడే దేవుడు. అవి లోపించినవాడు దానవుడు. ప్రేమ, కరుణ, దయ, సానుభూతి, ఫలితం ఆశించకుండా మేలు చేయడం లాంటి వన్నీ దైవిక లక్షణాలే. సుగుణాలన్నీ

దైవికమే. అవి మనుషులలో వున్నా, పశుపక్ష్యాదులలో వున్నా కూడా అవి దైవములే. ఇతరుల మంచికి ఉపయోగించే ప్రతి జీవీ దైవమే. అందుకే కొన్ని సంప్రదాయాల వారు పశువులను, వృక్షాలనూ కూడా దైవంగా భావిస్తారు.

దైవానికీ, దానవునికీ ఒకటే చిరునామా. సకల జీవుల అంతరంగాలే వారిరువురికీ నివాస స్థానాలు. వారిద్దరూ కలిసే నీలో, నాలో నిదురిస్తూ వుంటారు. నువ్వు దైవాన్ని తట్టి లేపితే దేవుడివవుతావు. దానవుడ్ని మేల్కొలిపితే దానవుడివవుతాడు.

నీలోని దానవుడ్ని సంహరించమనీ, దైవాన్ని మేల్కొలపమనీ సకల ధర్మాలూ బోధిస్తున్నాయి. అది తెలియని అమాయకులు మాత్రమే దైవాన్ని మన నుండి వేరుగా భావించి అతనిని వెతుక్కుంటూ గుడులు, గోపురాలు, చర్చిలు, మందిరాలు అంటూ పరుగులు తీస్తారు.

దైవత్వాన్ని పొందడానికి కృషి, సాధన చెయ్యాలి నాన్నా. అప్పుడందరూ దేవుళ్ళే. అంతటా దైవమే' అంటూ ముగించింది అమ్మ.

నాకు జ్ఞానోదయమయ్యింది. నాలోని దైవాన్ని భక్తితో, అంకిత భావంతో మేల్కొల్పాలని నిర్ణయించుకున్నాను.

దైవానికి రూపం వుండదని అర్థమయింది. ఒక వేళ రూపం వుంటే అది అమ్మలా వుంటుంది. మహిమలు చేసేవాడు దేవుడు కాదని తెలిసింది. ఒకవేళ మహిమచేయగలిగితే 'ఒక జీవికి జన్మనిచ్చే అద్భుతమైన మహిమ' అమ్మ మాత్రమే చేయగలదని బోధపడింది.

విజయుని కథ

నాన్న చనిపోయిన తొలి రోజులలో నేను చాలా నిరాశకు, నిస్పృహకు లోనయ్యాను. నాలోని బుద్ధిబలం, ఉత్సాహం ` అన్నీ మాయమైపోయాయి. వాటి వలన నా ప్రవర్తనలో కూడా మార్పు చోటు చేసుకుంది. దాని ప్రభావం నా వృత్తి, వ్యవహారాల మీద పడింది. నేను ఎంతో కష్టపడి ఒక ఉన్నత స్థితికి తీసుకొచ్చిన సంస్థ తీవ్రమైన నష్టాలకు గురికావడం జరిగింది.

ఒకవైపు అమ్మ ఒంటరిగా వుండిపోయింది. ఇల్లు వదలిరానని అక్కడే వుండిపోయింది. ఇంతటి కష్టాన్ని ఏనాడూ ఎదురుచూడక పోవడం వలన దిక్కుతోచని పరిస్థితి ఎదురయ్యింది. నన్ను చూసి నా కుటుంబ సభ్యులు డీలాపడిపోయారు.

పాపం అమ్మ. ఇంతమంది నా చుట్టూ వున్నా నేను ఒంటరి జీవితాన్ని గడపాల్సి వస్తోంది. ఒంటరిగా వుంటున్న అమ్మ పరిస్థితి ఇంకెంత ఇబ్బందికరంగా వుంటుందో తలచుకుంటే చాలా బాధకలిగింది. అమ్మను కలవాలనిపించింది. వెంటనే అమ్మ దగ్గరకు బయలుదేరి వెళ్ళాను.

అమ్మ ఎప్పటిలాగే తన నిత్యజీవితాన్ని గడుపుతూ సంతోషంగా వుండటం నాకు ఆశ్చర్యాన్ని కలిగించింది. మనిషిలో కాని, ప్రవర్తనలో కాని అమ్మలో నాకు ఎలాంటి నిరాశ, దుఃఖం లాంటివి కనపడలేదు. ప్రళయంలో కూడా చెక్కు చెదరని ప్రశాంత, గంభీర సాగరంలా కనిపించింది అమ్మ.

నా బాధను అమ్మకు చెప్పుకున్నాను. నా ఆవేదన అమ్మ వింది. తన దరికి చేర్చుకుంది. 'నీకు ఒక కథ చెబుతాను వింటావా?' అనడిగింది.

నాకు ఆశ్చర్యం వేసింది. నా దుఃఖాన్ని చూసి చలించిపోతుందనుకున్న అమ్మ ఇలాంటి వింత ప్రశ్న వేసిందేవిటని నివ్వెరబోయాను.

'అమ్మ, నాకు ఓదార్పు కావాలి. ఇది కథలు చెప్పే సమయం కాదు. కథలు వినే అవస్థ నాది కాదు. ఒకరి బాధను ఒకరు పంచుకునే సమయం.'

'ఈ కథ విను నాన్నా' అంటూ తన ధోరణిలో తను చెప్పడం మొదలుపెట్టింది.

'అనగనగా ఒక రాజుగారుండేవారు...'

అమ్మ కథను మధ్యలోనే ఆపాను. 'నేను చిన్నపిల్లవాడ్ని కాదమ్మా. అయినా ఇప్పుడు కథలేవిటి?'

'మనిషి జీవితమే ఒక కథ నాన్నా. మనిషి జీవితంలో నుండే కథలు పుట్టాయి. కథలలో మన జీవిత సత్యాలు దాగి వుంటాయి. విను నాన్నా'.

నేను మారు మాట్లాడకుండా వినసాగాను.

'ఆ రాజుగారి భార్యను ఒక రాక్షసుడు ఎత్తుకుపోయాడు. ఎక్కడో సుదూర ప్రాంతంలో దాచిపెట్టాడు. ఆమెను వెతకడానికి రాజుగారు, ఒక నమ్మిన బంటును పంపించారు. ఆ బంటు మహాసాగరపు ఆవలి వడ్డుకు చేరి, వందలాది రాక్షసులను సంహరించి రాణిగారి జాడ తెలుసుకున్నాడు. ఆమెకు ధైర్యం చెప్పాడు. ఆ శుభవార్త రాజు చెవిన వేసాడు. రాజుతో కలసి

రాక్షసులతో పోరాడాడు. రాక్షసుని మహానగరాన్ని టూడిద చేసాడు. రాజుని, రాణిని ఒక్కటి చేసాడు. ఈ రోజుకీ చిరంజీవిలయి వర్ధిల్లుతున్నాడు.

అతనెలా ఈ మహోకార్యాన్ని సాధించాడో తెలుసా? అతను తన బుద్ధిని ఉపయోగించాడు. సూక్ష్మ దృష్టితో ఉపాయాలు పన్ని ఘోర రాక్షసులను సంహరించాడు. అపారమైన ధైర్యసాహసాలను ప్రదర్శించాడు. సమర్థుడని పించుకున్నాడు. వీటన్నిటికీ వెనుక నుండి సహాయము చేసినది అతని సంకల్పబలం. ఇది నాన్నా కథ' అంటూ తన కథనాన్ని పూర్తి చేసింది అమ్మ.

'ఇప్పుడెందుకమ్మా నాకు ఈ కథ?'

'జీవితంలో ఎన్నో కష్టాలు ఎదురవుతుంటాయి నాన్నా. వాటిని ఎదుర్కొని ముందుకు సాగిపోయేవాడే నిజమైన మనిషి. అతనిని మాత్రమే విజయాలు వరిస్తాయి. జీవితంలో అతిపెద్ద కష్టం ఏవిటో తెలుసా? మనం ఎందుకు పుట్టామో తెలుసుకోలేక పోవడం. జీవిత పరమార్థాన్ని, ప్రయోజనాన్ని కోల్పోవడాన్ని మించిన నష్టం మరేదీ లేదు నాన్నా. ఆ కష్టం ముందు అన్నీ చిన్న కష్టాలే.

భౌతికంగా మీ నాన్న మన మధ్య లేకపోయినా ఆయన సదా మనం సంతోషంగా వుండాలనే కోరుకుంటారు. ఆయన ఆత్మకు శాంతి కలగాలంటే మనం కృంగిపోకూడదు నాన్నా. మనం కన్నీరు కారిస్తే ఆయన ఆత్మ ఘోషిస్తుంది.

మనిషి పుట్టుక, మరణము అనివార్యమైనవి నాన్నా. మనం జీవిస్తూ కూడా మరణించినట్టు కనపడటాన్ని మించిన శాపం మరొకటి లేదు.

నువ్వు నీ జీవితంలో ఎన్నెన్నో విజయాలను సాధిస్తూ దూసుకుపోవాలన్నది మీ నాన్న ఆకాంక్ష. దానిని నువ్వు నెరవేర్చి విజయునిగా నిలిస్తే ఆయన ఆత్మ ఆనందమయ నాట్యం చేస్తుంది.

నేను చెప్పిన కథలోని వీరునివలె సంకల్ప బలంతో ముందుకు సాగిపో. బుద్ధి, ధైర్యం, సామర్థ్యం, సూక్ష్మ దృష్టి - ఇవి నీ ఆయుధాలు. వీటి సహాయంతో నీకు ఎదురయ్యే దుఃఖాన్ని కష్టాన్ని చంపి పాడేయ్. నీ గమ్యం నీకు దూరమైపోయింది. దానిని అన్వేషించి పట్టుకో, సాధించు, మనసుకు ఆనందం కలిగించు. నీ పుట్టుకకు ఒక అర్థాన్ని ప్రయోజనాన్ని కలిగించుకో.

నీకు మిగిలింది భవిష్యత్ మాత్రమే. గతం కనుమరుగయి పోయింది. వర్తమానం కరిగిపోతుంది. ముందుకు చూడు నాన్నా. నేను చేసేది, చేస్తున్నదీ అదే. మీ నాన్న కోరుకునేదీ అదే.

పరుగులు తీసే కాలంతో పాటే పరుగులు తీయాలి నాన్నా. ఆగిపోకూడదు. నిలబడి దుఃఖించడం వలన మరోక నష్టం చేరుకుంటుంది నిను. వెళ్ళు... నీకు శుభం కలుగుతుంది.'

అమ్మ మాటలు విన్నాను. కర్తవ్యం తెలుసుకున్నాను. నాన్న ఆత్మశాంతి కోసం విజయపథం వైపు అడుగులు మొదలుపెట్టాను.

వెనుతిరిగి అమ్మను చూసాను. అమ్మ నవ్వుతూ నన్నే చూస్తోంది. అగ్ని గుండాన్ని తనలో దాచుకుని ప్రకాశించే సూర్యునిలా, సూర్యుని వేడిమిని వెన్నెలగా మార్చి మనకందించి ఆహ్లాదపరచే నిండు చందమామలా.'

ఆ కనులలో ఏముున్నదో !

━◦।◜━◆━◝।◦━

ఎప్పుడూ సంతోషంగా, ఉల్లాసంగా, చలాకీగా వుండే అమ్మకి ఒకసారి అనారోగ్యం చేసింది. తీవ్రమైన అనారోగ్యం చేసింది. విపరీతమయిన గొంతు సమస్య వచ్చింది. మాట్లాడలేక పోయింది. ఏమీ తినలేకపోయింది. చివరి పరిష్కరముగా వైద్యులు శస్త్రచికిత్స చేయవలసి వచ్చింది.

శస్త్ర చికిత్స చాలా విజయవంతంగా జరిగింది. వారం రోజుల పాటు మాట్లాడ కూడదన్నారు. సెలేటి అలలా గలగలలాడే అమ్మ గొంతు మూగపోయింది. చిరుగాలి సడిలా గుసగుసలాడే పెదాలు విశ్రాంతిలోకి వెళ్ళిపోయాయి. ఎప్పుడూ ఆ స్థితిలో అమ్మను చూడని నేను తీవ్రంగా చలించిపోయాను.

ఆ వారం రోజులూ నేను, నాన్న అమ్మ దగ్గరే వుండిపోయాము. మా ఇద్దరి ముఖాలూ దిగులుతో నీరసించిపోయాయి. అమ్మ మాత్రం తన చిరునవ్వును, ఎప్పటి వలెనే చిందిస్తూ వుండి పోయింది. నాకు చాలా ఆశ్చర్యం వేసింది. నాన్న అనుక్షణమూ అమ్మను వెన్నంటి నిలబడిపోయాడు. అంకితభావంతో అమ్మకు సపర్యలు చేసాడు. వేళకు మందులు అందిస్తూ, అమ్మ కదలికలకు స్పందిస్తూ సేవలు చేస్తూ వచ్చాడు.

ఆపదలో కూడా ఎంతో అందంగా కనిపించే ఇటువంటి జంట లోకంలో వేరే వుంటుందా అనిపించింది. ఒకరి కోసం మరొకరన్న సూత్రానికి న్యాయం

చేస్తూ జీవితాన్ని సాగించడం ఒక్క భార్యాభర్తలకు మాత్రమే సాధ్యం. వారి ప్రేమానురాగాలు చూస్తే ముచ్చట వేసింది.

అమ్మ ఏమీ మాట్లాడటం లేదు కదా! మరి అమ్మ మనసులోని భావాలు నాన్నకు ఎలా అర్థమవుతున్నాయి? ఎలా నాన్న అమ్మ అవసరాలను గమనించి వెంటనే స్పందించి సేవలందించ గలుగుతున్నాడు? తలచుకుంటే నాకే ఆశ్చర్యంగా అనిపించింది.

'నాన్నా! అమ్మ మనసు నీకు ఎలా తెలుస్తోంది? వేళకు ఎలా స్పందించ గలుగుతున్నావు? మాట్లాడలేని అమ్మతో నీవెలా మాట్లాడగలుగుతున్నావు? మీ యిద్దరి సంభాషణకూ మాధ్యమం ఏవిటి? బిడ్డనయిన నాకు ఏమీ అర్థం కావడం లేదు. నీకెలా అమ్మ ప్రతి కదలికా అర్థమవుతోంది?' అని అడిగాను.

నాన్న చిన్నగా నవ్వాడు. నా తల నిమిరాడు.

'నాలో అమ్మ, అమ్మలో నేను నెలవై వున్నప్పుడు మాటలాడు కోవడానికి కొదవేముంది? పెదాలు మాట్లాడలేక పోయినా మా కళ్ళు మాట్లాడతాయి. కళ్ళతోనే మా సంభాషణ సాగుతుంది' అంటూ బదులిచ్చాడు నాన్న.

నాకు ఆశ్చర్యం వేసింది. కళ్ళలో అంత శక్తి వుంటుందా! కళ్ళు సంకేతాలిస్తూ కబుర్లు చెబుతాయా! ఎంత గొప్ప విషయం! అవును. ఒకరిని ఒకరు కనుల నిలుపుకోగలిగినప్పుడు మాటలకు కొదవేమి వుంది? అయినా అమ్మ కళ్ళలో వున్న విశేషాన్ని తెలుసుకోవాలని జిజ్ఞాస నాలో

టయలుదేరింది. అమ్మనే చూస్తూ, అమ్మ కళ్ళ కదలికలను గమనిస్తూ మిగిలిన రోజులన్నీ గడిపాను.

అమ్మ కళ్ళలో అవధిలేని సొందర్యముంది. మనసున్న వారు మాత్రమే తెలుసుకోగలిగే అపూర్వ సొందర్యముంది. మరలా మరలా చూడాలనిపించే సొందర్యం. చూసే కనులను ప్రకాశింప చేసే సొందర్యం.

అమ్మ కనులలో ప్రేమ నిండి వుంది. అన్ని కాలాలలోనూ ప్రేమను ఉప్పొంగించే అపురూపమైన కళ్ళు అమ్మలకు మాత్రమే లభించిన అపురూప వరం. అమ్మ కనులోక మహాప్రేమ సాగరం. చరాచర సృష్టినంతటినీ పులకింప చేసే ప్రేమ అమ్మది.

మూసుకుంటూ తెరచుకుంటూ రెపరెపలాడే అమ్మ కళ్ళలో ఎన్నో అద్భుతాలు దాగి వుండి, తొంగి చూస్తుంటాయి. ఆ కనులు రాళ్ళను కరిగించగలవు, అగ్నిని చల్లార్చగలవు. ప్రళయాలను నిలిపి నిశ్చలముగా మార్చగలవు.

అమ్మ కనులు కరడుకట్టిన కఠిన మనస్సులను కూడా ప్రేమతో బంధించగలవు. ప్రేమను కురిపించి వారిని ఓడించగలవు. నిరాశతో సతమతమయి పోయిన మనసులను ఉత్తేజపరచి వారిలో నూతన శక్తులను నింపగలవు. పిరికివానిని కూడా సాహసవంతునిగా మార్చగలవు.

ఎదుటివారిపై కరుణను కురిపించగలిగే నల్లని దట్టమయిన మేఘాలు అమ్మ కనులు. దయ, సానుభూతి వంటివి ప్రసరించి ఎదుటివారి మనసులను ఓదార్చగలిగే అద్భుత కిరణాలు అమ్మ కనులు.

పసిబిడ్డను పరిపూర్ణునిగా మలచి ఒక నూతన సృష్టిని చేయగలిగే శక్తి అమ్మ కనులకు మాత్రమే వుంది. కంటి చూపుతోనే మన నడకను సరిదిద్ది నడిపించగలిగేవి అమ్మ కనులందించే అద్భుత సంకేతాలు. కనులతోనే పలు రకాల భావోద్వేగాలను ప్రకటిస్తూ తన మనసును మాట్లాడించగలదు అమ్మ.

అమ్మ అంతరంగాన్ని ఆవిష్కరించే అపూర్వ ద్వారాలు అమ్మ కనులు. కనులతోనే తన ఆత్మను ప్రకటించగలదు అమ్మ. ఆమె కనులు దివ్యమైనవి. చూపు సువిశాలమైనది.

ఆ కనులలో ఏమున్నదో అని తపనతో అన్వేషించిన నాకు అంచనాలకు మించిన విశేషాలు, విశేషణాలు, అద్భుతాలు, రహస్యాలు బోధపడ్డాయి.

అందమయిన కనులతో పాటు, అన్నీ తెలిసిన కనులు కలిగి వుండటం స్త్రీలకు లభించిన వరం. ముఖ్యంగా అమ్మకు మాత్రమే స్వంతమయిన అపురూప సంపద అందమయిన కనులు.

మనసులు కలిస్తే పెదవులతో పనిలేదు. కనులే అన్నీ మాట్లాడతాయి. కదలాడుతూనే ఎన్నెన్నో స్థిరమయిన సత్యాలను బోధపరుస్తాయి.

అమ్మ కనులలోని రహస్యాలను తెలుసుకుని నేను ధన్యుడినయ్యాను. అమ్మ, నాన్నల ప్రేమను అర్థం చేసుకోగలిగాను. మాట్లాడకుండానే మాట్లాడగలిగే కళ్ళు ఎంత దివ్యమైనవో కదా!

అమ్మ ఏం చేస్తోందా అని అమ్మ ఒంక చూసాను. అమ్మ కనులు తెరచి చూస్తోంది. నన్నే చూస్తోంది. అమ్మ కళ్ళు మెరుస్తున్నాయి. చిరునవ్వులు

చిందిస్తున్నాయి. ఎంత ఆశ్చర్యం!! అమ్మ కళ్ళు నాతో మాట్లాడుతున్నాయి. అవును ఇప్పుడు నాకు అర్థమవుతోంది. అమ్మ కళ్ళతో నాకు ఏదో చెబుతోంది. అవును. అర్థం అవుతోంది.

'నాకు నయమవుతోందిలే నాన్నా, కంగారుపడకు. ఆందోళన చెందకు. త్వరలో కోలుకుంటా' అంటోంది అమ్మ.

దూరమయినా అది దగ్గరే

అమ్మ ఉత్తరం వ్రాసింది. నాన్న తన మిత్రులతో కలసి దూర ప్రాంతాలకు యాత్రకు వెళ్తున్నాడని వ్రాసింది. నాన్న పదిహేను రోజుల వరకూ రాని వ్రాసింది. అందరూ క్షేమమే కదా అని అడిగి ఊరుకుంది.

అమ్మ ఉత్తరానికి ఆంతర్యం ఏవిటి? నన్ను తనతోపాటు వుండటానికి రమ్మంటోందా? లేక, తనే నా వద్దకు వస్తానంటోందా? ఊరికినే విషయం చెప్పి ఊరుకుందా? నాకేమీ బోధపడలేదు. ఊరికే తను ఉత్తరాలు వ్రాయదని తెలుసు. నా ఇంటికి రావడానికి తనకి ఎలాంటి మొహమాటమూ లేదనీ తెలుసు. గతంలో పలు సందర్భాలలో చెప్పకుండా వచ్చి ఆశ్చర్యపరచింది కూడా. నేను నా పనులతో సతమతమవుతూ వుంటాను కనుక నన్ను యిబ్బంది పెట్టడానికి మొహమాటపడుతూ అలా వ్రాసి వుండొచ్చునని అనుకున్నాను.

అమ్మ, నాన్నలు ఒకరిని విడచి మరోకరు ఒక్కక్షణం కూడా వుండలేరు. అలాంటిది పదిహేను రోజులపాటు అమ్మ ఒంటరిగా ఎలా వుండగలదు? చాలా సంవత్సరాల క్రితం అమ్మ ఊరు వెళితే నాన్న ఎంత తెంగపెట్టుకున్నాడో నాకు ఇంకా జ్ఞాపకం వుంది.

ఒకసారి నా భార్య పిల్లలు చాలా రోజుల పాటు ఊరు వెళితే నేను ఒంటరిగా వుండలేక, పోయి వాళ్యని వెనక్కి తెచ్చుకుని ఉపశమనం పొందిన సందర్భం కూడా నాకు జ్ఞాపకం వుంది.

అమ్మ ఖచ్చితంగా మొహమాట పడుతోంది. నా సుఖం కోసం ఎన్నో చేసింది అమ్మ. అమ్మ కోసం నా పనులను ప్రక్కన పెట్టి, అమ్మను కలసి, ఆమెను ఆనందపర్చలేనా? అమ్మను కలవాలని నిర్ణయించుకున్నాను. పదిహేను రోజుల పాటు అమ్మ చింతను పోగొడుతూ ఆమె తోడుగా గడపాలనుకున్నాను.

అమ్మ కోసం బయలుదేరాను. అమ్మను ఆశ్చర్యపరచాలని, ముందుగా కబురు చేయకుండా బయలుదేరాను.

తలుపులు దగ్గరకు మూసివున్నాయి. నెమ్మదిగా తలుపు తోసాను. అమ్మ ఒక చోట కూర్చుని పుస్తకం చదువుకుంటోంది. నన్ను చూసిన అమ్మ నిజంగానే ఆశ్చర్యపోయింది. ఒక్కసారిగా లేచి వచ్చి ఆనందంతో నన్ను దరిచేర్చుకుంది.

నన్ను కూర్చోబెట్టి సేద తీర్చింది. అందరి క్షేమాలూ అడిగింది. అమ్మలోని సంతోషాన్ని చూసి, నేను చాలా మంచి పని చేసానని నన్ను నేనే అభినందించుకున్నాను.

చాలా సేపు ఇద్దరం కబుర్లు చెప్పుకున్నాం. భోజనం చేద్దువుగాని రా! అంటూ పిలిచింది. నాకు ఆశ్చర్యం వేసింది. నేను వచ్చిన దగ్గర నుండి నాతోనే వున్న అమ్మ వంట ఎప్పుడు చేసింది?

'అమ్మా వంట చేసేసావా? నేను వస్తానని నీకు ముందుగానే తెలుసా? ఎలా అమ్మా!'

'ఈరోజు ఉదయం నుంచీ ఏవేవో శుభశకునాలు ఎదురు వచ్చాయి నాన్నా. గాలి క్రొత్తగా వీస్తూ ఏదో కబురు తీసుకొస్తున్నట్టనిపించింది.

పక్షులు ఇంటి కిటికీల వద్దకు చేరి కిలకిలా పాటలు పాడసాగాయి. పెరట్లో వున్న ఆవుదూడ ఊరికే అమ్మా అమ్మా అని పిలుస్తోంది. రోజు త్రాగే కాఫీ క్రొత్తగా రుచించింది. ఎందుకో నాకు నేల మీద నడుస్తున్నట్టు లేదు, గాలిలో తేలుతున్నట్టు అనిపించింది. ఎవరో బంధువులొస్తున్నారనిపించింది. అది నువ్వే అనిపించింది. నిన్ను మించిన బంధువు నాకు వేరే ఎవరున్నారు?'

అమ్మ మాటలు నేరుగా నా మనసును తాకాయి. నా కళ్ళు పరమానందంతో తడిసిపోయాయి. అమ్మ పాదాలు తాకాను. పాదాలను ముద్దు పెట్టుకుని ధన్యవాదాలు చెప్పుకున్నాను.

కొంత సమయం తరువాత ఇద్దరమూ కలసి భోజనం చేసాము. ఎప్పుడూ వుండే రుచి కన్నా రెండింతలు రుచికరంగా వుంది అమ్మ వంట. అమ్మ చేతులతో వండలేదు, మనసు పెట్టి వండింది. అమ్మ కమ్మనైన మనసును ఆస్వాదించిన అనుభూతి నాకు కలిగింది.

కాసేపు విశ్రాంతి తీసుకున్నాక, అమ్మ అడిగింది.

'నీ రాకకు కారణమేవిటి నాన్నా? ఏదయినా విశేషమా?'

అమ్మ ప్రశ్న నన్ను ఆశ్చర్యానికి గురి చేసింది. తనే కదా నాన్న ఊరు వెళ్తున్నాడని వ్రాసింది! అందుకేగా నేను వచ్చింది? అందుకే అని అమ్మకు తెలియదా!

'అమ్మా, నువ్వేగా ఉత్తరం వ్రాసింది! నేను వచ్చింది నీ కోసమే. ఈ పదిహేను రోజులూ నాన్న లేకుండా నువ్వు ఒంటరిగా వుంటావని, నీకు తోడుగా వుందామని వచ్చాను.'

'నేను నిన్ను రమ్మన లేదు నాన్నా. ఊరికే విషయం చెప్పాలనిపించి వ్రాసానంతే. అయినా, నా కోసం వచ్చానన్న నీ మాటలు నాకు చాలా ఆనందాన్ని కలిగించాయి నాన్నా. నీవిక్కడుంటే, నీ పనులు చెడిపోవా! నీవారికి దూరం కావా? ఫరవా లేదా?'

'నేనక్కడ లేకపోతే ప్రపంచం తల్లక్రిందులయి పోదమ్మా. అయినా నీకన్నా నావారు వేరే ఎవరుంటారు? నా భార్య పట్టుపట్టి నన్ను పంపించింది. నీ మనసు నా వారందరికీ తెలుసమ్మా.'

'చాలా సంతోషం నాన్నా. అయినా నేను ఒంటరినన్న నీ భావన సరికాదు. నీకు ఒక కథ చెటుతాను విను. అది ఒక రాజకుమార్తె కథ. నాకు ఆదర్శమైన కథ. విను.'

అమ్మ కథ చెప్పడం మొదలుపెట్టింది. కథల ద్వారా జీవిత సత్యాలు బోధించడం అమ్మకు వెన్నతో పెట్టిన విద్య. అందుకే నేను కూడా ఆసక్తిగా వినడం మొదలుపెట్టాను.

'ఒక రాజకుమార్తె వుండేది. ఆమెకు ఒక రాజకుమారుడితో వివాహమాయ్యంది. విధివశాత్తు వారు అడవుల పాలయ్యారు. రాజకుమారుడు లేని సమయం చూసి ఒక దుర్మార్గుడు ఆమెను ఎత్తుకుపోయాడు. దూరంగా ఒక లంకలో దాచాడు. ఆమెను వెతకడానికి ఒక దూతను పంపాడు రాజకుమారుడు. అతికష్టం మీద ఆమెను కనుగొన్నాడు దూత.

ఆ దుర్మార్గుడు నిన్ను ఎత్తుకొచ్చి చాలా కాలం అయ్యింది కదా నీకు కష్టంగా లేదా? నీ భర్తను విడిచి ఒంటరిగా ఎలా వుండగలిగావు ఇన్ని రోజులూ అని అడిగాడు ఆ దూత.

నా మనసు నా భర్త వద్ద వుంది. నా భర్త మనసు నా వద్ద వుంది. మేము ఒంటరి ఎలా అవుతాము? ఎక్కడున్నా మేము ఒక్కటిగానే వుంటాము అని బదులు చెప్పింది ఆ రాజకుమార్తె.'

'ఆ రాజకుమార్తె నా ఆదర్శం నాన్నా. భౌతికంగా మీ నాన్నకు దూరంగా వున్నట్టు కనిపించినా అతను నాతోనే, నాకు తోడుగా వున్నాడు. మనసులు పెనవేసుకుంటే శరీరాలతో పని ఏముంది నాన్నా?'

అమ్మ ప్రశ్నలోనే నాకు జవాబు దొరికింది. అమ్మ, నాన్నల ప్రేమలోని దివ్యత్వం బోధపడింది. ఆ క్షణం నుండి వారే నాకు కూడా ఆదర్శమయ్యారు.

నిదుర చెదరి పోరాదు

నాన్న పొలంలో పంట కోయిస్తున్నాడు. నేను కూడా పొలానికి వెళ్ళాలని అనుకున్నాను. అమ్మ కూడా నాతోపాటు రావడానికి సిద్ధపడింది. నాన్న కోసం క్యారేజి నిండా భోజనం సిద్ధం చేసింది అమ్మ. ఇద్దరం కలసి నాన్న దగ్గరకు టయలుదేరాము.

మాకు పది ఎకరాల వ్యవసాయ పొలం వుంది. పంటల సమయంలో నాన్న సరిగా ఇంటికి రాడు. ఒక్కొక్క సారి అక్కడే రాత్రుళ్ళు నిద్రపోతూ వుంటాడు. అందుకే అప్పుడప్పుడు నాన్న కోసం మేమే వెళ్తుంటాం.

మేము చేరేసరికి పొలం పనులు చేయిస్తున్నాడు. తను కూడా అందరితో కలసి ఒక శ్రామికునిలా పని చేయడం నాన్నకు చాలా యిష్టం. పచ్చని పంట చేల మధ్య నడుం వంచి పనిచేస్తున్నాడు నాన్న. మా యిద్దరినీ చూసి మురిసిపోయాడు. నీడలో కూర్చోమని సైగ చేసాడు.

అమ్మ, నేను గట్టు మీద నీడలో కూర్చున్నాము. వాళ్ళంతా కలసి పాటలు పాడుకుంటూ శ్రమను మరచి శ్రమిస్తున్నారు. అలా ఒక అరగంట గడచింది. నాన్న మా దగ్గరకు చేరి కూర్చున్నాడు. అమ్మ నాన్నకు సేదతీర్చింది. కడుపు నిండా తినిపించింది. కొంచెం సేపు మాతో కబుర్లు చెప్పి, తిరిగి పనిలోకి వెళ్ళిపోయాడు నాన్న.

అమ్మ, నాన్నలను చూస్తే నాకు చాలా ముచ్చట వేసింది. ఇద్దరూ నిరంతరం శ్రమించే వారే. అమ్మ ఇంటి పోషణ కోసం, నాన్న ఇంటి రక్షణ

కోసం. ఇద్దరూ కలసి నా సంతోషం కోసం. వారు కష్టజీవులు. నేను అదృష్ట జీవిని. వారు నా సుఖం కోసం శ్రమిస్తారు. నేను సుఖిస్తూ నిద్రిస్తుంటాను. పెద్దయ్యాక వీళ్ళిద్దరికీ సేవలు చేసుకుని తరించాలి.

'నాన్న ఇప్పట్లో రారు. కొంచెం సేపు అలా మన తోటలోకి పోయి వద్దాం పద' అంటూ అమ్మ పిలుపుతో నేను నా ఆలోచనల నుండి బయటకు వచ్చాను. ఇద్దరం కలసి తోటలోకి ప్రవేశించాము. అది రెండెకరాల స్థలంలో కృత్రిమంగా రూపొందించిన అడవి.

'ఈ రెండెకరాలలో కూడా పంట పండించి వుంటే మనకి చాలా సంపద వచ్చేది కదా! అనవుసరంగా దీనిని ఒక అడవిని చేసేసారు కదమ్మా!' అన్నాను చుట్టూ వున్న చెట్లు చేమలు, పశువులు, పక్షులను చూస్తూ.

'ఇది అడవి కాదు నాన్నా. ఇది ఒక వనం. నా కోసం మీ నాన్న నిర్మించిన సుందరవనం. నేను ఈ వనంలో విహరిస్తుంటే మీ నాన్నకు తన గుండెలపై నాట్యమాడుతున్నట్టుంటుందని పరవశించి పోతాడు. అయినా మనం ముగ్గురము ప్రశాంతంగా బ్రతకడానికి వున్నది చాలదా నాన్నా! ఆశకు అంతు లేదు. ఆస్తి పెరిగితే సుఖం లేదు.'

అమ్మ మాటలు నాకు నచ్చాయి. అమ్మ చేయి పట్టుకుని వనమంతా విహరించసాగాను.

అమ్మ రాకతో వనమంతా పులకించిపోయింది. క్రొత్త కళలతో కాంతులు చిందిస్తూ పరవశించి పోయింది. అమ్మను తన సొంతం చేసుకుని గుండెలకు హత్తుకుంటున్నట్టు అక్కడి అణువణువూ అమ్మదరికి రావడానికి తపన పడటం మొదలుపెట్టింది.

పక్షులన్నీ రెక్కలు చాచుకుని ఎగురుకుంటూ వచ్చి, అమ్మ భుజాల మీద, తలమీద వాలి ప్రేమను ఒలకబోస్తూ కిలకిలలాడసాగాయి. అమ్మ కోసం ఒకదానిని తరుముతూ మరొకటి పోటీ పడుతున్నాయి. గూటిలో నుండి ఇంకా బయటకు రాలేని పక్షికూనలు అక్కడి నుండే పాటలు పాడుతూ అమ్మకు స్వాగతం పలుకుతున్నాయి.

చెట్లు తలలు ఊపుతూ, కొమ్మల నాడిస్తూ ప్రపంచపు నాట్యరీతులను తలపిస్తున్నాయి. చల్లని గాలిని వీస్తూ అమ్మ ముంగురులతో ముచ్చటాడుతున్నాయి. ఉన్న చోటి నుండి కదలలేకపోతున్నామే అని నిట్టూర్పులు విడుస్తున్నాయి. అందుకే అమ్మ దూతలుగా చల్లని గాలిని అమ్మదరికి పంపి క్షేమాన్నడుగుతున్నాయి.

అమ్మ కోసం ఆగాలని ప్రయత్నిస్తూ ఆగలేక సాగుతోంది పిల్ల కాలువ. ఆ కాలువ అమ్మకోసం నాన్న స్వయంగా నిర్మించాడు. దానిలోని నీరు సాగిసాగి తిరిగి తాను బయలుదేరిన చోటికే వస్తుంది. అది దాని ప్రత్యేకత. కాదు కాదు, నాన్న నిర్మాణ శైలిలోని ప్రత్యేకత.

లేగదూడలు, లేడికూనలు పరుగు పరుగున వచ్చి అమ్మ దరి చేరాయి. అమ్మను ముద్దాడాలని మెడలు ఎత్తి, అమ్మ బుగ్గలు అందక నిరాశపడ్డాయి. అమ్మ మోకాళ్ళ మీద కూర్చుని వాటిని దగ్గరకు తీసుకుని ప్రేమతో ముద్దాడుతూ పలుకరించింది.

కదలలేని తరుల వద్దకూ చెరువు దగ్గరకూ తనే కదలి వెళ్ళింది. వాటిని తాకుతూ మురిసి, మురిపింప చేసింది. పిల్లకాలువలో నీటిని తీసుకుని దోసిలితో వదలిపెట్టింది. వనమంతా అణువణువూ తిరిగి అలసి

సొలసి పోయింది. అమ్మ కనులు ఆనందంతో తళతళ మెరుస్తుంటే నా మనసు పరవశంతో నాట్యమాడింది.

'బాగా అలసిపోయాను నాన్నా. కొంచెం సేపు విశ్రాంతి తీసుకోవాలని వుంది. నాకిష్టమైన చెట్టు ఒకటి వుంది. దాని నీడకు వెళ్దాం పద' అంటూ నన్ను ఒక చెట్టు నీడకు తీసుకు వెళ్ళింది.

'ఈ చెట్టు అంటే నీకెందుకమ్మా అంత యిష్టం' అంటూ ఆత్రుతగా అడిగాను.

'ఇది స్వయంగా మీ నాన్న తన చేతులతో నాటిన మొక్క. ఈరోజు ఇలా ఎదిగి మనకి చక్కని నీడనిచ్చేంతగా మారింది. రాళ్ళ దెబ్బలు తింటూ కూడా తీయని పండ్లను యిస్తుంది. కత్తివేటుతో కొమ్మలు విరిగిపోయినా తిరిగి చివురించగలదు. అందుకే నాన్నా ఈ చెట్టు అంటే నాకంత యిష్టం.'

కాసేపు విశ్రాంతి తీసుకుంటా అంటూ అమ్మ నా ఒడిలో తన తల ఉంచి విశ్రమించింది. క్షణాలు గడిచే సరికి అది నిద్రలోకి మారిపోయింది. చెరగని చిరునవ్వుతో నా ఒడిలో నిదురపోయింది అమ్మ.

ఉన్నట్టుండి ప్రకృతి స్తంభించిపోయినట్టని పించింది. అమ్మకు నీడనివ్వడం కోసం దట్టమయిన మేఘాలు వచ్చి అమ్మ కోసం వున్న చోట నిలిచిపోయాయి. గాలి తన తీవ్రతను పూర్తిగా తగ్గించి మందంగా వీచసాగింది. పూలు నేలకు రాలి చక్కని పరిమళాలు వెదజల్లుతున్నాయి. సెలయేరు గలగలలను నిలిపి మెల్లగా నడుస్తోంది. పక్షులు కిలకిలలను ఆపి గుసగుసలాడుకుంటున్నాయి. లేగదూడలు గెంతడం ఆపి ఒక చోట కూర్చుండిపోయాయి.

ఈ మార్పులన్నీ అమ్మ కోసమే జరిగాయా! ఎంత అబ్బురపరచే విశేషమిది! మనం ప్రేమిస్తే ప్రకృతి కూడా ఇంత అందంగా ప్రేమను కురిపిస్తుందా! మనం మనసిస్తే ప్రకృతి ఇంత అద్బుతంగా స్పందిస్తుందా!

ఇది అమ్మతనంలోని విశేషము. అందరినీ, అన్నిటినీ అమ్మలా ప్రేమించగలిగితే సృష్టిమొత్తం పసిపాపలా మారి మనకు టదులు పలుకదా?

చిరుగాలికి ముంగురులు కదలుతుంటే నా ఒడిలో పసిపాపలా పడుకుని వుంది అమ్మ. రెప్పలు వాల్చకుండా, అమ్మలోని పసితనాన్ని ఆస్వాదిస్తూ, చూస్తూ వుండిపోయాను నేను.

పుట్టిన రోజులు

నా చిన్నతనంలో ఒకసారి నా మిత్రుని ఇంట్లో వేడుక జరిగింది. అది వాడి తల్లి పుట్టినరోజు వేడుక. వాళ్ళు బాగా డబ్బు వున్న వాళ్ళు. చుట్టు ప్రక్కలందరినీ ఆ వేడుకలకు ఆహ్వానించారు. అమ్మ, నేనూ కూడా హాజరయ్యాము.

నా మిత్రుని తండ్రికి కూడా కుటుంబమన్నా, కుటుంబ సభ్యులన్నా ఎంతో ప్రీతి, అభిమానం. దాంతో చాలా ఘనంగా తన భార్య పుట్టిన రోజు వేడుకలు జరిపించాడు. అద్భుతమైన విందును కూడా ఏర్పాటు చేసాడు. వచ్చిన వారంతా చాలా ఆనందంగా విందును ఆస్వాదించారు.

మా మిత్రులందరం కలసి చలాకీగా ఆటపాటలతో కాలక్షేపం చేసాము. చిన్న పిల్లలతో సహ అందరికి కానుకలు పంచిపెట్టారు. 'మీ అమ్మ పుట్టిన రోజు నాడు మరింతగా వేడుక చేద్దాం. హాయిగా ఆడి, పాడుకుందాం' అన్నాడు నాతో నా మిత్రుడు. తప్పకుండా అని బదులిచ్చాను.

'ఇంతకి మీ అమ్మ పుట్టిన రోజు ఎప్పుడు?' అనడిగాడు.

'మా ఇద్దరి పుట్టిన రోజు ఒకరోజే తెలుసో' అన్నాను గర్వంగా.

'మీ అమ్మ నీకన్నా పెద్దదిగా. మీ ఇద్దరి పుట్టిన రోజులూ ఒకే రోజు ఎందుకవుతాయి? అప్పుడు మీ అమ్మ కూడా మనతో పాటు స్కూలుకి రావాలిగా?' అంటూ నవ్వాడు.

వాడి ప్రశ్న నాకు అర్థం కాలేదు. వెంటనే సమాధానము కూడా తోచలేదు. వాడు చెప్పింది నిజమే అనిపించింది. ఆలోచిస్తూ వుండిపోయాను.

వేడుక అయిపోయిన తరువాత అమ్మ, నేనూ మా ఇంటికి బయలుదేరాము. మా ఇద్దరితో పాటు నా మిత్రుని ప్రశ్న కూడా నన్ను వెంటాడుతూ వచ్చింది.

ఇంటికి చేరాక, ఆ విందు విశేషాలను అద్భుతంగా వర్ణించి నాన్నకు చెపుతోంది అమ్మ. అమ్మ మాటలు పూర్తి అయ్యాక నా మనసులోని ప్రశ్నను బయటపెట్టాను.

అమ్మ, నాన్న ఒకరినొకరు చూసుకున్నారు. నా అమాయకత్వానికి నవ్వుకున్నారు. నాన్న నా బుగ్గలు నిమిరి అటు నుండి వెళ్ళిపోయాడు. అమ్మను పదేపదే ఆ ప్రశ్నను వేస్తూ వచ్చాను.

ఒకరోజు అమ్మ నన్ను దగ్గరకి తీసుకుని కూర్చోబెట్టుకుంది. అప్పుడు అమ్మ పలికిన మాటలు ఈ నాటికీ నాకు జ్ఞాపకం వుండిపోయాయి. అమ్మ మాటలు అవగాహన అయ్యే కొద్దీ స్త్రీజాతి ఎడల నాకు గౌరవం పెరుగుతూ వచ్చింది. ఇప్పుడు గుర్తు చేసుకుంటుంటే కూడా ఒళ్ళు ఒకరకమయిన ప్రకంపనలకు లోనవుతూ వుంటుంది.

'నాన్నా నాకు ఒక పుట్టిన రోజంటూ ఏదీ లేదు. చాలా పుట్టిన రోజులున్నాయి. ప్రతి ఒక్కటీ ఆనందాన్ని కలిగిస్తుంది.

అమ్మ కడుపులో జీవం పోసుకున్న మధుర క్షణాలు నాకొక పుట్టినరోజు. అది రూపం ఏర్పడని క్షణం. ఊహకు అందని అద్భుత క్షణం.

అది నా తొలి పుట్టిన రోజు. క్రమంగా రూపం దిద్దుకుని, అమ్మ ఊపిరి నా ఊపిరిగా, అమ్మ ఆకలి నా ఆకలిగా పెరుగుతూ వచ్చాను. అన్నీ తెలుస్తూ ఏమీ తెలియని స్థితిలో తొమ్మిది మాసాలు అమ్మలో ఒక భాగమై అమ్మను సంతోషపరుస్తూ పెరుగుతూ వచ్చాను.

నవమాసాలూ పూర్తి అయిన తరువాత అమ్మను తీవ్రమైన బాధకు గురి చేస్తూ, అమ్మ శరీరంలో మహాప్రళయాలు సృష్టిస్తూ, ఆమెను దాదాపుగా మృత్యువు దరికి చేర్చి, ఆమె కడుపులోంచి తొలిసారిగా పుడమిని తాకాను. ఇది నాకు మరోక పుట్టిన రోజు. నా ఊపిరి నాకు తెలిసి, నా ఆకలి నాకు తెలిసి స్వతంత్ర జీవిగా అవతరించిన రోజు.

నేను కదలుతూ ఎదుటివారి మనసులను పులకింతలతో కదలిస్తూ పెరగటం మొదలుపెట్టాను. ఆడుతూ పాడుతూ గెంతుతూ కేరింతలాడుతూ చాలా ఆనందంగా ఉల్లాసంగా పెరిగి పెద్దదాన్నయ్యాను. బాల్యాన్ని దాటి కౌమారంలోకి అడుగుపెట్టాను. నా శరీరంలో అనేకమైన క్రొత్త క్రొత్త మార్పులు చోటు చేసుకున్నాయి.

నా శరీరంలో రక్తప్రసరణలో మార్పులు సంభవించాయి. నన్ను తీవ్రమైన అసౌకర్యానికి గురి చేసాయి. అందరికి అది పండగయింది. అందరినీ పిలిచి పెద్ద వేడుక చేసారు. మొగ్గ విరిసిందంటూ ముచ్చట్లాడుకున్నారు. నేను ఒక కన్యనయ్యాను. ఇది నాకు మరోక పుట్టిన రోజు.

పెద్దలందరూ ఒక్కటై నా జీవన విధానానికి పరిధులు గీసారు. అందరితో మాట్లాడకూడదన్నారు. అందరితోనూ స్నేహం చేయకూడదన్నారు. ఆటస్థలాల నుండి నన్ను దూరం చేసారు. ఇది

చెయ్యొచ్చు, అది చేయకూడదంటూ శాసనాలు చేసారు. ఆ బంగారు సంకెళ్ళ మధ్య కొన్ని సంవత్సరాలు జీవించినాక, నాకు మీ నాన్నను తెచ్చి పెళ్ళి చేసారు. అది నాకు మరోక పుట్టినరోజు. నన్నోక గృహిణిగా మార్చిన రోజు. నా పుట్టింటి నుండి నా చిరునామాను మార్చివేసిన రోజు.

మీ నాన్నతో కలసి జీవితములోని అన్ని మాధుర్యాలనూ రుచి చూసాను. అనుభవించాను. ఆస్వాదించాను. రమిస్తూ పరవశించాను. ఒకానోక శుభముహూర్తంలో నువ్వు నా కడుపులో బీజం వేసుకున్నావు. నవమాసాలు నన్ను పరవశింపచేసి ఈ పుడమిని తాకి నన్ను ఆనంద లోకాలలో విహరింప చేసావు. అది మరోక పుట్టిన రోజు. ప్రసవ వేదననుభవించి, మృత్యువు అంచులను తాకి, తిరిగి నీకోసం నేను జన్మించిన రోజు, నీ పుట్టిన రోజు.

వీటిలో ఏది నా అసలయిన పుట్టిన రోజు అనేది నేను తెలుచుకోలేకపోయాను. కానీ నువ్వు నా జీవితంలో ప్రవేశించి నన్ను ఒక పరిపూర్ణ స్త్రిగా రూపొందించిన మధురమయిన పుట్టిన రోజుగా స్వీకరించాను. నా మిగిలిన రోజులన్నీ మరచిపోయి నీవే నా ఊపిరైన రోజ నా అసలైన పుట్టిన రోజుగా భావిస్తూ వేడుకలు జరుపుకుంటూ వస్తున్నాను. ఇప్పుడు అర్థమయ్యిందా నా పుట్టిన రోజు ఎప్పుడో? ప్రతి స్త్రికి ఇది మధురమయిన రోజు నాన్నా. అమ్మను చేసిన అపురూపమైన రోజు. ఒక బిడ్డకు అమ్మను అందించిన ఆనందమయమైన రోజు.'

అమ్మ మాటలు నాకు అద్భుతమయిన జీవిత సత్యాన్ని బోధించాయి. నేను పెరిగి పెద్దవాడ్ని అయ్యే కొద్ది ఆ మాటల ఆంతర్యం మరింతగా బోధపడుతూ వచ్చింది. అందుకే స్త్రీలంటే నాకు ఇప్పటికీ, ఎప్పటికీ గౌరవం.

చిరునామా గల్లంతయింది

నేనొక సారి కారులో బయలుదేరి మా ఊరు వస్తున్నాను. కూడా డ్రైవరు వున్నాడు. వెనుక సీట్లో ఒక్కడినే వున్నాను. కారు ముందుకు పరుగులు తీస్తుంటే, వెనుకకు పరుగులు తీస్తున్న చెట్లు చేమలను చూస్తూ ప్రయాణం సాగిస్తున్నాను.

ఒక అందమయిన లోయ మార్గం గుండా కారు ప్రయాణం చేస్తూ, ఉన్నట్టుండి ఆగిపోయింది. కారు చెడిపోయిందన్నాడు డ్రైవరు. రోడ్ ప్రక్కగా కారు ఆపి, తిరిగి బాగుపడటానికి సుమారు అరగంట పడుతుందని నిర్ధారించాడు.

కారు దిగి రోడ్ మీదకు వచ్చాను. బాగవగానే ఫోన్ చెయ్యమని డ్రైవర్కి చెప్పి అలా ముందుకు సాగాను. చుట్టు పక్కల వున్న ప్రకృతి సౌందర్యాన్ని తనివి తీరా ఆస్వాదిస్తూ ముందుకు సాగాను. చిన్నగా ఎత్తైన కొండలాంటిది కనిపించింది. అది ఎక్కి లోయ వైపు చూసాను.

కొంచెం దూరంలో ఒక అందమైన పల్లెటూరు కనిపించింది. కడవలతో నీరు నింపుకుని చక్కనైన పల్లె పడుచులు ఒకరి వెనుక ఒకరు మనోహరంగా నడముకుంటూ పల్లె వైపు సాగుతున్నారు. పశువులను తోలుకుంటూ పనుల నిమిత్తం యువకులు కొందరు పల్లె బయట పోతున్నారు.

పల్లెను ఆనుకుని ఒక పెద్ద చెరువు వుంది. పిల్లలు కొంతమంది చెరువులో ఈతలు కొడుతూ కేరింతలు కొడుతున్నారు. అందమయిన ఆ పల్లెలో అన్నీ పెంకుటిళ్ళే వున్నాయి. దాంతో ఊరు మొత్తం కళ్ళకు కనిపిస్తూ కనువిందు చేస్తోంది.

పల్లెకు ఆవలి వైపు నుండి సూర్యుడు మెరిసిపోతూ పల్లె మొత్తాన్ని వెచ్చని కిరణాలతో పలుకరించి మురిపిస్తున్నాడు. పచ్చని చెట్లు సుస్పష్టంగా కనిపిస్తున్నాయి. వాటి మీద గూళ్ళు కట్టుకున్న పక్షులు గాలిలోకి ఎగురుతూ, తిరిగి చెట్ల మీద వాలుతూ ఆటలాడుకుంటున్నాయి. సైకిళ్ళ మీద కూరగాయల మూటలు సర్దుకుని అమ్ముకోవడానికి టయలుదేరి వెళ్ళిపోతున్నారు రైతు బిడ్డలు.

ఝుమ్మని గాలివీస్తూ గుండెలనిండా నిండి క్రొత్త ఊపిరినిస్తోంది. మనసు ఉల్లాసంగా ఊగిసలాడసాగింది.

'పట్నం నుండి వస్తున్నారా బాబూ?' అంటూ నా ప్రక్కనే ఎవరో ప్రశ్నించినట్టనిపించింది.

తలత్రిప్పి చూసాను. తెల్లని గుబురు మీసాలతో, తలపై తలపాగాతో, చేతిలో పొడవాటి కర్ర పట్టుకుని, మల్లెపూవుల్లా మెరిసిపోయే వస్త్రాలతో ఒక వృద్ధుడు నిలబడి వున్నాడు.

'అవును. మీకెలా తెలిసింది?' అనడిగాను.

'చూడటానికి పచ్చగా దొరలా వున్నారు. ముస్తాబయితే ముచ్చటగానే వుంది. ముఖంలో చిరునవ్వు మాయమై వుంది. ఏదో తెలియని ఆందోళన, ఒత్తిడి మీ ముఖంలో కనిపిస్తోంది. ఒక ప్రక్క మా లోయలోని పల్లెను

ఆస్వాదిస్తూ అసహనంగా కదులుతున్నారు. అలాంటి మనుషులు పల్లెటూర్లలో వుండరు బాటూ. పట్నం వాళ్ళే అలా వుంటారు. మిమ్మల్ని చూడగానే అనుకున్నాను. పరిశీలించి నిర్ధారించుకున్నాను' అన్నాడు ఆ పెద్దాయన.

అతని పరిశీలనా శక్తికి నాకు ఆశ్చర్యం వేసింది. క్షణంలో నా అవస్థను అంచనా వేసి నిర్ధారించిన అతని తెలివితేటలకు అబ్బురపడ్డాను.

'మా కారు చెడిపోయింది. కొంచెం సేపు విశ్రాంతి కోసం ఇలా కూర్చున్నాను. మీ పల్లె నాకు బాగా నచ్చింది. ఇక్కడి వాతావరణం కూడా నచ్చింది.'

ఇంతలో కారు బాగయిందని ఫోన్ చేసాడు డ్రైవరు. నేనూ ఆ పెద్ద మనిషి దగ్గర శలవు తీసుకుని బయలుదేరపోతుంటే, అప్పుడే పొలం నుండి కోసుకొచ్చిన రెండు పండ్లు నా చేతిలో పెట్టాడు అతను. నేను సంతోషంగా వాటిని తీసుకుని బయలుదేరాను.

'ఎప్పుడూ చిరునవ్వుతో ఉండండి బాటూ. అదే మనిషికి అసలైన చిరునామా' అంటూ వెనుక నుండి గట్టిగా చెబుతున్నాడతను.

కారు బయలుదేరింది. పల్లెటూరి రైతు యిచ్చిన పండ్ల సువాసన కారు నిండా నిండిపోయింది. అతని మనసులాగే అవి కూడా మధురంగా అనిపించాయి. 'ఇవి తీసుకెళ్ళి అమ్మకివ్వాలి. అమ్మ సంతోషిస్తుంది' అనుకుంటూ వెనుకకు తలవాల్చాను.

అతని మాటలే నా చెవులలో మారు మ్రోగసాగాయి.

టుర్రలో ఏవేవో ఆలోచనలు, భావనలు తెరలు తెరలుగా కదలాడసాగాయి. నిజమే. మనిషికి చిరునవ్వే చిరునామా. నగరంలో నివసించే మాలాంటి వాళ్ళ నుండి అది మాయమైపోయింది. ప్రశాంతమైన పల్లెటూరి జీవితాలకు భిన్నంగా పట్నం జీవితాలు బిజీ అయిపోయాయి.

ఉరుకులు, పరుగులతో మా జీవితాలు పరుగులు తీస్తున్నాయి. ఒత్తిడికి, ఆందోళనకు గురికాని వ్యక్తి ఎవరూ నగరంలో కనపడడు. ఎవరి ముఖంలోనూ సహజమయిన చిరునవ్వు కనపడదు. అందరి నవ్వులూ అవుసరం కోసమే. అన్ని నవ్వులూ కృత్రిమమూ, క్షణికమూను.

ప్రతి మనసులోనూ ఏదో దిగులు. ప్రతి మనిషిలోనూ ఏదో ఒక నలత, అలసట. గుండెల నిండా పీల్చుకోవడానికి స్వచ్ఛమయిన గాలి కరువై వుంటుంది. నీరు కూడా కలుషితమే. ఆత్మీయత కూడా అవుసరానికి పుట్టుకొస్తుంది. నిలబడి పలుకరించుకునే వారే వుండరు.

అమ్మ చెప్పినట్టు కోరికలు, ఆశలు మనిషిని పతనం చేస్తున్నాయి. ఏదో సాధించాలని, అందరికన్నా ఎక్కువ సాధించాలని, శరీరానికి సుఖాలను అందించాలని తాపత్రయ పడిపోతూ మనిషి తనకొక మనసుందన్న విషయమే మరచిపోతున్నాడు.

అనుక్షణం అశాంతి, అలజడుల మధ్య జీవిస్తూ, ప్రశాంతంగా ఎలాంటి కల్మషమూ లేకుండా జీవించే పల్లె ప్రజలను చులకనగా చూస్తున్నాడు. నిజమే. నా చిన్నతనంలో నేనూ పల్లెలో పుట్టి పెరిగినవాడినే. ఎంత బాగుండేదో ఆ పల్లె జీవితం.

కాసేపటికి మా ఊరు చేరుకున్నాను. ఊరిలోకి నా పెద్ద కారు ప్రవేశించగానే అందరూ ఆగి వింతగానూ, ఆశ్చర్యంగానూ చూడసాగారు. అందమయిన ఆ మనుషుల మధ్య నేనే ఒక వింత మనిషినని అనిపించింది.

ఇంటికి చేరుకున్నాను. గుమ్మంలో అమ్మ నా కోసం నిలబడి ఎదురు చూస్తోంది. ముఖం నిండా చిరునవ్వుతో అమ్మ చూస్తోంది. హమ్మయ్య! గల్లంతయిన నా చిరునామాను అమ్మ ముఖంలో చూడగానే ఎక్కడా లేని ఆనందం నాలో చోటు చేసుకుంది.

పరిమళించిన ప్రేమ

మా ఇంటికి కొంచెం దూరంలో ఒకావిడ నివాసం వుంటూ వుండేది. ఆమెది ఒక విచిత్రమైన స్వభావము. అందరికన్నా అన్ని విషయాలలోనూ తానే ఉన్నత స్థానంలో వుండాలని ఆమె తపన. ఎవరయినా ఏ విషయము లోనైనా కొద్దిపాటి ఆధిక్యతను కనపరచినా సహించేది కాదు. కట్టడి చేయలేని ఈర్ష్యాసూయలకు ఈర్ష్యాసూయలకు లోను అయ్యేది. దాంతో ఆమెకు అందరూ శత్రువులుగా కనిపించేవారు.

మేముంటున్న ప్రాంతంలో కాని, మా ఊరిలోకాని అమ్మకు శత్రువులు వుండేవారు కాదు. ఎందుకంటే అమ్మ అందరినీ ప్రేమించేది. అందరినీ చిరునవ్వుతో పలుకరించి, వారితో స్నేహం చేసేది. క్రొత్తవారు కూడా అమ్మ ప్రేమను రుచి చూసి, ఆమెకు వశమయిపోయేవారు. కాని అమ్మంటే కూడా మా పొరుగావిడకు నచ్చేది కాదు. చందమామ లాంటి అమ్మను కూడా శత్రువుగా చూసేది.

అమ్మ కన్నా గొప్పగా గుర్తించబడాలని అమ్మలాగే ప్రవర్తిస్తూ అమ్మనే అన్ని విషయాలలోనూ అనుకరిస్తూ వుండేది. అయినా అమ్మలో పదవ వంతు స్థానం కూడా ఆమెకు దక్కలేదు. దాంతో అనుక్షణం అసూయతో రగిలిపోతూ వుండేది.

ఆమె కూడా అమ్మలాగే అందమయిన వనాన్ని నిర్మించుకుంది. రకరకాల పూలమొక్కలు, పండ్ల మొక్కలు నాటి వాటికి నీరుపోసి

పెంచాలని తపన పడేది. అవి తొందరగా పెరగడం లేదని, పూలు పండ్లు యివ్వడం లేదని తీవ్రమైన అసహనానికి గురి అవుతుండేది. ఆమె తన తోటలో వున్నా, ఆమె దృష్టి మా తోటపైన వుంటుండేది.

ఆమె అసహనానికి తగినట్టుగానే పూల మొక్కలు పూర్తిగా ఎదగకుండానే చచ్చిపోతుండేవి. పండ్లు చెట్లు చీడపట్టి పూలన్నీ రాలిపోయి బోసిపోయేవి. ఆమె సహించలేకపోయేది. ఒక ప్రక్క మా తోటలో పూలన్నీ విరటూసి పరవశిస్తూ వుండేవి. ఘుమఘుమలాడే పండ్ల సువాసన ఆమె తోటలోకి ప్రవేశించి ఆమెను మరింత పరిహసించినట్టుగా వుండేది.

పక్షులకు రకరకాల గింజలు తెచ్చి మేతగా వేసేది. అవి గుంపులు గుంపులుగా వచ్చి, ఆ గింజలన్నీ ఆరగించి తిరిగి మా తోటలోకి వచ్చి అక్కడి పక్షులతో ఆటలాడేవి. దాని ప్రభావంతో తన ఇంట్లో తన భర్తను కూడా చులకన చేస్తూ అతి త్వరలోనే పరమ గయ్యాళిగా మారిపోయింది. అందరికి ఆమెను చూస్తే భయం వేసేది.

ఒక రోజున ఆమె మా ఇంటికి వచ్చింది. అమ్మ ఆమెను సాదరంగా ఆహ్వానించింది. తన ప్రక్కన కూర్చోపెట్టుకుని నిండైన ప్రేమను కురిపించుతూ మాట్లాడటం మొదలుపెట్టింది అమ్మ. నిజానికి ఆమె అమ్మతో తగవు పెట్టుకోవాలని వచ్చింది. అందువలన అమ్మ ప్రేమను స్వీకరించడానికి ఆమె సిద్ధంగా లేదు. తన వైఫల్యం లోంచి పుట్టిన ఆక్రోశాన్ని ప్రదర్శిస్తూ అమ్మతో కఠినంగా మాట్లాడటం మొదలు పెట్టింది.

'ఎందుకు ఊరందరికీ నేనంటే శత్రు భావన. ఎవరి దగ్గరకు వెళ్ళినా వారు నాకు దూరమయి పోవాలని ఎందుకు కోరుకుంటున్నారు. నాలోని లోపం ఏవిటి? నాకన్నా నువ్వు దేనిలో ఎక్కువను కుంటున్నావు. నీకన్నా

పదిరెట్లు ఆస్తి కలిగిన దానిని కదా! నన్నెందుకు అందరూ గుర్తించడం లేదు?

నేనెంతో కష్టపడి పెంచిన నా తోట నా కళ్ళ ముందే వసివాడిపోయి నన్నెందుకు దుఃఖానికి లోను చేస్తోంది. నా పూలు వికసించకుండా వాడిపోతున్నాయి. నా చెట్ల చివుర్లు ఎండిపోతున్నాయి. మనుషులే కాదు, చెట్టూ చేమలు కూడా నన్నెందుకు ధిక్కరిస్తున్నాయి? నేను పెంచే పశువులు కూడా దగ్గరకు చేరితే నన్నెందుకు కొమ్ములతో పొడవాలని చూస్తున్నాయి?

నేను చేసిన తప్పు ఏముంది? నువ్వు చేసిన ఘనకార్యం ఏముంది? నీకెందుకంత గుర్తింపు! నిన్ను ప్రేమించడం, నన్ను ద్వేషించడం నాకు నచ్చలేదు. ఈ అవమానాన్ని భరించ లేకుండా వున్నాను. చచ్చిపోవాలనిపిస్తోంది. ఆపుకోలేనంత దుఃఖం వచ్చేస్తోంది. ఎందుకిలా? కారణం ఏవిటి?' అంటూ తన ఆవేదనను అమ్మ ముందు వెళ్ళబోసుకుంది. ఆమె శరీరం ఉద్రేకంతో ఈర్ష్యాద్వేషాలతోనూ తపించి పోసాగింది.

అమ్మ ఆమెను ప్రేమతో దగ్గరకు తీసుకుంది. గుండెలకు హత్తుకుంది. ఆమె కన్నీరు తుడిచింది. సేద తీర్చింది. మరికొద్ది క్షణాలలో ఆమెను మామూలు మనిషిని చేయగలిగింది. తన ప్రక్కనే, తనతో సమంగా కూర్చుని ఆమెతో సంభాషించడం మొదలుపెట్టింది. ఆమె తన స్వాధీనాన్ని తప్పి, అమ్మ స్వాధీనంలోకి రావడం మొదలుపెట్టింది. చిన్న పిల్లగా మారి కనులు విప్పార్చి అమ్మ మాటలు వినడం మొదలుపెట్టింది.

'చెల్లీ! నీ దుఃఖానికి కారణం నువ్వు కానే కాదు. నీలోపల పెరిగి పెద్దదై పెనురూపం దాల్చిన అంతర్గత శక్తులు నిన్ను పూర్తిగా స్వాధీనం

చేసుకున్నాయి. అవి నీలోని మమత, అనురాగం, ప్రేమ అనే మంచి లక్షణాలను మరుగునపెట్టి తమ విశ్వరూపాన్ని ప్రదర్శిస్తున్నాయి.

నువ్వు కూడా అందరిలాంటి స్త్రీవే చెల్లి. ఎవరూ ఎవరికన్నా ఎక్కువా తక్కువా కాదు. అంతా సమానమే. అందరిలాగే నీలోనూ ప్రేమజ్యోతి నెలవై వుంది. ఈ దుష్టశక్తుల వలన అది మసిబారి పోయింది. అది ఇంకా నీలో నుండి బయటకు రాగలదు. ప్రపంచాన్ని ప్రేమ కాంతులతో ప్రకాశింప చేయగలదు.

మనిషి సుఖశాంతులకు మూలం సంతృప్తిగా జీవించడం, ఇతరులతో పోల్చుకోకుండా వుండటం, ప్రేమించగలగడం, నీ జీవితాన్ని నువ్వు జీవిస్తూ నీ కర్తవ్యాన్ని నువ్వు నిర్వహించగలగడం.

ఒక్కసారి నీ భర్తను ప్రేమతో పలుకరించి చూడు. అతను పరవశించిపోతాడు. ప్రేమను తిరిగి పంచుతూ నీకు అంకితమైపోతాడు. సంతోషం అనేది బయట దొరకదమ్మా. నీలోనూ నీ ఇంట్లోనూ వుంటుంది. అన్నీ మరచి పోయిగా నీ భర్తను గౌరవిస్తూ అతనితో కాపురం చెయ్యి. తల్లివి అవడానికి ప్రయత్నించు. ఒక్కసారి అమ్మగా మారి చూడు. నీ ప్రపంచమే ఒక ప్రేమ మందిరమైపోతుంది. వెళ్ళు చెల్లి. వెళ్ళిరా' అంటూ ఆశీర్వదించి, పండ్లూ ఫలాలతో గౌరవించి పంపించింది.

అమ్మ మాటలు ఆమె శిరసా వహించింది. తనలోని దుష్టశక్తులను సంహరించింది. ప్రేమను పెంచిపోషించి తను పూర్తిగా ప్రేమమూర్తిగా మారిపోయింది. సంవత్సరం తిరుగక ముందే పండంటి బిడ్డను కంది. అమ్మగా అవతరించింది. ఆ క్షణం నుండి ఆమె నడవడిక మారిపోయింది. అందరినీ ప్రేమించింది. అందరి చేత ప్రేమించబడింది.

ఆమె పెంచిన అందమైన వనం క్రొత్త అందాలతో విరాజిల్లడం మొదలుపెట్టింది. పూలు వికసించాయి. చెట్లు చివురించాయి. పక్షులు గూళ్ళు కట్టుకున్నాయి. పూలు పరిమళించాయి. పండ్లు గుభాళించాయి. ఆమె జీవితం అమ్మతనంతో నిండిపోయింది.

అమ్మకెందుకో కన్నీరు

ముఖ్యమైన ఆఫీసు పని మీద వేరే ఊరు వెళ్ళాల్సి వచ్చింది. నా కోసం హోటల్లో ఒక గది కేటాయించబడింది. అక్కడ విడిది చేసి, మొదటి రోజు పని పూర్తి చేసుకరుని హోటల్కి చేరుకున్నాను. సాయంకాలమయింది. ఇంకా చీకటి పడలేదు. స్నానం చేసి బాల్కనీలో కూర్చుని కాఫీ త్రాగుతున్నాను. రోడ్కి ఆనుకుని వున్నందున వచ్చిపోయే వాహనాలతో అంతా హడావుడిగా వుంది.

నా దృష్టి రోడ్కి ఆవలి వైపున, నాకు ఎదురుగా కనిపిస్తున్న ఒక విశాలమైన భవంతిపైన పడింది. దాని ప్రవేశద్వారము పైన 'వృద్ధుల ఆశ్రమము' అని వ్రాసి వుంది. ఎవరీ వృద్ధులంతా? ఎక్కడ నుండి వచ్చారు? అని నాలో ఆసక్తి కలిగింది. అప్పుడే ఖాళీ కాఫీ కప్పు తీసుకుపోవడానికి వచ్చిన వెయిటర్ని అడిగాను.

'అది చాలా పెద్ద ఆశ్రమం సార్. అక్కడ దాదాపుగా వంద మంది వరకూ వృద్ధులుంటారు. చాలా మంది దాతల సహాయంతో అది నడుస్తుంది. వసతులు చాలా బాగుంటాయి. అక్కడ పనిచేసే వారంతా శ్రద్ధా భక్తులతోనే మసలుకుంటారు. దానిని ఒక స్వామీజీ నిర్వహిస్తున్నారు. నిర్వహణ కోసం నామమాత్రంగా రుసుము వసూలు చేస్తారు' అంటూ చెప్పాడు.

'వారంతా అనాథలా? వీధిపాలయిన వారిని సమీకరించి సేవలందిస్తూ వుంటారా?'

నా మాటలకు వాడు నవ్వాడు. 'అంతా అనాథలయితే రుసుము చెల్లించే వారెవరుంటారు? వాళ్ళంతా బాగా వున్న కుటుంబాలకు చెందిన వాళ్ళే. ఉద్యోగాలతోనూ వ్యాపార విషయాలతోనూ తల్లిదండ్రులను చూసుకోలేని వాళ్ళంతా వాళ్ళని ఇక్కడ చేర్చి వెళ్ళిపోతారు. కొంతమంది అడపాతడపా వచ్చి చూసి వెళ్ళిపోతుంటారు. మరికొంత మంది మరీ బిజీగా వుండటం వల్ల అప్పుడప్పుడు కూడా రారు.'

అతని మాటలకు ఆశ్చర్యపోతూ చూస్తూ వుండిపోయాను. నన్ను చూసి అతను ఆశ్చర్యపోయాడు.

'ఎందుకు సార్ మీరు ఆశ్చర్యపోతారు? ప్రపంచం మారిపోయింది. దానితో పాటు మనుషుల తీరు కూడా మారిపోయింది. అందరి దృష్టి సంపాదన మీదనే సార్. డబ్బు ముఖ్యం. ప్రేమలు, బంధాలు కాదు. రేపు ఉదయం మొత్తం సంతానమంతా వస్తారు. రేపు ఏడాదికి ఒకసారి జరిగే తల్లిదండ్రుల దినోత్సవం కదా మరి!' అంటూ వెళ్ళిపోయాడు అతగాడు.

నేను గదిలో పచార్లు చేస్తూ అటూ యిటూ తిరుగుతున్నాను. బుర్రనిండా ఆలోచనలు పరుగులు పెడుతున్నాయి. మారిపోతున్న ప్రపంచాన్ని చూస్తుంటే జాలిపడాలో, ఆగ్రహించాలో అర్థం కావడం లేదు. బాంధవ్యాల సంకెళ్ళను తెంచుకుని భౌతికత వైపు ఎందుకో ఈ పరుగులు. తరాలు మారినా యుగాలు మారినా పశు, పక్ష్యాదుల జీవన విధానంలో ఎలాంటి మార్పు లేదు. తరాన్ని బట్టి ఒక తీరుగా మారిపోయే మనుషుల తపనలు చూస్తుంటే ఆశ్చర్యం కలుగుతోంది. దారం తెంచుకున్న గాలి పటాల్లాగా, చుక్కాని చెయిజార్చుకున్న నావల లాగా, ఎటు వైపో ఈ

మనుషుల పయనం! పునాదులు తెగతెంచుకుని వ్యక్తిత్వాల కోసం ఆరాటాలా?

చాలా సేపు అలానే ఆలోచనలతో సతమతమయి తిరుగుతూ వున్నాను.

రాత్రి భోజనం సరిగా చేయలేక పోయాను. అమ్మను తలచుకున్నాను. అమ్మ ఒక మహారాణి. మొదటి నుండీ స్వతంత్రంగానే జీవిస్తూ వచ్చింది. నా భవితకు బాటలను నా బాల్యంలోనే రూపొందించింది. సదా ఆనందంతో స్థితప్రజ్ఞతతో జీవిస్తూ వచ్చింది. ఎవరినీ ఏ క్షణమూ ఆధారంగా చేసుకోవాలని ప్రయత్నం కూడా చేయలేదు. నిత్య సంతోషమే ఆమె ఆరోగ్య రహస్యం. పరిపూర్ణమైన సంతృప్తి ఆమె ఊపిరి. కొలనులోని తామరలా నీటిలో వుంటూనే నీటితో బంధాలను పెంచుకోని విధంగా జీవిస్తూ తన జీవితాన్ని పండిస్తూ వస్తోంది. ఈ తీరుతో బ్రతుకలేని వారికి అంతిమ కాలంలో ఇటువంటి కష్టాలు తప్పవా?

మరునాటి ఉదయం కోసం, ఆశ్రమంలోని వృద్ధులను చూడటానికి వచ్చే బంధుజనం కోసం ఆత్రుతగా ఎదురుచూస్తూ సెమ్మదిగా నిదురలోకి జారుకున్నాను.

మరునాడు ఉదయమే సిద్ధమైపోయి, బాల్కనీలో కూర్చుని ఎదురుగా వున్న ఆశ్రమం వైపు ఆత్రుతగా ఎదురుచూస్తూ కూర్చున్నాను.

వృద్ధులంతా చాలా కోలాహలంగా తిరగటం కనిపిస్తోంది. అందరు మల్లెపూవుల్లా తయారై తమ తమ బంధువుల కోసం ఉల్లాసంగా పరుగులు తీస్తున్నారు. కొన్ని క్షణాల తరువాత ఒకరొకరుగా బంధుజనం రావడం

మొదలుపెట్టారు. మరికొంత సేపటికి ఆశ్రమ ప్రాంగణం అంతా పిల్లాపాపల తోనూ, జనంతోనూ కిటకిటలాడటం మొదలయ్యింది. ఒక్కొక్కరూ వారివారి ఆత్మీయులను పలుకరించుకుంటూ పరవశించిపోయారు.

పలురకాల పండ్లూ, రకరకాల తీపిపదార్థాలూ వృద్ధులకు పంచిపెట్టి మురిసిపోయారు సంతానం. ఫొటోలతో, వీడియోలతో సందడిగా మారిపోయింది ఆశ్రమం. వారెవరో రాజకీయ నాయకుడ్ని ఆహ్వానించినట్టున్నారు. అతగాడు వృద్ధులందరినీ పలుకరించి కెమెరాల వైపు చూస్తూ మురిసిపోయాడు. సుదీర్ఘమైన ఉపన్యాసం యిచ్చి కారెక్కి వెళ్ళిపోయాడు.

బంధువులంతా ఒక్కొరుగా తమవారికి వీడ్కోలు పలికి శలవు తీసుకున్నారు. కొద్ది గంటల సమయంలోనే ఆశ్రమం పూర్వపు మసకబారిన వెలుగులు సంతరించుకుంది. వృద్ధులంతా డీలాపడి పోయారు. జడివానలో తడిసిపోయిన కొమ్మ మీది పక్షుల్లాగ ప్రాంగణపు గట్లపై కూర్చుని చూస్తుండి పోయారు.

ఉదయం సమయం, పైగా ఆదివారం కావడంతో వాహనాల రాకపోకల సందడి కూడా తక్కువగా వుంది. 'పాపం పసిపిల్లలు మా పిల్లలు. ఎలా ఇంటికి చేరుకుంటారో. ఏం తింటున్నారో. ఎలా బ్రతుకుతున్నారో. మమ్మల్ని వదలి ఎలా వుండగలుగుతున్నారో పాపం' అని ఒకరితో ఒకరు గుసగుసలాడుకుంటూ, బంధాలను తెంచుకోలేక, బంధువులను చేరుకోలేక ఉక్కిరిబిక్కిరి అవుతున్నారు వృద్ధులంతా.

సెలయేరులా ఒకప్పుడు గలగలలాడిన వారి జీవితాలు చలనం లేని మడుగు నీటిలా స్తబ్దుగా మారిపోయాయి. పిల్లల అడుగులు చూస్తూ,

పలుకులు వింటూ ఉప్పొంగి ద్రవించిన వారి గుండెలు యిప్పుడు వెళ్ళిపోయిన వారి అడుగు జాడలు చూస్తూ ఘోషిస్తున్నాయి. అమ్మతనం జన్మజన్మల వరమని మురిసి పరవశించిన వారి కనులిప్పుడు కన్నీరు కారుస్తున్నాయి. ఆ దృశ్యం చూసిన నా కళ్ళు కూడా ద్రవించి వర్షించసాగాయి.

అంజలి

అమ్మా! నేను వచ్చేస్తున్నా. నిన్ను కలవాలనే ఆశల్ని రెక్కలుగా చేసుకుని విహంగాన్నై ఎగురుతూ వచ్చేస్తున్నా. నూరు వసంతాలు పూర్తి చేసుకుంటున్న నిన్ను కలసి తరించాలని ఈ ఎనుబది వసంతాల వృద్ధుడు బాలుడై పరుగు పరుగున వచ్చేస్తున్నాడు. నీ దర్శనం కోసం, నీకు వందలాది వందనాలతో నీ ముందుకు వచ్చేస్తున్నాడు.

నా సైనిక దళం - అదే నా భార్య, బిడ్డలు, మనుమలు, మనుమరాండ్రు ' అంతా కలసి తరువాత నీ పుట్టినరోజు నాటికి వచ్చి నిన్ను చేరుకుంటారు. వాళ్ళు నాతో పాటు ప్రయాణమైనా నాగమన వేగాన్ని వాళ్ళు అందుకోలేరమ్మా.

నీవు ప్రసాదించిన జన్మను పునీతం చేసుకోవడానికి నీ దరికి చేరుకోబోతున్నాను. నీవిచ్చిన ఆత్మస్థైర్యంతో ఎన్నెన్నో విజయాలను చవిచూసాను. నీవు నడచిన అడుగుల జాడలలో గతి తప్పకుండా ఎనబై సంవత్సరాలు సునాయాసంగా ప్రయాణం చేసాను. నీవు అందించిన స్ఫూర్తి వలన నేను ఏనాడూ అలసిపోలేదు. నీవు చూపించిన ఆశయాలను ఏనాడూ విస్మరించలేదు.

ఊపిరి పోసుకున్న క్షణంలోనే నీ ప్రేమాభిమానాలను పాలగా మార్చి నాకందించావు. అడుగులు వేసే తరుణంలో నను వెన్నంటి నడుస్తూ నా నడకలు సరిచేసావు. పెదవులు పలకడం మొదలవగానే నా పదములు

తీర్చిదిద్దావు. నాకు ఒక ఛత్రమయి నాకు నీడనిస్తూ తోడుగా వుంటూ వచ్చావు. నా బలమై నాకొక వరమై నను పరిపాలించావు. శతవసంతాలు పరిపూర్ణమైన జీవితాన్ని పూర్తిచేసుకుని ఇంకా నాకు వెలుగులు పంచుతూనే వున్నావు.

జీవితంలో ఎన్నెన్నో ఒడిదుడుకులు చూస్తూ వచ్చాను. అగాధాలలో పడి అలమటిస్తున్నప్పుడు నీ చేయి అందించి పైకి లాగి నన్ను ఉద్ధరించావు. నిరాశలో పడినప్పుడు ఆశాకిరణమై నా ఎదుట నిలిచావు. కష్టాలను సుఖాలుగా భావించగలిగే విజ్ఞతనిచ్చావు. వైఫల్యాలను విజయాలకు సోపానాలుగా మలచి నా ముందు నిలిపావు. విజయాలను సాధించి నేను వెలిగిపోతున్న వేళ వరమాలవై నా ఎదుట నిలిచి స్వాగతం పలికావు.

శ్రీకృష్ణునిలోని జ్ఞానాన్ని, శ్రీరాముနిలోని ధర్మాన్ని, క్రీస్తులోని కారుణ్యాన్ని, అల్లా అపార ప్రేమను, బుద్ధునిలోని శాంతాన్ని, అమ్మతనంలోని సహనాన్ని సద్గుణాలను నాకు ముద్దలుగా చేసి తినిపించావు.

ధరణిలోని పంచేగుణాన్ని, నీటిలోని చల్లని మమతలను, ఆకాశంలోని విశాల దృక్పధాన్ని, అగ్ని కణాలలోని తేజస్సును, గాలిలోని చైతన్యాన్ని నాలో నింపి పంచభూతాలకు ప్రతిబింబముగా మలచి నన్ను నిలిపావు.

నాకున్న స్నేహితులలో అత్యుత్తమ స్నేహితుడు నీవే. నాకు బుద్ధిని, జ్ఞానాన్ని బోధించిన ఆది గురువు నీవే. దూరాన వుంటూ కూడా నీ ఊహలతో నను బ్రతికించిన చెలికానివి నీవే. ఏదీ లేదనకుండా

నన్నెప్పుడూ కాదనకుండా కోరిన వెంటనే నా కోర్కెలు తీర్చిన వరాల మూటవు నీవే. ఒక్క మాటలో నా సర్వస్వమూ నీవే. నేనంటే నీవే.

ఎనలేని పేరు, ప్రతిష్టలు సంపాదించాను. కీర్తిని గడించాను. పుష్కలంగా సంపద సమకూర్చు కున్నాను. కానీ ఇవన్నీ నా దృష్టిలో తాత్కాలికమైన ఆనందాన్నిచ్చాయి. నిత్యమూ నాకు ఆనందాన్ని ప్రసాదించిన శాశ్వతమైన పెన్నిధి నీవు మాత్రమే.

పరిపూర్ణమైన స్త్రీమూర్తిగా అవతరించిన దివ్యశక్తివి నీవని నా విశ్వాసము. జీవితాంతం కుటుంబానికి సేవలు అందించావు. సమస్యల వలయంలో చిక్కుకున్నప్పుడల్లా నీకున్న అపారమైన జ్ఞానంతో సునాయాసంగా చిక్కుముడులు విడదీసి కాపాడగలిగావు. నీ పాదాల చెంత తప్ప మరెక్కడా సుఖమైన నిద్రపట్టదని నిరూపించావు. ఎప్పుడూ నా కడుపు వంకనే చూస్తూ నీ తరగని మమతాను రాగాలతో నా ఆకలి తీర్చిన దేవతవై నిలిచావు. నీకున్నది పంచడమే కానీ ఎన్నడూ తిరిగి ఆశించని ధరిత్రీ మాతవు నీవు.

నీకు చాలా పుట్టినరోజులున్నాయని గతంలో ఒకసారి చెప్పావు. కానీ అన్ని రోజులనూ మరచి, నా పుట్టిన రోజునే నీ పుట్టిన రోజుగా మార్చుకుని నా జన్మకు సార్థకతను చేకూర్చావు. ఆ విధంగానే నేను ఎనభై, నీవు వంద సంవత్సరాల పుట్టిన రోజు వేడుకను ఘనంగా జరుపుకోబోతున్నాం. ఇంతటి గొప్ప అదృష్టం ఈ ప్రపంచంలో ఎంతమందికి లభిస్తుందమ్మా? ఆ భాగ్యాన్ని పొందగలిగిన వారంతా ధన్యులే.

అమ్మా! నేను ఎన్నడూ ఏ దైవాన్ని పూజించలేదు. వారిని కేవలము ఆదర్శమూర్తులుగా భావించి, వారి బోధనలను నా జీవితంలో అనుసరిస్తూ

వారిని గౌరవించుకున్నాను. నా దృష్టిలో అమ్మను మించిన దైవము ఏ లోకంలోనూ లేదని దృఢంగా నమ్మాను. అందుకే నిన్నొక దైవాన్ని చేసి ఇన్నాళ్ళూ ఆరాధిస్తూ వచ్చాను. నా హృదయాన్ని దేవాలయముగా చేసుకుని, నీ దివ్యమూర్తిని హృదయంలో నిలుపుకుని పూజించి తరించాలని మాత్రమే నేను కోరుకుంటూ వచ్చాను.

'నీకు ఎప్పుడయినా గర్వం తలకెక్కుతున్నట్టు అనిపిస్తే అనంతమైన ఆకాశాన్ని చూడు, నీవు ఎంతటి అల్పుడివో తెలుస్తుంది,' అని నీవొక రోజున బోధించావు. ఆ క్షణం నుండీ నేను వినయాన్ని భూషణంగా చేసుకుని నన్ను నేను తగ్గించుకుంటూ వచ్చాను. నన్నొక అణుమాత్రమైన జీవిగా మాత్రమే భావించుకున్నాను. అదే అణురేణు రూపంతో నీ ఆశీస్సుల కోసం నీ ముందుకు వస్తున్నాను.

నీ పుట్టిన రోజున నీకొక కానుకను సమర్పించి, నిన్ను మురిపింప చెయ్యాలని చాలా రోజులు తపనపడుతూ ఆలోచించాను. నిన్ను తృష్టిపరిచే కానుక ఏదీ నా దృష్టికి రాలేదు. చివరకు నా జీవితంలో నీ సాహచర్యంతో గడుపగలిగిన ఎన్నెన్నో అనుభవాలతో నూరు అనుభవాలను నీ ముందు వుంచి తరించాలనుకున్నాను.

నీవు ప్రసాదించిన సృజనాత్మక శక్తిని తోడుగా చేసుకుని వంద లేఖలను రచించాను. వాటిని ఒక గుచ్చముగా రూపొందించి నీ పాదాల వద్ద సమర్పించుకోవాలని నా అభిలాష.

నాకు విశ్వాసం ఉంది, నీవు నన్ను కరుణించి ఆశీర్వదిస్తావని. అందుకే గంపెడు ఆశతో వాటిని నీ ముందుకు మోసుకొస్తున్నాను. స్వీకరించు అమ్మా!

నా ప్రతి పుట్టిన రోజు నాడు నీవు నాకు ఒక కానుకను యిచ్చి మురిపిస్తావు. నా ఎనభైయ్యవ పుట్టినరోజు సందర్భంగా నిన్నొక కానుకను అడగాలని ఉంది. కరుణించి మాట యిస్తావని నా పరిపూర్ణమైన విశ్వాసం.

'నా నూరవ పుట్టిన రోజున కూడా నీవు జీవించి వుండాలి. నన్ను ఆశీర్వదించాలి' ఈ ఒక్క వరాన్ని ప్రసాదించు అమ్మా.

రచయిత గురించి

పీసపాటి చంద్రశేఖర్ 1955 జూలై నెల 24వ తేదీన తూర్పుగోదావరి జిల్లా, రాయవరం మండలం, లొల్ల గ్రామంలో జన్మించారు. మూడు దశాబ్దాలకు పైగా కాకినాడలోని శ్రీమతి పైండా ఆండాళ్యమ్మ కళాశాలలో లెక్చరర్‌గా పని చేసి పదవీ విరమణ పొందారు. తెలుగు రచనలో విశేష అనుభవం ఆయన సొంతం. 1981లో ఆంధ్రజ్యోతి వారు నిర్వహించిన కథల పోటీలో తన 'గృహరాజు' కథకు ప్రథమ బహుమతి లభించింది. అప్పటి నుండి వరుసగా దాదాపు అన్ని తెలుగు పత్రికలలోనూ అనేకమైన కథలు ప్రచురించబడ్డాయి. బహుమతి పొందిన కథలు 27 వరకూ ఉంటాయి. చలం, శ్రీశ్రీ, లత సాహిత్యాలు చదివారు. సిడ్నీ షెల్డన్ ఆయన అభిమాన ఆంగ్ల రచయిత. చాలా వరకూ ఈ-జర్నల్స్‌లో తన ఆంగ్ల పద్యాలు ప్రచురితమవు తున్నాయి.

ప్రస్తుత రచన 'సౌందర్య శిఖరం – అమ్మ' అనేది రచయిత మొట్టమొదటి తెలుగు గ్రంథం. విశ్వవ్యాప్తముగా వున్న 'అమ్మ' యొక్క ప్రేమతత్త్వాన్ని ఆవిష్కరించడం ఈ రచన యొక్క ప్రధాన ఉద్దేశ్యం.

పీసపాటి చంద్రశేఖర్

రిటైర్డ్ లెక్చరర్, కాకినాడ

+91 9966594999

peesapati.chandrasekhar@gmail.com